ആധുനികതയുടെ കുറ്റസമ്മതം

INSIGHT PUBLICA

Nadakkavu, Kozhikode, Kerala
www. insightpublica. com
e-mail: insightpublica@gmail. com
Title: **Aadhunikathayude Kuttasammatham**
Author: **P Pavithran**
First Insight Edition: August 2023
ISBN 978-93-5517-237-2
Printed and Published by
Insightinpublica Printers & Publishers Pvt. Ltd.
₹299

ആധുനികതയുടെ കുറ്റസമ്മതം

(നിരൂപണം)

പി. പവിത്രൻ

INSIGHT PUBLICA®

കോഴിക്കോട് ജില്ലയിൽ വടകരയ്ക്കടുത്ത് മേമുണ്ടയിൽ ജനനം.

മേമുണ്ട ഹൈസ്കൂൾ, മടപ്പള്ളി ഗവ. കോളേജ്, തലശ്ശേരി ബ്രണ്ണൻ കോളേജ്, കോഴിക്കോട് സർവകലാശാല എന്നിവിടങ്ങളിൽ വിദ്യാഭ്യാസം. കാലടി സംസ്കൃത സർവകലാശാലയിൽ മലയാളം അധ്യാപകൻ.

ആശാൻ കവിത- ആധുനികാനന്തര പാഠങ്ങൾ, എം എൻ വിജയൻ എന്ന കേരളീയ ചിന്തകൻ, മാതൃഭാഷയ്ക്കു വേണ്ടിയുള്ള സമരം, പ്രണയരാഷ്ട്രീയം, കോളനിയനന്തരവാദം; സംസ്കാര പഠനവും സൗന്ദര്യശാസ്ത്രവും, മാർക്സ് ഗാന്ധി അംബേദ്കർ- ആധുനികതാവാദത്തിന്റെ രാഷ്ട്രീയ സൗന്ദര്യശാസ്ത്രം, ഭൂപടം തലതിരിക്കുമ്പോൾ എന്നീ കൃതികൾ പ്രസിദ്ധീകരിച്ചിട്ടുണ്ട്.

ഭാര്യ: പി ഗീത, മക്കൾ: അപർണ്ണ, അതുൽ.
വിലാസം: പ്രശാന്തി, അങ്ങാടിപ്പുറം, പിൻ 679321
ഫോൺ: 9495139971

പി. പവിത്രൻ

ഉള്ളടക്കം

ആമുഖം

എന്റെ ആദ്യത്തെ പുസ്തകമാണ് ആധുനികതയുടെ കുറ്റസമ്മതം. ഇതിന്റെ ആദ്യ പതിപ്പ് പുറത്തു വന്നത് 2000-ആഗസ്തിലാണ്. എൻ ബി എസാണ് അത് പ്രസിദ്ധീകരിച്ചത്. മലയാളത്തിൽ ആധുനികോത്തരതയുണ്ടോ ഇല്ലയോ എന്ന ചർച്ച നടക്കുന്ന കാലമായിരുന്നു അത്. യൂറോപ്യൻ മാനദണ്ഡങ്ങളെ മുൻനിർത്തി നടന്ന ഈ ചർച്ചയിലെ സമീപനങ്ങളിൽനിന്ന് വ്യത്യസ്തമായി മൂന്നാംലോകമെന്നറിയപ്പെടുന്ന അധിനിവേശിത സമൂഹങ്ങളെ പശ്ചാത്തലമാക്കി ഈ സങ്കല്പനത്തെ നോക്കിക്കാണാനാണ് ഈ പുസ്തകത്തിൽ ശ്രമിച്ചത്. ആധുനികതയും ആധുനികോത്തരതയും മൂന്നാംലോകവും തമ്മിലുള്ള സംവാദമണ്ഡലത്തെ അവതരിപ്പിച്ച കൃതി എന്ന നിലയിൽ ഈ സങ്കല്പനത്തിന്റെ ചരിത്രം അക്കാദമിക തലത്തിൽ സൂചിപ്പിക്കേണ്ട ആവശ്യമുണ്ടെന്നു തോന്നുന്നു. മൂന്നാംലോക സമീപനത്തെ മുൻനിർത്തിയുള്ള ആദ്യത്തെ പ്രബന്ധം ഞാൻ അവതരിപ്പിച്ചത് 1997-ൽ കാലിക്കറ്റ് സർവകലാശാലയിലെ തത്വശാസ്ത്ര വിഭാഗം ഉത്തരാധുനികതയെ മുൻനിർത്തി നടത്തിയ ഒരു ദേശീയ സെമിനാറിലായിരുന്നു. 'ഉത്തരാധുനികതയും മൂന്നാം ലോകവും' എന്നതായിരുന്നു അതിന്റെ തലക്കെട്ട്. ഈ സമീപനത്തെ സാഹിത്യത്തിൽ പ്രയോഗിക്കുന്ന ഒരു ലേഖനം 'മൂന്നാംലോകവും ആധുനികോത്തേരതയും' എന്ന പേരിൽ 1998-ൽ ദേശാഭിമാനി വാരികയിൽ വന്നു. അതിന്റെ വിപുലപ്പെടുത്തിയ രൂപമാണ് ഈ പുസ്തകത്തിലെ 'മൂന്നാംലോകത്തിന്റെ സാംസ്കാരിക ഘട്ടങ്ങൾ' എന്ന ദീർഘ ലേഖനം. കൊളോണിയൽ ആധുനികത, ദേശീയവാദപരമായ ആധുനികത, കീഴാള ജനകീയ ആധുനികത എന്നിങ്ങനെ

ആധുനികതയെ വിഭജിച്ച കാണുന്ന സമീപനരീതിയാണ് ഇതിൽ സ്വീകരിച്ചത്. സാഹിത്യത്തിൽ മാത്രമല്ല, സാംസ്കാരികമേഖലയി ലാകെ പ്രസക്തമായ ഈ വിഭജനരീതി പിന്നീട് മലയാളത്തിലെ മറ്റുചില എഴുത്തുകാരും ഗവേഷണപഠിതാക്കളും പിൻപറ്റിയിട്ടുണ്ട്.

ആധുനികതയെന്ന സങ്കല്പത്തെത്തന്നെ ആധുനികത, ആധുനികീ കരണം, ആധുനികതാവാദം എന്നിങ്ങനെ തിരിച്ചതും ഈ ലേഖന ത്തിൽ തന്നെ. ആധുനികതയെക്കുറിച്ചുള്ള പാശ്ചാത്യ ചർച്ചകളിൽ ഉപയോഗിക്കുന്ന മോഡേണിസം, മോഡേണിറ്റി എന്ന സങ്കല്പന വ്യത്യാസം മലയാളത്തിലെ ആധുനികോത്തരതാ സംവാദങ്ങളിലും വ്യവച്ഛേദിക്കണമെന്ന് നേരത്തെ വി. സി. ഹാരിസ് ഒരു ലേഖന ത്തിൽ സൂചിപ്പിച്ചിരുന്നു. ഖസാക്കിനെയും മറ്റും മുൻനിർത്തി ആധുനി കതാവാദത്തെ ആധുനികതയുടെ വിമർശനമായി സ്ഥാനപ്പെടുത്തി ക്കൊണ്ടുള്ള ഇ. വി. രാമകൃഷ്ണന്റെ നിർണായകമായ പഠനങ്ങളും പുറ ത്തിറങ്ങിയിരുന്നു. രണ്ടു മാത്രം പോര, ചിന്താതലം, സമൂഹ്യതലം, കലാസാഹിത്യതലം എന്നിങ്ങനെ മൂന്നായി കാണണം എന്നാണ് ഞാൻ പറയാൻ ശ്രമിച്ചത്. ഇങ്ങനെ ഒരേ സമയത്ത് ആധുനി കതയെ സങ്കല്പനപരമായി വ്യവച്ഛേദിക്കുകയും ആ പ്രക്രിയയുടെ മൂന്നാംലോകത്തിലെ പ്രകാശനങ്ങളെ ചരിത്രാനുഭവത്തിന്റെ അടി സ്ഥാനത്തിൽ വേർതിരിക്കുകയുമാണ് ചെയ്തത്. എൻ. പ്രഭാകരൻ എഡിറ്ററായിരുന്ന 'അന്വേഷണം' മാസികയിൽ 2007സെപ്തംബർ മുതൽ പതിനൊന്ന് ലക്കങ്ങളിലായി ഞാനെഴുതിയ 'പ്രബുദ്ധതയും പ്രബുദ്ധതാവിമർശനവും' എന്ന പഠനപരമ്പരയിൽ പ്രബുദ്ധതാപ രമായ ആധുനികതയെ വിശേഷിപ്പിക്കാൻ ആധുനികത്വം എന്ന പദവുമുപയോഗിച്ചിരുന്നു. മാർക്സിസം ആധുനികതാവിമർശനവും മുൻനിർത്തിയുള്ള ദീർഘപഠനമായിരുന്നു അത്.

മൂന്നാംലോക കാഴ്ചപ്പാടിൽ സംസ്കാര ചരിത്രത്തെ വിശദീക രിക്കുന്നതിന് കഴിയുന്നതും ആഫ്രിക്കൻ, തെക്കെ അമേരിക്കൻ ചിന്തകരുടെ ചില പേരുകളും അവരുടെ കാഴ്ചപ്പാടും വ്യക്തമാക്കാൻ ഞാൻ ശ്രമിച്ചിരുന്നു. മലയാളിക്കു പരിചയമില്ലാത്ത ഈ പേരുകൾ വായിച്ച് അവർ യൂറോപ്യന്മാർ തന്നെ എന്നു തെറ്റിദ്ധരിച്ച് ഈ പുസ്തകത്തെ വിമർശിച്ച് ഒരാൾ എഴുതിയ ലേഖനവും ഇതിറങ്ങിയ കാലത്ത് എനിക്കു വായിക്കേണ്ടി വന്നു. കേരളം വിട്ടാൽ നമുക്ക് പിന്നെ ആകെ യൂറോപ്പാണല്ലോ ഉള്ളത്!

സംസ്കാരത്തെയും സാംസ്കാരിക അധികാരത്തെയും മനസ്സിലാക്കേണ്ടത് സംസ്കാര ശൂന്യരായി മുദ്ര കുത്തപ്പെട്ടവരെ മുൻനിർത്തിയാണ് എന്ന ആശയം ഈ വിശകലനത്തിൽ ഉടനീളം ഉപയോഗിച്ചിട്ടുണ്ട്. ഫ്രാന്റ്സ് ഫാനന്റെ 'റെച്ചഡ് ഓഫ് ദ എർത്ത്' എന്ന പുസ്തകത്തിന്റെ തലക്കെട്ടിന് ഈയർത്ഥത്തിൽ 'ഭൂമിയിലെ പെറുക്കികൾ' എന്ന പേരിൽ ഞാൻ നൽകിയ വിവർത്തനവും പിന്നീട് ചിലർ സ്വീകരിച്ചിട്ടുണ്ട്. കുടി വെക്കാൻ ഇടമേ ഇല്ലാത്തവരുടെ അനുഭവ സ്ഥാനമെന്ന നിലയിൽ കൂടി ഇതിലെ വിമർശന സങ്കല്പത്തെ വിപുലപ്പെടുത്താനാണ് ഇങ്ങനെ പ്രയോഗിച്ചത്. ഫാനന്റെ പുസ്തകം മലയാളത്തിൽ ഇപ്പോൾ 'ഭൂമിയിലെ പീഡിതർ' എന്ന പേരിൽത്തന്നെ പുറത്തിറങ്ങിയിട്ടുമുണ്ട്.

'അപകോളനീകരണവും ആധുനികോത്തരതയും' എന്ന ആദ്യലേഖനം പാശ്ചാത്യ തത്വചിന്തകരുടെ സമീപനത്തിലെ അപരവൽക്കരണത്തെയും വിവേചനത്തെയും പറ്റിയുള്ളതാണ്. ഈ നിലയിൽ പാശ്ചാത്യ പ്രബുദ്ധതയുടെ ചിന്തകരെക്കുറിച്ചുള്ള വിമർശനത്തിൽ ആരംഭിച്ച് ആദിവാസി ജീവിത പശ്ചാത്തലത്തിലുള്ള മലയാള രചനകളുടെ പഠനത്തിൽ അവസാനിക്കുന്നതാണ് ഈ പുസ്തകം. 'ആര്യാധിനിവേശത്തിലും കോളനീകരണത്തിലും നഷ്ടപ്പെട്ട സ്വന്തം സാംസ്കാരിക സ്ഥാനവും ചരിത്രവും അധഃസ്ഥിതവർഗം തിരിച്ചുപിടിക്കുമ്പോൾ മലയാള സാഹിത്യത്തിൽ നിന്ന് ഫ്യൂഡലിസത്തിന്റെയും ആധുനികതയുടെയും പല ഭൂതങ്ങൾക്കും കുടിയൊഴിഞ്ഞുപോകേണ്ടി വരും' എന്നതാണ് ഈ പുസ്തകത്തിന്റെ ആദ്യപതിപ്പിലെ അവസാന വാക്യം. ഇത് ഇപ്പോൾ നടന്നു കൊണ്ടിരിക്കുന്നു എന്നാണ് ഞാൻ കരുതുന്നത്. ആദ്യപതിപ്പിലെ ലേഖനങ്ങളോടൊപ്പം മൂന്നു പുതിയ ലേഖനങ്ങൾകൂടി ഈ പതിപ്പിൽ ഉൾക്കൊള്ളിച്ചിട്ടുണ്ട്. കേസരിയെക്കുറിച്ചും കുറ്റിപ്പുഴയെക്കുറിച്ചും വൈശാഖനെക്കുറിച്ചുള്ളതാണവ. ഈ പുസ്തകത്തിലെ പൊതുപ്രമേയത്തോട് ചേർന്നുപോകുന്നവയാണ് ഈ ലേഖനങ്ങൾ. ഈ പുതിയ പതിപ്പ് ഇറക്കാൻ തയ്യാറായ ഇൻസൈറ്റ് പബ്ലിക്കയ്ക്കും ഇതിനു പ്രേരണ നൽകിയ ദേവേശൻ പേരൂരിനും സുമേഷിനും നന്ദി.

പി. പവിത്രൻ

എന്താണ് ആധുനികോത്തരത?

ആധുനികോത്തരത ഒരു പൊതിയാത്തേങ്ങയായി മലയാളത്തിൽ വന്നിട്ട് കുറച്ചായി. അതുണ്ടോ ഇല്ലയോ, ഉണ്ടെങ്കിൽ ത്തന്നെ എത്രത്തോളം, എത്തിക്കഴിഞ്ഞോ, എത്തിയിട്ടില്ലെങ്കിൽ എപ്പോഴെത്തും തുടങ്ങിയ ചർച്ചകൾ കൊണ്ട് മുഖരിതമായിരുന്നു കഴിഞ്ഞ ദശാബ്ദത്തിന്റെ രണ്ടാംപകുതി. ഈ അവസ്ഥയിൽ ആധുനികോത്തരത എന്ന സംജ്ഞ ഏതെല്ലാം അർത്ഥത്തിലാണ് പാശ്ചാത്യസമൂഹങ്ങളിൽ, അതിന്റെ ജന്മസ്ഥലമായ അമേരിക്കയിലും യൂറോപ്പിലും മറ്റും ഉപയോഗിക്കുന്നത് എന്ന് വിശദീകരിച്ചുകൊണ്ട് നമുക്ക് തുടങ്ങാം.

കലാസാഹിത്യപ്രസ്ഥാനം, സമൂഹഘടനയുടെ സ്വഭാവം, അറിവിനെക്കുറിച്ചുള്ള സങ്കല്പം എന്നീ തലങ്ങളിൽ നിലനിന്ന ആധുനികതയുടെ സങ്കല്പങ്ങളെയാണ് ആധുനികോത്തരത മറികടക്കുകയോ തള്ളിക്കളയുകയോ ചെയ്യുന്നത്. അതിനാൽ ആധുനികോത്തരത എന്ന് ഇന്ന് വ്യവഹരിക്കുന്ന സങ്കല്പത്തിന് മുഖ്യമായി മൂന്നു തലങ്ങളുണ്ടെന്ന് പറയാം.

i. ആധുനികോത്തര കലാസാഹിത്യപ്രസ്ഥാനം

ആധുനികതാവാദം അഥവാ മോഡേണിസം എന്ന് പ്രസിദ്ധമായ കലാസാഹിത്യപ്രസ്ഥാനത്തിന് ശേഷം യൂറോപ്പിലും അമേരിക്കയിലും കലയിലും സാഹിത്യത്തിലും കാണുന്ന പ്രവണതയാണിത്. ഇതിനെയാണ് ആധുനികോത്തരതാവാദം അഥവാ പോസ്റ്റ് മോഡേണിസം എന്ന് പറയുന്നത്. ഇംപ്രഷനിസം,

എക്സ്പ്രഷനിസം, ക്യൂബിസം, ഫോവിസം, ഫ്യൂച്ചറിസം, ദാദായിസം, സറിയലിസം, അബ്സ്ട്രാക്റ്റ് എക്സ്പ്രഷനിസം തുടങ്ങിയ ചിത്ര, ശില്പ, കലാപ്രസ്ഥാനങ്ങൾ, സിംബോളിസം, ഇമേജിസം തുടങ്ങിയ കാവ്യ പ്രസ്ഥാനങ്ങൾ, എക്സ്പ്രഷനിസം, അബ്സേർഡിസം തുടങ്ങിയ നാടകസങ്കേതങ്ങൾ, ബോധധാര തുടങ്ങിയ കഥനതന്ത്രങ്ങൾ, മൊണ്ടാഷ് തുടങ്ങിയ ചലച്ചിത്രസങ്കേതങ്ങൾ, ബഹൗസ്, ഇന്റർനാഷണൽ സ്റ്റൈൽ തുടങ്ങിയ കെട്ടിട നിർമാണരീതികൾ ഇവയെല്ലാം ആധുനികതാവാദപരമായ കലാസാഹിത്യ പ്രസ്ഥാനത്തിന്റെ ഭാഗമായാണ് വിലയിരുത്തപ്പെട്ടത്.

വാൻഗോഗ്, ഗോഗൻ, പിക്കാസോ, മത്തീസ്, ദാലി തുടങ്ങിയ ചിത്രകാരന്മാർ, യേറ്റ്സ്, എലിയറ്റ്, ലോർക, നെരൂദ, ബ്രഹ്റ്റ് തുടങ്ങിയ കവികൾ, പ്രൂസ്റ്റ്, ജോയ്സ്, കാഫ്ക, സാർത്ര്, കാമു, തോമസ് മൻ തുടങ്ങിയ നോവലിസ്റ്റുകൾ, കോർബൂസിയെപ്പോലുള്ള കെട്ടിട നിർമ്മാണ വിദഗ്ധർ എന്നിവരൊക്കെ ഈ പ്രസ്ഥാനത്തിന് സംഭാവന നൽകിയവരാണ്. സൂര്യകാന്തിപ്പൂക്കൾ, ഗ്വർണിക്ക തുടങ്ങിയ ചിത്രങ്ങൾ, വേസ്റ്റ്ലാന്റ് പോലുള്ള കവിതകൾ, യൂലിസിസുപോലുള്ള നോവലുകൾ ഒക്കെ ഈ കാലഘട്ടത്തിന്റെ നിത്യസ്മാരകങ്ങളാണ്. പത്തൊമ്പതാം നൂറ്റാണ്ടിന്റെ ഉത്തരാർധത്തിലാരംഭിച്ച് രണ്ടാംലോക മഹായുദ്ധം വരെ നീണ്ടുനിൽക്കുന്നതാണ് ഇതിന്റെ ഉച്ചകാലം.

ഈ കാലഘട്ടത്തിന് ശേഷം 1950-കളോടെ വേർപിരിഞ്ഞ്, 1960-കളിലും 1970-കളിലും ശക്തിപ്പെടുന്ന പുതിയ കലാസാഹിത്യ പ്രവണതകളെയാണ് ആധുനികോത്തരതാവാദം അഥവാ പോസ്റ്റ് മോഡേണിസം എന്ന സങ്കല്പത്തിൽ ഉൾപ്പെടുത്തുന്നത്. ആധുനികതയ്ക്കും ആധുനികോത്തരതയ്ക്കും ഇടയിൽ അവാൻദ്ഗാർഡ് കലയെ സ്ഥാനപ്പെടുത്തുന്നവരും ഉണ്ട്. 1950-കളിലും 60-കളിലും അവാൻദ്ഗാർഡുകൾ യൂറോപ്പിലും അമേരിക്കയിലും എക്സ്പ്രഷനിസത്തെ ചോദ്യം ചെയ്ത കാര്യം കലാചിന്തകനായ ക്ലമന്റ് ഗ്രീൻബർഗ് ചൂണ്ടിക്കാട്ടുന്നുണ്ട്.

കെട്ടിടനിർമാണത്തിൽ റോബർട്ട് വെൻചുറി, ചാൾസ് ജെങ്ക്സ് തുടങ്ങിയവർ, നോവലിൽ ജോൺ ബാർഥ്, ബാത്ലേം, തോമസ് പിഞ്ചൻ തുടങ്ങിയവർ ഒക്കെ ആധുനികോത്തരതാവാദത്തിന്റെ കലാ സാഹിത്യ മണ്ഡലത്തിലെ ഉത്തമ മാതൃകകളായി

കണക്കാക്കപ്പെടുന്നു. കുന്ദേരയെപ്പോലുള്ളവരെയും ചിലർ ഇതിലുൾപ്പെടുത്തുന്നുണ്ട്. ഉത്തമകല, അധമകല എന്ന ദ്വന്ദ്വം ആധുനികോത്തരത അംഗീകരിക്കുന്നില്ല. എന്നാൽ ഈ പറഞ്ഞതിൽ നിന്നും ഭിന്നമായി കാലപരിഗണന കൂടാതെ എക്കാലത്തും നിലനിന്ന ഒരു സവിശേഷകലാതന്ത്രം എന്ന നിലയിലും കലയിലെ ആധുനികോത്തരതാവാദത്തെ കാണുന്നവരുണ്ട്; ഉദാഹരണത്തിന് ലിൻഡ ഹാച്ചിയൻ. ഇവരുടെ കാഴ്ചപ്പാടനുസരിച്ച് ആധുനികോത്തര രചനാതന്ത്രങ്ങൾ പണ്ടേ നിലനിന്നിട്ടുണ്ട്.

ii. ആധുനികോത്തര സമൂഹം

ആധുനികീകരണത്തിന്റെ കാലഘട്ടത്തിൽ നിന്നു വ്യത്യസ്തമായി സാമൂഹ്യജീവിതത്തിൽ പുതിയ കാലഘട്ടത്തിൽ വന്ന പരിവർത്തനങ്ങളെ മുൻനിർത്തിയാണ് ആധുനികാനന്തരസമൂഹം എന്ന കാഴ്ചപ്പാട് ഉയർന്നുവന്നത്. യന്ത്രവൽക്കരണത്തിന്റെയും വ്യവസായവിപ്ലവത്തിന്റെയും ഘട്ടത്തിൽ സമൂഹത്തിലാരംഭിച്ച സാങ്കേതികമാറ്റങ്ങളുടെ തുടർച്ച മാത്രമല്ല ഇന്നത്തെ സമൂഹം, അത് ഗുണപരമായി പഴയതിൽ നിന്ന് ഭിന്നമാണ് എന്ന് ഇതിന്റെ വക്താക്കൾ കരുതുന്നു. വ്യവസായാനന്തര സമൂഹം എന്ന് ദാനിയേൽ ബെൽ സൂചിപ്പിക്കുന്നത് ഈ അവസ്ഥയെയാണ്. 1950-കളിലെ അമേരിക്കൻ സമൂഹത്തെ മുൻനിർത്തിയാണ് അദ്ദേഹം ഇത് പറയുന്നത്.

പുതിയ മാധ്യമസംസ്കാരവുമായി ബന്ധിപ്പിച്ച് ഈ അവസ്ഥയെ വ്യാഖ്യാനിക്കുന്നുണ്ട് പലരും. ടെലിവിഷന്റെയും ദൃശ്യമാധ്യമങ്ങളുടെയും മുന്നേറ്റം മനുഷ്യജീവിതത്തിൽ വരുത്തിയ മാറ്റമാണ് ഇവിടെ വിഷയം. ദൃശ്യസമൂഹം എന്ന് ദിബോറും പകർപ്പുകാഴ്ചകളുടെ സമൂഹം എന്ന് ബാദ്രില്ലാറും ഇതിനെപ്പറ്റി പറയുന്നു.

പൊതുവെ വലതുപക്ഷചിന്തകരാണ് ഇത്തരം കാഴ്ചപ്പാടുകൾ ആദ്യകാലത്ത് ഉന്നയിച്ചത്. മുൻപ് മാർക്സിസവുമായി ബന്ധമുള്ളവരായിരുന്നു ഇവരിൽ പലരും. അതുകൊണ്ടാണ് അലക്സ് കാൾനിക്കോസ് 'ആധുനികോത്തരതയ്ക്ക് എതിരെ' എന്ന പുസ്തകത്തിൽ ആധുനികോത്തരത എന്നത് ഇടതുപക്ഷ ബുദ്ധിജീവികൾക്ക് വിപ്ലവശ്രമങ്ങളിൽ നിന്നൊക്കെ മാറിനിൽക്കാനും സ്വന്തം കാര്യം മാത്രം നോക്കാനുമുള്ള ന്യായീകരണമാണ് എന്ന് പറഞ്ഞത്. ഒരു കാലത്ത് വിപ്ലവകാരികളായിരുന്ന റെഗി ദെബ്രെയെപ്പോലുള്ളവരുടെ

പിൽക്കാല മനംമാറ്റങ്ങളുടെ പശ്ചാത്തലം കാൾനിക്കോസിന്റെ വിമർശനത്തിന്റെ പിന്നിലുണ്ടാകണം.

എന്നാൽ ഏണസ്റ്റ് മണ്ഡലിന്റെ 'പിൽക്കാലമുതലാളിത്തം' എന്ന സങ്കല്പത്തെ പിൻതുടർന്ന് ഫ്രെഡറിക് ജെയിംസൺ 'ആധുനികോത്തരത: പിൽക്കാലമുതലാളിത്തത്തിന്റെ സാംസ്കാരികയുക്തി' എന്ന ഗ്രന്ഥം (അതിലെ ആദ്യലേഖനം) രചിച്ചതോടെ മാർക്സിസ്റ്റുകാരിലൊരു വിഭാഗവും ഒരു ജീവിതാവസ്ഥ എന്ന നിലയിൽ ഇതിനെ സമീപിക്കാൻ തയ്യാറായി. പുതിയ അവസ്ഥയെ ന്യായീകരിക്കാനല്ല, പുതിയ ഒരവസ്ഥയുണ്ട് എന്ന് അംഗീകരിക്കണം എന്നു പറയാനാണ് ഇവർ ശ്രമിച്ചത്.

iii. ആധുനികോത്തര ജ്ഞാനസങ്കല്പം

പ്രബുദ്ധതാ (Enlightenment) പാരമ്പര്യത്തിൽ കഴിഞ്ഞ നാലു നൂറ്റാണ്ടായി പടിഞ്ഞാറൻ ചിന്തയിൽ നിലനിൽക്കുന്ന ജ്ഞാനരീതിയിൽ നിന്നുള്ള വിടപറച്ചിൽ എന്ന നിലയിൽ വരുന്ന പുതിയ ജ്ഞാനരീതികളാണ് ആധുനികോത്തരതയുടെ തത്വചിന്താപരമായ അടിത്തറ. നേരത്തെ കണ്ട ആധുനിക കലാസാഹിത്യപ്രസ്ഥാനങ്ങളെയും സമൂഹ്യവിശകലനരീതികളെയും ആധുനികതയുടെ കാലത്ത് നയിച്ചത് റെനെ ദക്കാർത്തിലാരംഭിച്ച് കാന്റിലൂടെയും ഹെഗലിലൂടെയും പുരോഗമിക്കുന്ന അറിവിന്റെ രീതികളാണ്. ഇത് സാർത്ര്യിയൻ അസ്തിത്വവാദത്തിന്റെ ഉച്ചഘട്ടം (1940-1950) വരെ നീണ്ടു നിൽക്കുകയും തത്വശാസ്ത്രത്തെയും രാഷ്ട്രീയത്തെയും ശാസ്ത്രത്തെയും കലയെയും ജീവിതത്തിലെ സമസ്തമണ്ഡലങ്ങളിലുമുള്ള പഠനങ്ങളെയും സ്വാധീനിക്കുകയും രൂപപ്പെടുത്തുകയും ചെയ്തു. ഇന്ന് നിലവിലിരിക്കുന്ന ആധുനികമായ അറിവിന്റെ സർവസ്ഥാപനങ്ങളും ഈ അടിത്തറയിലാണ് നിൽക്കുന്നത്.

എന്നാൽ കാൾ മാർക്സിന്റെയും ഫ്രെഡറിക് നീഷെയുടെയും സിഗ്മണ്ട് ഫ്രോയ്ഡിന്റെയും ചിന്തകൾ ഈ പാരമ്പര്യരീതികളിൽ നിന്നും വിട്ടുനിൽക്കുകയും ആധുനിക ജ്ഞാനരീതിയുടെതന്നെ അടിത്തറയിളക്കുകയും ചെയ്തു എന്ന് ഒരു വിഭാഗം ആധുനികോത്തരർ കരുതുന്നു. മറ്റു ചിലരാകട്ടെ ഇവരിൽ ചിലരെ ആധുനിക ജ്ഞാനരീതികളുടെ മുൻവിധികൾ പങ്കിടുന്നവരായി കാണുന്നു. എങ്ങനെയായാലും ആധുനികോത്തരതയുടെ പുതുജ്ഞാന രീതിക്ക്

തുടക്കം കുറിച്ചതായി സാമാന്യമായി അംഗീകരിക്കപ്പെടുന്നത് സ്വിസ് ഭാഷാശാസ്ത്രജ്ഞനായ ഫെർഡിനന്റ് ഡി സസ്യൂർ (1857-1913) ഭാഷാശാസ്ത്രത്തിൽ തുടങ്ങിവെച്ച സങ്കല്പങ്ങളാണ്. ഘടനാവാദം എന്നറിയപ്പെടുന്ന പ്രവണതയിലാരംഭിച്ച ഈ സമീപനത്തെ അതിന്റെ ഇന്നോളമുള്ള ചരിത്രത്തെ മുൻനിർത്തി പല ഘട്ടങ്ങളായി തിരിക്കാം, വർഷക്കണക്കിൽ കൃത്യമാക്കാവുന്നവയല്ലെങ്കിലും.

1. സസ്യൂറിന്റെ ഘടനാവാദം

ഫെർഡിനന്റ് ഡി സസ്യൂറിലാരംഭിക്കുന്ന ആധുനിക ഭാഷാശാസ്ത്രം. പഴയകാല വ്യാകരണ(Grammar) പദ്ധതിയിൽ നിന്നും ആധുനികതയുടെ ഘട്ടത്തിൽ (18, 19 നൂറ്റാണ്ടുകളിൽ) വികസിച്ച ഭാഷാവിജ്ഞാന (Philology) ത്തിൽ നിന്നും ഭിന്നമായി ഭാഷയെ ചിഹ്നശാസ്ത്രത്തിന്റെ ഭാഗമായി കാണുകയാണ് സസ്യൂർ ചെയ്തത്. ബഹുകാലികതയ്ക്കു പകരം ഏകകാലികതയിൽ ഊന്നുക, ഭാഷണഭേദങ്ങളിൽ നിന്ന് ഭിന്നമായി ഭാഷയെ കാണുക എന്നീ അടിസ്ഥാനപരമായ പരിവർത്തനങ്ങൾ ഭാഷാപഠനത്തിൽ അദ്ദേഹം വരുത്തി. ശൃംഖലാബന്ധം, സദൃശപദസഞ്ചയം എന്നിങ്ങനെ ഭാഷക്ക് രണ്ട് അക്ഷരങ്ങൾ കല്പിച്ചു. ശബ്ദവും അർത്ഥബിംബവും തമ്മിൽ സൂചകം-സൂചിതം എന്ന ബന്ധം ആരോപിച്ചു. ശബ്ദാർത്ഥങ്ങൾ തമ്മിൽ ഒന്നിനൊന്നു പൊരുത്തമില്ല എന്നും വാക്കിന് സ്വയം ഒരർത്ഥത്തെ നിർമ്മിക്കാൻ ശേഷിയില്ല എന്നും അദ്ദേഹം കരുതി. ശബ്ദാർത്ഥങ്ങൾ തമ്മിലുള്ളത് നാം ആരോപിക്കുന്ന ബന്ധമാണ്. യാഥാർത്ഥ്യം ഭാഷയുടെ നിർമ്മിതിയാണ് എന്ന ആധുനികോത്തരതയുടെ ആശയവാദപരമായ നിലപാടിന്റെ അടിത്തറയാണ് സസ്യൂറിൽ രൂപപ്പെട്ടത്.

2. റഷ്യൻ ഫോർമലിസം

റഷ്യൻ ഫോർമലിസം, പ്രാഗ് സ്കൂൾ, വിയന്ന സർക്കിൾ ഘട്ടങ്ങളെ ഇതില്പെടുത്താം. ഇവിടെ ഘടനാസങ്കല്പം കവിതയുടെയും മറ്റ് സാഹിത്യരൂപങ്ങളുടെയും പഠനത്തിനുള്ള രീതിശാസ്ത്രമായി വികസിക്കുന്നു. റോമൻ യാക്കോബ്സൺ, സ്ക്ലോവ്സ്കി, വ്ളാദിമിർ പ്രോപ്പ് തുടങ്ങിയവർ ഈ ഘട്ടത്തിലാണ്. ഘടനാവാദത്തെ മാർക്സിയൻ കാഴ്ചപ്പാടിൽ വിമർശിച്ച മിഖായിൽ ബക്തിനും കാലം കൊണ്ട് ഈ ഘട്ടത്തിലാണ് നിൽക്കുന്നത്.

3. ഘടനാവാദ പ്രയോഗപദ്ധതികൾ

റോമൻ യാക്കോബ്സന്റെ പ്രഭാഷണങ്ങൾ 1942-44 കാലഘട്ടത്തിൽ അമേരിക്കയിൽ വെച്ച് ക്ലോഡ് ലെവിസ്ട്രോസ് കേൾക്കുന്നു. തന്റെ നരവംശശാസ്ത്രപഠനങ്ങളിൽ ഘടനാതത്വം ലെവിസ്ട്രോസ് പ്രയോഗിക്കുന്നു. തുടർന്ന് ഫ്രോയ്ഡിനെയും മാർക്സിനെയും നീഷെയെയും മറ്റും ഘടനാപദ്ധതികളുടെ വെളിച്ചത്തിൽ പുനർവായിക്കാനുള്ള ശ്രമങ്ങൾ ഫ്രാൻസിൽ ആരംഭിക്കുന്നു. മനോവിശകലനത്തിൽ ഴാക് ലക്കാൻ, സാഹിത്യ-മാധ്യമ-ചിഹ്നപഠനങ്ങളിൽ റൊളാങ് ബാർഥ്, മാർക്സിസത്തിൽ ലൂയി അൽത്തുസർ, ചരിത്രത്തിൽ മിഷെൽ ഫൂക്കൊ എന്നിവർ ഈ പഠനരീതി വികസിപ്പിച്ചു പ്രയോഗിച്ചു.

ലക്കാന്റെ കണ്ണാടിഘട്ടം, പ്രതീകക്രമം, കർത്തൃത്വം എന്നീ സങ്കല്പങ്ങൾ; ബാർഥിന്റെ എഴുത്തുകാരന്റെ മരണം, കൃതി-പാഠം എന്നീ വിഭജനങ്ങൾ; അൽത്തുസറിന്റെ പ്രത്യയശാസ്ത്രം, ഭരണകൂടത്തിന്റെ പ്രത്യയശാസ്ത്ര ഉപകരണങ്ങൾ എന്നീ പരികല്പനകൾ; ഫൂക്കോവിന്റെ വ്യവഹാരം, ജ്ഞാനിമം എന്നിവയൊക്കെ പുതിയ ഒരു ലോകവീക്ഷണത്തിനും പഠനരീതിക്കും പ്രേരകമായി. ആധുനികത പങ്കിട്ട വ്യക്തിവാദ സമീപനത്തെ അട്ടിമറിക്കുന്നതായിരുന്നു ഇവ.

4. അപനിർമ്മാണം

ഫ്രഞ്ചുകാരനായ ഴാക് ദറീദ പാശ്ചാത്യപ്രബുദ്ധതയെ അപനിർമിക്കുന്ന പഠനങ്ങളിലൂടെ തത്വചിന്താപഠനത്തിന്റെ ഗതി തിരിച്ചുവിട്ടു. രൂപകം, സാന്നിധ്യത്തിന്റെ അതിഭൗതികം, അന്ധബിന്ദു എന്നീ കല്പനകളിലൂടെ അർത്ഥനിർമാണത്തിന്റെ അതിഭൗതിക സങ്കല്പങ്ങളെ തകർത്തു. സസ്സൂറിന്റെ തന്നെ ഭാഷാ സങ്കല്പങ്ങളിലെ അതിഭൗതികത തുറന്നു കാട്ടി, വചനകേന്ദ്രവാദത്തിന്റെ വിമർശനത്തിലൂടെ ആധുനികതയുടെ ചിന്താപരമായ അടിത്തറയിളക്കി.

5. മഹാഖ്യാനവിമർശനവും ശാസ്ത്രം എന്ന ആഖ്യാനവും

ഫ്രഞ്ചുകാരൻ തന്നെയായ ല്യോത്താർ തന്റെ 'ആധുനികാനന്തര അവസ്ഥ' എന്ന പഠനഗ്രന്ഥത്തിലൂടെ മാർക്സിസം ഉൾപ്പെടെയുള്ള മഹാഖ്യാനങ്ങളുടെ അന്ത്യം സംഭവിച്ചിരിക്കുന്നു എന്നു പറഞ്ഞു. ആധുനികോത്തരത എന്നാൽ ഇവയിലുള്ള അവിശ്വാസമാണ്.

ശാസ്ത്രം അത് തന്നെ സൃഷ്ടിച്ച ഒരു ഭാഷാലീല വഴിയാണ് സ്വയം വസ്തുനിഷ്ഠത നടിക്കുന്നത്. സത്യത്തിൽ അത് മറ്റ് ആഖ്യാനങ്ങളിൽ നിന്ന് ഭിന്നമല്ല. ഇവിടെ ല്യോത്താർ ഇംഗ്ലീഷ് തത്വചിന്തകനായ ലുഡ്‌വിഗ് വിറ്റ്ഗൻസ്റ്റൈനിന്റെ 'കളിനിയമ' സിദ്ധാന്തത്തെയും കൂട്ടുപിടിക്കുന്നു.

കമ്പ്യൂട്ടർ യുഗം ശാസ്ത്രത്തിന്റെ സത്യാത്മകപരിവേഷം എടുത്തുകളഞ്ഞിരിക്കുന്നു. അത് ശാസ്ത്രത്തിന്റെ വ്യാപനത്തിനുള്ള സർവകലാശാലകളെത്തന്നെ പ്രതിസന്ധിയിലാക്കിയിരിക്കുന്നു. സൗന്ദര്യശാസ്ത്രത്തിൽ ആധുനികത ഊന്നിയ കാന്റിയൻ ഉദാത്തത തകർക്കപ്പെട്ടിരിക്കുന്നു.

ഈ പ്രമുഖവാദങ്ങളോടൊപ്പം ആധുനികതയുടെ യുക്തിയെയും സ്ഥാപനങ്ങളെയും ചോദ്യം ചെയ്ത നാലു സമീപനങ്ങളെയും ആധുനികോത്തരതയുടെ പൊതുതലത്തിൽ പെടുത്താം. കേവലമായ അക്കാദമികസമീപനങ്ങൾക്കപ്പുറം സാമൂഹ്യപ്രസ്ഥാനങ്ങളുടെ അടിത്തറ ഈ വാദങ്ങൾക്കുണ്ട്:

സ്ത്രീവാദം

പ്രബുദ്ധതാപരമായ ആധുനികതയുടെ കലാസാഹിത്യങ്ങളും സാമൂഹ്യവിശകലനവും ജ്ഞാനരീതിയും പുരുഷകേന്ദ്രിതവും പുരുഷാധിപത്യപരവുമായിരുന്നു. ലിംഗകേന്ദ്രവാദപരമായ സാഹിതീയവും താത്വികവുമായ സമീപനങ്ങളെ കേറ്റ് മില്ലറ്റ്, ഹെലൻ സിക്സു തുടങ്ങിയവർ വിമർശിച്ചു.

പരിസ്ഥിതിവാദം

പ്രബുദ്ധതാപരമായ ആധുനികതയുടെ മൂല്യബോധം മനുഷ്യകേന്ദ്രിതവും പ്രകൃതിയെ ചൂഷണം ചെയ്യുന്ന തരത്തിലുള്ളതുമാണ്. ശാസ്ത്രത്തിന്റെയും വികസനത്തിന്റെയും പുരോഗതിയുടെയും ആധുനികതാസങ്കല്പങ്ങൾ അപകടകരമായ പ്രകൃതിനശീകരണത്തിന്റേയും ജന്തുനശീകരണത്തിന്റേതുമാണ്. ഇന്ന് അത് മനുഷ്യന്റെ നിലനില്പിനെത്തന്നെ ചോദ്യം ചെയ്യുന്ന മട്ടിൽ വളർന്നിരിക്കുന്നു.

കീഴാളസമീപനം

സബാൾട്ടേൺ എന്ന പൊതു സമീപനമാണിത്. ഇന്ത്യയിൽ ഇത് സവർണതത്വത്തെ പ്രശ്നവൽക്കരിക്കുന്നു. ആധുനികതയിൽ

സവർണതവുമുണ്ടായിരുന്നു എന്ന നിലപാട് ഇത്തരം പഠിതാക്കൾ ഉയർത്തിപ്പിടിക്കുന്നു.

കോളനിയനന്തരവാദം-അപകോളനീകരണവാദം

കോളനിവിരുദ്ധസമരങ്ങളിലൂടെ യൂറോപ്യൻ സാമ്പത്തിക, രാഷ്ട്രീയ, സാങ്കേതിക ആധിപത്യത്തിനെതിരെ വളർന്നുവന്ന ഈ ചിന്ത ആധുനികതയിൽ യൂറോകേന്ദ്രീകരണം കാണുന്നു. മൂന്നാം ലോകത്തെ കൊളോണിയൽ ആധുനികതയെ പ്രശ്നവൽക്കരിക്കുകയും പുതുവഴികൾ ആരായുകയും ചെയ്യുന്നു. ഫ്രാൻസ് ഫാനൻ, എൻഗുഗി, എഡ്വേർഡ് സൈദ് എന്നിവരുടെ സമീപനം ഇത്തരത്തിലുള്ളതാണ്. ഗാന്ധിയൻ ചിന്തയും ഇത്തരം സമീപനത്തോടെ ഉയർത്തെണീറ്റിട്ടുണ്ട്.

മലയാളത്തിലെ ആധുനികോത്തരതയുടെ ചരിത്രം നോക്കിയാലും ഈ വ്യത്യസ്ത സമീപനങ്ങൾ ഉയർത്തിപ്പിടിക്കുന്നതുകാണാം. 1979-ൽ അയ്യപ്പപണിക്കർ പറഞ്ഞ ആധുനികോത്തരത കലാസാഹിത്യത്തിലെ ആധുനികതക്ക് ശേഷം വന്ന പ്രവണതകൾ എന്ന അർത്ഥമാണ് വിവക്ഷിച്ചത്. തുടർന്ന് വി. സി. ഹാരിസും മറ്റും എഴുതിയതും ഈ ചുവടു പിടിച്ചുകൊണ്ടുതന്നെ. 'ആധുനികോത്തരകഥകൾ' എന്ന ശീർഷകം അക്കാലത്തുതന്നെ കഥകൾക്കു വന്നു. കഥയുടെ പ്രതിസന്ധിയെ സംബന്ധിച്ച ചർച്ചകൾ നമ്മുടെ വാരികകളിൽ സ്ഥാനം പിടിച്ചു. അതിൽ പുതുകഥകളെ ന്യായീകരിക്കാനുള്ള ഒരു നിരൂപകസ്ഥാനം എന്ന നിലയിൽ ആധുനികോത്തരത സ്വീകരിക്കപ്പെട്ടു. എൻ. പ്രഭാകരന്റെ 'കഥ തേടുന്ന കഥ', എൻ. ശശിധരന്റെ 'കഥ കാലം പോലെ' എന്നീ ഗ്രന്ഥങ്ങളുടെയും പശ്ചാത്തലം ഇതായിരുന്നു. ഇ. പി. രാജഗോപാലനും സമീപിച്ചത് ഇങ്ങനെതന്നെ.

'ആധുനികോത്തരതയുടെ കേരളീയപരിസര'ത്തിൽ പി. കെ. പോക്കർ പറയുന്നത് ആധുനികോത്തരസമൂഹം എന്ന അവസ്ഥ കേരളത്തിൽ വന്നിരിക്കുന്നു എന്നാണ്. വി. സി. ശ്രീജന്റെ എതിർപ്പ് മുഖ്യമായും അത്തരമൊരു സമൂഹം ഇവിടെ ഉണ്ടായിട്ടില്ല എന്ന കാഴ്ചയിൽ നിന്നാണ്. തുടർന്ന് അദ്ദേഹം പടിഞ്ഞാറൻ ആധുനികോത്തര പ്രസ്ഥാനകൃതികളിൽ നിന്ന് ഭിന്നമാണ് കേരളത്തിലെ ആധുനികാനന്തര കൃതികൾ എന്നു തെളിയിക്കാനാണ് ശ്രമിച്ചത്.

എന്നാൽ ഫ്രഞ്ചുചിന്തയിൽ വികസിച്ച ആധുനികോത്തരതയുടെ യുക്തിയെ കേരളത്തിൽ ആദ്യമായി സമഗ്രമായി അവതരിപ്പിച്ചതും പ്രയോഗിച്ചതും ശ്രീജനാണ്. ഇകഴ്ത്തിയും പുകഴ്ത്തിയും കർത്തൃകേന്ദ്രിതമായി നീങ്ങിയ മലയാളനിരൂപണത്തിൽ ശ്രീജന്റെ പഠനങ്ങളാണ് ഒരു ആധുനികോത്തരവിച്ഛേദം കൊണ്ടുവന്നത്. ആ അർത്ഥത്തിൽ ശ്രീജൻ ആധുനികോത്തരതയുടെ മലയാളത്തിലെ ആദ്യനിരൂപകനാണെന്നു പറയാം.

ഇ. വി. രാമകൃഷ്ണന്റെ 'അക്ഷരവും ആധുനികത'യും ആധുനികതയെ പ്രബുദ്ധതായുക്തിയായി തിരിച്ചറിഞ്ഞാണ് പ്രതികരിച്ചത്. 'ഖസാക്കിന്റെ ഇതിഹാസ'ത്തെ സംബന്ധിച്ചും മറ്റുമുള്ള രാമകൃഷ്ണന്റെ പഠനങ്ങൾ സാർത്ഥകമായ ആധുനികോത്തര നിരൂപണങ്ങളാണ്. പി. പി. രവീന്ദ്രനും പങ്കിടുന്നത് ഈ തലം തന്നെ. വൈകിമാത്രം ഈ ചർച്ചയിലേക്ക് കടന്നുവന്ന കെ. പി. അപ്പൻ ആധുനികോത്തരതയെ ഒരു ഭാവുകത്വപ്രശ്നമായാണ് കണ്ടത്. സാഹിത്യത്തിൽ നിന്ന് സംസ്കാരപഠനത്തിലേക്കുള്ള പരിവർത്തനം വി. രാജകൃഷ്ണൻ എൺപതുകളുടെ ഒടുവിൽ ദർശിക്കുന്നുണ്ട്.

ആധുനികതയുടെ മാർക്സിയൻ വ്യാഖ്യാതാക്കളായ സച്ചിദാനന്ദനും ബി. രാജീവനും പിൽക്കാലപഠനങ്ങളിൽ അൽത്തൂസറിന്റെയും ബക്തിന്റെയും ഫൂക്കോയുടെയും മറ്റും സമീപനങ്ങൾ സ്വീകരിക്കുന്നുണ്ട്. കെ. ഇ. എന്നിന്റെയും മറ്റും കീഴാളവീക്ഷണത്തോടെയുള്ള പഠനങ്ങളും ആധുനികോത്തരതയുടെ പൊതുഭാവുകത്വമാണ് പങ്കുവെക്കുന്നത്. സാറാജോസഫ് തുടങ്ങിവെച്ച സ്ത്രീവാദചർച്ചകളും ഇതേ തലം പങ്കിടുന്നു.

ഈ ഗ്രന്ഥത്തിൽ പൊതുവെ ആധുനികതയെയും ആധുനികോത്തരതയെയും മൂന്നാംലോകത്തിന്റെ ചരിത്രാനുഭവങ്ങളിൽ നിന്ന് നോക്കിക്കാണാനാണ് ശ്രമിക്കുന്നത്. നമ്മുടെ ആധുനികത എന്നത് യൂറോപ്പിൽ നിന്നും തികച്ചും വ്യത്യസ്തമാണ് എന്ന നിലപാടിൽ നിന്നുകൊണ്ട് ഈ പഠനങ്ങൾ മലയാള വിമർശനത്തിന്റെ ഭാരതീയപരിപ്രേക്ഷ്യത്തിൽ നിന്നും യൂറോകേന്ദ്രീകരണത്തിൽ നിന്നും ഭിന്നമായ ഒരു സമീപനത്തിന് ശ്രമിക്കുന്നു. ആധുനികതയെ ഒരു ജ്ഞാനരീതിയും അധികാരസ്ഥാപനവും സാംസ്കാരികമേൽക്കോയ്മയും ആയി കണ്ടുകൊണ്ട് ഈ ജ്ഞാനത്തിൽ നിന്നും സ്ഥാപനത്തിൽ നിന്നും സംസ്കാരത്തിൽ നിന്നും പുറത്തുനിൽക്കുന്ന അഥവാ

അതിനെല്ലാം നിരന്തരം നിശ്ശബ്ദമായി വിധേയമായിക്കൊണ്ടിരിക്കുന്ന ഒരു പുറമ്പോക്കുവാസിയുടെ കാഴ്ചസ്ഥാനത്തുനിന്നും അതിന്റെ അനുഭവങ്ങളെ വിലയിരുത്തുവാൻ ശ്രമിക്കുകയാണിവിടെ.

അപകോളനീകരണവും ആധുനികോത്തരതയും

സംസ്കൃതസാഹിത്യ സിദ്ധാന്തങ്ങളായിരുന്നു ഒരു ഘട്ടംവരെ മലയാള സാഹിത്യബോധത്തെ നിയന്ത്രിച്ചത്. സംസ്കൃതവുമായി താരതമ്യം ചെയ്ത് മലയാളത്തിന്റെ മികവും കുറവും പറയുന്ന പാരമ്പര്യം പത്തൊമ്പതാം നൂറ്റാണ്ടു വരെ തുടർന്നു. അക്കാലത്താണല്ലോ കവികളെ 'കേരളകാളിദാസൻ', 'കേരളവ്യാസൻ' എന്നിങ്ങനെ പേരിട്ടത്. തുടർന്ന് ഇംഗ്ലീഷ് ആധിപത്യത്തോടെ ഇംഗ്ലീഷ് സാഹിത്യവുമായി താരതമ്യം ചെയ്ത് കേരളീയസാഹിത്യത്തെ കാണാനുള്ള ശ്രമം നടന്നു. സാഹിത്യനിരൂപണത്തിൽ സി. പി. അച്യുതമേനോനിൽ ആരംഭിക്കുന്നു ഈ പ്രവണത. 'മലയാളത്തിലെ വാൾട്ടർ സ്കോട്ട്', 'കേരളത്തിന്റെ ഡോക്ടർ ജോൺസൺ' തുടങ്ങിയ പേരുകൾ വിളിക്കപ്പെട്ടത് ഈ ഘട്ടത്തിലാണ്. കേസരി ബാലകൃഷ്ണപിള്ളയോടുകൂടി യൂറോപ്പിലെ മുഖ്യധാരകൾ ആകമാനം മലയാളസാഹിത്യത്തിന്റെ മുന്നിലേക്ക് വന്നു.

സാഹിത്യത്തിലെ ഈ മൂന്നു ഭൂതകാലസമീപനങ്ങളും കേവലമായ ഒരു തെറ്റിദ്ധാരണയായിരുന്നില്ല. ചരിത്രപരമായ ഉപാധികളിലാണ് ഇവ നിലനിന്നത്. സംസ്കൃതസാഹിത്യസിദ്ധാന്ത കേന്ദ്രീകരണം ഇവിടെ നിലനിന്ന ബ്രാഹ്മണാധിപത്യവുമായും ഫ്യൂഡൽ ഘടനയുമായും ബന്ധപ്പെട്ടു നിലനിന്നതാണെങ്കിൽ ഇംഗ്ലീഷ് സാഹിത്യബോധം ഇംഗ്ലീഷ് ഭരണക്രമവുമായും ഇംഗ്ലീഷ് വിദ്യാഭ്യാസ സമ്പ്രദായവുമായും ബന്ധപ്പെട്ടാണ് നിന്നത്. കേസരിയിൽ പ്രകടമാവുന്ന യൂറോകേന്ദ്രീകരണ പ്രവണതയാകട്ടെ ഇംഗ്ലണ്ടിൽ നിന്നും വ്യത്യസ്തമായി

ലോകകേന്ദ്രത്തിലേക്ക് യൂറോപ്പിലെ ഇതര ശക്തികൾ രംഗത്തു വന്ന ഘട്ടത്തെ കുറിക്കുന്നു. ഇംഗ്ലീഷ് സാഹിത്യബോധം കേസരിയിൽ വെച്ച് യൂറോപ്യൻ കലാസാഹിത്യബോധമായി വികസിക്കപ്പെട്ടു എന്നു പറയാം. യൂറോപ്യനല്ലാത്ത ഒരു മിത്തിക്കൽ പൗരസ്ത്യബോധവും കേസരിയിലുണ്ടായിരുന്നു എന്ന കാര്യം പക്ഷെ വിസ്മരിക്കേണ്ടതില്ല.

കേസരിയുടെ കാലഘട്ടത്തിൽ കേരളീയ സമൂഹത്തിലെ മാറ്റങ്ങളെ നേരിട്ട് പ്രതിഫലിപ്പിക്കുന്ന സാഹിത്യത്തിനായിരുന്നു മേൽക്കൈയുണ്ടായിരുന്നത്. അതുകൊണ്ടുതന്നെ കേസരിയുടെ യൂറോകേന്ദ്രീകരണ സമീപനങ്ങൾ ആ കാലഘട്ടത്തിലെ ഭാവുകത്വത്തെ സമഗ്രമായി നിയന്ത്രിച്ചു എന്നു പറഞ്ഞുകൂടാ. എന്നാൽ ആധുനികതാപ്രസ്ഥാനത്തിലെത്തുമ്പോഴേക്കും യൂറോകേന്ദ്രീകരണം കൂടുതൽ സാക്ഷരരായ പുതിയ വായനാലോകത്തെ വലിയ അളവിൽ കീഴടക്കിക്കഴിഞ്ഞിരുന്നു. കെ. പി. അപ്പന്റെയും മറ്റും സമീപനത്തിന്റെ ആധികാരികത ഫ്രാൻസിനു മേൽക്കൈയുള്ള യൂറോപ്യൻ ഭാവുകത്വമായിരുന്നു.

ഈ ഭൂതകാലസമീപനങ്ങൾ മാറ്റിയെഴുതേണ്ട ഘട്ടം വന്നിരിക്കുന്നു. പുതിയൊരു ഭൂമിശാസ്ത്രത്തിൽ കേരളീയ ജനതയുടെ സാംസ്കാരിക വികാസത്തെ സ്ഥാനപ്പെടുത്തേണ്ടിയിരിക്കുന്നു. ഈ സ്ഥാനപ്പെടുത്തൽ നടത്തേണ്ടത് ഏഷ്യൻ-ആഫ്രിക്കൻ ലാറ്റിനമേരിക്കൻ സമൂഹങ്ങളുടെ പൊതുവികാസത്തിന്റെ പശ്ചാത്തലത്തിലാണ്. മലയാളത്തിലെ ആധുനികതാപ്രസ്ഥാനത്തിന്റെ രണ്ടാം ഘട്ടത്തിൽ (70-കളോടെ) തീർച്ചയായും ഒരു മൂന്നാം ലോകവീക്ഷണം കടന്നുവന്നിരുന്നു. എന്നാൽ ഈ മൂന്നാം ലോകവീക്ഷണവും യൂറോപ്യൻ ആധുനികതയുടെ തുടർച്ചയായി സ്പാനിഷ് ഭാഷ (ലാറ്റിനമേരിക്ക)യിലും മറ്റും വന്ന ആധുനികതയുമായി ഇണങ്ങിപ്പോകുന്നതായിരുന്നു. പിക്കാസോയിലും ബ്രഹ്റ്റിലും മറ്റും യൂറോപ്പിൽ പ്രതിഫലിച്ച മൂന്നാം ലോകത്തിന്റെ രണ്ടാം പ്രതിഫലനമായിരുന്നു അത്. യൂറോപ്യൻ ഭാവുകത്വത്തിന് മേൽക്കൈ കൊടുക്കുന്നതിൽ നിന്ന് അത് പൂർണമായും സ്വതന്ത്രമായിരുന്നില്ല.

ഇവിടെ ഉന്നയിക്കുന്ന മൂന്നാംലോകബോധമാകട്ടെ രണ്ടു തരത്തിൽ നേരത്തെയുള്ള മൂന്നാം ലോകസങ്കല്പത്തിൽ നിന്ന് ഭിന്നമാണ്.

ഒന്ന്:അത് അധിനിവേശാനന്തര നിരൂപണത്തിന്റെ പൊതുതലം പങ്കിടുന്നു.

രണ്ട്:അത് പ്രബുദ്ധത മുന്നോട്ടുവെച്ച ജ്ഞാനസങ്കല്പത്തെ ചോദ്യം ചെയ്യുന്നതു വഴി ആധുനികോത്തരതയുമായി സൗഹൃദം പുലർത്തുന്നു. സ്വതന്ത്രമെങ്കിലും ചാർച്ച പുലർത്തുന്നതാണ് ഈ രണ്ടു ഘടകങ്ങളും.

അധിനിവേശാനന്തര വിമർശനത്തിനുതന്നെ അനേകം ധാരകളുണ്ട്.

(ഒന്ന്) പാശ്ചാത്യ സാഹിത്യകൃതികളിലെ പൗരസ്ത്യ ജനതകളുടെ പ്രതിനിധാനത്തെ ചോദ്യം ചെയ്യുന്നതും ഓറിയന്റലിസത്തെ പ്രശ്നവൽക്കരിക്കുന്നതുമായ എഡ്വേർഡ് സൈദിന്റെ സമീപനം. പാശ്ചാത്യകൃതികളിൽ പൗരസ്ത്യജനതയെ മോശമായി ചിത്രീകരിക്കുന്നു എന്ന് സൈദ് വിമർശിക്കുന്നു.

(രണ്ട്) യൂറോപ്പിലും അമേരിക്കയിലും (അമേരിക്കയിൽ കൂടുതലായും) ജീവിക്കുന്ന മൂന്നാം ലോകക്കാരുടെ സ്വത്വപ്രതിസന്ധിയെ കേന്ദ്രമാക്കുന്ന സമീപനം. ഹോമിഭാഭയെപ്പോലുള്ളവർ പുലർത്തുന്നത് ഈ സമീപനമാണ്.

(മൂന്ന്) മുമ്പ് കോളനികളായിരുന്ന സ്ഥലങ്ങളിലെ ആളുകൾ കൊളോണിയൽ ഭാഷകളിൽ രചിക്കുന്ന കൃതികളെ ചുറ്റിപ്പറ്റി വരുന്ന സമീപനം. ഇന്ത്യയിൽ സൽമൻ റുഷ്ദിയും അരുന്ധതി റോയിയും മറ്റും ഉൾപ്പെടുന്ന സാഹിത്യം ഈ വകുപ്പിൽ പെടുന്നു. പാശ്ചാത്യ പണ്ഡിതന്മാർ പലപ്പോഴും മൂന്നാം ലോകസാഹിത്യമായി കാണുന്നത് ഈ കൃതികളെയാണ്.

എന്നാൽ ഈ മൂന്നു സമീപനങ്ങളും ശരിയായ അർത്ഥത്തിൽ പാശ്ചാത്യന്റെ ദൃഷ്ടിയിൽ നിന്ന് സ്വതന്ത്രമല്ല. മൂന്നാം ലോകത്തിലെ നാട്ടുഭാഷാസാഹിത്യത്തിൽ നിന്നും സംസ്കാരത്തിൽ നിന്നും ആരംഭിക്കുന്നതും അതേസമയം കോളനീകരണം എന്ന ചരിത്രയാഥാർത്ഥ്യത്താൽ ഈ സമൂഹങ്ങൾ ഒരേവിധി പങ്കിടുന്നു എന്ന അറിവിന്റെ സാഹോദര്യത്തിലേക്ക് വികസിക്കുന്നതുമായ സമീപനമാണ് കൃത്യമായ അർത്ഥത്തിലുള്ള അപകോളനീകൃതബോധത്തിന്റേത്. കോളനീകരണം എന്ന ചരിത്രയാഥാർത്ഥ്യത്തെ

സംബോധന ചെയ്യുന്ന എന്നതുകൊണ്ടും അതിനെ ഒരു സാമൂഹ്യമനഃശാസ്ത്രപ്രശ്നമായി വികസിപ്പിക്കുന്നതുകൊണ്ടും അൾജീരിയൻ സ്വാതന്ത്ര്യ പോരാളിയായ ഫ്രാൻസ് ഫാനന്റെ പഠനങ്ങളെ ഈ സമീപനത്തിന്റെ അടിത്തറയായി പലരും കണക്കാക്കുന്നു. അദ്ദേഹത്തിന്റെ 'ഭൂമിയിലെ പെറുക്കികൾ' (The Wretched of the Earth), 'ആസന്നമരണമായ കൊളോണിയലിസം'(A Dying colonialism) തുടങ്ങിയ കൃതികൾ ഈ സമീപനങ്ങൾ മുന്നോട്ടു വെക്കുന്നു. സാർത്രിന്റെ ആമുഖം കൊണ്ട് പ്രസിദ്ധമായ ആദ്യകൃതി ആധുനികതയുടെ ഘട്ടത്തിൽ കേരളത്തിൽ പരിചിതമായിരുന്നു. ആധുനികോത്തര സമീപനങ്ങളുടെ പുതിയ വെളിച്ചം ഫാനന്റെ കൃതികളെ പുതിയ കണ്ണുകളോടെ കാണാൻ നമ്മെ പ്രേരിപ്പിക്കും. നമ്മുടേതുൾപ്പെടെ കോളനീകരിക്കപ്പെട്ട സമൂഹങ്ങളിൽ വന്നുചേർന്ന ആധുനികീകരണപ്രക്രിയ (Modernization) തന്നെ ഈ പരിസരത്ത് പുനർവിചിന്തനത്തിന് വിധേയമാവുന്നു എന്നതിനാലാണിത്.

ആധുനികതയുടെ ഘട്ടത്തിൽ നാം പൊതുവെ ആധുനികീകരണപ്രക്രിയയെ പാശ്ചാത്യപ്രബുദ്ധത (western Enlightenment) യുടെ സങ്കല്പങ്ങൾക്കുള്ളിൽ നിന്നാണ് വീക്ഷിച്ചുപോന്നത്. അതുകൊണ്ടു തന്നെ ഈ പുനർവിചിന്തനം പാശ്ചാത്യപ്രബുദ്ധതയുടെ വിമർശനമാകുന്നു. നേരത്തെ സൂചിപ്പിച്ചതുപോലെ പാശ്ചാത്യപ്രബുദ്ധതയുടെ ജ്ഞാനപദ്ധതികളെ വിമർശിക്കുന്നത് ആധുനികോത്തരതയുടെ ഭാഗമായതുകൊണ്ട് ഈ വിമർശനം ആധുനികോത്തരതയുടെ ഭാഗമാണ്. അപകോളനീകരണത്തിന്റെ സമീപനം ആധുനികോത്തരതയുമായി ഐക്യപ്പെടുന്നത് ഇവിടെ വെച്ചാണ്.

ഫ്യൂഡൽമൂല്യങ്ങളെ ചോദ്യം ചെയ്യാനും പുതിയൊരു ആത്മബോധം വികസിപ്പിക്കാനും കോളനിസമൂഹങ്ങളിൽ ജനിച്ച വിദ്യാസമ്പന്നർക്ക് കഴിഞ്ഞതിന്റെ ഒരു കാരണം കൊളോണിയൽ വിദ്യാഭ്യാസമാണല്ലോ. ആധുനികീകരണത്തിനുള്ള വിദ്യാസമ്പന്നന്റെ ആത്മവികാസത്തിന്റെ സാംസ്കാരികമൂലധനം (Cultural Capital) യൂറോപ്യൻ പ്രബുദ്ധതയോടെ വന്ന ജ്ഞാനരീതികളാണ് എന്നർത്ഥം. തങ്ങൾ ഒരു കാലത്ത് പുരോഗതിയുടെ ആധികാരികതയായി കണ്ട പാശ്ചാത്യപ്രബുദ്ധതയെത്തന്നെ മൂന്നാംലോക ചിന്തകർ ഇന്നു ചോദ്യം ചെയ്തു തുടങ്ങിയിട്ടുണ്ട്. അതിലെ വംശീയ മുൻവിധികൾ വെളിച്ചപ്പെടുത്തിയിട്ടുമുണ്ട്.

പ്രബുദ്ധതയുടെ വംശീയമുൻവിധികൾ

റെനെ ദക്കാർത്തിന്റെ തത്വചിന്തയോടെ രൂപപ്പെട്ടു എന്നു കരുതുന്ന പാശ്ചാത്യപ്രബുദ്ധതാചിന്തയിലെ പ്രമുഖനും ലോകത്തിലാകമാനം തത്വചിന്തയുടെയും സൗന്ദര്യചിന്തയുടെയും പാഠ്യപദ്ധതികളിൽ പ്രമുഖസ്ഥാനമുള്ളയാളുമായ ഇമ്മാനുവേൽ കാന്റിന്റെ വംശീയ മുൻവിധികൾ ഇന്ന് വിപുലമായ വിമർശനത്തിന് വിധേയമായിട്ടുണ്ട്. ഇക്കൂട്ടത്തിൽ എമ്മാനുവേൽ ചുക്‌വുഡി എസെ (Emmanuel Chukwudi Eze) എഴുതിയ 'യുക്തിയുടെ നിറം' (The color of Reason) എന്ന പ്രബന്ധം ശ്രദ്ധേയമാണ്. Critique പരമ്പരയിലെ പുസ്തകങ്ങളുടെ പേരിലാണ് കാന്റ് പ്രസിദ്ധൻ. എന്നാൽ ഇതേ കാന്റ് 40 വർഷമായി തുടർച്ചയായി നരവംശശാസ്ത്രം പഠിപ്പിച്ച ആളുമാണ്. അദ്ദേഹത്തിന്റെ തത്വചിന്താപരമായ കാഴ്ചപ്പാടുകളെ ഈ നരവംശശാസ്ത്രം സ്വാധീനിച്ചിട്ടുണ്ട്.

എന്തുകൊണ്ട് കാന്റിന്റെ നരവംശശാസ്ത്രപരമായ വംശീയ മേന്മാസങ്കല്പങ്ങൾ ബോധപൂർവ്വം വിസ്മരിക്കപ്പെട്ടു എന്ന ചോദ്യത്തിന് എസെ നൽകുന്ന മറുപടി, കാന്റിനെ പാശ്ചാത്യതത്വചിന്തയുടെ വിശുദ്ധമണ്ഡപത്തിൽ ശുദ്ധതത്വചിന്തകനായി പ്രതിഷ്ഠിക്കാനാണ് പടിഞ്ഞാറൻ സമൂഹം ആഗ്രഹിച്ചത് എന്നതാണ്. യഥാർത്ഥത്തിൽ ജർമൻ സർവകലാശാലകളിൽ നരവംശശാസ്ത്രം പഠന പദ്ധതിയായി ആരംഭിക്കുന്നത് കാന്റാണ്. ഭൂമിശാസ്ത്ര പഠനപദ്ധതിയും ആദ്യം ആരംഭിച്ചത് അദ്ദേഹം തന്നെ. നരവംശ ശാസ്ത്രപഠനത്തെ ഭൗതികഭൂമിശാസ്ത്ര (Physical Geography) ത്തിൽ നിന്ന് വേർപെടുത്താനാവില്ല എന്നദ്ദേഹം കരുതി.

കാന്റ് മനുഷ്യവംശത്തെ പലതായി തിരിക്കുന്നു. തൊലിയുടെ നിറത്തിന്റെ അടിസ്ഥാനത്തിൽ വെളുത്തവർ (യൂറോപ്യൻ), മഞ്ഞ (ഏഷ്യൻ), കറുത്തവർ (ആഫ്രിക്കക്കാർ), ചുവന്നവർ (അമേരിക്കൻ ഇന്ത്യാക്കാർ). ഇതിൽ ഏഷ്യക്കാരും ആഫ്രിക്കക്കാരും അമേരിക്കക്കാരും കഴിവു കുറഞ്ഞവരാണ്. പ്രകൃതിദത്തമായ കഴിവ് അവർക്കില്ല എന്നു കാന്റ് കരുതുന്നു. പ്രകൃതി തന്നെ അവർക്കതു നിഷേധിച്ചിരിക്കുന്നു. അതിനാൽ അവർക്ക് ധാർമികമായ പാകതയില്ല. ഇതിനു ബാഹ്യമായ കാരണ (പരിതഃസ്ഥിതി)മല്ല ഉള്ളത്. അമേരിക്കൻ വംശത്തെ പഠിപ്പിക്കാൻ സാധ്യമല്ല. അവർക്ക് ഉൽക്കർഷശേഷിയില്ല. ആഫ്രിക്കക്കാരനെ പഠിപ്പിക്കാനാവും. പക്ഷെ അവരെ

അടിമകളോ വേലക്കാരോ മാത്രമായി പരിശീലിപ്പിക്കലാണത്. അവർ അടിയെ ഭയപ്പെടുന്നു.

ആഫ്രിക്കൻ വേലക്കാരനെയോ അടിമയെയോ എങ്ങനെ മർദ്ദിക്കണമെന്ന് കാന്റ് പറയുന്നുണ്ട്. ചാട്ടക്കു പകരം ചീന്തിയ മുളയാണ് അതിന് നല്ലത്. എങ്കിൽ മാത്രമേ അവന് വേണ്ടത്ര വേദനിക്കുകയുള്ളൂ. മരണപ്പെടാതെ കൂടുതൽ വേദനിപ്പിക്കാൻ ഇതാണ് നല്ലത്. ഇങ്ങനെ നീഗ്രോവിനെ ശിക്ഷിക്കേണ്ടി വരുന്നതിന് കാരണം അവൻ/അവൾ മടിയരും സംശയാലുക്കളും അസൂയാലുക്കളുമായതാണ്. ഇന്ത്യക്കാരനെ സാഹിത്യമല്ലാതെ ശാസ്ത്രം പഠിപ്പിക്കാൻ സാധ്യമല്ല. വിദ്യാഭ്യാസം നേരത്തെ തുടങ്ങിയവരാണെങ്കിലും ഒരിക്കലും മുന്നോട്ടു പോവാൻ പറ്റാത്തവരാണവർ.

എന്നാൽ ഇതിൽനിന്നൊക്കെ വ്യത്യസ്തമായി പഠിപ്പിക്കാവുന്നതും പുരോഗമനസാധ്യതയുള്ളതുമായ വംശം വെളുത്ത യൂറോപ്യന്റേതാണ്. വെളുത്തവംശം എല്ലാ ഉദ്ദീപനശക്തികളും കഴിവുകളും ഉള്ളവരാണ്. അതിനാൽ അവരെപ്പറ്റി നാം കൂടുതൽ പഠിക്കേണ്ടതുണ്ട് എന്ന് കാന്റ് പറയുന്നു. അവരാണ് ആദർശാത്മകമായ യഥാർത്ഥ മനുഷ്യവംശം എന്നാണ് കാന്റ് ഉയർത്തുന്ന കാഴ്ചപ്പാട്. അവർ ആത്മീയ, ഭൗതികഗുണങ്ങളിൽ എല്ലാവരെക്കാളും ഉന്നതരാണ്. ഇത് ഉറപ്പിക്കലാണ് കാന്റിന് നരവംശശാസ്ത്രത്തിന്റെ ലക്ഷ്യം.

വെളുപ്പ് എന്ന അടിസ്ഥാന നിറത്തിൽ നിന്നുള്ള അപചയമാണ് മറ്റെല്ലാ തൊലിനിറങ്ങളും. എല്ലാ വംശങ്ങളിലും ജനിച്ചു വീഴുന്ന കുട്ടിയുടെ നിറം ആദ്യം വെളുപ്പായിരിക്കും. കുറച്ച് ആഴ്ചകൾകൊണ്ട് വെളുത്ത കുട്ടി കറുപ്പായിത്തീരുന്നു. അല്ലെങ്കിൽ മറ്റു നിറങ്ങളാവുന്നു. നീഗ്രോകൾ ജനിക്കുന്നത് വെളുത്തനിറത്തോടെയാണ്. ജനനേന്ദ്രിയത്തിന്റെയും പൊക്കിൾക്കുഴിയുടെയും ഭാഗം മാത്രമാണ് വെളുപ്പല്ലാത്തത്. ഈ ഭാഗത്തു നിന്നും മറ്റെല്ലായിടത്തേക്കും ആദ്യമാസത്തിൽ കറുപ്പ് വ്യാപിക്കുന്നു.

മനുഷ്യത്വം ഏറ്റവും പൂർണമായി നിലനിൽക്കുന്നത് വെളുത്ത വംശത്തിലാണ്. മഞ്ഞ ഇന്ത്യക്കാർക്ക് കുറഞ്ഞ കഴിവേയുള്ളൂ. നീഗ്രോ അതിലും താഴെയാണ്. അമേരിക്കയിലെ ഒരു വിഭാഗമാണ് ഏറ്റവും താഴെ. വംശങ്ങൾ തമ്മിൽ കലരുന്നത് പ്രകൃതിക്കെതിരാണ് എന്നും കാന്റ് പറയുന്നു. കറുത്ത മനുഷ്യന്റെ യുക്തിശേഷിയെ കാന്റ് അംഗീകരിച്ചില്ല. ഒരു ആഫ്രിക്കക്കാരൻ പറഞ്ഞ അഭിപ്രായത്തെ

കാന്റ് ഖണ്ഡിച്ചത് 'ഇയാൾ തലമുതൽ കാലുവരെ കറുത്തവനാണ്, വിഡ്ഢിയാണെന്നതിന്റെ വ്യക്തമായ തെളിവ്' എന്നു പറഞ്ഞാണ്. കാന്റിന്റെ യുക്തിക്ക് നിറം ഉണ്ടെന്നർത്ഥം. അത് വെളുപ്പാണ്.

ഒരേ മനുഷ്യവംശം വ്യത്യസ്ത പരിതഃസ്ഥിതികളിൽ വ്യത്യസ്ത രൂപത്തിലെത്തിച്ചേർന്നു എന്നതിനെ കാന്റ് തള്ളിക്കളയുന്നു. വ്യത്യസ്ത മനുഷ്യവംശങ്ങൾ ഉണ്ട്. അവർ തമ്മിൽ സ്പീഷിസ് തലത്തിൽ ഭിന്നരാണ്. പരിസ്ഥിതി മാറ്റങ്ങൾക്ക് അപ്പുറത്ത് ഇത് നില നിൽക്കുന്നു. ഓരോ വംശത്തിനും പ്രകൃതിദത്തമായ കഴിവും കഴിവുകേടുമുണ്ട്. വെളുത്തതല്ലാത്ത വംശങ്ങൾക്ക് യഥാർത്ഥ യുക്തിസ്വഭാവമില്ല. അതിനാൽ ശരിയായ വ്യക്തിപരതയും ധാർമികതയുമില്ല, ഗണനീയതയോ അന്തസ്സോ ഇല്ല.

കറുത്തവരുടെ താണനിലവാരത്തെക്കുറിച്ചുള്ള സിദ്ധാന്തം അടിവരയിട്ടുറപ്പിക്കാൻ കാന്റ് ഹ്യൂമിനെയും കൂട്ടുപിടിക്കുന്നുണ്ട്. സ്വന്തം രാജ്യത്തുനിന്ന് കയറ്റിയയക്കപ്പെട്ട നീഗ്രോകൾ പിന്നീട് സ്വതന്ത്രരാക്കപ്പെട്ടാലും ഒരിക്കലും വളർച്ച പ്രാപിക്കുന്നില്ല. ഇതിൽ ഒരാളും കലയിലോ ശാസ്ത്രത്തിലോ വിലമതിക്കത്തക്കതായി ഒന്നും ചെയ്യുന്നില്ല. താണ ജീവിതപരിസ്ഥിതികളിൽ ജനിച്ചാലും ഒരു വെള്ളക്കാരന് പിന്നീട് ഉയർന്നുവരാൻ കഴിയുന്നു. ഹ്യൂമിന്റെ ഈ 'തെളിവ്' കാന്റ് സ്വീകരിക്കുന്നു.

അദ്ദേഹത്തിന്റെ സൗന്ദര്യചിന്തയിലെ ഉദാത്തതാസങ്കല്പവും ഇതുമായി ചേർന്നു പോകുന്നു. സൗന്ദര്യത്തെയും മനുഷ്യസ്വഭാവത്തിന്റെ സാർത്ഥകതയെയും അനുഭവിക്കാൻ കഴിയലാണ് ഉദാത്തത. അതിനാൽ അനുഭവശേഷിയിൽ ആഫ്രിക്കക്കാർ താണപടിയിലാണുള്ളത്. കാന്റ് ഉന്നയിക്കുന്ന ഈ ഉദാത്തതയെയാണ് ല്യോത്താർ 'പോസ്റ്റ് മോഡേൺ കണ്ടിഷ'നിൽ ചോദ്യം ചെയ്തത് എന്നത് ശ്രദ്ധേയമാണ്. കാന്റിൽ നിറഞ്ഞുനിൽക്കുന്ന വംശീയതാബോധമാണ് ഫലത്തിൽ ഇവിടെ വിമർശിക്കപ്പെടുന്നത്.

കാന്റിനെക്കുറിച്ചുള്ള ലേഖനം എസെ അവസാനിപ്പിക്കുന്നത് കാന്റിന്റെ സഹപാഠിയായ ഫ്രെഡറിക് ജെന്റ്സിനെ ഉദ്ധരിച്ചു കൊണ്ടാണ്. കാന്റിന്റെ നരവംശശാസ്ത്രതത്ത്വങ്ങൾ അംഗീകരിച്ചാൽ നാനാത്വം നഷ്ടപ്പെടുകയും ഏകത്വത്തോടു വിയോജിക്കുന്നവർ മനുഷ്യവംശത്തിന്റെ അടിസ്ഥാനതത്ത്വങ്ങളെ ചോദ്യം ചെയ്യുന്ന റിബലുകളായി കണക്കാക്കപ്പെടുകയും ചെയ്യുമെന്നാണ് ജെന്റ്സ്

അന്നേ ചൂണ്ടിക്കാട്ടിയത്. ഒരു ഭാഗത്ത് ശങ്കരാദ്വൈതവും മറുഭാഗത്ത് കാന്റിയൻ തത്ത്വവും കിഴക്കിന്റെയും പടിഞ്ഞാറിന്റെയും തത്ത്വചിന്താകേന്ദ്രങ്ങളായി കാണുന്ന നമ്മുടെ അക്കാദമിക് തത്വപദ്ധതി രണ്ടുപേരും പങ്കിടുന്ന വംശീയമേന്മാബോധത്തെ ഫലത്തിൽ ശരിവെക്കുകയാണ്.

കാന്റിനെ തുടർന്നുവരുന്ന ഹെഗലിന്റെ വംശീയതാ ബോധത്തെ എൻറിക് ഡുസ്സെൽ 'യൂറോകേന്ദ്രീകരണവും ആധുനികതയും' എന്ന ലേഖനത്തിൽ വിമർശിക്കുന്നുണ്ട്. കൊളമ്പസിന്റെ അമേരിക്കൻ യാത്രയോടെ 1492-ലാണ് ആധുനികത(Modernity) ജന്മം കൊള്ളുന്നത് എന്നു വാദിക്കുന്ന ഡുസ്സെൽ കൊളോണിയൽ ബോധം ഒരു ചരിത്രബോധമായി മാറുന്നതെങ്ങനെയെന്നാണ് വ്യക്തമാക്കുന്നത്. വികാസത്തെ സംബന്ധിച്ച ഒരു കാഴ്ചപ്പാടാണത്. യൂറോപ്പിന്റെ വികാസ മാതൃക എല്ലാ സമൂഹങ്ങളും പിന്തുടരുന്നു എന്നതാണത്. ഹെഗലിന് വികാസമെന്നത് സാമൂഹ്യശാസ്ത്രപരമോ സാമ്പത്തികമോ ആയ സംവർഗമല്ല, ഉണ്മയുടെ ആവശ്യമായ ചലനമാണ്. അനിവാര്യമായ വികാസമാണ്. ഡുസ്സെലും കാന്റിനെ പിടികൂടുന്നു. 'എന്താണ് പ്രബുദ്ധത?' (What is Enlightenment) എന്ന കാന്റിന്റെ പ്രശസ്തമായ ലേഖനത്തിൽ കുറ്റകരമായ അപക്വതയിൽ നിന്നുള്ള മനുഷ്യവംശത്തിന്റെ പ്രയാണം എന്നാണ് പറഞ്ഞിരിക്കുന്നത്. ആഫ്രിക്കനും അമേരിക്കയിലെ അടിമയും ലാറ്റിനമേരിക്കക്കാരനും കുറ്റകരമായ അപക്വതയിലാണോ? 18-ാം നൂറ്റാണ്ടിൽ ഇതിനു മറുപടി പറഞ്ഞത് ഹെഗലാണ് എന്ന് ഡുസ്സെൽ ചൂണ്ടിക്കാട്ടുന്നു.

ലോകചരിത്രമെന്നാൽ ദൈവത്തിന്റെയും യുക്തിയുടെയും സ്വാതന്ത്ര്യത്തിന്റെയും ആത്മസാക്ഷാത്ക്കാരമാണ്. പ്രബുദ്ധതയിലേക്കുള്ള പ്രയാണമാണ്. സങ്കല്പം ആശയമായി സാക്ഷാത്കരിക്കപ്പെടുന്നതിനെ നിർണയിക്കുന്നത് 'വികാസ'മാണ്. അത് വൈരുദ്ധ്യാത്മകമായി ഏകരേഖീയമാണ്. ലോകചരിത്രത്തിന്റെ കാര്യത്തിൽ അത് മുഖ്യമായും സത്താപരമായ സംവർഗമാണ്. അതിന് സ്ഥലപരമായ ഒരു ദിശയുണ്ട്. ലോകചരിത്രം കിഴക്കുനിന്ന് പടിഞ്ഞാറേക്ക് നീങ്ങുന്നു. യൂറോപ്പാണ് വിശ്വചരിത്രത്തിന്റെ ആത്യന്തികമായ അവസാനം.

ലോകം പഴയ ലോകവും പുതിയ ലോകവുമായി വിഭജിക്കപ്പെട്ടിരിക്കുന്നു. താരതമ്യപരമായല്ല; കേവലമായാണ് ഈ വിഭജനം

എന്ന് ഹെഗൽ പറയുന്നു. അമേരിക്കയിൽ വികസിച്ച സംസ്കാരത്തിന്റെ തെളിവുകളുണ്ട്; മെക്സിക്കോയിലും പെറുവിലും മറ്റും. പക്ഷെ ഇന്നു നമുക്കതിൽ താല്പര്യമില്ല. കാരണം തത്വചിന്തകൻ പ്രവചിക്കുന്നില്ല എന്ന് ഹെഗൽ പറയുന്നു. യൂറോപ്പ്, ഏഷ്യ, ആഫ്രിക്ക ഇവ മെഡിറ്ററേനിയനിൽ വെച്ചാണ് സന്ധിക്കുന്നത്. അതിനാൽ മെഡിറ്ററേനിയനാണ് ലോകചരിത്രത്തിന്റെ അച്ചുതണ്ട്.

ആഫ്രിക്കയെപ്പറ്റി മുൻവിധിയോടെ ഹെഗൽ എഴുതുന്നു. വസ്തുനിഷ്ഠതയുടെ ഏതെങ്കിലും ഉൾക്കാഴ്ചയിലേക്ക് നീഗ്രോകൾ എത്തിയിട്ടില്ല. നീഗ്രോ എന്നാൽ മൃഗമായ മനുഷ്യനാണ്. എന്തുകൊണ്ടാണ് അവർ അതിവേഗം കലാപപരരാകുന്നത് എന്നത് ഇതിലൂടെ വ്യക്തമാവുന്നു. കേവലാത്മാവ് അവരിൽ ദരിദ്രാവസ്ഥയിലാണ്. ആഫ്രിക്കക്ക് ചരിത്രമില്ല. അതിനാൽ നാം ഇനി ആഫ്രിക്കയെപ്പറ്റി കൂടുതൽ പറയേണ്ടതില്ല എന്ന് ഹെഗൽ അടിവരയിടുന്നു. ചരിത്രലോകത്തിന്റെ ഭാഗമല്ല അത്. ചരിത്രപരമായ നീക്കത്തെയും വികാസത്തെയും ആഫ്രിക്ക തെളിയിക്കുന്നില്ല. ലോകചരിത്രത്തിന്റെ വാതിൽക്കൽ നിർത്താൻ മാത്രമെ ആഫ്രിക്കക്ക് യോഗ്യതയുള്ളൂ എന്ന് ഹെഗൽ പറയുമ്പോൾ ആ അലങ്കാരത്തിന്റെ അർത്ഥം വ്യക്തമാണ്.

ലോകചരിത്രവികാസത്തിൽ തെക്കൻ ഭാഗമായ ലാറ്റിനമേരിക്കയും ആഫ്രിക്കയും പുറത്തു നിൽക്കുന്നു. ഏഷ്യ തുടക്കത്തിലുമാണ്. യൂറോപ്പ് കേവലമായി പഴയ ലോകത്തിന്റെയും പടിഞ്ഞാറിന്റെ ആകപ്പാടെയും കേന്ദ്രവും അവസാനവുമാണ്. ഏഷ്യ കിഴക്കൻ ലോകത്തിന്റെ കേന്ദ്രവും. ഏഷ്യയിൽ ആത്മാവ് ബാല്യദശയിലാണ്. ചരിത്രത്തിന്റെ ആദ്യവും അന്ത്യവും യൂറോപ്പാണ്. അതിൽത്തന്നെ ജർമൻ സ്പിരിറ്റാണ് കേവലസത്യത്തിന്റെയും സ്വാതന്ത്ര്യത്തിന്റെയും സാക്ഷാത്കാരത്തിനുള്ളത്. പുതിയ യൂറോപ്പിന് മറ്റുള്ളവരിൽ നിന്ന് ഒന്നും പഠിക്കാനില്ല. സമഗ്രതയുടെ രാജധാനിയാണ് ജർമൻ സാമ്രാജ്യം.

ഇവിടെ കൊളോണിയൽ മേധാവിത്വത്തെ അരക്കിട്ടുറപ്പിക്കുന്ന ഒരു പ്രസ്താവന ഹെഗൽ ചെയ്യുന്നു. "ലോകആത്മാവിന്റെ വികാസത്തിന്റെ വാഹകർ എന്ന നിലയിൽ ഈ ജനതയുടെ കേവലാധികാരത്തിനു മുമ്പിൽ മറ്റു ജനതകൾക്ക് യാതൊരു അവകാശവുമില്ല."

ആധുനികതയുടെ മിത്തിനെ ഡുസ്സെൽ ഇങ്ങനെ സമാഹരിക്കുന്നു:

1. ആധുനിക യൂറോപ്യൻ സംസ്കാരമാണ് ഏറ്റവും വികസിച്ചതും മേന്മയേറിയതുമായ സംസ്കാരം.
2. ഈ മേന്മ ആദിമവും കാടനും അവികസിതവുമായ സംസ്കാരങ്ങളെ വികസിപ്പിക്കാനുള്ള ബാധ്യത നൽകുന്നു.
3. വികസനത്തിന്റെ മാതൃക ആദിമകാലം മുതൽ ഇന്നുവരെയുള്ള യൂറോപ്പിന്റെ വികസനത്തിന്റേതാണ്.
4. സംസ്കാരവൽക്കരണ പ്രക്രിയയെ കാടന്മാരും ആദിമ ജനതയും എതിർക്കുമെന്നതിനാൽ ആധുനികതയുടെ ഈ ശത്രുക്കൾക്കു നേരെ അക്രമം പ്രയോഗിക്കാം.
5. ഈ പ്രക്രിയ പല തരത്തിലും അതിന്റെ ഇരകളെ സൃഷ്ടിക്കുന്നു. കോളനീകരിക്കപ്പെട്ടവൻ, അടിമസ്ത്രീ, നശിപ്പിക്കപ്പെട്ട ഭൂമി എന്നിവ. ഇത് അനുഷ്ഠാനപരമായ ഒരു ബലി പോലെയാണ്.
6. ആധുനികതയുടെ കാഴ്ചയിൽ കാടരും ആദിമജനതയും ഒരു തരം കുറ്റമുള്ളവരാണ്. അതിനാൽ അവർക്കുമുന്നിൽ ആധുനികത സ്വയം നിഷ്കളങ്കത ചമയുകയും ഈ ജനതകളെ ആ കുറ്റത്തിൽ നിന്ന് മോചിപ്പിക്കേണ്ട ശക്തിയായി അവതരിക്കുകയും ചെയ്യുന്നു.
7. ആധുനികതയുടെ ഈ സംസ്കാരവൽകരണ പ്രക്രിയയുടെയും രക്ഷാകർത്തൃത്വത്തിന്റെയും വെളിച്ചത്തിൽ ആധുനികീകരണത്തിന്റെ യാതനകളും വേദനകളും അപക്വമായ ജനതകളും സ്ത്രീകളും മറ്റും അനുഭവിക്കേണ്ടത് അനിവാര്യമാണ്.

ആധുനികതയുടെ ഈ മിത്ത് ആധുനികതാപ്രസ്ഥാനത്തിലെ കലാകാരന്മാർ എങ്ങനെ പങ്കിട്ടുവെന്ന് അന്വേഷിക്കപ്പെട്ടിട്ടുണ്ട്. നിക്കോളാസ് തോമസ് എഴുതിയ 'കൊളോണിയൽ സറിയലിസം' എന്ന ലേഖനം സറിയലിസ്റ്റിക് സിനിമയുടെ ആചാര്യനായ ലൂയി ബുനുവലിന്റെ ഒരു ഡോക്യുമെന്ററിയിലെ വംശീയതാബോധത്തെ വെളിപ്പെടുത്തുന്നു. 'അപ്പമില്ലാത്ത ഭൂമി' എന്ന 27 മിനിട്ട് ഡോക്യുമെന്ററി ഔദ്യോഗിക ഇവാഞ്ചലിക്കൽ കോളോണിയൽ മുൻവിധികൾ പങ്കുവെക്കുന്നതാണ്. പാരീസിലെ അവാൻദ്ഗാർഡുകൾക്ക് വിചിത്ര ജീവികളായിത്തോന്നുന്ന ഒരു ജനതയുടെ ജീവിതമാണ് ഇതിലെ പ്രമേയം.

പ്രബുദ്ധതയിലും ആധുനികീകരണപ്രക്രിയയിലും ഒരളവോളം ആധുനികതാപ്രസ്ഥാനത്തിലും ഈ വംശീയ മുൻവിധികൾ നില നിൽക്കുന്നുണ്ടെങ്കിൽ കാന്റിന്റെയും ഹെഗലിന്റെയും തത്വശാസ്ത്രപ രമായ പിൻതുടർച്ച അവകാശപ്പെടുന്ന മാർക്സിസം ഈ മുൻവി ധികളിൽ നിന്ന് സ്വതന്ത്രമാണോ എന്നതാണ് അടുത്ത വിഷയം.

മാർക്സിസ്റ്റ് ചരിത്രവീക്ഷണവും കോളനീകരണവും

കാന്റിന്റെ നരവംശശാസ്ത്ര മുൻവിധികളിൽനിന്നും ഹെഗലിന്റെ കേവലാത്മാവിലൂന്നുന്ന ചരിത്രവീക്ഷണത്തിൽനിന്നും മാർക്സിന്റെ ചരിത്രവീക്ഷണം എങ്ങനെ വ്യത്യസ്തമായിരിക്കുന്നു എന്നും ആ വ്യത്യാസം ആധുനികതയുടെ മുൻവിധികളിൽനിന്നും സ്വതന്ത്ര മാണോ എന്നുമാണ് പരിശോധിക്കേണ്ടത്.

കാന്റിന്റെ സംവർഗങ്ങളിൽനിന്നും ഹെഗലിന്റെ കേവലാത്മാവി ന്റെ വികാസസങ്കല്പത്തിൽ നിന്നും മാർക്സിസം മാറിനിൽക്കുന്നത് ഉല്പാദനഘടനയെ പ്രാഥമികമായി കണ്ടുകൊണ്ടാണ്. അതോടെ വംശീയമായ തരംതിരിവുകൾ അപ്രസക്തമാവുകയും ഉല്പാദനഘട നയിലൂന്നിയ ഒരു ചരിത്രസങ്കല്പം വരികയും ചെയ്യുന്നു. ഹെഗലിന്റെ കേവലാത്മാവിനെ 'ജർമൻ പ്രത്യയശാസ്ത്ര'ത്തിൽ മാർക്സ് വിമർ ശിക്കുന്നുണ്ട്. കിഴക്കുനിന്ന് പടിഞ്ഞാറേക്ക് എന്ന സ്ഥലക്രമമല്ല, പ്രാകൃത കമ്മ്യൂണിസം, അടിമത്തം, മുതലാളിത്തം, സോഷ്യലിസം എന്നിങ്ങനെയുള്ള ഉല്പാദനക്രമമാണ് ചരിത്രത്തിൽ മാർക്സ് കണ്ടത്. കാന്റിലാരംഭിക്കുന്ന നരവംശശാസ്ത്രവും ഭൂമിശാസ്ത്രവും തമ്മിലുള്ള ബന്ധം ഇവിടെ മുറിക്കപ്പെടുന്നു.

ഉല്പാദനഘടനയിലൂന്നിയ ഒരു ചരിത്രസങ്കല്പം വരുമ്പോഴും സാങ്കേതികമായി മുന്നിലുള്ള യൂറോപ്പിന് മുൻകൈ ലഭിക്കുന്നുണ്ട്. പക്ഷേ ഈ മുൻകൈ അവർ വെള്ളക്കാരാണ് എന്നതുകൊണ്ടല്ല; മുതലാളിത്തം എന്ന വ്യവസ്ഥ കാരണമാണ്. മിച്ചമൂല്യത്തിന്റെ തന്നെ വികാസഫലമാണ് ഇത്. ടെക്നോളജിയുടെ വികാസത്തി ന്റെ കാരണം മിച്ചമൂല്യത്തിന്റെ വികാസമാണ് എന്നു പറയുമ്പോൾ ടെക്നോളജിയുടെ രക്ഷാകർത്തൃത്വത്തെ അംഗീകരിച്ചു കൊടുക്കുക യല്ല, അതിന് മർദ്ദനപരമായ ധർമമുണ്ടെന്ന് പറയുകയാണ് മാർക്സ് ചെയ്യുന്നത്. മുതലാളിത്തചൂഷണത്തിന്റെ കൂടുതൽ മെച്ചപ്പെട്ട ഉപാ ധിയെന്ന നിലയിലാണ് പുതിയൊരു യന്ത്രം കണ്ടുപിടിക്കപ്പെട്ടു ന്നത് എന്നാണ് മാർക്സിന്റെ പക്ഷം. ഉപകരണവ്യവസ്ഥയുടെ

ഉടമസ്ഥരുടെ ഭാഗത്തല്ല മാർക്സ് നിൽക്കുന്നത്, പകരം ഈ വ്യവസ്ഥയാൽ ചൂഷണം ചെയ്യപ്പെടുന്നവരുടെ കൂടെയാണ്.

അതുകൊണ്ടു തന്നെയാണ് കോളനികളുടെ വെട്ടിപ്പിടുത്തത്തെ മുതലാളിത്തവികാസത്തിന്റെ അടിസ്ഥാന കാരണങ്ങളിലൊന്നായി മാർക്സ് കണ്ടത്. ഡുസ്സെൽ പറഞ്ഞ 1492-നെ മാർക്സ് കണക്കിലെടുക്കുന്നുവെന്നാണിതിനർത്ഥം. മുതലാളിത്തത്തിന്റെ മുന്നേറ്റത്തിന് കൊളോണിയൽ ചൂഷണത്തിന്റെ സ്വഭാവം തുടക്കത്തിലേ ഉണ്ട് എന്നാണിതിനർത്ഥം.

ഒരു വശത്ത് ഒരു കോളനിയെ സൃഷ്ടിച്ചുകൊണ്ടല്ലാതെ മറുവശത്ത് ഒരു മുതലാളിത്തം വളരുന്നില്ല എന്നതാണിതിനർത്ഥം. എന്നാൽ മുതലാളിത്തത്തെ ഘടനാപരമായി വിശകലനം ചെയ്യുന്ന സന്ദർഭത്തിൽ മാർക്സ് അതിനെ ഒരടഞ്ഞ വ്യവസ്ഥയായി കണ്ടു എന്ന ആക്ഷേപം നിലനിൽക്കുന്നുണ്ട്. പ്രഭാത് പട്നായിക് പറയുന്നു: "മുതലാളിത്തം അതിന്റെ തുടക്കം തൊട്ടേ സാമ്രാജ്യത്വമാണ്. ദൗർഭാഗ്യകരമെന്നു പറയട്ടെ, മാർക്സ് തന്റെ ജീവിതകാലം മുഴുവൻ വിനിയോഗിച്ചു രചിച്ച കൃതിയിൽ കൈകാര്യം ചെയ്ത മുഖ്യവിഷയത്തിൽ മുതലാളിത്തത്തെക്കുറിച്ചുള്ള താത്വികവിശകലനം നടത്തിയത് അതൊരടഞ്ഞ വ്യവസ്ഥയെന്ന നിലയിലാണ്. മുതലാളിത്തത്തിന്റെ വൈദേശിക വെട്ടിപ്പിടുത്തങ്ങളും വൈദേശികാധിപത്യവും അനുഭവൈകവാദപരമായി സുപ്രധാനമായ ഒരു ചരിത്രപൈതൃകമാണെന്നിരിക്കിലും അപ്രധാനമായ ഒരനുബന്ധം മാത്രമാണെന്ന, അതായത് അതിന്റെ പ്രവർത്തനത്തിൽ കാതലായ വശത്തിൽ ഉൾപ്പെടാത്ത ഒന്നാണെന്ന വിശ്വാസം ചില ഇടതുപക്ഷവൃത്തങ്ങളിൽത്തന്നെയും നിരന്തരമായി വളർന്നുവരാൻ പ്രേരകമായി എന്നതാണ് വാസ്തവം."

ഇവിടെ പട്നായിക്, ലെനിൻ ഈ ദിശയിലുള്ള ഘടകങ്ങൾ ഉൾപ്പെടുത്തിയെങ്കിലും ('സാമ്രാജ്യത്വം: മുതലാളിത്തത്തിന്റെ അവസാന ഘട്ടം') സാമ്രാജ്യത്വമെന്ന നിലയിൽ തുറന്ന വ്യവസ്ഥയായി മുതലാളിത്തത്തെ ഗ്രഹിക്കുന്നതിനുള്ള പുനഃസൃഷ്ടി അദ്ദേഹം നടത്തിയില്ല എന്ന് വിമർശിക്കുന്നു. കാരണം സോഷ്യലിസത്തിന് ആഗോളമായി തുടക്കം കുറിച്ചുകൊണ്ട് മുതലാളിത്തം പ്രതിസന്ധിയിലാണെന്ന ആഗ്രഹചിന്ത മാർക്സിസ്റ്റുകാർക്കിടയിൽ സ്ഥാനം പിടിച്ചിരുന്നു. അതിനാൽ തകരാൻ പോകുന്ന മുതലാളിത്തത്തെ സാമ്രാജ്യത്വമെന്ന നിലയിൽ കണ്ട് വിശകലനം നടത്തേണ്ടത് അത്ര

പ്രധാനമാണെന്ന് അവർ കരുതിയില്ല. അതുകൊണ്ട് പട്നായിക് തുടരുന്നു: "നേരത്തെ സങ്കല്പിച്ചതിലും എത്രയോ വലിയ കരുതൽ ശക്തി മുതലാളിത്തത്തിനുണ്ടെന്ന് ഇന്നിപ്പോൾ തുറന്നുകാട്ടപ്പെട്ടിരിക്കുന്നു. അതിനാൽ അതൊരു തുറന്ന വ്യവസ്ഥയാണെന്ന അറിവു കൂടി കണക്കിലെടുത്തുകൊണ്ട് അതിന്റെ പ്രവർത്തനം സംബന്ധിച്ച വിശകലനത്തിൽ പുനഃസൃഷ്ടി നടത്തേണ്ടതാവശ്യമാണ്". ഇതിനു ശ്രമിച്ച റോസാ ലക്സംബർഗിന്റെ സമീപനങ്ങളുടെ ദൗർബല്യങ്ങൾ പട്നായിക് ചൂണ്ടിക്കാട്ടുന്നുമുണ്ട്.

പട്നായിക്കിന്റെ ഈ വിമർശനങ്ങൾ അംഗീകരിക്കുമ്പോൾത്തന്നെ മാർക്സിയൻ ചരിത്രവീക്ഷണം കോളനീകരണത്തെ ന്യായീകരിക്കുന്നുണ്ടോ എന്നതാണ് ഇവിടുത്തെ പ്രശ്നം. ഫ്യൂഡൽക്രമങ്ങളിൽ നിന്ന് മുതലാളിത്തത്തിലേക്കുള്ള പരിവർത്തനത്തിന്റെ ശക്തി എന്ന നിലയിൽ സാമ്രാജ്യത്വത്തിന് കോളനികാര്യങ്ങളിൽ ഗുണപരമായ പങ്ക് മാർക്സ് കല്പിച്ചു കൊടുക്കുന്നുണ്ടോ? ഒരു പരിധിവരെ ഉണ്ട് എന്നതാണ് സത്യം. 1857-ലെ സ്വാതന്ത്ര്യ സമരത്തെ സംബന്ധിച്ച മാർക്സിന്റെ ലേഖനങ്ങളിൽ ഇംഗ്ലീഷുകാർക്ക് ഇന്ത്യയിൽ നിർവഹിക്കുവാനുള്ള ഇരട്ട റോളിനെപ്പറ്റി പറയുന്നുണ്ട്.

1. ഇന്ത്യയെ സാമ്പത്തികമായി കൊള്ളയടിക്കുക
2. ഇന്ത്യൻ ഫ്യൂഡൽ ഘടനയെ തകർക്കുക.

ഇന്ത്യൻ ഫ്യൂഡൽഘടനയെ തകർക്കുന്നതിൽ ജാതിവ്യവസ്ഥയെ തച്ചുടക്കുന്നതും പെടുന്നു. കീഴാളവിഭാഗങ്ങൾ ഫ്യൂഡൽ അധികാരത്തിനെതിരെ പുതിയ ബ്രിട്ടീഷ് അധികാരത്തെ ആശ്രയമായി കണ്ടതിന് നിരവധി ഉദാഹരണങ്ങളുണ്ട്. നവോത്ഥാന നായകരിലൊരാൾ കൂടിയായ കുമാരനാശാൻ ബ്രിട്ടീഷ് പക്ഷപാതിയായിരുന്നു. 'ദുരവസ്ഥ'യിൽ സാവിത്രി തങ്ങളുടെ രക്ഷകരിലൊരാളായി കണ്ടത് ബ്രിട്ടീഷ് ചക്രവർത്തിയെയാണ്. ചന്തുമേനോന്റെ 'ഇന്ദുലേഖ'യിലെ നായകപക്ഷത്തുള്ളവർ ബ്രിട്ടീഷ് പക്ഷപാതികളാണ്. ബ്രിട്ടീഷുകാർ കൊണ്ടുവന്ന പുതിയ സാങ്കേതികവിദ്യയെ അവർ പുകഴ്ത്തുന്നുണ്ട്. ബ്രിട്ടീഷ് നിയമവ്യവസ്ഥ ജന്മിത്വപരമായ അക്രമങ്ങളിൽ നിന്ന് കീഴ്ജാതിക്കാരെ രക്ഷിക്കുന്നതിന് വടക്കൻപാട്ടുകളിൽത്തന്നെ ഉദാഹരണങ്ങളുണ്ട്. ഒ. വി വിജയന്റെ 'തലമുറക'ളിൽ കീഴാള കഥാപാത്രം തങ്ങളെ മോചിപ്പിച്ചത് ഇംഗ്ലീഷാണെന്നു പറയുന്നതും കാണുക.

സാമ്രാജ്യത്വപരമായ പുതിയ ആവശ്യങ്ങളാണ് അടിമത്തത്തെ നിരോധിക്കുന്നതിനും കേരളത്തിൽ കാരണമായത്. ബ്രിട്ടീഷ് തോട്ടങ്ങളിൽ സ്വതന്ത്ര തൊഴിൽ സേനയെ ലഭിക്കാൻ വേണ്ടിയാണ് തിരുവിതാംകൂറിൽ അടിമത്തനിരോധന വിളംബരം കൊണ്ടുവന്നത് എന്ന് ചരിത്രകാരന്മാർ രേഖപ്പെടുത്തിയിട്ടുണ്ട്.

അപ്പോൾ മാർക്സ് പറഞ്ഞ കോളനീകരണത്തിന്റെ പുരോഗമനപരമായ ധർമ്മം കീഴാളപക്ഷത്ത് ഒരു പരിധിവരെ ശരിയാണെന്നു വരുന്നു. എന്നാൽ പൂർണമായി ശരിയല്ലതാനും. കാരണം കേരളീയ ജന്മിത്വത്തെ, മലബാറിൽ പ്രത്യേകിച്ച് യൂറോപ്യൻ മോഡൽ ഫ്യൂഡലിസമായി നിയമവൽക്കരിച്ചത് ബ്രിട്ടീഷുകാരാണ്. കുടിയാനെ ഒഴിവാക്കാൻ നിയമപരമായി ജന്മിക്ക് അവകാശം ഉറപ്പിക്കപ്പെട്ടത് അതോടെയാണ്. മലബാർ കലാപത്തിന്റെ കാരണം ഇതാണെന്ന് ചൂണ്ടിക്കാണിക്കപ്പെട്ടിട്ടുണ്ട്.

എന്നാൽ യൂറോപ്പാണ് മറ്റുലോകങ്ങളെ നയിക്കേണ്ടത് എന്ന പ്രബുദ്ധതയുടെ മിത്ത് മാർക്സ് പങ്കിടുന്നുണ്ടായിരുന്നുവോ? തന്റെ തന്നെ ചരിത്രസങ്കല്പങ്ങളെ തള്ളിമാറ്റിക്കൊണ്ട് ഇംഗ്ലണ്ടിലോ ജർമനിയിലോ സോഷ്യലിസ്റ്റ് വിപ്ലവം നടക്കുന്നതിന് പകരം അത് റഷ്യയിലോ ചൈനയിലോ സംഭവിക്കാം എന്ന് പിൽക്കാലത്ത് മാർക്സ് പറയുന്നതാണ് ഇവിടെ ശ്രദ്ധിക്കേണ്ട കാര്യം. ഇവിടെ മാർക്സ് യൂറോകേന്ദ്രിതമായ ഒരു ചരിത്രവികാസസങ്കല്പത്തെ തള്ളിക്കളയുകയാണ് ചെയ്യുന്നത്. മുതലാളിത്തത്തിന്റെ ദശയിലൂടെ കടന്നുപോകാതെ തന്നെ റഷ്യക്ക് സോഷ്യലിസത്തിന്റെ സൗഭാഗ്യങ്ങളിൽ എത്തിച്ചേരാൻ കഴിഞ്ഞേക്കും എന്ന് മാർക്സ് പറഞ്ഞു. തീർച്ചയായും മൂന്നാം ലോകത്തെ പുരോഗമനപക്ഷം സ്വീകരിക്കേണ്ടിയിരുന്ന, ഊന്നിപ്പറയേണ്ടിയിരുന്ന മാർക്സിസ്റ്റ് സമീപനം ഇതായിരുന്നു. മാവോ കൊണ്ടുവന്ന വിപ്ലവസങ്കല്പം ഇതിനെ പിൻപറ്റുന്നതായിരുന്നു. ഗാന്ധിജിയുമായി മാർക്സിസ്റ്റുകാർക്ക് സംവദിക്കാൻ കഴിയേണ്ടതും ഈ ബിന്ദുവിലായിരുന്നു, ഗാന്ധിസത്തിലെ കുഴപ്പങ്ങളെ ചൂണ്ടിക്കാണിക്കുമ്പോൾത്തന്നെ.

ചരിത്രത്തിന്റെ ഉദാഹരണവും ഇരയുമായി മാറുന്നതിന് പകരം സ്വന്തം ചരിത്രത്തിന്റെ അനന്യമായ കർത്താക്കളായി മൂന്നാംലോകജനത മാറണമെങ്കിൽ മൂന്നാംലോകത്തിന്റെ പിന്നോക്കാവസ്ഥ എന്നത് യൂറോപ്പിന്റെ മധ്യഭ്രതകാലത്തിന് സമാനമല്ല എന്നാണ്

ആദ്യം മനസ്സിലാക്കേണ്ടത്. പക്ഷേ ഇന്നും പ്രാമാണികരായ മാർക്സിസ്റ്റ നിരൂപകർ ഈ നിലപാടാണ് വെച്ചുപുലർത്തുന്നത്. 'ആഫ്രിക്കൻ തത്വശാസ്ത്രം' എന്ന ഒന്നില്ല എന്നു സ്ഥാപിക്കാൻ ഐജാസ് അഹമ്മദ് പറഞ്ഞത് ഇന്ന് ആഫ്രിക്കൻ ജീവിതത്തിൽ കാണുന്ന വിശ്വാസ രീതികളൊക്കെ നേരത്തെ യൂറോപ്പ് കടന്നു പോന്ന ഘട്ടത്തിൽ അവർ അനുഭവിച്ചതാണ് എന്നാണ്. അതിനാൽ ആഫ്രിക്കൻ തത്വശാസ്ത്രം എന്ന ഒന്നില്ല!

ആഫ്രിക്കൻ സമൂഹങ്ങളുടെ പിന്നോക്കാവസ്ഥയും മധ്യകാലഘട്ടത്തിലെ യൂറോപ്യൻ സമൂഹങ്ങളുടെ പിന്നോക്കാവസ്ഥയും ഒന്നല്ല. കോളനീകരണത്തിനു ശേഷമുള്ള ആഫ്രിക്കൻ സമൂഹത്തിന്റെ പിന്നോക്കാവസ്ഥ അനുഭവപരമായും ഭൗതികമായും യൂറോപ്പിന്റെ നിർമിതിയാണ്. യൂറോപ്പ് എന്ന ഒരു അന്യത്തിന്റെ സാന്നിദ്ധ്യമാണ് കോളനീകരിക്കപ്പെട്ട ഒരു ആഫ്രിക്കൻ മനുഷ്യനെ അനുഭവപരമായി 'അപരിഷ്കൃത' നാക്കുന്നത്. ഇത്തരത്തിൽ 'പുരോഗമിച്ച' ഒരു അന്യത്തിന്റെ സാന്നിധ്യം മധ്യകാലയൂറോപ്പിന് ഉണ്ടായിരുന്നില്ല. ഈ അനുഭവം മാനസികതലത്തിലെന്നതു പോലെ ഭൗതിക പശ്ചാത്തലത്തിലും ശരിയാണ്. മൂന്നാം ലോകത്തിന്റെ ഗോത്ര-ഫ്യൂഡൽ കാലഘട്ടം കോളനിശക്തികളുടെ സാന്നിധ്യം കൊണ്ടുതന്നെ യൂറോപ്യൻ ഗോത്ര-ഫ്യൂഡൽ ഭൂതകാലത്തിൽ നിന്നും ഭിന്നമാണ്. കോളനികളുടെ കണ്ടെത്തൽ മുതലാളിത്തത്തിന്റെ വികാസവുമായി ബന്ധപ്പെട്ടു കിടക്കുന്ന കാര്യം മാർക്സ് തന്നെ ചൂണ്ടിക്കാണിച്ചിട്ടുണ്ടല്ലോ. കോളനികളെ നിരന്തരം പാപ്പരാക്കിക്കൊണ്ടാണ് മധ്യകാലഘട്ടത്തിനു ശേഷം യൂറോപ്പ് പുരോഗമിച്ചത്.

ആഗോളവൽക്കരണത്തിന്റെ ഘട്ടത്തിലും മൂന്നാംലോകത്ത് തലമുറകളായി നിലനിൽക്കുന്ന ജീവിതവ്യവസ്ഥകളെയും സംസ്കാരത്തെയും ഈ കാഴ്ചപ്പാടിലൂടെ വേണം നോക്കാൻ. പാശ്ചാത്യപ്രബുദ്ധതയുടെ ജ്ഞാനഘടനയിൽ വളർന്ന ആധുനികതയുടെ തത്വത്തെ ചോദ്യം ചെയ്യുന്ന ആധുനികോത്തരതയുമായി നമുക്ക് പലതലങ്ങളിലും ഐക്യപ്പെടാം. എന്നാൽ പാശ്ചാത്യസാങ്കേതികവിദ്യയുടെ തള്ളിച്ചയിൽ ലോകത്തെല്ലായിടത്തും സർവ്വഭൂതകാലങ്ങളും അവസാനിച്ചിരിക്കുന്നു എന്നു നിലവിളിക്കുന്ന 'വ്യവസായാനന്തര സമൂഹ' സങ്കല്പത്തെ നാം അംഗീകരിക്കേണ്ടതില്ല. കാരണം മുതലാളിത്തപൂർവ്വഘടന മൂന്നാം ലോകത്തിൽ തുടർന്നും നിലനിൽക്കുന്നുണ്ട്. പ്രഭാത് പട്നായിക് ഇക്കാര്യം വിശദീകരിക്കുന്നു. "പ്രാങ്

മുതലാളിത്തമേഖലയുമായുള്ള പരസ്പര പ്രവർത്തനത്തിലൂടെയാണ് മിച്ചമൂല്യത്തിന്റെ മുതലാളിത്തവൽക്കരണം സംഭവിച്ചതെങ്കിൽ ഈ പരസ്പര പ്രവർത്തന പ്രക്രിയയിൽ പ്രാങ് മുതലാളിത്തമേഖല മുതലാളിത്തത്തിൽ അലിഞ്ഞുചേർന്നുവെന്നർത്ഥമാക്കേണ്ടതില്ല. മറ്റൊരുവിധത്തിൽ പറഞ്ഞാൽ ഒരു വേള ലോകമാകെ കൂടുതൽ കൂടുതൽ പൂർണമായി മുതലാളിത്തത്തിൻ കീഴിൽ ആയിത്തീരുന്ന തിലുപരി കീഴ്പ്പെടുത്തപ്പെട്ടതും പാപ്പരീകരിക്കപ്പെട്ടതുമായ പ്രാങ് മുതലാളിത്തമേഖല തുടർന്നും നിലനിൽക്കുന്നുവെന്നാണ് ഈ പരസ്പ രപ്രവർത്തനത്തിനർത്ഥം." ഈ പരസ്പരപ്രവർത്തനത്തെ കാണുന്ന തിൽ പരാജയപ്പെടുന്നതുകൊണ്ടാണ് യൂറോപ്യൻ മധ്യകാലത്താണ് മൂന്നാം ലോകം ഇപ്പോഴുള്ളതെന്ന തെറ്റിദ്ധാരണയുണ്ടാകുന്നത്.

ചുരുക്കത്തിൽ പാശ്ചാത്യപ്രബുദ്ധതയുടെ തുടർച്ചയായി വികസി ച്ചുവന്നതാണ് മാർക്സിസമെങ്കിലും അത് യൂറോകേന്ദ്രിതമായ ഒരു ചരിത്രവീക്ഷണത്തെ സാകല്യേന അംഗീകരിക്കുന്നില്ല എന്നർത്ഥം. മാർക്സിസത്തെ ഹെഗേലിയൻ വീക്ഷണത്തിൽ കാണുന്നവർ അങ്ങനെ ധരിച്ചേക്കാമെങ്കിലും മൂന്നാം ലോകത്തിന്റെ ചരിത്ര സംസ്കാരികാനുഭവങ്ങളിൽ സ്വയം സ്ഥാനപ്പെടുത്തുന്നവർക്ക് ഇതിൽനിന്നു വിമുക്തമാവാൻ കഴിയും. 'ചൈനീസ് തത്വചിന്ത എങ്ങനെ ഹെഗേലിയൻ ചിന്തയിൽ നിന്നും ഭിന്നമായിരിക്കുന്നോ അതേ തരത്തിൽ ചൈനീസ് സോഷ്യലിസം യൂറോപ്പിന്റേതിൽ നിന്ന് ഭിന്നമാകാം' എന്ന് 1850-ൽ മാർക്സ് എഴുതുമ്പോൾ ഈ സ്ഥാനസാധ്യതയെ അംഗീകരിക്കുകയാണ് ചെയ്യുന്നത്.

അതുകൊണ്ട് മലയാള സംസ്കാരത്തെയും സാഹിത്യത്തെയും അപകോളനീകരണത്തിന്റെയും മൂന്നാംലോകത്തിന്റെയും ആധുനി കോത്തരതയുടെയും പശ്ചാത്തലത്തിൽ കാണുമ്പോൾ ചരിത്രബോ ധത്തെ കൈയൊഴിഞ്ഞ് പഴയ ഭൂതകാലത്തിലേക്ക് മടങ്ങിപ്പോവുക യല്ല, പാശ്ചാത്യകേന്ദ്രിത ചരിത്രബോധത്തിൽ നിന്ന് സ്വതന്ത്രമായ സമീപനം സ്വീകരിക്കുകയാണ് വേണ്ടത്. ആധുനികോത്തരതയുടെ അതിവാദങ്ങളെ തള്ളിക്കൊണ്ട് എൻറിക് ഡുസ്സെൽ പറഞ്ഞ ഒരു നിരീക്ഷണത്തിൽ ഈ ലേഖനം അവസാനിപ്പിക്കാം. 'പോസ്റ്റ് മോഡേണിസ്റ്റുകളിൽ നിന്ന് വിഭിന്നമായി നാം യുക്തിയുടെ ആകപ്പാടെയുള്ള വിമർശനം മുന്നോട്ടുവെക്കുന്നില്ല. അക്രമോത്സു കവും മർദ്ദനപരവും നരഹത്യാപരവുമായ യുക്തിയെ നാം അംഗീ കരിക്കുന്നുമില്ല. പ്രബുദ്ധതയുടെ വൈശ്വികബോധത്തിനുള്ളിലുള്ള

കാര്യകാരണ ചിന്താബീജത്തെ നാം തള്ളിക്കളയുന്നില്ല. പകരം ആത്മബലി ആവശ്യപ്പെടുന്ന അതിന്റെ അയുക്തിയെ നാം നിരാകരിക്കും. യുക്തിയെ നാം തള്ളിക്കളയുന്നില്ല. പക്ഷേ ആധുനികതയുടെ മിത്തിലൂടെ ഉണ്ടായിട്ടുള്ള അക്രമത്തിന്റെ അയുക്തികതയെ തള്ളിക്കളയുന്നു. ആധുനികോത്തരതയുടെ അയുക്തികതക്കു പകരം നാം അപരന്റെ യുക്തിയെ സ്ഥാപിക്കുന്നു'. യൂറോപ്യൻ മുതലാളിത്തത്തെ ഇക്കഴിഞ്ഞ നൂറ്റാണ്ടുകളിൽ നയിച്ച യുക്തി തകർന്നു എന്ന് അവർ വിളിച്ചു കൂവുമ്പോൾ തമ്പ്രാക്കൾക്കൊപ്പം' എല്ലാം പോയെ. . . ' എന്നു നെഞ്ചത്തടിക്കുന്ന യൂറോകേന്ദ്രിത ആധുനികതയുടെ പ്രേതബാധയേറ്റവർക്കൊപ്പമല്ല, മൂന്നാംലോകത്തെ കുരകളിൽ പാർക്കുന്ന ആണും പെണ്ണും ഉരുവിട്ട് പഠിക്കുന്ന പുതിയ യുക്തിബോധത്തിനൊപ്പമാണ് ഇനി നമുക്ക് സഞ്ചരിക്കാനുള്ളത്. അതിന്റെ വഴികളാവട്ടെ ഇനിയും വ്യക്തമാവാനിരിക്കുന്നതേയുള്ളു. സഞ്ചരിച്ചു തുടങ്ങുമ്പോൾ മാത്രം വ്യക്തമാവുന്നതുമാണത്.

സൂചന:

1. Emmanuel Chukwudi Eze: 'The Color of Reason', Postcolonial African Philosophy, Blackwell, 1997
2. Enrique Dussel: 'Eurocentrism and Modernity Introduction to Frankfurt Lectures', Boundary 2, 20:3, 1993
3. പ്രഭാത് പട്നായിക്: 'രാഷ്ട്രാന്തരീയവാദത്തിലെ വൈരുദ്ധ്യങ്ങൾ', ആഗോളവൽക്കരണത്തിൽനിന്ന് അടിമത്തത്തിലേക്ക്, ചിന്താ പബ്ളിഷേഴ്സ്, 1997

ഭാഷാപോഷിണി, 2000 മാർച്ച്

മൂന്നാംലോകത്തിന്റെ സാംസ്കാരിക ഘട്ടങ്ങൾ

ആധുനികതയെയും ആധുനികോത്തരതയെയും പറ്റി മൂന്നാം ലോകത്തുനിന്നും ഭിന്നസ്വരങ്ങളുയരുമ്പോഴും സ്വന്തം അനുഭവങ്ങളിലൂന്നി ഒരു മൂന്നാംലോക കലാസാംസ്കാരികചരിത്രത്തെ സ്ഥാനപ്പെടുത്തുന്നതിൽ പലപ്പോഴും നാം പരാജയപ്പെടുന്നു. യൂറോപ്പിൽ നിന്ന് ഭിന്നമാണ് എന്ന നിഷേധപരമായ നിർവചനത്തിന് പകരം വിധ്യാത്മകമായ നിർവചനം (Positive Definition) മൂന്നാം ലോകത്തെ പൊതു അനുഭവത്തിന്റെ വെളിച്ചത്തിൽ മലയാളത്തിന്റെ കലാ, സാംസ്കാരിക ചരിത്രഘട്ടങ്ങളിൽ കണ്ടെത്താൻ കഴിയുമോ എന്നതാണ് ഇവിടെ അന്വേഷണം. ഏകശിലാരൂപമായ ഒരു മൂന്നാം ലോകം എന്നത് ഒരു അതിഭൗതിക ആശയമാണെങ്കിലും ഒരു വിശകലനമാനകം എന്നതിലേക്ക് ചെത്തിക്കുറക്കാനുള്ള അടിസ്ഥാനശില എന്ന നിലയിൽ അതിനെ ആദ്യം തന്നെ സങ്കല്പിക്കേണ്ടിയിരിക്കുന്നു.

ആധുനികത പ്രതിസന്ധിയിലാണെന്നു യൂറോപ്പ് പറയുമ്പോൾ 'ആരുടെ ആധുനികതയാണ് പ്രതിസന്ധിയിൽ' എന്ന് ലാറ്റിനമേരിക്കയെ മുൻനിർത്തി ആനിബൽ ക്വിജാനോ ചോദിക്കുന്നുണ്ട്. ഇന്നത്തെ ആധുനികതയുടെ പ്രതിസന്ധി യൂറോപ്പിന്റെ സ്വത്വപ്രതിസന്ധിയാണ്. ഇത്തരമൊരു പ്രസ്താവന വലിയൊരു ഉത്തരവാദിത്തം ഏല്പിക്കുന്നുണ്ട്. ആധുനികതയെത്തന്നെ യൂറോപ്പിൽ നിന്ന് ഭിന്നമായി നിർവചിക്കുക എന്നതാണത്. എന്നാൽ ഇതും എളുപ്പമല്ല. കാരണം മൂന്നാം ലോകത്തിന്റെ തന്നെ നഗരകേന്ദ്രിതവും സാംസ്കാരികസമ്പന്നമെന്ന് പറയുന്നതുമായ ഒരു തലം പലപ്പോഴും

യൂറോപ്യൻ മാതൃകയിൽ വാർക്കപ്പെട്ടിട്ടുള്ളതാണ്. കോളനീകരണം മൂന്നാംലോകത്തിനുള്ളിൽ വീണ്ടും കോളനികൾ നിർമ്മിച്ചിട്ടുണ്ട്. ഇന്നും ഗോത്രപരവും ആദിവാസി, ദളിത് പാരമ്പര്യമുള്ളതുമായ ഒരു വൻ സമൂഹം മൂന്നാം ലോകത്തിനുള്ളിലുണ്ട്. സംഘടിതമതങ്ങളിൽ നിന്ന് അന്യമാണ് ഈ വിഭാഗം. ഈ സമൂഹത്തിന്റെ കുടി ചരിത്രാനുഭവങ്ങളെ ഉൾക്കൊള്ളാൻ കഴിയുന്നില്ലെങ്കിൽ മൂന്നാംലോകത്തിന്റെ സാംസ്കാരിക ചരിത്രം അതിൽത്തന്നെ അപൂർണമോ മർദ്ദനപരമോ ആയിരിക്കും.

ഫ്രാൻസ് ഫാനൻ പറഞ്ഞതുപോലെ 'ഭൂമിയിലെ പെറുക്കികളി'ൽ നിന്ന് ആരംഭിക്കേണ്ടിയിരിക്കുന്നു. സംസ്കാരം തന്നെ ഒരധികാരരൂപമാണ് എന്ന് തിരിച്ചറിയപ്പെട്ടു കഴിഞ്ഞ സ്ഥിതിക്ക് സംസ്കാര സമ്പന്നരെന്നു പറയുന്ന ഏതൊരു ജനത്തിലൂന്നി ചരിത്രം നിർമിക്കുമ്പോഴും ചരിത്രരചയിതാവ് മർദ്ദനത്തിന്റെയും അധിനിവേശത്തിന്റെയും അധികാരരൂപത്തിൽ പെട്ടുപോകും. ഇതൊഴിവാക്കാൻ അവൾ സംസ്കാരത്തന്റെ പീഠങ്ങളിൽ നിന്ന് സ്വയം നിഷ്കാസിതനായ ഒരു സ്ഥാനം സ്വീകരിക്കേണ്ടിവരും. അതിനാൽ ഇനി സാംസ്കാരിക ചരിത്രം രചിക്കപ്പെടേണ്ടത് സംസ്കാരസമ്പന്നരെന്ന് വിളിക്കപ്പെടുന്നവരെ മുൻനിർത്തിയല്ല, സംസ്കാരശൂന്യരെന്ന് മുദ്രകുത്തപ്പെട്ടവരെ മുൻനിർത്തിയാവണം.

ഇത്തരമൊരു സമീപനം സ്വീകരിക്കുന്നില്ലെങ്കിൽ പാശ്ചാത്യാധികാരത്തെ ഒരു ഭാഗത്ത് നിഷേധിക്കുമ്പോഴും മറുവശത്ത് മതാത്മകതയുടെയോ ദേശീയതയുടെയോ സ്വാഭാവികതയുടെ ബലതന്ത്രത്തിൽ പെട്ടുപോവും. മതാത്മകതയുടെയും ദേശീയതയുടെയും പീഠങ്ങളെ ഉറപ്പിക്കുന്ന പാശ്ചാത്യവിരുദ്ധസമീപനങ്ങൾ മൂന്നാംലോകത്തിലാകമാനം വികസിക്കുന്നുണ്ട്. എന്നാൽ ഈ പീഠങ്ങൾതന്നെ കൊളോണിയൽ സംസ്കാരത്തിന്റെ നിർമിതിയാണെന്ന് അന്വേഷണം വെളിപ്പെടുത്തും. കോളനീകരണത്തിന്റെ തന്നെ അവശിഷ്ടമായ ഈ പ്രവണതയെപ്പറ്റി ഫ്രാൻസ് ഫാനൻ നേരത്തെ സൂചിപ്പിച്ചിട്ടുണ്ട്. ഇന്ത്യയിൽ ബ്രാഹ്മണ-ഹൈന്ദവ മുഖ്യധാരയിലും ആഫ്രിക്കയിലും പടിഞ്ഞാറെ ഏഷ്യയിലും ഇസ്ലാമികസംസ്കാരത്തിലും ഊന്നിനിന്നുകൊണ്ട് യൂറോപ്യൻ സാംസ്കാരികാധിപത്യത്തിനെതിരെ നടത്തുന്ന സമരങ്ങൾ ഇന്ന് ഈ ദൗർബല്യങ്ങൾ വെളിവാക്കുന്നുണ്ട്.

മറ്റൊരധികാരത്തെ പുനരുല്പാദിപ്പിക്കാത്തതും 'സംസ്കാരശ്ശൂന്യത'യിൽ നിന്നാരംഭിക്കുന്നതുമായ വിശകലനരീതിയെ ഗിൽദെല്യൂസും ഫെലിക്സ് ഗെറ്റാരിയും ഫാനനെ അനുസ്മരിപ്പിക്കുന്ന മട്ടിൽ'പെറുക്കിക' (Nomad) ളുടെ സമീപനം എന്നുതന്നെയാണ് വിളിച്ചത്. ഒരധികാരത്തെ വിമർശിക്കുമ്പോൾ മറ്റൊരധികാരം നിർമിക്കപ്പെടുന്നതിനെ തടയുന്ന ഇത്തരമൊരു സാംസ്കാരിക സമീപനത്തിൽ നിന്നും സൗന്ദര്യശാസ്ത്രത്തിൽ നിന്നും വേണം മൂന്നാംലോകത്തിന്റെ സാംസ്കാരികഘട്ടങ്ങളെയും ദ്വന്ദ്വങ്ങളെയും കണ്ടെത്തേണ്ടത്.

സംസ്കാരശ്ശൂന്യൻ സംസ്കാരസമ്പന്നനുമുമ്പിൽ ഇത്രയും കാലം കുറ്റവാളിയായിരുന്നെങ്കിൽ ഇനിമുതൽ സംസ്കാരസമ്പന്നൻ താൻ കയ്യാളുന്ന സാംസ്കാരികാധികാരത്തിന്റെയും സാംസ്കാരിക മൂലധനത്തിന്റെയും പേരിൽ സംസ്കാരശ്ശൂന്യനു മുമ്പിൽ കുറ്റവാളിയാണ്. രാഷ്ട്രീയചരിത്രം, ഭരിക്കുന്ന രാജാക്കന്മാരുടെ ചരിത്രത്തിൽ നിന്ന് മാറി അതിനു വിധേയമാകുന്ന സാമാന്യജനതയുടെ ചരിത്രമായി മാറിയതുപോലെയാണ് സാംസ്കാരികചരിത്രം സംസ്കാരസമ്പന്നരുടെയും സാംസ്കാരികാധികാരികളുടെയും ചരിത്രത്തിൽ നിന്ന് മാറി സംസ്കാരശ്ശൂന്യരുടെ ചരിത്രമായിത്തീരുന്നത്. അപ്പോൾ സാംസ്കാരിക ചരിത്രം സാംസ്കാരികാധികാര പ്രയോഗങ്ങളുടെ ചരിത്രമാണ്. ഈയൊരു പഠനരീതിയിൽ നിന്ന്, ഇത്തരമൊരു പെറുക്കികളുടെ സൗന്ദര്യശാസ്ത്രത്തിൽ നിന്ന് നമുക്ക് ആരംഭിക്കാം.

സാംസ്കാരികചരിത്രം മനുഷ്യന്റെ ജ്ഞാനാർജ്ജനത്തിന്റെയും ആത്മപ്രകാശനത്തിന്റെ പടിപടിയായ വികാസത്തിൽ കൂടിയുള്ള സ്വാതന്ത്ര്യ സാക്ഷാത്കാരത്തിന്റെയും ചരിത്രമാവില്ല അപ്പോൾ. പകരം അധികാര രൂപങ്ങളുടെ, അവയുടെ പ്രയോഗങ്ങളുടെ ചരിത്രമാവും.

തീർച്ചയായും ആദ്യം അട്ടിമറിക്കപ്പെടേണ്ടത് സാംസ്കാരികചരിത്രത്തിലെ യൂറോകേന്ദ്രീകരണവും അതുണ്ടാക്കുന്ന കാലക്രമബോധവും തന്നെ.

മുൻപും പിൻപും

'പോസ്റ്റ് മോഡേണിസം എന്ന വിചാരമാതൃകക്ക് അതു രൂപപ്പെട്ട യൂറോ അമേരിക്കൻ ഭൂമിശാസ്ത്രപരിധികൾക്കപ്പുറത്ത് വിശേഷിച്ച്

അർത്ഥമോ പ്രസക്തിയോ ഇല്ല' എന്നും ആധുനികോത്തരതയെ മൂന്നാംലോകത്തിന് ആവശ്യമില്ല എന്നും കരുതുന്നവരുണ്ട് (എ. കിംഗ്). ഇത്തരം നിഷേധസ്വരങ്ങൾ പുതുലോകത്തെ അഭിമുഖീകരിക്കാതെയുള്ള ഒളിച്ചോട്ടമാണ്. യൂറോപ്പ് വളരെ മുമ്പിൽ എത്തിക്കഴിഞ്ഞിരിക്കുന്നുവെന്നും വളരെ പിന്നിലായ നാം അവരോടൊപ്പം എത്തുകയില്ലെന്നുമുള്ള മുൻ/പിൻ ബോധമാണ് ഇവിടെയുള്ളത്.

ഇതിന്റെ തുടർച്ചയായി ആധുനികതയെയും ആധുനികോത്തരതയെയും മൂന്നാംലോകത്തിൽ എങ്ങനെ സ്ഥാപിക്കണമെന്നറിയാതെയുള്ള നിലവിളികളും കേൾക്കാം. 'സംസ്കാരത്തിന്റെ കാലവൽക്കരണം ലാറ്റിനമേരിക്കയിൽ അപൂർണ്ണമാണ്, കൂട്ടുകലമ്പനാണ്, ആശ്രയസ്വഭാവിയാണ്, കാരണം ഞങ്ങൾ ജീവിക്കുന്നത് ആധുനികതാപൂർവ്വത്വവും ആധുനികതയും ആധുനികോത്തരതയും കലമ്പിക്കൂട്ടുന്ന ഒരു കാലത്തിലാണ്' എന്നു പറയുന്നവരുണ്ട് (ഡേവിഡ് മോർലി).

മുൻ/പിൻ ബോധം നേരിട്ടു പ്രകടിപ്പിക്കുന്നവരുമുണ്ട്. 'ലാറ്റിനമേരിക്കൻ മോഡേണിറ്റിയും മോഡേണിസവും പുറത്തു നിന്നാണ് വരുന്നത്. നാമത് സാക്ഷാത്കരിച്ചു കഴിയുമ്പൊഴേക്കും യൂറോപ്പിൽ കാലപ്പഴക്കം വന്നതാകുന്നു. എല്ലാ ആധുനിക സാംസ്കാരികസംശ്ലേഷണങ്ങളും ആദ്യം വടക്കു രൂപപ്പെടുന്നു. പിന്നെ ഞങ്ങളിലേക്ക് ഇറങ്ങിവരുന്നു. ആധുനികതക്കു വിധേയമായതോടെ സംഭവിക്കുന്നത് ഇതാണ്' എന്നു പറയുമ്പോൾ (ബ്രൂണർ) ഈ മനോഭാവം വ്യക്തമാണ്. യൂറോപ്പിന്റെ അസ്സൽ മാതൃകയും മൂന്നാംലോകത്തിന്റെ തനിയാവർത്തനവും എന്ന രൂപകമാണ് ഈ ചിന്തയ്ക്കു പിറകിലുള്ളത്.

ഈ മുൻ/പിൻ ബോധവും ആവർത്തനസങ്കല്പവും വിമർശകൻ മൂന്നാംലോകത്തിന്റെ ചരിത്രത്തിൽ നിന്ന് ആരംഭിക്കാത്തതുകൊണ്ടുണ്ടാവുന്നതാണ്. മേല്പറഞ്ഞ സങ്കല്പമിഥ്യകളിൽ നിന്ന് സ്വതന്ത്രമാവാൻ ആദ്യം വേണ്ടത് ആഗോളതലത്തിൽ ഒരു മൂന്നാംലോക ബദൽ ചരിത്രം സങ്കല്പിക്കുകയും അതിൽ അതതു ദേശീയതകൾക്കുള്ളിലെ ജനതകളുടെ സാംസ്കാരികചരിത്രം സ്ഥാനപ്പെടുത്തുകയുമാണ്. തീർച്ചയായും യൂറോപ്യൻരൂപങ്ങളിൽ നിന്ന് ഘടനയിലും ധർമത്തിലും തികച്ചും ഭിന്നമായിരിക്കും മൂന്നാംലോകത്തിനുള്ളിൽ അതിന്റെ ആധുനികതാസ്ഥാപനങ്ങളുടെ

ധർമവും ആധുനികീകരണപ്രക്രിയയും. കോളനീകരണമുണ്ടാക്കിയ ആധിപത്യപ്രവണതയുടെയും അതിനോടുള്ള കോളനികളിലെ ജനതകളുടെ പ്രതിരോധത്തിന്റെയും മുഖ്യ വൈരുദ്ധ്യമായിരിക്കും ഇത്തരമൊരു സാംസ്കാരിക ചരിത്രബോധത്തിന്റെ നട്ടെല്ല്. കോളനീകരണത്തിന്റെ ആധിപത്യ പ്രവണതയെ മാത്രം കണക്കിലെടുക്കുമ്പോൾ മൂന്നാംലോകജനത ഒരു വിധേയ സ്വത്വമായാണ് സങ്കല്പിക്കപ്പെടുന്നത്. എന്നാൽ അതിനോടുള്ള പ്രതിരോധത്തിന്റെയും പ്രത്യാക്രമണത്തിന്റെയും ഘടകം കൂടി കണക്കിലെടുക്കുമ്പോഴാണ് മൂന്നാംലോകത്തിലെ കർമോത്സുകവും നിർമാണപരവുമായ കർത്തൃത്വം ഗണിക്കപ്പെടുന്നത്. അപ്പോൾ മാത്രമാണ് കൊളോണിയൽ വ്യവഹാരത്തിനുള്ളിലെ സംബോധിതന്റെ സ്ഥാനത്തുനിന്നും സംബോധകരുടെ സ്ഥാനത്തേക്ക് മൂന്നാംലോക മനുഷ്യൻ ഉയരുന്നത്.

1. കോളനീകരണപൂർവ ദ്വന്ദ്വങ്ങൾ

കോളനിശക്തികൾ മൂന്നാംലോകത്തിൽ പ്രവേശിക്കുമ്പോൾ അവിടെ രണ്ടുതരം ജീവിതമണ്ഡലങ്ങളുണ്ടായിരുന്നു.

1. ഫ്യൂഡൽ വിരുദ്ധമായ ജനകീയ കൂട്ടായ്മയുടെ സംസ്കാരം.
2. അതിനെ ഭരിക്കുന്ന ഫ്യൂഡൽക്രമവും അതിന്റെ സംസ്കാരവും.

മൂന്നാംലോകത്തിലെ ഫ്യൂഡൽക്രമങ്ങൾ സംഘടിതസ്വഭാവമുള്ളതും ഇന്ന് സംഘടിതസ്വഭാവമാർജിക്കാൻ ശ്രമിക്കുന്നതുമായ മതങ്ങളുടെ പ്രത്യയശാസ്ത്രാധികാരത്തിലാണ് നിലനിന്നത്. ഇന്ത്യയിൽ ഫ്യൂഡലിസം ബ്രാഹ്മണമതവുമായി ഐക്യപ്പെട്ടുനിന്നതുപോലെ ആഫ്രിക്കയിലും പടിഞ്ഞാറെ ഏഷ്യയിലും ഇസ്ലാം ഫ്യൂഡൽ അധീശത്വത്തിന്റെ പ്രത്യയശാസ്ത്ര ന്യായീകരണമായി. അവർ തങ്ങളുടെ പ്രത്യയശാസ്ത്രത്തിനും വംശശുദ്ധിക്കും പുറത്തുള്ള സമൂഹങ്ങളെ മ്ലേച്ഛർ എന്നോ കാഫിർ എന്നോ ബഹുദൈവവിശ്വാസികൾ എന്നോ പറഞ്ഞു പിന്തള്ളി.

മൂന്നാംലോകത്തെ, വിശേഷിച്ച് ഏഷ്യയിലെയും ആഫ്രിക്കയിലെയും ഫ്യൂഡലിസത്തിന്റെ സ്ഥാപനവും ശക്തിപ്പെടലും ഈ സംഘടിത മത (ബ്രാഹ്മണ-ഇസ്ലാം)ങ്ങളുടെ ശക്തിപ്പെടലുമായി ബന്ധപ്പെട്ടതാണ്. ബ്രാഹ്മണർ ഉത്തരേന്ത്യയിൽ നിന്ന് സഞ്ചരിച്ച് ഇന്ത്യയുടെ മറ്റു ഭാഗങ്ങൾ തങ്ങളുടെ വർണാധിപത്യത്തിൻ

കീഴിലാക്കിയതു പോലെ തന്നെയാണ് ഇസ്ലാം ആഫ്രിക്കപോലുള്ള ഭൂഖണ്ഡങ്ങൾ കീഴടക്കുന്നതും മതാത്മക ഫ്യൂഡൽ വ്യവസ്ഥ അവിടെ കെട്ടിപ്പൊക്കുന്നതും. ലാറ്റിനമേരിക്കയിലും ആഫ്രിക്കയിലെ മറ്റു ചില ഭാഗങ്ങളിലും യൂറോപ്യൻ കോളനീകരണമാണ് ഫ്യൂഡൽവ്യവസ്ഥയെ ക്രൈസ്തവമതാധികാര പശ്ചാത്തലത്തിൽ ഉറപ്പിച്ചത്.

ഈ സംഘടിതമതങ്ങളും പ്രാദേശിക ജീവിതരീതികളും തമ്മിലുള്ള വൈരുദ്ധ്യം ഇന്നും ഈ സമൂഹങ്ങളിൽ തുടരുന്നുണ്ട്. ഇന്ത്യയിൽ സവർണ-സവർണേതര സംസ്കാരമായാണ് അതു പ്രകടമാവുന്നത്. കെട്ടുറപ്പുള്ളതെന്നു കരുതുന്ന ഇസ്ലാമികസമൂഹങ്ങളിലും പ്രാദേശിക ജനജീവിതരീതികളിലും സംഘടിതമതാധികാരവുമായുള്ള വൈരുദ്ധ്യം ഇന്നും തുടരുന്നുണ്ട്. ഉദാഹരണം ഏകശിലാരൂപമെന്ന് ധരിക്കുന്ന സമകാലിക അഫ്ഗാനിസ്ഥാനിൽ പോലും കാണാം. അഫ്ഗാനിസ്ഥാനെപ്പറ്റി ഒലിവർ റോയ് പറയുന്നു. "അഫ്ഗാനിസ്ഥാനിൽ ഇസ്ലാം ഒരൊറ്റ രൂപത്തിലല്ല ഉള്ളത്. ഭരണകൂടനിയമങ്ങൾ (ഖുറാൻ) നാട്ടുമ്പുറത്തെ സമൂഹങ്ങൾക്ക് അന്യമാണ്. പലപ്പോഴും ഇസ്ലാമിന്റെ മുമ്പ് നിലനിന്ന കീഴ്‌വഴക്കങ്ങളും വിശ്വാസങ്ങളും എല്ലായിടത്തും നിലനിൽക്കുന്നു". ചില ജനവർഗങ്ങൾ പ്രാന്തവൽക്കരിക്കപ്പെട്ടുതന്നെ നിൽക്കുന്നു. "അഫ്ഗാനിസ്ഥാനിൽ രാഷ്ട്രീയജീവിതം കണക്കിലെടുക്കുമ്പോൾ ട്രൈബൽ കോഡുകൾ പുഷ്തുൻ സമുദായത്തെ വേർതിരിച്ചു നിർത്തുന്നു. ശരി-അത്ത് നിയമമാകട്ടെ വംശീയഗ്രൂപ്പുകൾ ഒരു യാഥാർഥ്യമാണെന്നോ അവയ്ക്ക് ഒരു സാമൂഹ്യക്രമമുണ്ടെന്നോ കരുതുന്നില്ല. "

ജപ്പാനിൽ ഷിന്റോ, ബുദ്ധിസം, കൺഫ്യൂഷനിസം എന്നിവ കോളനി പൂർവഘട്ടത്തിൽ സാംസ്കാരികാധിപത്യം ഉള്ള മതങ്ങളായിരുന്നു. ചൈനയിൽ കൺഫ്യൂഷനിസം ഫ്യൂഡൽ നിയമ വ്യവസ്ഥയുമായി ഒത്തുപോയി.

ചുരുക്കത്തിൽ മൂന്നാംലോകത്തിലാകമാനം സംഘടിതമതങ്ങളും അവയുടെ അധീശത്വപരമായ സാംസ്കാരിക രൂപങ്ങളും അസംഘടിത ജനകീയസംസ്കാരരൂപങ്ങളും തമ്മിലുള്ള വൈരുദ്ധ്യം നിലനിൽക്കുന്നു.

കേരളത്തിൽ ക്ഷേത്രസംസ്കാരവും കാവുസംസ്കാരവും തമ്മിൽ നിലനിൽക്കുന്നത് ഈ വൈരുദ്ധ്യമാണ്. സാഹിത്യമണ്ഡലത്തിൽ വരേണ്യവരമൊഴിസംസ്കാരവും വാമൊഴി സംസ്കാരവും തമ്മിൽ.

തെക്കൻ, വടക്കൻ, ഇടനാടൻ പാട്ടുകൾ, മാപ്പിളപ്പാട്ടുകൾ, പടപ്പാട്ടുകൾ, നേർച്ചപ്പാട്ടുകൾ തുടങ്ങിയ വാമൊഴി സംസ്കാരം സംഘടിത സംസ്കാരികരൂപങ്ങളോട് ഇടഞ്ഞുനിന്നു. ഇവിടെ വരമൊഴിയുടെ സാംസ്കാരിക ലക്ഷ്യം തന്നെ മതഘടനയിലേക്ക് പ്രാദേശികജനതയെ പ്രത്യയശാസ്ത്രവൽക്കരിച്ച് മാർഗം ചേർക്കുക എന്നതാണ്. രാമായണ മഹാഭാരതങ്ങളുടെ പ്രത്യയശാസ്ത്രത്തിലേക്ക് സരസ്വതീ പൂജയിലൂടെ, ഹരിശ്രീയിലൂടെ, ഒരു നിരക്ഷരൻ എത്തിച്ചേരുന്നു. 'മാവാരത പട്ടത്താനങ്ങൾ' മഹാഭാരതം പ്രചരിപ്പിക്കാനാണ് ശ്രമിച്ചത്.

സംസ്കൃതം, അറബി തുടങ്ങിയ മതമാനങ്ങൾ കല്പിക്കപ്പെട്ട ഭാഷകളും പ്രാദേശിക ഭാഷാവഴക്കങ്ങളും തമ്മിൽ ഇന്ത്യയിലും ആഫ്രിക്കയിലും വൈരുദ്ധ്യം നിലനിന്നു. സംസ്കൃതവും മലയാളവും തമ്മിൽ നിലനിന്ന ശുദ്ധാശുദ്ധബോധം തന്നെ രണ്ടാം സഹസ്രാബ്ദത്തിന്റെ ആദ്യശതകങ്ങളിൽ അറബിയും ആഫ്രിക്കൻ പ്രാദേശിക ഭാഷകളും തമ്മിലും നിലനിന്നു. മലയാളത്തിനുള്ളിൽത്തന്നെ നാട്ടുവഴക്കവും സംസ്കൃതവും തമ്മിൽ നിലനിൽക്കുന്ന ബലാബലം ഇന്നും തുടരുന്നു. സംസ്കൃതത്തിൽ നിന്നു വന്ന പ്രത്യയശാസ്ത്രസാംസ്കാരികമണ്ഡലം മലയാളത്തിൽ നടത്തിയ ഒരധിനിവേശമായിരുന്നു രാമചരിതം മുതൽ എഴുത്തച്ഛൻ കൃതികൾ വരെ നീണ്ടുനിന്ന നാട്ടുഭാഷയിലെ പാട്ടുസാഹിത്യം. വാമൊഴി പാട്ടിൽനിന്ന് ഭിന്നമാണിത്. കേരളത്തിൽ നിലനിന്ന നാലു ഭാഷാവഴക്കങ്ങളായ വാമൊഴിസാഹിത്യങ്ങൾ, വരമൊഴി പാട്ട് (പ്രസ്ഥാന) സാഹിത്യം, മണിപ്രവാള സാഹിത്യം, സംസ്കൃതസാഹിത്യം എന്നിവയുടെ ക്രമം സംസ്കൃതാധിനിവേശത്തിന്റെ ആരോഹണപരമായ സ്വാധീനത്തെ വെളിപ്പെടുത്തുന്നു. പ്രാദേശീയതയിൽ നിന്ന് അധിനിവേശത്തിലേക്കുള്ള പരിവർത്തനമായിരുന്നു അത്.

2. കോളനീകരണവും ആധുനികീകരണവും

കോളനിശക്തികൾ മൂന്നാംലോകത്തിലേക്ക് പ്രവേശിക്കുന്നത് 15-ാം നൂറ്റാണ്ടിന്റെ ഒടുക്കത്തിലാണല്ലോ. 1492-ൽ അമേരിക്കയിലും (അതോടെയാണ് 'അമേരിക്ക'യാവുന്നത്) 1498-ൽ ഇന്ത്യയിലും പ്രവേശിക്കുക വഴി അമേരിക്കൻ, ഏഷ്യൻ ഭൂഖണ്ഡങ്ങൾ യൂറോപ്യൻ വാണിജ്യത്തിന്റെയും വെട്ടിപ്പിടുത്തത്തിന്റെയും ഭാഗമാവുകയായിരുന്നു. തെക്കെ അമേരിക്കയിൽ തകർന്നത് മൂവായിരം കൊല്ലം മുമ്പെ

നിലനിന്ന മായൻ സംസ്കാരമാണ്. പത്തൊമ്പതാം നൂറ്റാണ്ടിന്റെ രണ്ടാംപകുതിയിൽ മാത്രമാണ് ഇരുണ്ടതെന്ന് അവർ വിളിച്ച ആഫ്രിക്കൻ ഭാഗങ്ങളിൽ വെള്ളക്കാർ കാലുകുത്തുന്നത്. പല ആഫ്രിക്കൻ രാജ്യങ്ങളും ഇരുപതാം നൂറ്റാണ്ടിൽത്തന്നെയാണ് കീഴടക്കപ്പെടുകയും മോചിപ്പിക്കപ്പെടുകയും ചെയ്യുന്നത്.

കോളനീകരണത്തിന്റെ മൂന്നു ഘട്ടങ്ങൾ നിരീക്ഷിക്കപ്പെട്ടിട്ടുണ്ട് (ജാക്വിലിൻ വാഗ്നർ):

1. 1500-1700 കാലഘട്ടം: ഇത് യൂറോപ്യൻ ചരിത്രത്തിൽ വാണിജ്യവൽക്കരണത്തിന്റെ ഘട്ടം എന്നറിയപ്പെടുന്നു. യൂറോപ്യൻ ഫ്യൂഡലിസത്തിന്റെ ഘട്ടത്തിൽ യൂറോപ്യൻ രാജാക്കന്മാർ പുറത്ത് കമ്പനികൾക്ക് വ്യാപാരക്കുത്തക നൽകി. കടൽത്തീരങ്ങളിലാണ് ഈ ഘട്ടത്തിൽ ആധിപത്യം. എന്നാൽ ലാറ്റിനമേരിക്കയിൽ ഈ ഘട്ടത്തിൽത്തന്നെ ഭൂമിശാസ്ത്രപരമായ കടന്നുകയറ്റം നടന്നു. സ്പെയിൻ, പോർച്ചുഗൽ, ബ്രിട്ടൻ, ഫ്രാൻസ് എന്നീ രാജ്യങ്ങളുടെ കോളനികൾ വന്നു. അമേരിക്കയിലെ ജനത വേണ്ടത്ര സായുധരല്ല എന്നതും ആഫ്രിക്കയിൽ നിന്ന് ഭിന്നമായ നല്ല കാലാവസ്ഥയുണ്ട് എന്നതും ഈ അതിക്രമത്തിന് വിദേശികൾക്ക് തുണയായി.

2. 1700-1870 കാലഘട്ടം: ഭൂമിശാസ്ത്രപരമായ വികാസം ഈ ഘട്ടത്തിൽ നടക്കുന്നു. ഭരണവ്യവസ്ഥ രൂപപ്പെടുന്നു. ഈ ഘട്ടത്തിൽ ഭൂമിയുടെ നിയന്ത്രണത്തിനും കൊളോണിയൽ ചൂഷണത്തിനും ഭരണസൗകര്യത്തിനുമായി രണ്ടു സാമ്പത്തിക വ്യവസ്ഥകൾ കൊണ്ടുവന്നു.

i. തോട്ടവ്യവസ്ഥ

ii. ട്രിബ്യൂട്ട് ടാക്സേഷൻ വ്യവസ്ഥ

ഒന്നാമത്തേത് വെസ്റ്റിൻഡീസ്, ബ്രസീൽ, ഏഷ്യൻ രാജ്യങ്ങൾ എന്നിവിടങ്ങളിൽ 'വൻ വിജയ'മായി. അടിമത്തവ്യവസ്ഥ അവർ ഇതിനായി കൊണ്ടുവന്നു. കൊളംബസിനോടു കൂടിയാണ് തെക്കെ അമേരിക്കയിൽ പ്ലാന്റേഷനും അടിമത്തവും ആരംഭിക്കുന്നത്. കൊളംബസിന്റെ വരവിന് ശേഷം മുപ്പതുവർഷത്തിനുള്ളിൽ നിലവിലിരുന്ന അമേരിക്കൻ സംസ്കാരം തകർക്കപ്പെട്ടു. ലക്ഷങ്ങൾ കൊല്ലപ്പെട്ടു. അഫ്രിക്കൻ മനുഷ്യന്റെ ചരിത്രത്തിൽ കോളനീകരണം അടിമത്തഘട്ടം അടിച്ചേല്പിച്ചു. അടിമത്തം, ഫ്യൂഡലിസം, മുതലാളിത്തം എന്നീ സമൂഹവികാസക്രമത്തിൽ നിന്ന് ഭിന്നമായ

ചരിത്രഘട്ടങ്ങളിലൂടെ കറുത്തവർ കടന്നുപോയി.

അമേരിക്കയിലെ തോട്ടങ്ങൾക്ക് വേണ്ടി അടിമത്തവ്യവസ്ഥ ആഫ്രിക്കൻ സമൂഹങ്ങളിൽ അടിച്ചേല്പിച്ച കോളനിശക്തികൾക്ക് കേരളത്തിൽ സ്വന്തം തോട്ടങ്ങളുടെ താല്പര്യത്തിനുവേണ്ടി ഇവിടെ നിലവിലിരുന്ന അടിമത്തവ്യവസ്ഥ നിറുത്തൽ ചെയ്യേണ്ടിവന്നു. സ്വതന്ത്രതൊഴിലാളികളെ ലഭിക്കാൻ വേണ്ടിയാണിത് ചെയ്തത്. തിരുവിതാംകൂറിൽ അടിമത്തം ഇല്ലാതാക്കാനുള്ള കാരണം ഇതാണെന്ന് ചരിത്രരചയിതാക്കൾ രേഖപ്പെടുത്തിയിട്ടുണ്ട്.

3. 1870-1900 കാലഘട്ടം: ഈ ഘട്ടത്തിൽ ഇതുവരെ എത്താത്ത സ്ഥലങ്ങളിൽ കോളനീകരണം എത്തിച്ചേർന്നു. മുഖ്യമായും ആഫ്രിക്കൻ കോളനീകരണം നടന്നത് ഇക്കാലത്താണ്. ഇതിൽ മിക്കതും നേരിട്ടാണ് പിടിച്ചെടുത്തത്. ചിലയിടങ്ങളിൽ പാവസർക്കാരുകളെ വാഴിച്ചു. ഈ പ്രക്രിയ രണ്ടാം ലോകയുദ്ധംവരെ നീണ്ടു നിന്നു.

പ്രകൃതിവിഭവങ്ങളും മിച്ചമൂല്യവും കടത്തിക്കൊണ്ടുപോവുകവഴി വ്യാവസായികഘട്ടത്തിലേക്ക് കടക്കേണ്ടിയിരുന്ന വികസനത്തെ കോളനീകരണം തടഞ്ഞുനിർത്തി. പകരം മുതലാളിത്തത്തിന്റെ ഫലങ്ങൾ വിദൂരമായ ഭൂമികളിൽ നിന്ന് കോളനികളിലേക്ക് ഇറങ്ങിവരികയായിരുന്നു. ശാസ്ത്രസാങ്കേതികരംഗത്ത് മാറ്റങ്ങൾ വന്നു ചേർന്നു. പുത്തൻ ആയുധങ്ങൾ അവർ പരിചയപ്പെടുത്തി. അതുകൊണ്ടു കീഴ്പ്പെടുത്തി. കാർഷികവിളകളെ പരസ്പരം കോളനികളിൽ പരിചയപ്പെടുത്തി. അച്ചടിയന്ത്രം, ആവിയന്ത്രം, കമ്പിയില്ലാക്കമ്പി, തീവണ്ടി തുടങ്ങി ശബ്ദ, ദൃശ്യ, വിനിമയ മാധ്യമങ്ങൾ വരെ കോളനികാലഘട്ടത്തിൽ പരിചയപ്പെടുത്തപ്പെട്ടു. ആഫ്രിക്കയിൽ പലേടത്തും ടെലിവിഷൻഘട്ടം വരെ കോളനീകരണം നീണ്ടുനിന്നു.

കോളനിവാഴ്ചക്ക് സമ്പൂർണ്ണമായി വിധേയമല്ലാതിരുന്ന ജപ്പാനിലും ചൈനയിലും കോളനീകരണം തന്നെയാണ് ആധുനികീകരണത്തിന് കാരണമായത്. ബ്രിട്ടീഷ് കോളനീകരണത്തിൽ നിന്ന് നേരത്തെ സ്വതന്ത്രമായ അമേരിക്ക 1854-ൽ ജപ്പാന്റെ മേൽ വ്യാപാരനിയമങ്ങൾ അടിച്ചേല്പിച്ചപ്പോഴാണ് അവിടെ കോളനീകരണത്തിന് തുല്യമായ അവസ്ഥയുണ്ടായത്. ജപ്പാൻ സ്വന്തം താല്പര്യങ്ങൾ ബലികഴിച്ച് അമേരിക്കയുമായും യൂറോപ്പുമായും അനേകം കരാറുകൾ ഉണ്ടാക്കാൻ നിർബന്ധിതമായി. 1868-ൽ വന്ന മയ്ജി ഭരണാധികാരികളുടെ കാലത്താണ് ജപ്പാൻ ഫ്യൂഡലിസത്തിൽ

നിന്നും വ്യവസായവൽക്കരണത്തിലേക്കും ആധുനികീകരണത്തി ലേക്കും പ്രവേശിച്ച് ആഗോളവ്യവസ്ഥയുടെ ഭാഗമാവുന്നത്.

ചൈനയുടെ യൂറോപ്യൻ ബന്ധവും ഇത്തരത്തിലുള്ളതാണ്. 1500-ലാണ് ജസ്യൂട്ട് മിഷനറിമാർ ചൈനയിലെത്തുന്നത്. 1600-ന് ശേഷം ബ്രിട്ടീഷ് ഈസ്റ്റിൻഡ്യാകമ്പനിക്ക് ഒരു ട്രേഡിംഗ് പോസ്റ്റ് ഉണ്ടാവുന്നു. 1700-ൽ ട്രേഡ് വികസിക്കുന്നു. ഓപിയം പരിചയപ്പെ ടുത്തി ഇംഗ്ലണ്ട് കച്ചവടം ചെയ്യുന്നു. 1839-42 കാലത്തു നടന്ന ഓപി യംയുദ്ധം വഴിയാണ് ഹോങ്കോംഗ് ബ്രിട്ടന് ലഭിക്കുന്നത്. ഇതോടെ പാശ്ചാത്യ വ്യാപാരങ്ങൾക്ക് സഹായകരമായ തീരനഗരങ്ങൾ വളരുന്നു. റെയില്പാതകളും ഖനികളും നിർമിക്കാനും ചൈനയുടെ സമ്പദ്ഘടനയിൽ പിടിമുറുക്കാനും തുടങ്ങുന്നു.

കോളനീകരണത്തിന്റെ ഫലമായി ഉണ്ടായ ആധുനികത മൂന്നാം ലോകത്തെ സാഹിത്യത്തെ സ്വാധീനിക്കുകയും രൂപപ്പെടുത്തുകയും ചെയ്തു. എഴുത്തച്ഛൻ തന്നെ കോളനീകരണത്തോടുള്ള പ്രതികരണമാ യിരുന്നു എന്നു വാദമുണ്ട്. കോളനീകരണത്തിന്റെ മുമ്പിൽ ഫ്യൂഡൽ രാജത്വവും മൂല്യങ്ങളും ദൈവങ്ങളും തകരുന്നതിന് കുഞ്ചൻനമ്പ്യാർ സാക്ഷിയാവുന്നുണ്ട്. വിശുദ്ധമായ രാമായണ മഹാഭാരതങ്ങളി ലേക്ക് ഭൂമിയിലെ തന്റെ കാലത്തെ പട്ടന്മാരെയും നായന്മാരെയും കയറ്റിവിടാനുള്ള ധൈര്യം നമ്പ്യാർക്കുണ്ടാകുന്നത് ഈ ചരിത്രസന്ദർ ഭത്തിലാണ്. ശീതങ്കന്റെയും പറയന്റെയും വേഷത്തിൽ ഈ അമ്പല വാസിക്ക് സംസാരിക്കാൻ കഴിഞ്ഞതും 'ലന്തപറങ്കികളിങ്കിരിയീസു' കാരുടെ സാന്നിധ്യം കൊണ്ടുതന്നെ.

വരേണ്യവരമൊഴി പാരമ്പര്യത്തിൽ അതിന്റെ പ്രത്യയശാസ്ത്ര ത്തിനുള്ളിലെ ഘടനാപരിവർത്തനങ്ങളായാണ് കൊളോണിയൽ ആധുനികത പ്രവർത്തിച്ചത്. എന്നാൽ വാമൊഴി പാരമ്പര്യത്തിൽ നേരിട്ടുതന്നെ കൊളോണിയൽ ശക്തികളുടെ വരവും രാജാക്കന്മാരെ യും ഇടപ്രഭുക്കളെയും കീഴടക്കുന്നതും ദേശരാഷ്ട്രം (നേഷൻ സ്റ്റേറ്റ്) സ്ഥാപിക്കുന്നതും പ്രസ്താവിക്കുന്നുണ്ട് (ഉദാ: വടക്കൻപാട്ടുകൾ).

ഏഷ്യയിലും ആഫ്രിക്കയിലും മിഷണറിമാർ പ്രാദേശികഭാഷ കൾക്ക് നിഘണ്ടുക്കൾ, വ്യാകരണം എന്നിവ നിർമിക്കുന്നു. പ്രൊ ട്ടസ്റ്റന്റ് ക്രിസ്ത്യാനികൾ ബൈബിൾ ആഫ്രിക്കൻ ഭാഷകളിലേക്ക് വിവർത്തനം ചെയ്യുന്നു. ബനിയന്റെ 'തീർത്ഥാടകന്റെ പുരോഗതി' പരിഭാഷപ്പെടുത്തുകയും അതിനെ ആസ്പദമാക്കി കൃതികൾ വരികയും

ചെയ്യുന്നു. ജർമൻ മിഷണറിമാർ ആഫ്രിക്കൻ ഭാഷാശാസ്ത്രത്തിന് അടിത്തറയിട്ടു. പ്രാദേശിക ഭാഷകളുമായി മതകോളനിശക്തികൾക്ക് പരിചയം കിട്ടാനും മതപരിവർത്തനം നടത്തിയവർക്ക് ഗ്രന്ഥങ്ങൾ വായിക്കാനുമാണ് ഇതു ചെയ്യുന്നത്.

3. നവോത്ഥാന ആധുനികത

നവോത്ഥാനപരമായ ആധുനികതക്ക് മൂന്നാംലോകത്തിൽ നാലു രൂപങ്ങൾ കാണാം.

i. കൊളോണിയൽ, കൊളോണിയൽ ദേശരാഷ്ട്ര ആധുനികത

ii. ദേശീയവാദപരമായ ആധുനികത

iii. കീഴാള, ജനകീയ ആധുനികത

iv. ലിബറൽ വ്യക്തിവാദ ആധുനികത

ഗോത്ര-ഫ്യൂഡൽ ക്രമങ്ങൾ നിലനിന്ന മൂന്നാംലോകസമൂഹങ്ങളുടെ മേൽ കോളനിശക്തികൾ കൊളോണിയൽ ചൂഷണത്തിന് ആവശ്യമായ ഒരു ദേശരാഷ്ട്രം നിർമിക്കുന്നു. കോളനീകരണത്തോടെ ആധുനികപ്രക്രിയയുടെ ഭാഗമായിവന്ന ദേശരാഷ്ട്രം പ്രാഥമികമായി ദേശീയവിഭവങ്ങളെ ആധിപത്യരാജ്യങ്ങളിലേക്ക് കടത്തിക്കൊണ്ടുപോവുന്നതിനുള്ള അധികാരക്രമമായിരുന്നു. അതിനു വേണ്ട പുതുപൗരത്വത്തിന്റെ വിദ്യാഭ്യാസം അവർ കോളനിയിലെ ജനതക്ക് ആധിപത്യഭാഷയിൽ നൽകി. നാട്ടുകാരിൽ നിന്ന് വിദ്യാഭ്യാസം നൽകി ഒരു പുതു ഉദ്യോഗസ്ഥവൃന്ദത്തെ അവർക്ക് മേൽ പ്രതിഷ്ഠിച്ചു.

ദേശരാഷ്ട്രത്തിന്റെ ഉല്പത്തിയെപ്പറ്റി മാർക്സ് പറയുന്നുണ്ട്: "ജനസംഖ്യയുടെയും ഉല്പാദനോപാധിയുടെയും സ്വത്തുക്കളുടെയും ഛിന്നഭിന്നാവസ്ഥ ബൂർഷ്വാസി കൂടുതൽ ഇല്ലാതാക്കിക്കൊണ്ടിരിക്കുകയാണ്. അതു ജനസംഖ്യയെ ഒന്നിച്ചു കൂട്ടിച്ചേർത്തിരിക്കുന്നു. ഉല്പാദനോപാധികളെ കേന്ദ്രീകരിക്കുകയും സ്വത്ത് ഒരു പിടിയാളുകളുടെ കൈകളിൽ സ്വരൂപിക്കുകയും ചെയ്തിരിക്കുന്നു. ഇതിന്റെയെല്ലാം അനിവാര്യഫലം രാഷ്ട്രീയാധികാരത്തിന്റെ കേന്ദ്രീകരണമായിരുന്നു. പ്രത്യേകം പ്രത്യേകമായ താല്പര്യങ്ങളും നിയമങ്ങളും ഭരണക്രമങ്ങളും നികുതിസമ്പ്രദായങ്ങളുമുള്ള സ്വതന്ത്രമോ അയഞ്ഞതോ ആയ പ്രവിശ്യകളെ ബൂർഷ്വാസി ഒരൊറ്റ ഗവൺമെന്റും ഒരൊറ്റ അതിർത്തിയും

ഒരൊറ്റ ചുങ്കവ്യവസ്ഥയുമുള്ള ഒരൊറ്റ ദേശീയ രാഷ്ട്രത്തിൽ കൂട്ടിച്ചേർത്തു. ”

മൂന്നാംലോകസമൂഹത്തിൽ പഴയ ഉല്പാദനവ്യവസ്ഥയെയും അതിന്റെ ബന്ധങ്ങളെയും അട്ടിമറിച്ചുകൊണ്ടല്ല ഈ ദേശരാഷ്ട്രം ഉയർന്നുവന്നത്. പകരം കോളനിശക്തികൾ മേലെനിന്ന് അതിനെ സമൂഹത്തിലേക്ക് ബലം പ്രയോഗിച്ച് ചുമത്തുകയായിരുന്നു. സമൂഹത്തിനുള്ളിലെ ഉല്പാദനവ്യവസ്ഥയും ബന്ധങ്ങളും ഇത്തരമൊരു രാഷ്ട്രരൂപത്തെ സ്വാഭാവികമായി ആവശ്യപ്പെടുന്നതായിരുന്നില്ല. അതുകൊണ്ട് സമൂഹത്തിലെ ജാതി-ഉപജാതി-ഗോത്ര വംശീയ ഘടകങ്ങളിലെ അംഗങ്ങളെ രാഷ്ട്രത്തിലെ അംഗമാക്കി മാറ്റുക എന്ന പ്രവർത്തനം ആവശ്യമായിരുന്നു. ക്രിമിനൽ-സിവിൽ നിയമങ്ങളിലെ ഏകീകരണം ആവശ്യമായി. ഈ ഏകീകരണത്തിന്റെ യൂണിറ്റായി അവർ മതത്തെ കണ്ടു. സിവിൽ നിയമങ്ങളിലെ പൊതുതലം കൊണ്ടു വരാൻ അതുവരെ മതപരമായ സ്വത്വമില്ലാത്ത ജാതി-ഉപജാതികളെ ഒരൊറ്റ മതത്തിന്റെയോ ഒരു ഏകശിലാജാതിയുടെയോ രൂപത്തിൽ പ്രത്യയശാസ്ത്രപരമായി ഉൽഗ്രഥിക്കേണ്ടിയിരുന്നു.

കോളനീകരണത്തിനു മുമ്പുള്ള അയഞ്ഞ കീഴ്‌വഴക്കപരമായ ജന്മികുടിയാൻ ബന്ധത്തെ ദൃഢമായ നിയമമാക്കി കോളനിശക്തികൾ മാറ്റി. അതോടെയാണ് ജന്മിക്ക് ബ്രിട്ടീഷ് നിയമത്തിന്റെ പിൻബലത്തിൽ കുടിയാനെ ഒഴിപ്പിക്കാനുള്ള പ്രേരണയും ധൈര്യവും മലബാറിൽ ഉണ്ടാവുന്നത്. ഇതിനോടുള്ള പ്രതികരണമായിരുന്നു 1830-കളിൽ ആരംഭിച്ച മലബാർ കലാപപരമ്പര എന്നും ചരിത്രരചയിതാക്കൾ സമ്മതിക്കുന്നു.

സമൂഹത്തിനുള്ളിലെ ഉല്പാദനവ്യവസ്ഥയും ബന്ധങ്ങളും രാഷ്ട്രരൂപത്തെ ആവശ്യപ്പെടുന്നതല്ലാത്ത സാഹചര്യത്തിൽ ജാതി-ഉപജാതി ഗോത്ര-വംശീയ ഘടകങ്ങളിലെ ഓരോ അംഗത്തെയും ദേശ രാഷ്ട്രത്തിലെ അംഗമാക്കുക എന്നാൽ എന്താണർത്ഥം?

നായർ കുറിയഞ്ചും തൊട്ടൊാതേനൻ
കടത്തുവൈനാടൻ വരവരച്ചു

എന്ന് ഒതേനൻ തന്റെ ശരീരത്തിൽ കുറിക്കുന്ന കടത്തനാടൻ നായർ സ്വത്വത്തെ ബ്രിട്ടീഷ് ഇന്ത്യയുടെ പുതിയ പൗരത്വമായി പരിവർത്തിപ്പിക്കലാണത്. പലനാടുകളായി വിഭജിക്കപ്പെട്ട, ഓരോ നാട്ടിലും

വിവിധ ആചാരശീലങ്ങളുള്ള ഉപജാതികളെ ഒരു ദേശരാഷ്ട്രത്തിലെ അംഗമാക്കി ഒതുക്കുക എന്നത് വലിയ പ്രശ്നമായിരുന്നു. 'നായർ വിവാഹ ബിൽ' മലബാറിലെ വ്യത്യസ്ത നായർ ഉപവിഭാഗങ്ങളെ ഒരൊറ്റ നായർ സ്വത്വമാക്കി മാറ്റാനുള്ളതായിരുന്നു. ഹിന്ദുവിവാഹത്തിന്റെ നിയമങ്ങൾക്ക് കീഴിലേക്കു കൊണ്ടുവരികയായിരുന്നു ഇതിനുവേണ്ടി ചെയ്തത്. ഈ ഹിന്ദുനിയമമാവട്ടെ ബ്രാഹ്മണമാതൃകയിലുള്ളതുമായിരുന്നു. അതിനാലാണ് ചന്തുമേനോൻ 'വിവാഹക്കാര്യത്തിൽ ഞങ്ങൾ മലബാറിലെ നായന്മാർ ഹിന്ദുക്കളല്ല' എന്ന് പുതിയ നായർ പിന്തുടർച്ചാവകാശനിയമത്തിന് വിയോജനക്കുറിപ്പെഴുതിയത്.

കോളനിയിലെ ജനതകളെ ദേശരാഷ്ട്രത്തിന്റെ പൗരന്മാരാക്കാൻ വേണ്ടി അതുവരെയില്ലാത്ത സംഘടിതമതാംഗത്വം ആരോപിക്കുകയായിരുന്നു കോളനിശക്തികൾ. പലതരം ആചാരങ്ങളുള്ള ഇസ്ലാമിക-ക്രൈസ്തവ മുദ്രകളുള്ള ഉപസമൂഹങ്ങളും ദേശരാഷ്ട്രത്തിലെ സിവിൽ നിയമത്തിന്റെ സ്റ്റീം റോളറിനു കീഴിൽ ഏകീകരിക്കപ്പെട്ടു. അതുവരെ വളരെ ചെറിയ ന്യൂനപക്ഷത്തിന്റെ മാത്രം ഭാഗമായിരുന്ന ബ്രാഹ്മണമതപരമായ ചടങ്ങുകളെയും അതിന്റെ ഉത്തരേന്ത്യൻ ഭൂതകാലത്തെയും ഇന്ത്യയിലാകെയുള്ള ജനതയുടെ ഭൂതകാലമാണെന്ന് വരുത്തിത്തീർത്തു. മനുസ്മൃതി പോലുള്ളവർക്ക് നിയമത്തിന്റെ പദവി നൽകി ഭൂതകാലത്തിലേക്ക് പ്രക്ഷേപിച്ചു.

ഇന്ത്യയിൽ ജാതിവഴക്കങ്ങളിൽനിന്ന് ഭിന്നമായി നിശ്ചിത സിവിൽ നിയമങ്ങളോടുകൂടിയ ഒരു ഹിന്ദുമതം കോളനീകരണത്തിന്റെ സൃഷ്ടിയാണ്. അതിനാൽ സംഘടിത മതവൽക്കരണം എന്നത് കോളനീകരണത്തിന്റെ ഭാഗമായിരുന്നു. ആധുനികീകരണം എന്നത് സംസ്കൃതീകരണമായിരുന്നു എന്ന എം. എൻ. ശ്രീനിവാസന്റെയും മറ്റും അഭിപ്രായം ശ്രദ്ധേയമാണ്.

ഈ പ്രക്രിയ ലാറ്റിനമേരിക്കയിൽ കത്തോലിക്കാ മതവൽക്കരണമായാണ് രൂപപ്പെട്ടത്. "പതിനഞ്ചും പതിനാറും നൂറ്റാണ്ടുകളിൽ സ്പെയിനിലെ കത്തോലിക്കാ ഏകാധിപതികൾ റോമൻ കത്തോലിക്കാ പള്ളിക്ക് രക്ഷാകർത്തൃത്വം വാദ്ഗാനം ചെയ്തു. ഒരു ഭാഗത്ത് സ്പാനിഷ് കൊളോണിയൽ ഗവർണർ ദേശീയജനവിഭാഗങ്ങളുടെ മതപരിവർത്തനത്തെ പ്രോത്സാഹിപ്പിച്ചു. കീഴടങ്ങൽ മനോഭാവവും വിധേയത്വവും ജനതയിൽ ഉണ്ടാക്കാനാണിത്. പള്ളിയാകട്ടെ സൈനികവും രാഷ്ട്രീയവുമായ അധികാരങ്ങൾ ഗവർണർക്കും

നൽകി. ഇന്ന് കോളനീകരണം അവസാനിച്ച് രണ്ടു നൂറ്റാണ്ടുകൾ കഴിഞ്ഞിട്ടും പള്ളി ഈ വൻകരയുടെ സാമൂഹ്യരാഷ്ട്രീയ ജീവിതത്തിൽ അധികാരപരമായ പങ്കുവഹിക്കുന്നു" (ജയനാ ക്ലാർക്ക്, റൂത്ത് സൈഗാൾ).

കേരളത്തിൽ 1792-ഓടുകൂടി മലബാറിൽ കൊളോണിയൽ ദേശരാഷ്ട്രം രൂപീകരിക്കപ്പെടുന്നു. രാജഭരണത്തിൻ കീഴിലാണെങ്കിലും തിരുകൊച്ചികളും ബ്രിട്ടീഷ് ഭരണത്തിന്റെ നിയന്ത്രണത്തിനുള്ളിൽ വരുന്നു. 1857-നെ ഇന്ത്യ പൂർണ്ണമായി കൊളോണിയൽ ദേശരാഷ്ട്രത്തിന്റെ അധികാരപരിധിയിൽ വന്നതിന്റെ സൂചനയായി കാണാം. അപ്പോഴേക്കും പുതിയ ദേശരാഷ്ട്രത്തിനു വേണ്ട ഉദ്യോഗസ്ഥരെ ഉല്പാദിപ്പിക്കാനുള്ള വിദ്യാഭ്യാസസ്ഥാപനങ്ങൾ വന്നു കഴിയുന്നു. ശുചീന്ദ്രം കൈമുക്കുപോലുള്ള മന്ത്രവാദപരമായ നീതിവ്യവസ്ഥക്കു പകരം ആധുനികകോടതികൾ വന്നു. വിവാഹസമ്പ്രദായത്തിൽത്തന്നെ ദേശീയമായ ഒരു ഏകീകരണ ശ്രമം നടക്കുന്നു.

ഇങ്ങനെ ദേശരാഷ്ട്രത്തിന്റെ രക്ഷാകർത്തൃത്വത്തിൽ ഒരു ആധുനികീകരണപ്രക്രിയ നടക്കുന്നു. നാട്ടിലെ ചെറുകിട ജന്മിത്വവിശ്വാസങ്ങളെ പുതിയ സാക്ഷര മധ്യവർഗ ഉദ്യോഗസ്ഥവൃന്ദം ചോദ്യം ചെയ്യുന്നു. ഈ ദേശരാഷ്ട്ര ആധുനികതയ്ക്ക് ഉദാഹരണമാണ് 'ഇന്ദുലേഖ'. 'ഇന്ദുലേഖ'യിലെ മാധവനെപ്പോലെ സംഘടിത പ്രസ്ഥാനത്തിന്റെ പിൻബലമില്ലാത്തവരും ഭരണാധികാരത്തിന്റെ തണലിൽ ഏകാകികളുമായ ബുദ്ധിജീവികളായിരുന്നു ഇവർ.

കൊളോണിയൽ ദേശരാഷ്ട്രത്തിന്റെ രൂപീകരണത്തോടെയാരംഭിച്ച ആധുനികീകരണപ്രക്രിയ മേലെനിന്ന് കീഴിലേക്ക് എന്ന നിലയിൽ ഓരോ സമൂഹഘടകത്തിലും സ്ഥാപനത്തിന്റെയും പണത്തിന്റെയും നിയമങ്ങളുടെയും അധികാരമായാണ് കടന്നുചെല്ലുക. ഗോത്ര, ഫ്യൂഡൽ ജാതിബന്ധങ്ങളിൽ ഈ ആധുനികീകരണപ്രക്രിയ വളരെ മെല്ലെയാണ് മാറ്റങ്ങൾ സംഭവിപ്പിച്ചത്. കുടുംബം, ഗോത്രം, ചെറുസമൂഹങ്ങൾ തുടങ്ങിയവയുടെ അധികാരത്തെ അതിനെക്കാൾ ശക്തമായ ബ്രിട്ടീഷ് (കൊളോണിയൽ) ദേശരാഷ്ട്രത്തിന്റെ ആധികാരികതകൊണ്ടും അവർ നൽകുന്ന പണം കൊണ്ടുമാണ് ഇവർ വെല്ലുവിളിച്ചത്. പഞ്ചുമേനവന്റെ പത്തായത്തിലെ നെല്ല്/ബ്രിട്ടീഷ് ദേശരാഷ്ട്രത്തിന്റെ ശമ്പളം എന്ന ദ്വന്ദ്വം 'ഇന്ദുലേഖ'യിൽ കാണാം. അതിനർത്ഥം കൊളോണിയൽ

ആധുനികത പുറത്തുനിന്നുള്ള (ദേശീയ ചൂഷണത്തിനുശേഷം പുറത്തുനിന്നു തിരിച്ചു വരുന്ന) പണത്തിന്റെയും പുറത്തുള്ള അധികാരത്തിന്റെയും ബലത്തിലാണ് നിലനിന്നത് എന്നാണ്.

ഇത്തരം ആധുനികത ഉന്നതമായ കൊളോണിയൽ ഔദ്യോഗിക സ്ഥാപനങ്ങളിൽ നിന്ന് കീഴോട്ട് ഇറങ്ങിവരുന്നതാണ്. ഔദ്യോഗിക അച്ചടക്കം/നാട്ടുമ്പുറത്തെ അവ്യവസ്ഥ എന്നാണ് ഇവിടെ ദ്വന്ദ്വം. ഒഫീഷ്യലും കൊളോണിയലുമായ മാതൃകയിലെത്താനുള്ള കർതൃത്വപരമായ ഒരു വലിവുബലം കൊളോണിയൽ സംസ്കാര നിർമിതിക്കുണ്ട്. കൊളോണിയൽ ആധുനികത ശാസ്ത്രത്തിന്റെയും സാങ്കേതികവിദ്യയുടെയും വികാസത്തിൽ ഊന്നുകയും വിശ്വസിക്കുകയും അതിനെ വാഴ്ത്തുകയും ചെയ്തു. കൊളോണിയൽ അധികാരികൾ കൊണ്ടുവന്ന ഉപകരണങ്ങൾക്ക് വിമോചനപരമായ ധർമമുണ്ടെന്ന് കരുതി. 'ഇന്ദുലേഖ'യിൽ കമ്പിത്തപാൽ, തീവണ്ടി, അച്ചുകൂടം ഇവ പ്രകീർത്തിക്കപ്പെടുന്നുണ്ട്.

ii. ദേശീയവാദപരമായ ആധുനികത

മുതലാളിത്തവികാസത്തിന്റെ ഭാഗമായി ദേശരാഷ്ട്രരൂപീകരണവുമായി ബന്ധപ്പെട്ടാണ് യൂറോപ്പിൽ ദേശീയവാദം ശക്തിപ്പെട്ടത്. മുതലാളിത്തവികാസത്തിന്റെ സൃഷ്ടിയായിരുന്നു യൂറോപ്പിലെ ദേശീയരാഷ്ട്രങ്ങളും ദേശീയതയുമെന്നർത്ഥം. എന്നാൽ കോളനീകരണത്തോടുള്ള പ്രതികരണവും പ്രതിരോധവുമായിരുന്നു മൂന്നാം ലോകത്തിലെ ദേശീയവാദം. യൂറോപ്പിലെ ദേശീയതകൾക്ക് ആധിപത്യത്തിന്റെയും അക്രമോത്സുകതയുടെയും സ്വഭാവമുള്ളപ്പോൾ പ്രതിരോധത്തിന്റെ സ്വഭാവമായിരുന്നു മൂന്നാം ലോകദേശീയവാദങ്ങൾക്കുണ്ടായിരുന്നത്.

എങ്കിലും ഇക്കാര്യത്തിൽ ലാറ്റിനമേരിക്കയിൽ ചെറിയ വ്യത്യാസം കാണാം. ആഫ്രിക്കയിലും ഏഷ്യയിലും നാഷണലിസം ദേശീയസ്വഭാവമുള്ളതായിരുന്നു. എന്നാൽ ലാറ്റിനമേരിക്കക്ക് അതില്ല. ഏഷ്യൻ, ആഫ്രിക്കൻ രാജ്യങ്ങളിൽ സാമൂഹ്യമാറ്റത്തിന് ദേശീയത കാരണമായപ്പോൾ ലാറ്റിനമേരിക്കയിൽ പിന്നീടു മാത്രമേ പോപ്പുലർ നാഷണലിസം വരുന്നുള്ളൂ എന്നും യൂറോപ്യൻ ദേശീയതയിൽനിന്ന് ഭിന്നമായി മൂന്നാം ലോകദേശീയത കോളനീകരണവിരുദ്ധതയെന്ന നിഷേധഭാവത്തിലാണ് രൂപപ്പെട്ടത് എന്നും ജാക്വിലിൻ വാഗ്നർ ചൂണ്ടിക്കാട്ടുന്നുണ്ട്. ഇന്ത്യൻ നാഷണൽ കോൺഗ്രസ്

ഇന്ത്യയിൽ ഇത്തരമൊരു ദേശീയവാദപരമായ ആധുനികതയുടെ പ്രതീകമായി മാറുകയായിരുന്നു.

ദേശീയവാദപരമായ ആധുനികത ഇന്ത്യയുടെ ഏകത്വത്തെ കൊണ്ടുവരാൻ ഉപയോഗിച്ചത് പ്രാചീന ഭാരതീയ സംസ്കൃത കൃതികളായ രാമായണ മഹാഭാരതങ്ങളുടെ പൂർവകാലത്തെയാണ്. ബംഗാളിൽ നോവലിൽത്തന്നെ ഇതു വ്യക്തമായി കാണാം. കേരളത്തിൽ വള്ളത്തോൾക്കവിതയിലാണ് ഇത്തരം ദേശീയവാദത്തിന്റെ തുടക്കം കാണുന്നത്. കോളനിവിരുദ്ധമായി വളർത്തപ്പെട്ട ഈ ദേശീയതാബിംബങ്ങൾ ബ്രിട്ടീഷുകാർ കൊണ്ടുവരാൻ ഉദ്ദേശിച്ച ദേശീയ പൗരത്വരൂപീകരണവുമായി, പക്ഷേ ഒത്തുപോകുന്നതായിരുന്നു. ബ്രിട്ടീഷ് ദേശരാഷ്ട്രത്തിനെതിരെ കേരളത്തിൽ സി. വി. രാമൻപിള്ളയിലും ഉള്ളൂരിലും മറ്റും രാജകേന്ദ്രിതമായ ഒരു തിരുവിതാംകൂർ ദേശീയതയും ഉയർന്നുവരുന്നതു കാണാം.

ഭാരതീയതയുടെ വിപുലബിംബങ്ങൾ വന്നതോടുകൂടി പ്രാദേശിക വഴക്കങ്ങൾ പിന്തള്ളപ്പെട്ടു. പ്രാദേശികസ്ഥലരാശികൾക്ക് ആധികാരികതയില്ലാതായി. മലയാള കവിതയിൽത്തന്നെ കുണ്ടൂരിന്റെ 'കോമപ്പ' (വടക്കൻ പാട്ടുകഥ) നിലും മറ്റും തിരനോട്ടം നടത്തിയ പ്രാദേശികതകൾ പിന്നീടുള്ള ദേശീയസ്ഥലബിംബരാശികളുടെ തള്ളിച്ചയിൽ പിന്തള്ളപ്പെട്ടു.

മധ്യകാലഘട്ടത്തിലെ ജനകീയകീഴാളധാര (കാവ്യപാരമ്പര്യം) യിൽ നിന്നല്ല, ക്ഷേത്രപാരമ്പര്യത്തിൽ നിന്നാണ് ദേശീയ ആധുനികതയുടെ കലാകാരന്മാർ സാംസ്കാരികമൂലധനം നേടിയത്. ബ്രാഹ്മണാധിപത്യത്തിന്റെ ഫലമായി വന്ന ഫ്യൂഡൽസാക്ഷരതയുടെ സാംസ്കാരികമൂലധനമായിരുന്നു അത്. വള്ളത്തോളിന്റെ രാമായണ വിവർത്തനം എഴുത്തച്ഛന്റേതിന്റെ (അധ്യാത്മരാമായണം) പുതുകാലത്തിലെ തുടർച്ചയാണ്. ഫ്യൂഡലായ 'അധ്യാത്മം' രാമായണത്തിന് ഇവിടെ നഷ്ടപ്പെടുന്നു. ഭക്തിക്കുപകരം ഇപ്പോൾ യുക്തിവരുന്നു. വാൽമീകി രാമായണമാണ് വള്ളത്തോൾ വിവർത്തനം ചെയ്തത്.

ആഫ്രിക്കയിൽ കൊളോണിയൽ വിരുദ്ധദേശീയതക്ക് ഇസ്ലാമികഛായയാണ് വന്നത്. ബ്രാഹ്മണ ഫ്യൂഡൽബിംബങ്ങൾ ദേശീയതാചിഹ്നങ്ങളായി പരിവർത്തിക്കപ്പെട്ടതുപോലെ പ്രാദേശിക ഗോത്ര-ജനകീയചിഹ്നങ്ങളെ നിശ്ശബ്ദമാക്കി ഇസ്ലാമികചിഹ്നങ്ങൾ

ഈ ഘട്ടത്തിൽ ആഫ്രിക്കയിലെ വിവിധ ദേശീയതകളുടെ മുദ്രക ളായി വരുന്നു. ആഫ്രിക്കൻ സാഹിത്യത്തിലും ദേശീയസമരങ്ങളുടെ ഘട്ടത്തിൽ ദേശീയതയെ ഉയർത്തിപ്പിടിക്കുന്ന നോവൽ കാണാം: "ഈ ആദ്യ കാലഘട്ടത്തിലെ (ആഫ്രിക്കൻ) നോവൽ ദേശീയതയുടെ ന്യായീകരണമായിരുന്നു. അവ പാരമ്പര്യത്തിലേക്കുള്ള മടക്കത്തെ ആധികാരികമായി കണ്ടു. അതേസമയം അത് വെബറിയനായ, യുക്തിവാദപരമായ ആധുനികതയുടെ ആവശ്യങ്ങൾക്കനുസരിച്ച് സ്വയം പുനഃസംഘടിച്ച്" (ക്വാമെ ആന്റണി അപ്പയ്യ).

iii. കീഴാള ജനകീയ ആധുനികത

കൊളോണിയൽ ദേശരാഷ്ട്രത്തിന്റെ പണത്തിലും, അധികാര ത്തിലും കടിച്ചുതൂങ്ങി മേലെനിന്ന് കീഴോട്ട് എന്ന നിലയിലാണ് കൊളോണിയൽ ദേശരാഷ്ട്ര ആധുനികത നിന്നതെങ്കിൽ, ദേശീ യപ്രസ്ഥാനത്തിലും ഫ്യൂഡൽ സാംസ്കാരികമൂലധനത്തിലുമാണ് ദേശീയവാദപരമായ ആധുനികത നങ്കൂരമിട്ടതെങ്കിൽ, കീഴാള ജനകീയ ആധുനികത ആശ്രയിച്ചത് സംഘടിത കീഴാള ജനകീയ പരിഷ്കരണ പ്രസ്ഥാനങ്ങളെയാണ്. അരുവിപ്പുറം പ്രതിഷ്ഠ, എസ്. എൻ. ഡി. പി, സാധുജനപരിപാലനസംഘം എന്നിവയുടെ രൂപീകരണം നടന്നത് ഇക്കാലത്താണ്.

ദേശീയപ്രസ്ഥാനം കോളനിശക്തികൾക്കെതിരെ സമരത്തിന് നേതൃത്വം കൊടുത്തപ്പോൾ പ്രാദേശികസ്വഭാവമുള്ള കീഴാള ജാതി സംഘങ്ങൾ ഫ്യൂഡൽ വിരുദ്ധ ജാതിവിരുദ്ധസമരങ്ങൾക്ക് നേതൃത്വം കൊടുത്തു. ഫൂലേയും അംബേദ്ക്കറും രാമസ്വാമിനായ്ക്കരും ശ്രീനാ രായണഗുരുവും ഇവിടെ ഐക്യപ്പെടുന്നു. ഫ്യൂഡൽ സാമൂഹ്യ നീതി യെക്കാൾ കൊളോണിയൽ ഭരണരീതി ഇവർ അഭികാമ്യമായി കരുതി. ഫ്യൂഡൽ സാംസ്കാരിക മൂലധനമായ രാമായണ മഹാഭാ രതങ്ങളെക്കാൾ ഇവർ മറ്റു സ്രോതസ്സുകളെ ആശ്രയിച്ചു. രാമായണ മഹാഭാരതങ്ങൾ പ്രതിനിധാനം ചെയ്യുന്ന, ബ്രാഹ്മണന് മുൻതൂക്കം കിട്ടുന്ന പ്രതീകക്രമത്തിന് പകരം ബുദ്ധനെ കേന്ദ്രമാക്കുന്ന ഒരു കീഴാള ഇന്ത്യ കുമാരനാശാൻ തന്റെ കൃതികളിൽ സങ്കല്പിച്ചു.

'ജാതിക്കുമ്മി'യിലൂടെ കെ. പി. കറുപ്പൻ അദ്വൈത ബ്രാഹ്മണ്യ ത്തിനെതിരെ ചണ്ഡാലനെ തന്റെ സ്വത്വസ്ഥാനമായി കണ്ടു. 'കവി രാമായണ'ത്തിൽ രാമായണത്തെ ഫ്യൂഡൽക്രമത്തിൽ നിന്നും തിരിച്ചുപിടിക്കാൻ മൂലൂർ ശ്രമിക്കുന്നു. നോവലിൽ പോത്തേരി

കുഞ്ഞമ്പുവിന്റെ 'സരസ്വതീവിജയം' ഈ പ്രവണതയെ പ്രതിനിധീകരിച്ചു.

ഇന്ത്യയിലെ കീഴാള ജനകീയ ആധുനികതയ്ക്ക് സമാനമാണ് ആഫ്രിക്കയിലെ കറുത്തവരുടെ സമരം. കറുത്തവരുടെ പ്രസ്ഥാനമായ 'നെഗ്രി റ്റ്യൂഡ്', സെംഘോറിന്റെ കവിതകൾ ഒക്കെ ഇനിയും പ്രസക്തി നഷ്ടപ്പെട്ടില്ലാത്ത ഈ പ്രവണതയുടെ സൃഷ്ടികളാണ്. കേരളത്തിൽ ജാതിനവോത്ഥാന പ്രസ്ഥാനങ്ങളിൽ നിന്ന് ഇടതുപക്ഷ കമ്മ്യൂണിസ്റ്റ് ഘട്ടത്തിലെത്തുമ്പോഴേക്കും ഗദ്യവും കീഴാള ആധുനികതയുടെ പ്രകാശനമാവുന്നു.

ജന്മിത്വത്തിനെതിരെ കമ്മ്യൂണിസ്റ്റുപാർട്ടി കെട്ടഴിച്ചുവിട്ട സമരങ്ങൾ കേരളത്തെ മൂന്നാം ലോക കീഴാള ഇടതുപക്ഷ ഐക്യത്തിൽ അംഗമാക്കിയിട്ടുണ്ട്. കമ്മ്യൂണിസ്റ്റ് ഘട്ടത്തോടെ കൊളോണിയൽ ഭരണവും ഒന്നിച്ചെതിർക്കപ്പെടുന്നു. ദേശീയവാദപരമായ സമരങ്ങളോട് കീഴാളസമരങ്ങൾ ഐക്യപ്പെടുന്നു. സ്വാതന്ത്ര്യസമരഘട്ടത്തിൽ കേരളീയ സാഹിത്യത്തിൽത്തന്നെ ഒരു മൂന്നാംലോകഭൂപടം രൂപപ്പെട്ടിരുന്നു.

ഏറെ മുഖച്ചുളിവോലും ചീനയിലേഴകൾ പുഞ്ചകൾ
കാക്കുമിടങ്ങളി-
ലേടലർമൊട്ടുകൾ പോലെ നിലാവണിമേടകളാർന്ന
കിഴക്കൻ പുരിയിൽ
അശ്വസഖന്മാർ ജിപ്സികൾ തീക്കാഞ്ഞമരും
റഷ്യൻ മൈതാനങ്ങളി-
ലദ്ഭുതമായകസംസ്കാരത്തിനടിത്തറ പാകിയ
ദക്ഷിണഗിരിയിൽ

ഒക്കെ പൊയ്പോയ പൊന്നോണത്തിൽ നിന്ന് വരാനിരിക്കുന്ന ഒരു ഓണത്തിന്റെ വാഴ്ത്തുപാട്ടുകാരെ കാണുന്ന 'ഓണപ്പാട്ടുകാരി'ൽ കൊളോണിയൽ ഘട്ടത്തിൽ നിന്ന് മോചനം നേടി പുതുപ്രകാശങ്ങൾ തേടുന്ന മൂന്നാംലോകത്തെ കീഴാളഗോത്രജനതയുടെ പ്രതീക്ഷകളാണുള്ളത്. എൻ. വിയുടെ 'ആഫ്രിക്ക'യും ജി. യുടെ 'ഭാരതസന്ദേശം', 'ജാവയോട്'' തുടങ്ങിയ കൃതികളും കീഴാളജനകീയ ആധുനികത കുഴച്ചിട്ട മണ്ണിൽ നിന്നാണ് ശക്തി നേടുന്നത്. ദേവും തകഴിയും ചെറുകാടും മറ്റും ഈ മണ്ണിനെ വീണ്ടും കുഴച്ചുമറിച്ചു.

iv. ലിബറൽ വ്യക്തിവാദ ആധുനികത

ദേശീയവാദപരവും കീഴാള, ജനകീയ, സ്വഭാവവുമുള്ള രണ്ടുതരം ആധുനികതയോടും ചായ്‌വ് പ്രകടിപ്പിച്ചു കൊണ്ട് ഒരു ലിബറൽ മധ്യവർഗം നവോത്ഥാന ആധുനികതയോടെ രംഗത്തു കടന്നുവന്നു. ചങ്ങമ്പുഴയും ഇടപ്പള്ളിയും ബഷീറും പൊറ്റക്കാട്ടും മറ്റും ഇത്തരമൊരു ആധുനികതയെ പ്രതിനിധീകരിച്ചു. ഇതിൽ ഫ്യൂഡൽ തകർച്ചയുടെ പ്രകാശനമുണ്ട്. 'ന്റുപ്പുപ്പാക്കൊരാനേണ്ടേർന്നി'ൽ ഈ തകർച്ച കാണാം. യൂറോപ്പിലെ വിപ്ലവകരമായ സാഹിത്യത്തിന്റെ സ്വാധീനത്തിൽ കൃതികളും പ്രസ്ഥാനങ്ങളും ഇതിൽ ഉടലെടുത്തു. രൂപപരമായ പരീക്ഷണങ്ങൾ നടന്നു. പുളിമാനയുടെ 'സമത്വവാദി' പോലുള്ള നാടകങ്ങൾ എഴുതപ്പെട്ടു. പലപ്പോഴും ഈ വിഭാഗത്തിലെ എഴുത്തിന്റെ പിന്നിലെ ചാലകശക്തി കീഴാള ജനകീയ ആധുനികത തന്നെയായിരുന്നു.

4. ആധുനികതാവാദം

കൊളോണിയൽ ഭരണകാലത്ത് രൂപപ്പെട്ട ആധുനികതാപ്രക്രിയ കോളനിയനന്തരകാലത്ത് പരിവർത്തനങ്ങൾക്ക് വിധേയമായി. നവോത്ഥാന ആധുനികതയുടെ നാലുതരം പ്രവണതകളും പരിവർത്തിക്കപ്പെട്ടു. കോളനിശക്തികൾ കെട്ടുകെട്ടിയതോടെ സാമൂഹ്യരാഷ്ട്രീയ മേഖലകളിൽ പരിവർത്തനം നടന്നു.

i. കൊളോണിയൽ ദേശരാഷ്ട്രം സ്വാതന്ത്ര്യാനന്തരം ദേശീയവാദവുമായി യോജിക്കുന്നു. ദേശീയതയും ദേശരാഷ്ട്രവും ഭിന്നമായി നിന്ന അവസ്ഥക്കു മാറ്റം വരുന്നു. ദേശത്തിനകത്തെ ശക്തികൾ ദേശരാഷ്ട്രം കയ്യാളുന്നു.

കൊളോണിയൽ ദേശരാഷ്ട്രം സ്വാതന്ത്ര്യത്തിനു മുമ്പു തുടങ്ങിവെച്ച ആധുനികീകരണപ്രക്രിയ (സാക്ഷരത, വിദ്യാഭ്യാസം ഉദ്യോഗസ്ഥവൽക്കരണം, നഗരീകരണം) ദേശീയവാദപരമായ പുതിയ ദേശരാഷ്ട്രവും തുടരുന്നു. ഇവിടെയും ദേശരാഷ്ട്ര നിർമാണത്തിന്റെ സ്പിരിറ്റ് യൂറോപ്യൻ പ്രബുദ്ധതാപരമായ ആധുനികത (Enlightenment Modernity)യുടേതു തന്നെയായിരുന്നു. ദേശരാഷ്ട്രപദ്ധതികൾ പാഠപുസ്തകങ്ങളിലേക്ക് ഇറങ്ങിവരുന്നു. ഹരിതവിപ്ലവ('രണ്ടു കൃഷിക്കാർ' എന്ന മൂന്നാം തരത്തിലെ പഴയ പാഠം ഓർക്കുക)ത്തെയും പുതിയ ദേശീയസമ്പദ്ഘടന (ലൈഫ് ഇൻഷ്വറൻസ് കോർപ്പറേഷൻ

പാഠപുസ്തകങ്ങളിൽ വരുന്നു, ഉദാ:'സൂക്ഷിച്ചാൽ ദുഃഖിക്കേണ്ട' എന്ന പാഠം) യെയും പരിചയപ്പെടുത്തുന്നു.

ii. കീഴാള ജനകീയ ആധുനികതക്ക് കൊളോണിയൽ ദേശരാഷ്ട്രവും ദേശീയമുഖ്യധാരയുമായുണ്ടായിരുന്ന ദൂരം സ്വാതന്ത്ര്യശേഷവും തുടരുന്നു. ഇത് ഇടതുപക്ഷരാഷ്ട്രീയവും ദേശീയരാഷ്ട്രീയവും തമ്മിലുള്ള ദ്വന്ദ്വമായി തുടർന്നു. ദേശരാഷ്ട്രത്തിന്റെ വിദ്യാഭ്യാസം നേടിയെത്തിയ പുതിയ തലമുറ സ്വാഭാവികമായി പ്രാദേശികസ്ഥലരാശികളെ താഴ്ന്നതും രണ്ടാംകിടയായും കണ്ടു. ദേശീയതയെയും ദേശരാഷ്ട്രത്തെയും പ്രാഥമികവും സ്വാഭാവികമായും അനുഭവിച്ചു. അതുകൊണ്ടുതന്നെ കീഴാള ഇടതുപക്ഷരാഷ്ട്രീയം ചിഹ്നപരമായി ദേശീയതയും ദേശരാഷ്ട്രവുമായി ബന്ധമില്ലാത്തതിനാൽ പ്രാന്തങ്ങളിലേക്ക് തള്ളപ്പെട്ടു.

ദേശരാഷ്ട്രപ്രക്രിയ സ്വാതന്ത്ര്യാനന്തരവും തുടർന്നു. വൈവിധ്യപൂർണമായ ജാതിമത ഫ്യൂഡൽ ഘടകങ്ങളെ ഉന്മൂലനം ചെയ്ത് ദേശരാഷ്ട്രപരമായ ആധുനികീകരണപ്രക്രിയ പൂർത്തിയാക്കാൻ ശ്രമിച്ചു. ദേശീയോദ്ഗ്രഥനം പ്രബന്ധമത്സരവിഷയമായി മാറി.

ഫ്യൂഡൽവിശ്വാസങ്ങളെ ധ്യാനാത്മകമായി ചോദ്യം ചെയ്യുന്ന മധ്യവർഗയുവത്വത്തിന് ഐക്യപ്പെടാവുന്ന ഒരു രക്ഷാധികാരത്തിന്റെ തലം കോളനിവിരുദ്ധസമരത്തിന്റെ തുടർച്ച അവകാശപ്പെടുന്ന നെഹ്റുവിയൻ ഘട്ടത്തിന്റെ തുടക്കത്തിൽ ഉണ്ടായിരുന്നു. എന്നാൽ ഈ ഭരണകൂടത്തിന് ലിബറൽ ലക്ഷ്യങ്ങൾ സാക്ഷാത്ക്കരിക്കുക സാധ്യമല്ല എന്ന് ദേശീയതയിലും ദേശരാഷ്ട്രത്തിലും വിശ്വസിച്ച സ്വാതന്ത്ര്യാനന്തരസാക്ഷരയുവത്വം അതിവേഗം മനസ്സിലാക്കി. 1960-കളോടെ ഈ വർഗം മോഹഭംഗത്തെക്കുറിച്ച് സംസാരിക്കാൻ തുടങ്ങി. ദേശരാഷ്ട്രത്തിൽ വിശ്വസിച്ച ദേശീയതയുടെ ലക്ഷ്യങ്ങളുമായി ഐക്യപ്പെട്ട ഈ വർഗത്തിന്റെ പരാജയബോധം 'ആധുനികതാവാദം' ആയി നമ്മുടെ നാട്ടിൽ കണക്കാക്കപ്പെട്ടു. ഈ വർഗത്തിന് താരതമ്യേന വിപുലമായ യൂറോപ്യൻ സാഹിത്യപരിചയവുമുണ്ടായിരുന്നു.

ആനന്ദിന്റെ 'ആൾക്കൂട്ടം', മുകുന്ദന്റെ 'മയ്യഴിപ്പുഴയുടെ തീരങ്ങളിൽ' വിജയന്റെ 'ധർമപുരാണം', എന്നിവ ഈ ഘട്ടത്തിലാണുണ്ടാവുന്നത്. ദേശീയതയുടെയും ആധുനികതയുടെയും ചിഹ്നങ്ങൾ ആക്ഷേപഹാസ്യപരമായി പുനരവലോകനം ചെയ്യപ്പെട്ടു. അയ്യപ്പപണിക്കരും

കക്കാടും വള്ളത്തോൾ ഉയർത്തികൊണ്ടുവന്ന ദേശീയതയുടെ പതനം ആക്ഷേപഹാസ്യത്തോടെ ചിത്രീകരിച്ചു. ചീഞ്ഞളിഞ്ഞ ആധുനികദേശരാഷ്ട്രത്തെ വി. കെ. എൻ ജന്മിത്തഭാഷയിൽ പരിഹസിച്ചു. ഈ ആക്ഷേപഹാസ്യത്തിന് ഉപയോഗിച്ചത് ദേശരാഷ്ട്രം/ പ്രാദേശികത എന്ന ദ്വന്ദ്വമായിരുന്നു. ദേശരാഷ്ട്രത്തിന്റെ ഉദാത്ത ഗൗരവത്തോടൊപ്പം ആ വർഗം പുച്ഛിച്ചുതള്ളിയ ഗ്രാമീണ ജനതയുടെ ചിഹ്നങ്ങൾ കൂടി ചേർക്കുമ്പോഴാണ് അത് ഹാസ്യമായത്. അയ്യപ്പപണിക്കർക്ക് ചിരുതയും കക്കാടിന് കണ്ടപ്പനും വി. കെ. എന്ന് ചാത്തുനായരും പയ്യനും ഒക്കെ ഈ അപരത്വമായതിനാലാണ് ഹാസ്യാനുഭവമായത്; ദേശരാഷ്ട്രത്തിനൊപ്പം അത് ലംഘിക്കുന്ന കീഴാളനെയോ ജന്മിയെയോ കൊണ്ടുവരിക വഴി, 'ഖസാക്കി'ലെപോലെ ദേശരാഷ്ട്ര സാക്ഷരതയുടെ അച്ചടക്കത്തോടൊപ്പം അതിൽ നിന്ന് മാറി നിൽക്കുന്ന ഒരു ജനസമൂഹത്തെ കൊണ്ടുവരിക വഴി ദേശീയതയുടെയും ദേശരാഷ്ട്രവ്യവസ്ഥയുടെയും മൂല്യങ്ങൾ പരാജയപ്പെടുന്നതാണ് ഇവർ കണ്ടത്.

ഇതേ ആധുനികതയിൽ മറ്റൊരു പ്രവണതയുമുണ്ടായിരുന്നു. ഫ്യൂഡൽമൂലധനം അപ്പോഴുമവസാനിച്ചിട്ടില്ലാത്ത കവിതയിലാണ് അത് ഏറെ കണ്ടത്. ഫ്യൂഡൽ മൂല്യങ്ങൾ മുതലാളിത്ത കമ്പോളവ്യവസ്ഥക്കു വഴിമാറുന്നതിന്റെ ഉത്കണ്ഠ അനുഭവിച്ചവരാണിതിലുള്ളത്. അക്കിത്തത്തിന്റെയും വിഷ്ണുനാരായണൻ നമ്പൂതിരിയുടെയും മറ്റും കവിതകളിൽ ഇതു കാണാം. ആദ്യത്തേത് (ദേശീയരാഷ്ട്ര ലിബറലിസത്തിന്റെ പരാജയത്തിൽ ഉത്കണ്ഠപ്പെട്ടവരുടെത്) ആധുനിക പദ്ധതികളെ സ്വാംശീകരിച്ചതിനു ശേഷം വന്ന പരാജയബോധമാണെങ്കിൽ രണ്ടാമത്തേത് (കവിതയിൽ മുഖ്യമായും) ആധുനിക പ്രപഞ്ചബോധത്തെ ഉൾക്കൊള്ളാത്ത വർഗത്തിന്റെ പകപ്പായിരുന്നു. അത് കൊണ്ടുതന്നെ രണ്ടാമത്തെ പ്രവണതയിൽ പിന്തിരിയൽ സ്വഭാവമുണ്ട്.

എലിയറ്റിന്റെ 'തരിശുഭൂമി'യും മറ്റും ഇവിടെ പരാജയബോധത്തിന്റെ മാതൃകയായി. സാമ്രാജ്യത്വപദ്ധതികളുടെ പ്രത്യയശാസ്ത്രത്തകർച്ച യാഥാസ്ഥിതിക വിഭാഗങ്ങളിലുണ്ടാക്കിയ ഞെട്ടലും പരാജയബോധവും യൂറോപ്യൻ ആധുനികതയുടെ ആദ്യഘട്ടത്തിലുണ്ടായിരുന്നു. 'ലണ്ടൻ പാലം തകരുന്നു' എന്ന എലിയറ്റിന്റെ പരിദേവനം ഇതാണ് കാണിച്ചത്. യൂറോപ്പിനെ കേന്ദ്രീകരിക്കുന്ന ആധുനികതാപദ്ധതികളുടെ തകർച്ച മാനവാന്വേഷണത്തിന്റെതന്നെ

പ്രതിസന്ധിയായി എഡ്മണ്ട് ഹുസ്സേൾ കാണുന്നുണ്ട് (വിയന്ന പ്രസംഗങ്ങൾ). 'എല്ലാംപോയെ' എന്ന ഈ നിലവിളി കുന്ദേര യെപ്പോലുള്ളവർ ആവർത്തിക്കുന്നു. യൂറോകേന്ദ്രിത സാമ്രാജ്യത്വ ത്തിന്റെയും അതിനെ അടിസ്ഥാനപ്പെടുത്തിയ 'മാനവവാദ' (വെളു ത്തത്-പുരുഷൻ)ത്തിന്റെയും തകർച്ചയായി യൂറോപ്യൻ ആധുനികത കണ്ട വിഷയങ്ങൾ തന്നെ സ്വാതന്ത്ര്യാനന്തര ദേശരാഷ്ട്രത്തിന്റെ തകർച്ചയിൽ മൂന്നാംലോകത്തെ ബുദ്ധിജീവികളും കണ്ടു. ഇങ്ങനെ കലയിലെ യൂറോപ്യൻ ആധുനികതാവാദം നമ്മുടെ ആധുനികത ക്ക് രണ്ടു ചരിത്രഘട്ടങ്ങളിലൂന്നുന്നതാണെങ്കിലും സങ്കേതപരമായ മാതൃകയായി.

നമ്മുടെ ആധുനികതാവാദത്തിന്റെ രണ്ടാം ഘട്ടമാകട്ടെ യൂറോപ്പിലെ ഇടതുപക്ഷ ആധുനികതയെ അനുകരിച്ചു. യൂറോപ്പിലെ ബുദ്ധിജീവികളിൽ മൂന്നാം ലോകസമരങ്ങൾ സൃഷ്ടിച്ച ഗുണപരമായ ആഘാതം ഈ ഘട്ടത്തിലുണ്ടായിരുന്നു. ഈ ചുവന്ന ആധുനികത നമ്മുടെ നാട്ടിൽ എഴുപതുകളോടെ രൂപപ്പെട്ടു. ദേശരാഷ്ട്രത്തിന്റെ അപചയത്തോടൊപ്പം ഇടതുപ്രസ്ഥാനങ്ങളുടെ അപചയവും ഇവിടെ വിഷയമായി. പക്ഷേ ഈ ആധുനികതക്ക് രൂപം കൊടുത്ത വർഗ ത്തിന്റെയും മുഖ്യമായ അടിത്തറ ദേശരാഷ്ട്രപരമായ വിദ്യാഭ്യാസം തന്നെയായിരുന്നു. അതിൽ നിന്നുകൊണ്ട് ധ്യാനാത്മകമായി കീഴാള ഇടതുപക്ഷസ്ഥലരാശികളുമായി ഐക്യപ്പെടാനാണ് അവർ ശ്രമിച്ചത്. കെ. ജി. ശങ്കരപ്പിള്ള, സച്ചിദാനന്ദൻ, പട്ടത്തുവിള തുട ങ്ങിയവർ പങ്കിട്ടത് ഈ ആധുനികതയായിരുന്നു. വാമൊഴി പാരമ്പ ര്യത്തിന്റെ ശക്തി സമാഹരിച്ച് കടമ്മനിട്ടയും കെ. ജെ. ബേബിയും മറ്റും ഈ ആധുനികതയുടെ പൊതുഭാവുകത്വത്തോട് തങ്ങളുടെതായ സ്ഥലരാശിയിൽ നിന്ന് ഐക്യപ്പെട്ടു.

ഒരു വശത്ത് അറിവിന്റെ ജനാധിപത്യപരമായ നവീകരണ ത്തെയും മറുവശത്ത് മുതലാളിത്തത്തിന്റെ തുറന്നിടലിനെയും പരത്തലിനെയും ആധുനികത പ്രതിരോധിക്കാൻ ശ്രമിച്ചിരുന്നു. മുതലാളിത്തത്തിന്റെയും സാമ്രാജ്യത്വത്തിന്റെയും നിരപ്പാക്കലിൽ നിന്ന് ദേശരാഷ്ട്രത്തെയും അതിന്റെ ഗുരുത്വബോധത്തെയും സംര ക്ഷിക്കുകയും അതേസമയം ഫ്യൂഡൽമൂല്യങ്ങളെ നിരാകരിക്കുകയും ചെയ്യുക എന്നതിന്റെ സന്ദിഗ്ദ്ധത ആധുനികതയിൽ കാണാം.

ആഫ്രിക്കൻ സാഹിത്യത്തിലും ഈ ഘട്ടമെത്തുമ്പോഴേക്കും ദേശീയത ദുർബലമാവുന്നു. ഒലോംഗെമിന്റെ 'ബൗണ്ട് റ്റു വയലൻസ്'

എന്ന നോവലിനെപ്പറ്റി അപ്പയ്യ പറയുന്നു: "റിയലിസ്റ്റിക്കായ ആഫ്രിക്കൻ നോവലിന്റെ രൂപങ്ങളുടെ നിരാകരണത്തിന് അദ്ദേഹം ശ്രമിക്കുന്നു. കാരണം അതിനെ അതുവരെ ന്യായീകരിച്ച ദേശീയത 1968-ഓടുകൂടി ഭാഗികമായി പരാജയപ്പെട്ടിരുന്നു. യുക്തിയുടെയും വ്യവസായവൽക്കരണത്തിന്റെയും ഉദ്യോഗസ്ഥവൽക്കരണത്തിന്റെയും ദീപശിഖയേന്തിയ ദേശീയബൂർഷ്വാസി ക്ലിപ്റ്റോക്രസിയിലേക്ക് മാറിയിരുന്നു". ഇതേഘട്ടം തന്നെയാണ് നമ്മുടെ 'ആൾക്കൂട്ട'ത്തിന്റെയും 'ഖസാക്കി'ന്റെയും കാലം. "ദേശീയതയുടെ ആഘോഷമാവുന്നതിനു പകരം ഈ രണ്ടാം ഘട്ടത്തിലെ, പോസ്റ്റ് കൊളോണിയൽ ഘട്ടത്തിലെ നോവൽ ന്യായനിരാകരണത്തിന്റേതാണ്. അവ പാശ്ചാത്യാധിപത്യത്തെ മാത്രമല്ല കോളനിയനന്തര ദേശീയ ബൂർഷ്വാസിയുടെ ദേശീയപദ്ധതിയെയും നിരാകരിച്ചു."

5. ആധുനികോത്തരത

ദേശീയപദ്ധതികളുടെ തകർച്ചയോടെ ഒരു ഭാഗത്ത് കമ്പോളവൽക്കരണത്തിലേക്കും, മറുവശത്ത് കോളനീകരണത്തിനും മുമ്പേ നിലനിന്ന പ്രാദേശികതകളുടെ പുതിയതരം തുടർച്ചയിലേക്കും മൂന്നാം ലോകസമൂഹം നീങ്ങി. ഇതിൽ ആദ്യത്തേത് വിനാശകരമായ കമ്പോളപരമായ ആധുനികോത്തരതയാണെങ്കിൽ രണ്ടാമത്തേത് ജനകീയമായ ആധുനികോത്തരതയായിരുന്നു.

ജപ്പാനിലും മറ്റും ഈ പ്രവണത നേരത്തെ വന്നു. രണ്ടാം ലോക മഹായുദ്ധത്തോടെ ജാപ്പനീസ് എഴുത്തുകാർ ദേശീയത കൈവടിയുന്നുണ്ട്. പ്രാദേശിക പാരമ്പര്യങ്ങളിലേക്ക് മടങ്ങുന്നുണ്ട്. സമുറായി സംസ്കാരം കുറസോവയുടെയും മറ്റും രചനകളിൽ സ്ഥാനം പിടിക്കുന്നത് ഇക്കാലത്താണ്. 'റാഷമോൺ' വാമൊഴിയിലെ ഈ വൈവിധ്യത്തെയാണ് പ്രകാശിപ്പിച്ചത്. ഫുക്കുവോക്കയുടെ പ്രകൃതി കൃഷി പോലെ ദേശീയേതരസമ്പ്രദായങ്ങൾ അന്വേഷിക്കപ്പെടുന്നു. ടോട്ടോചാൻ പോലെ വിദ്യാഭ്യാസബദൽ ചിന്തകൾ വരുന്നു.

കോളനിവിരുദ്ധ സമരഘട്ടത്തിൽ സഹവർത്തിയായി കരുതിയ സംഘടിത മതചിഹ്നങ്ങളെ—ഇന്ത്യയിൽ ഹൈന്ദവ, ബ്രാഹ്മണചിഹ്നങ്ങൾ, ആഫ്രിക്കയിൽ ഇസ്ലാമിക ചിഹ്നങ്ങൾ—സംശയത്തോടെ കാണാൻ തുടങ്ങുന്നു. ഇന്ത്യയിൽ ഈ ദൃഷ്ടി ദളിതസാഹിത്യമായി വളരുന്നു. ആഫ്രിക്കൻ സാഹിത്യത്തിൽ

അതുവരെ ദേശീയതാചിഹ്നമായി പ്രതിരോധപരമായി കരുതിയ ഇസ്ലാം ചോദ്യം ചെയ്യപ്പെടുന്നു. അതുവരെ ദേശീയവും പ്രാചീനവു മായി കരുതി ആകർഷകമായിരുന്ന സംസ്കാരം അധിനിവേശ പരമായിരുന്നുവെന്നു തെളിയിക്കപ്പെടുന്നു. അത് പ്രാദേശികസം സ്കാരങ്ങളോട് വിരോധമുള്ളതും നിഷേധാത്മകവുമാണ് എന്ന് വ്യക്തമാക്കപ്പെടുന്നു. പ്രാദേശികതയുടെ യാഥാർത്ഥ്യത്തെ സംബ ന്ധിച്ച വെളിച്ചങ്ങൾ ഇപ്പോൾ മുതൽ മർദ്ദക/മർദ്ദിത ദ്വന്ദ്വത്തിന്റെ സന്ദർഭത്തിൽ വിവരിക്കപ്പെടുന്നുവെന്നും യൂറോപ്പിനൊപ്പം അറബ് കോളനീകരണത്തെയും അത് ഉയർത്തിക്കാട്ടുന്നുവെന്നും ഒലോം ഗെമിന്റെ നോവലിനെ മുൻനിർത്തി വോൾസോയിങ്ക പറയുന്നുണ്ട്. സോയിങ്ക, അയ്ക്വയി ആർമയുടെ 'റ്റൂ തൗസന്റ് സീസൺസ്'' എന്ന നോവലിനെപ്പറ്റി പറയുന്നു. "കറുത്ത ആഫ്രിക്കയുടെ യൂറോ കേന്ദ്രീ കരണത്തിന്റെ ഭാരം ആർമയുടെ കൃതികളിൽ അറബ്-ഇസ്ലാമിക കോളനീകരണവുമായി ഒത്തുപോവുന്നു. അറബ് അടിമക്കച്ചവ ടക്കാരെ 'വെള്ളക്കാർ' എന്നും വിളിക്കുന്നു. പ്രതിരോധസ്വഭാവം പ്രകടിപ്പിക്കുന്ന കഥാപാത്രങ്ങൾ അറബ് ഉടമകളെ അധിനിവേശ ശക്തിയായി കാണുന്നു. "

ആർമയെ സോയിങ്ക ഉദ്ധരിക്കുന്നു. "ഞങ്ങൾ യൂറോപ്യന്മാരല്ല, ഞങ്ങളുടെ കണ്ണുകളെ ദുരിതപൂർണമാക്കുന്ന, കുട്ടികൾക്ക് ചിരിക്കാൻ വക നൽകുന്ന കഥകളുണ്ടാക്കുന്ന ക്രിസ്ത്യാനിറ്റിയെ രാവും പകലും പ്രചരിപ്പിക്കുന്നവരല്ല ഞങ്ങൾ. ഞങ്ങൾ ആത്മാവിൽ വാർത്തിട പ്പെട്ടവരല്ല, ഞങ്ങൾ അറബികളല്ല. മരുഭൂമിയിൽ ഭ്രാന്തു പറയുന്ന ഒരു ദൈവത്തെ കെട്ടിയുണ്ടാക്കുകയും അതാണ് ഞങ്ങളുടെ സ്രഷ്ടാവ് എന്നു പറയുകയും ചെയ്യുന്ന മുസ്ലീങ്ങളുമല്ല ഞങ്ങൾ. അതല്ല ഞങ്ങളുടെ വഴി. " യൂറോപ്യനും ഉത്തരദേശപരവുമായ സംസ്കാ രങ്ങളെ ചോദ്യം ചെയ്യുകയും ദക്ഷിണനീഗ്രോസംസ്കാരങ്ങളെ സ്ഥാപിക്കുകയും ചെയ്യുന്ന ദിയോപിന്റെ പാരമ്പര്യമാണ് ഇവിടെ എഴുത്തുകാർ സ്വീകരിക്കുന്നത്.

മൂന്നാം ലോകത്തിലാകമാനം കോളനിയനന്തര ദേശരാഷ്ട്ര ഘട്ട ത്തിൽ, അതിന്റെ രാഷ്ട്രനിർമ്മാണ പ്രക്രിയക്കിടയിൽ അവഗണിക്ക പ്പെട്ട, പ്രാന്തവൽക്കരിക്കപ്പെട്ട ജനതകളുടെ തിരിച്ചറിവും ആവരുടെ സമരരൂപങ്ങളും ഈ ഘട്ടത്തിൽ കാണാം. പരിസ്ഥിതി, ആദിവാസി പ്രശ്നങ്ങൾ മുന്നിലേക്ക് വരുന്നു. പാശ്ചാത്യപ്രബുദ്ധതയുടെ ജ്ഞാനരീതികളുടെ നേരെയുള്ള വിമർശനം മൂന്നാം ലോകത്തിലെ

ദേശരാഷ്ട്രയുക്തിക്കുനേരെയുള്ള വിമർശനമാവുന്നു. പക്ഷേ ദേശരാഷ്ട്രം=ദേശീയത=ആധുനികത എന്ന ബെനഡിക്റ്റ് അന്റേഴ്സന്റെയും മറ്റും യൂറോകേന്ദ്രിതയുക്തിരീതി മൂന്നാം ലോകത്തിന് അനുയോജ്യമല്ല എന്നും തിരിച്ചറിയേണ്ടതുണ്ട്. കാരണം നമ്മുടെ ദേശീയതക്കും ദേശീയരാഷ്ട്രത്തിനുതന്നെയും കോളനീകരണ, കോളനിയനന്തര ഘട്ടത്തിൽ മർദ്ദനപരമെന്നതിനെക്കാൾ പ്രതിരോധപരമായ പങ്ക് ഉണ്ട്. അത് അന്താരാഷ്ട്രീയമായി കോളനി നിവാസികളുടെ പ്രതിരോധ സാധ്യതയാണ്. ചൈനയിലെ ആധുനികതയെപ്പറ്റി പറയുമ്പോൾ ലിയുകാംഗ് ഇക്കാര്യം അടിവരയിടുന്നുണ്ട്. ശിഥിലീകരണ രാഷ്ട്രീയ (Fragmentation Politics) ത്തിന്റെ ഏകപക്ഷീയരായ വൈതാളികർ ഫലത്തിൽ യൂറോകേന്ദ്രിത യുക്തിയുടെ അന്ധവിശ്വാസത്തെയും അതുവഴി അന്താരാഷ്ട്രമേഖലയിലെ സാമ്രാജ്യത്വ താല്പര്യങ്ങളെയും പ്രതിനിധീകരിക്കുന്നവരാണ്. അതിനാൽ ആധുനികോത്തരതയുടെ ദേശരാഷ്ട്രവിമർശനത്തെ അപ്പടി വിഴുങ്ങുന്നവർ വീണ്ടും യൂറോകേന്ദ്രിത സ്ഥലകാലഭ്രമത്തിനും ചരിത്രസങ്കല്പത്തിനും അടിമപ്പെടുകയായിരിക്കും ചെയ്യുക.

പ്രായോഗികമായും ഇതുശരിയാണെന്നു കാണാം. ആഗോളവൽക്കരണത്തെയും കമ്പോളവൽക്കരണത്തെയും ചെറുക്കുന്ന മൂന്നാം ലോകസമൂഹങ്ങൾക്ക് തങ്ങളുടെ ദേശീയരാഷ്ട്രങ്ങളെ (അവയ്ക്ക് ജനതയുമായുള്ള വൈരുദ്ധ്യത്തെ തുറന്നുകാട്ടുമ്പോൾ തന്നെ) വ്യാപാര സാമ്പത്തിക രംഗങ്ങളിൽ അന്താരാഷ്ട്രീയമായ ഒരു പൊതുമുന്നണിയിൽ ഐക്യപ്പെടുത്തേണ്ടിവരും. പക്ഷേ ആധുനികത നൽകിയ നഗരകേന്ദ്രിത സാക്ഷര കർതൃത്വത്തിനു പകരം ഇന്ന് നാം സ്വന്തം വിശകലനസ്ഥാനമായി കാണേണ്ടതും സാമൂഹ്യമായി ഐക്യപ്പെടേണ്ടതും മൂന്നാംലോകത്തെ ഏറ്റവും സംസ്കാരശൂന്യരെന്ന ആധുനികത മുദ്രകുത്തിയ പ്രാന്തവൽകൃതരുടെയും പെറുക്കികളുടെയും കർതൃസ്ഥാനവുമായിട്ടായിരിക്കും. അതിൽ നിന്നുകൊണ്ട് രാഷ്ട്രത്തെയും ലോകത്തെയും സംബോധനചെയ്യാൻ കഴിയുമോ എന്നതാണ് വെല്ലുവിളി. ആധുനികഘട്ടത്തിൽ രൂപീകരിക്കപ്പെട്ടതും ഇന്ന് മർദ്ദനപരമായി മാറിയിരിക്കുന്നതുമായ മതാത്മകദേശീയചിഹ്നങ്ങളിൽ നിന്നും അതിന്റെ സ്ഥലകാല ബോധത്തിൽ നിന്നും സ്വതന്ത്രമാകുമ്പോൾ മാത്രമേ ഇതു സാധ്യമാവൂ.

സ്വാതന്ത്ര്യാനന്തരം രൂപപ്പെട്ട ദേശീയരാഷ്ട്രങ്ങൾ സോവ്യറ്റ് യൂണിയന്റെ തകർച്ചയോടെ ഏകപക്ഷീയമായ

കമ്പോളശക്തികൾക്ക് മുമ്പിൽ പരാജയപ്പെടുന്നു. ഗാട്ടും ഡബ്ല്യു. റ്റി. ഒ. യും ഒക്കെ പുതിയ വ്യാപാരകരാറുകളായി ദേശരാഷ്ട്രത്തെ ദുർബലപ്പെടുത്തുന്നു. കമ്പോളവൽക്കരണത്തിന്റെ പുതിയ കലാസംസ്കാരവും അത് പിന്തുണക്കുന്ന മതസംസ്കാരവും ദൃശ്യമാധ്യമങ്ങളിലൂടെ വികസിപ്പിക്കുന്നു. ജനപ്രിയതയുടെ പുതിയ വ്യാകരണം വരുന്നു. ജനകീയകലകളും ആഢ്യകലകളും ടൂറിസ്റ്റ് കാഴ്ചകളാവുന്നു. ഈ ഘട്ടത്തിൽ മലയാളസാഹിത്യത്തിൽ ആധുനികതാവാദത്തിന്റെ ഘട്ടത്തിലുണ്ടായ ദൽഹിയുടെ അധികാരം അമേരിക്കയിലേക്ക് മാറുന്നുണ്ട്. മുകുന്ദന്റെ 'ആദിത്യനും രാധയും മറ്റു ചിലരും' അമേരിക്കയെ കർത്തൃസ്രോതസ്സായി കാണുന്നുണ്ട്. ആഫ്രിക്കയിൽ ഒലോംഗെമിന്റെ നോവലിൽ പഴയ മുഖംമൂടിയാണെന്ന് പറഞ്ഞു പുതിയതുനൽകി വെള്ളക്കാരനായ ടൂറിസ്റ്റിനെ വഞ്ചിക്കുന്ന നാട്ടുകാരനെപ്പറ്റി പറയുന്നുണ്ട്. എൻ. പ്രഭാകരന്റെ 'ആവേദകനും' മൂന്നാംലോകം കടന്നു പോവുന്ന പൊതുവായ ടൂറിസത്തിന്റെ ആക്രമണത്തെയാണ് വെളിപ്പെടുത്തുന്നത്. ടെലിവിഷൻ സൃഷ്ടിക്കുന്ന 'പുതിയ ഇനം ജീവികൾ' (വി. എസ്. അനിൽകുമാർ) കഥാകാരന്മാരുടെ വിഷയമാവുന്നു. പുറത്തുള്ള പണവും ദൃഷ്ടിയും പ്രാദേശികസംസ്കാരത്തിനുമേൽ ആധികാരികത നേടുന്നു.

എന്നാൽ, അതേസമയം ആധുനികതയുടെ ദേശരാഷ്ട്രകേന്ദ്രീകരണത്തിനെതിരെ പ്രാദേശികജനതകളും കീഴാള, പിന്നോക്ക ദളിതശക്തികളും സ്ത്രീകളും നേതൃത്വം കൊടുക്കുന്ന പ്രസ്ഥാനങ്ങൾ വളരുന്നു. അവ പുതിയ സാഹിത്യ, കലാവിമർശനബോധം പ്രകടിപ്പിക്കുകയും ചെയ്യുന്നു. ആധുനികതയുടെ അധികാരയുക്തിയാണ് ഇവിടെ ചോദ്യം ചെയ്യപ്പെടുന്നത്. ആഗോളതയ്ക്കെതിരെ പ്രാദേശിക സംസ്കാരങ്ങൾ പ്രകാശനസന്നദ്ധതയോടെ ഉയർന്നു വരുന്നു.

ശാസ്ത്രം മുതലാളിത്തത്തിന്റെ തന്നെ കൂടുതൽ മർദ്ദനപരമായ ഉപകരണമായിത്തീർന്ന സന്ദർഭത്തിൽ ആധുനികഘട്ടത്തിലെ അതിന്റെ വിമോചനപരമായ ധർമ്മങ്ങൾക്കുപകരം മർദ്ദനസ്വഭാവം മുന്നിലേക്ക് വരുന്നുണ്ട്. ഈ ഘട്ടത്തിൽ ആധുനികതയിൽ അന്ധവിശ്വാസങ്ങളായി എണ്ണപ്പെട്ട നാട്ടറിവുകൾ പ്രതിരോധസ്വഭാവത്തോടെ എഴുന്നേറ്റു നിൽക്കുന്നു. പഴയ ആരോഗ്യനികേതനങ്ങൾ പുനരവലോകനം ചെയ്യപ്പെടുന്നു. വെട്ടിമുറിക്കപ്പെട്ട കാടുകളും തുരക്കപ്പെട്ട മലകളും ജലപദ്ധതികളും (വൈലോപ്പിള്ളി)പഴയ 'സർഗാത്മക പരിണാമ' സങ്കല്പത്തോടൊപ്പം പുതു ബോധത്തിൽ പുനർചിന്തക്ക

വിഷയമാവുന്നു.

ദേശീയതയിലെയും ദേശരാഷ്ട്രസങ്കല്പത്തിലെയും ബ്രാഹ്മണ സവർണ ഹൈന്ദവ ഊന്നലുകൾ തുറന്നു കാട്ടുക എന്നതിനർത്ഥം ദേശീയതയെയും ദേശരാഷ്ട്രത്തെയും കയ്യൊഴിയുക എന്നതല്ല. ആധുനികീകരണത്തിലെ ദേശീയതയുടെ സമീപനം കോളനീകരണത്തോട് പ്രതിരോധപരവും പ്രാദേശികതകളോട് മർദ്ദനപരവുമായിരുന്നു. പ്രാദേശികതകളെ മർദ്ദിക്കുന്നതിന്റെയും പ്രാന്തവൽക്കരിക്കുന്നതിന്റെയും യുക്തി സവർണ ദേശീയ ഭൂതകാല സങ്കല്പവുമായിരുന്നു. അതിനാൽ നാം സ്വീകരിക്കേണ്ടത്:

1. ദേശീയതയെയും ദേശരാഷ്ട്രത്തെയും, ഉള്ളിൽനിന്ന് പ്രാദേശിക കീഴാളപ്രത്യയശാസ്ത്രങ്ങളെ തുറന്നുവിട്ടുകൊണ്ട് ജനാധിപത്യവൽക്കരിക്കുക. അതുവഴി രാജ്യാതിർത്തിക്കുള്ളിൽ ദേശീയതയുടെ ആഭ്യന്തര മർദ്ദനസ്വഭാവത്തെ ദുർബലമാക്കുക. അതിന്റെ സവർണ സ്വഭാവത്തെ തുറന്നു കാട്ടുക. വാമൊഴികൊണ്ടും നാടോടി സംസ്കാരം കൊണ്ടും അതിന്റെ മതാത്മകതയെ ആക്രമിക്കുക. ദേശരാഷ്ട്രത്തിലെ കൊളോണിയൽ അവശിഷ്ടങ്ങൾ തുടച്ചു നീക്കലാണിത്. ഇങ്ങനെ തുടച്ചുനീക്കപ്പെട്ടുമ്പോൾ മാത്രമേ കൊളോണിയൽ നിർമ്മിതിയായ ദേശരാഷ്ട്രം ദേശീയശക്തികളുടെ കയ്യിലായി എന്നു പറയാൻ കഴിയൂ.
2. അതേസമയം യൂറോ-അമേരിക്കൻ കേന്ദ്രീകൃതലോകക്രമത്തിനെതിരെ ദേശീയതയെയും ദേശരാഷ്ട്രത്തെയും ഉയർത്തിപ്പിടിക്കുക. അതുവഴി അന്താരാഷ്ട്രീയമായി അതിന്റെ പ്രതിരോധസ്വഭാവത്തെ ശക്തിപ്പെടുത്തുക.

ഈ ഇരട്ടധർമ്മം ആധുനികോത്തരത ആവശ്യപ്പെടുന്നുണ്ട്. ആധുനികോത്തരതയുടെ അപകോളനീകരണയുക്തി പൂർണമാവുന്നത് ഈ രണ്ടു കാഴ്ചകളിലേക്കും ഒന്നിച്ച് ഉണരുമ്പോഴാണ്. മൂന്നാംലോകത്തെ നാടോടി സംസ്കാരങ്ങളുടെ ഒരു പൊതുകൂട്ടായ്മയിൽ സ്ഥാനപ്പെടാനും അതിൽ നിന്നുകൊണ്ട് ദേശരാഷ്ട്രത്തെയും ആഗോളരാഷ്ട്രീയത്തെയും ഒരേസമയം സംബോധന ചെയ്യാനും കഴിയുന്ന ഇടമാണിത്.

പക്ഷേ ഈ കാലം പൊതുമണ്ഡലത്തിൽ ദേശീയമതാത്മകശക്തികൾ തിരിച്ചു വരാനുള്ള സന്ദർഭമാക്കുന്നുണ്ട്. പുതുസമൂഹഘടനയെ

അതിന്റെ സാമ്പത്തികരാഷ്ട്രീയ സ്വഭാവത്തെ വ്യക്തമാക്കുന്ന യുക്തിക്കു പകരം വീണ്ടും പഴമയുടെ വിധേയത്വഭക്തിസാഹിത്യത്തെ അവർ ഉയർത്തിക്കൊണ്ടുവരുന്നു. അവർ തിരിച്ചുകൊണ്ടുവരുന്ന ദേശീയ മതാത്മകഭ്രതകാലം പുതു കമ്പോളവ്യവസ്ഥയോടുള്ള വിശ്വാസ പ്രഖ്യാപനത്തിന്റേതാണ്. തീർച്ചയായും ഇതിനെതിരെ കോളനീകരണത്തിന്നുമുമ്പുള്ള പ്രാദേശികജനകീയ സാംസ്കാരികചിഹ്നങ്ങളെ, അതിന്റെ 'സംസ്കാരശൂന്യത'യെ ഉയർത്തിപ്പിടിക്കുകയാണ് പുതിയ കാലത്തെ സാംസ്കാരികരാഷ്ട്രീയം ആവശ്യപ്പെടുന്നത്. ഫ്യൂഡൽ സൗന്ദര്യബോധത്തിൽ നിന്നും ആധുനിക സൗന്ദര്യബോധത്തിൽ നിന്നും വ്യത്യസ്തമായിരിക്കും സംസ്കാരശൂന്യരുടെയും പെറുക്കികളുടെയും ഈ സൗന്ദര്യബോധം. മൂന്നാംലോകത്തെ വിമോചനപരമായ ആധുനികോത്തരതയുടെ സൗന്ദര്യശാസ്ത്രം ഇതിലാണ് പടുത്തുയർത്തേണ്ടത്.

സൂചന:

1. Anibal Quijano: 'Modernity, Identity and Utopia in Latin America' Boundary 2, 20:3, 1993.
2. A. King (ed): 'Introduction', Culture, Globalisation and the world system, Macmillan, 1996.
3. jose Joaquin Brunner: 'Notes on Modernity and Post modernity in Latin American Culture', Boundary 2, 20:3, 1993.
4. Oliver Roy: Islam and Resistance in Afganistan, Cambridge University Press, 1986
5. Jacqueline A. Braveboy-Wagner: Interpreting the Third World, Politics Economics and Social Issues, Praeger 1986.
6. Jayana Clerk & Ruth seigal: Modern Literatures of the Non Western World, Harper Collins, 1995.
7. Kwame Anthony Appiah: 'Is the Post- in Postmodernism the Post-in Postcolonial?', Padmini Mongia (ed.): Contemporary Postcolonial Theory A Reader, Arnold, 1996

(സംക്ഷിപ്ത രൂപത്തിൽ) ദേശാഭിമാനി വാരിക

1998 ഫെബ്രുവരി

ആധുനികതയുടെ കുറ്റസമ്മതം

മലയാളസാഹിത്യത്തിൽ ആധുനികതയുടെ ഭാഗമായ പ്രബുദ്ധതയുടെയും പുരോഗതിയുടെയും ദേശീയതയുടെയും ആദ്യത്തെ ചർച്ച നടക്കുന്നത് 'ഇന്ദുലേഖ'യിലാണ്. മാധവനും ഗോവിന്ദപ്പണിക്കരും ഗോവിന്ദൻകുട്ടിമേനോനും ചേർന്ന് ബോംബെയിൽ വെച്ച് നടത്തുന്ന ഈ ചർച്ച (പതിനെട്ടാം അധ്യായം) പഴമയും പുതുമയും തമ്മിലുള്ള മുഖാമുഖമാണ്. ബ്രിട്ടീഷ് കൊളോണിയൽ ദേശരാഷ്ട്രം മുന്നോട്ടുവെക്കുന്ന യുക്തികളും നാട്ടുവാഴിത്തയുക്തികളും തമ്മിലാണ് അവിടെ കണ്ടുമുട്ടുന്നത്. പ്രബുദ്ധതയുടെയും പുരോഗതിയുടെയും ദേശീയതയുടെയും യുക്തി ചോദ്യം ചെയ്യപ്പെടുന്നതും ബോംബെയിൽ വെച്ചു തന്നെ—ആനന്ദിന്റെ 'ആൾക്കൂട്ട'ത്തിൽ.

'ഇന്ദുലേഖ'യിലെ മാധവനിൽനിന്നും ഗോവിന്ദപ്പണിക്കരിൽ നിന്നും ഗോവിന്ദൻകുട്ടിമേനോനിൽ നിന്നും 'ആൾക്കൂട്ട'ത്തിലെ ജോസഫിലേക്കും, സുന്ദറിലേക്കും, സുനിലിലേക്കും, പ്രേമിലേക്കും, രാധയിലേക്കും, ലളിതയിലേക്കുമുള്ള പരിണാമം സംഭവബഹുലമായ ഒരു നൂറ്റാണ്ടിന്റേതാണ്. അതിനിടയിൽ കൊളോണിയൽ ദേശരാഷ്ട്രം ഇന്ത്യൻ ദേശരാഷ്ട്രമായി പരിണമിച്ചുകഴിഞ്ഞിരുന്നു. സ്വാതന്ത്ര്യാനന്തരമുള്ള ഇന്ത്യൻ യുവത്വത്തിന്റെ വിമോചന പ്രതീക്ഷകളുടെ ഒരു തലം നെഹ്റുവിയൻ ദേശരാഷ്ട്ര പദ്ധതികളുമായി പൊരുത്തപ്പെടുന്നതായിരുന്നു. ഫ്യൂഡൽ കീഴ്നടപ്പുകളെ അതിലംഘിക്കുന്ന ഒരു ശാസ്ത്രീയയുക്തിയാണ് നെഹ്റുവിയൻ പദ്ധതികളിൽ ഇന്ത്യൻ മധ്യവർഗം കണ്ടത്. ഗ്രാമീണതയുടെ മാതൃഭാവത്തെ പിന്തള്ളി മുന്നോട്ടു കുതിക്കുന്ന, സാക്ഷരയുവത്വം ഐക്യപ്പെടേണ്ട

ഒരു പിതൃക്രമമായി ഇത് ഭാവുകത്വപരിസരത്ത് നിലനിന്നു. ഈ ദേശീയ പദ്ധതിയുടെ തകർച്ചയാണ് 'ആൾക്കൂട്ട'ത്തിൽ ചിത്രീകരിക്കപ്പെട്ടത്; മധ്യവർഗ സ്വാതന്ത്ര്യബോധം പ്രതീക്ഷയർപ്പിച്ച ഇന്ത്യൻ റിപ്പബ്ലിക്കിന്റെ തകർച്ച. 'ആൾക്കൂട്ട'ത്തിലെ അവസാനരംഗം പന്ത്രണ്ടാം റിപ്പബ്ലിക്ക് ദിനത്തിന്റെ തലേന്നാൾ സെക്കന്റ് ഷോ കഴിഞ്ഞ് പുറത്തിറങ്ങി അലസമായി നീങ്ങുന്ന ആൾക്കൂട്ടത്തിന്റേതാണ്. ഈ ആൾക്കൂട്ടിലേക്കാണ് പ്രബുദ്ധത നൽകിയ വിമോചനസങ്കല്പവും, വ്യക്തിസ്വാതന്ത്ര്യവും മനസ്സിൽ പേറുന്ന സുനിൽ പ്രതിരോധം നഷ്ടപ്പെട്ട് ലയിച്ചു ചേരുന്നത് ('ഇന്ദുലേഖ'ക്കും 'ആൾക്കൂട്ട'ത്തിനുമിടയിലാണ് സിനിമ രൂപപ്പെടുന്നത്). ആധുനികതക്കുമുമ്പുള്ള ഒരു ചിന്താരീതി പുതിയ കമ്പോള ആഗ്രഹരീതികളുമായി ഐക്യപ്പെടുമ്പോഴാണ് അവസാനരംഗത്തെ ആൾക്കൂട്ടം പ്രത്യക്ഷമാവുന്നത്. ആധുനികതക്കു ശേഷമുള്ള പുതിയ സമവാക്യമാണത്.

ആധുനികതയുടെ യുക്തിയുടെ തകർച്ചക്കു പിന്നിലേക്കാണ് ആനന്ദ് അടുത്ത നോവലായ 'മരണ സർട്ടിഫിക്കറ്റി'ൽ അന്വേഷിച്ചെത്തുന്നത്. 'മരണസർട്ടിഫിക്കറ്റി'ലെ മൂന്നു കഥാപാത്രങ്ങൾ (കെമിസ്റ്റ്, ലൈബ്രേറിയൻ, കമ്മ്യൂണിസ്റ്റുകാരൻ സ്നേഹിതൻ) പ്രബുദ്ധതാപരമായ ആധുനികയുക്തികളുടെ പ്രതിനിധികളാണ്. മരണത്തെ മുമ്പിൽ കാണുന്ന ആഖ്യാതാവിന് (ആധുനിക മനുഷ്യന്) ആശ്വാസവുമായി എത്തുന്നവരാണ് ഈ മൂവരും. കെമിസ്റ്റ് ശാസ്ത്രത്തിന്റെയും, ലൈബ്രേറിയൻ ഏകരേഖീയപുരോഗമന ചരിത്രബോധത്തിന്റെയും, കമ്മ്യൂണിസ്റ്റുകാരൻ ആദർശലോകമാതൃകയുടെയും പ്രതീകമാണ്. എന്നാൽ മരണത്തെ മുമ്പിൽകണ്ട ആഖ്യാതാവ് നോവലിന്റെ അന്ത്യത്തിൽ അതിജീവിക്കുകയും സഹായികളായ മൂവരും സ്വന്തം നാശം മുന്നിൽ കാണുകയും ചെയ്യുന്നു. എല്ലാ മരുന്നുകളും വിഷമാണ് എന്ന കെമിസ്റ്റിന്റെ പ്രസ്താവം ശാസ്ത്രയുക്തിക്കും സാങ്കേതികവിദ്യക്കും നേരെയാണ്. കത്തിപ്പോവുന്ന ലൈബ്രറി ചരിത്രത്തിന്റെ തുടർച്ചാഭംഗങ്ങളെ കാണിക്കുന്നു. ഉള്ളിൽ രോഗം പേറി പുറത്ത് പ്രസാദാത്മകത നടിക്കുന്ന കമ്മ്യൂണിസ്റ്റുകാരൻ സ്നേഹിതൻ വിമോചനപരമായ തന്റെ ദൗത്യത്തിൽ പരാജയപ്പെടുന്നു. 'ആൾക്കൂട്ട'ത്തിലെ കഥാപാത്രങ്ങളുടെ പരാജയങ്ങൾക്കു കാരണം അവർ വിശ്വാസമർപ്പിച്ച യുക്തിയാണെന്നും അത് തകർന്നിരിക്കുന്നുവെന്നും 'മരണസർട്ടിഫിക്കറ്റ്' വ്യക്തമാക്കുന്നു. ഇവാൻ ഇലീച്ചും ഫൂക്കുവോക്കയും പൗലോഫ്രെയറും മറ്റും ആധുനികതയുടെ

സ്ഥാപനങ്ങളുടെ നേർക്ക് തൊടുത്തുവിട്ട വിമർശനം തന്നെയാണ് 1971-ൽ 'മരണ സർട്ടിഫിക്കറ്റി'ലൂടെ ആനന്ദ് ഉന്നയിച്ചത്.

യുക്തികൾ പരാജയപ്പെടുകയും ആത്മബോധമുള്ള വ്യക്തികൾ അതിജീവിക്കുകയും ചെയ്യുന്ന എന്ന ഈ കാഴ്ചയുടെ പരിണാമം 'അഭയാർത്ഥിക'ളിൽ കൂടുതൽ വിശാലമായ ക്യാൻവാസിൽ കൈകാര്യം ചെയ്യപ്പെടുന്നതു കാണാം. കേവലയുക്തിയുടെ പരാജയം യുക്തി/വികാരം എന്ന ആധുനികതയുടെ ദ്വന്ദ്വത്തിന്റെ പരാജയമാണെന്നും അതിനാൽ വൈകാരികതയിലേക്ക് തിരിച്ചെത്താത്തിടത്തോളം വ്യക്തി അഭയാർത്ഥിയായിത്തീരുന്ന എന്നും ഈ നോവൽ ദർശിക്കുന്നു. പ്രജ്ഞ/കരുണ എന്നത് പ്രബുദ്ധത മുന്നോട്ടുവെച്ച യുക്തി/വികാരം എന്ന സംവർഗം തന്നെ. പ്രജ്ഞയിൽ നിന്ന് കരുണയിലേക്ക് പാലം തീർക്കുന്ന ഗൗതമൻ ഈ പിളർപ്പ് ഇല്ലാതാക്കാനാണ് ശ്രമിക്കുന്നത്. ചരിത്രം നിരന്തരം പരാജയപ്പെടുമ്പോഴും അതിലേക്ക് പ്രവേശിക്കുന്ന വ്യക്തിജീവിതം അർത്ഥപൂർണമാവുന്നതിന്റെ യുക്തിയാണ് 'അഭയാർത്ഥിക'ളിലേത്.

പ്രബുദ്ധതയുടെ രേഖീയപുരോഗതിയുടെ യുക്തിയെ ചോദ്യം ചെയ്യുന്ന ആനന്ദ് പക്ഷേ 'അഭയാർത്ഥി'കളിലൂടെ കടന്നെത്തുന്നത് ആവർത്തിക്കുന്ന ചരിത്രമുഹൂർത്തങ്ങളുടെ യുക്തിയിലേക്കാണ്. രേഖീയത എന്ന ആധുനികതയുടെ യുക്തിയെ 'ചാക്രികത' എന്ന ഭാരതീയയുക്തികൊണ്ട് പ്രതിസ്ഥാപനം ചെയ്യാനുള്ള ശ്രമം ഇവിടെ കാണാം. രേഖീയത/ചാക്രികത എന്ന ചരിത്രയുക്തിയുടെ ഇരട്ടകൾ പാശ്ചാത്യ പ്രബുദ്ധത/ഭാരതീയത എന്ന സന്ധിയുടെതാണ്. രേഖീയതക്കുപകരം ചാക്രികത വരുന്നു എന്നതിനർത്ഥം പ്രാചീനഭാരതീയ ആശയവാദയുക്തിയിൽ നിന്ന് വിമുക്തമായിട്ടില്ല എന്നുതന്നെയാണ്. പ്രാകൃതികകാലം (Natural Time), ചരിത്രപരമായ കാലം(Historical Time) എന്നിവയുടെ വ്യത്യാസം തിരിച്ചറിയുന്നതിൽ ആധുനികതയുമായി സംവദിച്ച മലയാള മനസ്സുകൾ മുമ്പും പരാജയപ്പെട്ടിട്ടുണ്ട്. കേസരി ബാലകൃഷ്ണപിള്ളയും യുഗധർമ്മപരമായ ഒരു മഹാകാല സങ്കല്പത്തിന്റെ കല്പഗണിതത്തിലാണ്, ആധുനികചരിത്രയുക്തിയെ സ്ഥാനപ്പെടുത്താൻ ശ്രമിച്ചത് എന്ന് ഓർക്കേണ്ടതാണ്. ഇത്തരം ഒരു ധാരണപ്പിശക് മറ്റൊരു തലത്തിൽ 'അഭയാർത്ഥിക'ളോടുകൂടി ആനന്ദിന്റെ ചരിത്രസങ്കല്പത്തിലും കടന്നു വരുന്നുണ്ട്. അതുകൊണ്ടു തന്നെ ഇടക്കാലത്തെ ആനന്ദിന്റെ രചനകൾ ഈ ആവർത്തനയുക്തിയെ ഉദാഹരിക്കാനുള്ള പാഠപുസ്തകശ്രമമായി കലാശിച്ചിട്ടുണ്ട്.

പ്രബുദ്ധനായ വ്യക്തി/മർദ്ദകഭരണക്കൂടം എന്ന ദ്വന്ദ്വത്തിലൂന്നുന്ന 'ഉത്തരായന'ത്തിന്റെയും അതിന്റെ ഗാഢത കുറഞ്ഞ പിൽകാല രൂപമായ 'മരുഭൂമികൾ ഉണ്ടാകുന്നതി'ന്റെയും രചനകൾ കഴിഞ്ഞ് 'ഗോവർധന്റെ യാത്രക'ളിലും ആനന്ദ് ആവർത്തനത്തിന്റെ യുക്തി കൊണ്ടുവരുന്നുണ്ട്. ചരിത്രം സ്വയം ആവർത്തിക്കുന്നു എന്ന കാഴ്ച പ്പാട് അതിഭൗതികപരമാണ്. ചരിത്രത്തിലേർപ്പെടുന്ന മൂർത്തശ ക്തികളെ തിരിച്ചറിയാനും അവയോട് ഐക്യപ്പെടാനും കഴിയാതെ വരുമ്പോഴാണ് ഈ അമൂർത്തയുക്തി രൂപപ്പെടുന്നത്. വന്നും പോയും രൂപം മാറിയും വരുന്ന ചരിത്രശക്തികളെ തിരിച്ചറിയുന്നിടത്താണ് ചരിത്രകാരന്റെ എന്നപോലെ അതു വിഷയമാക്കുന്ന സാഹിത്യ കാരന്റെയും കൃത്യത. പ്രബുദ്ധതയുടെ രേഖീയയുക്തി തകർന്നത് വാസ്തവികതയുടെ പ്രശ്നമല്ലെന്നും തിരിച്ചറിയേണ്ടതുണ്ട്. ചരിത്രം സ്വയം രേഖീയമല്ല. രേഖീയത ആരോപിക്കപ്പെടുകയായിരുന്നു. ഓരോ വർഗവും ചരിത്രത്തെ സ്വന്തം ചരിത്രമായി കാണുന്നതുകൊ ണ്ട് ആ വർഗത്തിന്റെ തകർച്ച അവർ ചരിത്രത്തിന്റെ തകർച്ചയായി കൊണ്ടാടും. പുതുതായി ഉയർന്നുവന്ന വർഗങ്ങളെ കാണാതെ പോവുകയും ചെയ്യും.

ചരിത്രനിയമം/വ്യക്തിബോധം എന്ന ദ്വന്ദ്വം തന്നെയാണ് യുക്തി/ജൈവികത എന്ന് രൂപം മാറുന്നത്. യുക്തി തകർന്നാലും ആശ്രയം സ്വന്തം ജൈവികതയാണ് എന്ന 'ജൈവമനുഷ്യനി'ലെ കാഴ്ചപ്പാട് ഈ ദ്വന്ദ്വത്തിലാണ് നിലനിൽക്കുന്നത്.

പ്രബുദ്ധതാപരമായ ആധുനികതയുടെ യുക്തി കൊളോണിയലി സവുമായി ബന്ധപ്പെട്ടാണ് കടന്നുവന്നത്. കോളനീകരണത്തിന്റെ യുക്തി തകർന്നത് അടിമരാജ്യങ്ങളുടെ വിമോചനപോരാട്ടങ്ങ ളിലൂടെയാണ്. ഈ രാജ്യങ്ങളിലെ കോളനിയനന്തര ദേശരാഷ്ട്ര ത്തിന്റെ യുക്തിയിൽ പ്രബുദ്ധതയുടെ യുക്തിയുണ്ട്. അതിനാൽ 'ആൾക്കൂട്ട'ത്തിൽ സംഭവിച്ചത് ജനതയുടെ തകർച്ചയല്ല, ദേശരാഷ്ട്ര യുക്തിയുടെ തകർച്ച മാത്രമാണ്. വിമോചനത്തെ സംബന്ധിച്ച ദേശരാഷ്ട്ര വ്യാഖ്യാനങ്ങളാണ് അവിടെ തകർന്നത് എന്ന് പ്രാന്ത വൽക്കരിക്കപ്പെട്ട ജനതയുടെ കാഴ്ചസ്ഥാനങ്ങൾ സ്വീകരിക്കുമ്പോൾ മാത്രമേ വ്യക്തമാവൂ. അതിന് ദേശരാഷ്ട്രത്തിന്റെ പിതൃക്രമത്തിൽ നിന്നും അതിന്റെ സമയ, കാലബോധത്തിൽ നിന്നും പുറത്തു കടക്കേ ണ്ടതുണ്ട്.

ഇത്തരത്തിലുള്ള ഒരു പുനരവലോകനത്തിനുള്ള ശ്രമമാണ് 'നാലാമത്തെ ആണി' എന്ന ആനന്ദിന്റെ കഥയെ പ്രസക്തമാക്കുന്നത്. പ്രബുദ്ധതാപരമായ ആധുനികത (Enlightenment Modernity) യുടേതെന്ന പോലെ മലയാള സാഹിത്യത്തിൽ നിലനിന്ന ആധുനികതാവാദ (Modernism) ത്തിന്റെയും ഒരു കുറ്റസമ്മതം ഈ കഥയിൽ നിന്ന് കണ്ടെടുക്കാൻ കഴിയും.

ചരിത്രം-കാലം എന്ന കഥനരീതി ഇവിടെ ഉപേക്ഷിക്കപ്പെട്ടുന്നില്ല. പക്ഷേ അത് ഒരു പുനരാലോചനക്ക് വിധേയമാവുന്നുണ്ട്. പ്രബുദ്ധതാ യുക്തിയുടെ പ്രതീകമാണ് ഇതിലെ യേശു. മൂന്നാം ലോകത്തെ സംബന്ധിച്ചിടത്തോളം മധ്യശതകങ്ങൾക്ക് ശേഷമുള്ള (പോർച്ചുഗീസ്-സ്പാനിഷ് അധിനിവേശത്തോടെ) ക്രിസ്തുമതത്തിന്റെ വ്യാപനം ആദ്യകാല ക്രിസ്തുമതവ്യാപനത്തിൽ നിന്ന് ഭിന്നമായി ആധുനികീകരണത്തിന്റെയും കോളനീകരണത്തിന്റെയും യുക്തിയുമായി ഒത്തു പോവുന്നതാണ്. അതിനാൽ പ്രബുദ്ധനായ പീഡിതൻ എന്ന നിലയിൽ ആനന്ദിന്റെ രചനകളിൽ പ്രത്യക്ഷപ്പെടുന്ന മധ്യവർഗത്തിന്റെ പ്രതീകമാണ് ക്രിസ്തു. 'ഒടിയുന്ന കുരിശ്' എന്ന് ഈ പീഡനയുക്തി ആനന്ദിന്റെ രചനാജീവിതത്തിൽ നേരത്തെ തന്നെ കടന്നുവന്നിട്ടുള്ളതാണ്.

ഈ കഥയിലെ ക്രിസ്തു മറിയയുടെ മകൻ യേശുവാണ്. ദേശരാഷ്ട്ര യുക്തിയിൽ അദൃശ്യമാക്കപ്പെട്ട അമ്മ ഇവിടെ പ്രത്യക്ഷപ്പെടുന്നു. ക്രിസ്തു അമ്മയുടെ മേൽവിലാസത്തിൽ അറിയപ്പെടുന്നു. "മറിയയുടെ മകൻ യേശുവിനെ ക്രൂശിപ്പിനായി റോമൻ നാടുവാഴി പിലാത്തോസ് തടവറക്കാരനെ ഏല്പിച്ചു. അവൻ രണ്ടു പടയാളികളെ വിളിച്ചു. നാലു നീണ്ട ആണികൾ കരുവാനെക്കൊണ്ട് ഉണ്ടാക്കിച്ചു കൊണ്ടു വരാനായി പറഞ്ഞയച്ചു". ക്രിസ്തുവിനുള്ള കുരിശാണികൾ തയ്യാറാക്കാൻ കരുവാന്മാർ തയ്യാറായില്ല. അവർ പടയാളികളുടെ വാളിന്നിരയായി. ഒടുവിൽ പടയാളികൾ ജിപ്സിയായ ഡോംബയെ സമീപിച്ചു. കാശ് തികയാത്തതിനാൽ നാലാമത്തെ ആണി അയാൾ ഉണ്ടാക്കിയില്ല. പടയാളികൾ മൂന്നാണികൾ കൊണ്ടു യാത്രയായി. നാലാമത്തെ ആണിക്കുവേണ്ടി കനലിലിട്ട ഇരുമ്പിൻ കഷണത്തിന്റെ ജ്വലനം എത്ര വെള്ളമൊഴിച്ചിട്ടും ശമിച്ചില്ല. ആകാശത്തിൽ നിന്നുവീണ ഉൽക്കയെപ്പോലെ അത് ആ ഭാഗത്തെ പ്രകാശമാനമാക്കി. അത് ജിപ്സിയെ പിൻതുടർന്നു. ദമാസ്കസിൽ അന്ത്യോാക്യയിൽ, കൊരിന്ത്, ഫിലിപ്പി, തെസ്സലോനിക്യ, റൊമാനിയാ,

ഹങ്കറി, ജർമനി, ഫ്രാൻസ്, സ്പെയിൻ എന്നിവിടങ്ങളിലൊക്കെ, ഡോംബയെ ഒരിക്കലും വാസമുറപ്പിക്കാൻ സമ്മതിക്കാതെ ജ്വലിക്കുന്ന ഇരുമ്പ് പിൻതുടരുന്നുണ്ട്. സ്ഥിരവാസവും അഭിയാനവും തമ്മിൽ ക്രിസ്ത്യാനിറ്റി എന്ന 'ലോകമത'വും ജിപ്സി എന്ന ചലിക്കുന്ന പ്രാദേശികതയും തമ്മിലുള്ള വൈരുദ്ധ്യം ഇവിടെ നിലനിൽക്കുന്നു.

ജന്മനാട് തുടക്കത്തിൽ തന്നെ അവഗണിക്കപ്പെടുന്നുണ്ട്. യേശു വിട്ടുപോന്ന പാലസ്തീനിനെ അവന്റെ ശിഷ്യഗണങ്ങളും ഉപേക്ഷിച്ചു. മീനിനെ പിടിക്കുന്നതുവിട്ടു മനുഷ്യനെ പിടിക്കുവാനും, ചുങ്കം പിരിക്കുന്നതു നിറുത്തി വരിപ്പണം പിരിക്കുവാനും തുടങ്ങിയ അവർ ഒരു പാട്ടു കുഞ്ഞാടുകളെ ശേഖരിക്കുകയും ഒരു വിശുദ്ധ റോമാസാമ്രാജ്യം കെട്ടിപ്പടുക്കുകയും ചെയ്തു. ഇവിടെ യേശു ഉപേക്ഷിച്ച പാലസ്തീൻ പ്രബുദ്ധതാപരമായ ആധുനികത ആധികാരികമല്ലെന്നു പറഞ്ഞു തള്ളിയ സ്വന്തം നാടിന്റെ സൂചനകൾ വഹിക്കുന്നുണ്ട്. അതിനെ പിൻതള്ളി അവർ പ്രബുദ്ധതാപരമായ ഒരു ദേശരാഷ്ട്രത്തിന്റെ, റോമാസാമ്രാജ്യത്തിന്റെ യുക്തിയിലേക്ക് നീങ്ങുന്നു. താൻ രൂപം കൊടുത്തതും തന്നിൽ നിന്ന് അന്യമായി വളരുന്നതുമാണിത്. "യേശു നിനച്ചതുപോലെതന്നെ അവനെ തിരിച്ചറിയാത്തവരും അവനെ ജീവനോടെ കണ്ടിട്ടും മരിച്ചവനായി ഉപേക്ഷിച്ചവരും അവനെ തറയ്ക്കുവാനായി ആണിയുണ്ടാക്കിയവരെ തിരഞ്ഞെടുത്തു വകവരുത്തി". പ്രാന്തവൽക്കരിക്കപ്പെട്ടവരെ കീഴടക്കുന്നു ഈ യുക്തി. "ലോകത്തെമ്പാടുമുള്ള ക്രിസ്തുവിശ്വാസികളല്ലാത്ത പേഗനുകളുടെയും ഹീഥനുകളുടെയും ഗ്രാമങ്ങളിൽ കയറി അവരെ കൂട്ടം തെറ്റിച്ചു വിട്ടു".

യൂറോപ്പിനെ കേന്ദ്രീകരിച്ചുവരുന്ന പാശ്ചാത്യ പ്രബുദ്ധതയുടെ യുക്തിയും ചരിത്രദൃഷ്ടിയും സ്വീകരിക്കപ്പെടുന്നതോടെയാണ് വികാസം/അവികാസം, പുരോഗതി/നിശ്ചലത, വ്യാപനം/ കീഴായ്മ എന്നീ ഇരട്ടകൾ രൂപപ്പെടുന്നത്. ഏഷ്യക്കാരനായ യേശുവിന്റെ പാശ്ചാത്യവൽക്കരണത്തിനും സംഘടിത ക്രിസ്തുമതത്തിന്റെ

1. സംഘടിതമതത്തിന്റെ പ്രതീകം	1. പേഗൻ
2. സംസ്കാരത്തിൽ ആധികാരികത	2. ആധികാരികതയില്ല
3. ജ്ഞാനി	3. അജ്ഞാനി
4. പ്രവാചകൻ	4. നയിക്കപ്പെടേണ്ടവൻ
5. വരമൊഴി	5. വാമൊഴി

വ്യാപനത്തിനും ശേഷമുള്ള ഈ ക്രിസ്തുബിംബം മൂന്നാം ലോകത്തിന്റെ ഉപബോധത്തിൽ പാശ്ചാത്യവ്യാപനയുക്തിയുടെ പ്രതീകമായാണ് രൂപപ്പെടുന്നത് (ഏഷ്യക്കാരനായ പഴയ ക്രിസ്തുവും പുതിയ പാശ്ചാത്യകേന്ദ്രിത സംഘടിത മതത്തിലെ പോർച്ചുഗീസ് ക്രിസ്തുവും തമ്മിലുള്ള മുഖാമുഖം കേരളത്തിൽത്തന്നെ ഉദയംപേരൂർ-കൂനൻ കുരിശു സംഘർഷങ്ങളിൽ കാണാം).

സംഘടിത പാശ്ചാത്യ ക്രിസ്തുമതത്തിന്റെ, അതുവഴി പാശ്ചാത്യമായ പ്രബുദ്ധതായുക്തിയുടെ വിമർശനത്തെ ജിപ്സികളുടെ കാഴ്ചക്കോണിലൂടെയാണ് 'നാലാമത്തെ ആണി'യിൽ ദർശിക്കുന്നത്. ക്രിസ്തുവിനെപ്പറ്റി സ്ഥിരവാസമുറപ്പിച്ചവർ ഉണ്ടാക്കിയ കാഴ്ചകൾ മാറ്റിവെക്കപ്പെടുന്നു. വാസസ്ഥലമില്ലാത്തവർ ഉണ്ടാക്കിയ കഥകളിലൂടെ ആ കാഴ്ചകൾ ചോദ്യം ചെയ്യപ്പെടുന്നു. നേരത്തെ ആനന്ദ് ചരിത്രത്തിലെ അഭിയാനത്തെ സൂചിപ്പിച്ചിട്ടുണ്ടെങ്കിലും അതിനെ ഒരു യുക്തിയായി വികസിപ്പിച്ച് പ്രബുദ്ധതയെ മുഖാമുഖം ചോദ്യം ചെയ്യുന്ന മട്ടിൽ വളർത്തിയിരുന്നില്ല. ഇവിടെ പ്രതീകഭാഷയിൽ ആ വളർച്ചയുണ്ട്.

വരമൊഴിയുടെ ആധികാരികത ഇവിടെ വാമൊഴിയുടെ ആധികാരികതാരാഹിത്യത്താൽ ചോദ്യം ചെയ്യപ്പെടുന്നു. ജിപ്സികൾക്കിടയിൽ പ്രചാരമുള്ള ക്രിസ്തുകഥയുടെ പാഠമാണ് ആനന്ദ് ഉപയോഗിക്കുന്നത്.

പേഗൻ മതങ്ങൾക്ക് മേൽ ക്രിസ്ത്യാനിറ്റി നേടിയ വിജയം ആൾക്കൂട്ടത്തിനുമേൽ വ്യക്തി നേടുന്ന വിജയത്തിന്റെ ആധുനികതയുടെ ആധികാരികതയുടെ അന്യാപദേശമാണ്. ക്രിസ്തു ആധുനികതയുടെ കാലത്തെ പീഡിതയുവത്വത്തിന്റെ പ്രതീകമാണെങ്കിൽ ഡോംബ അയാളെ തീറ്റിപ്പോറ്റിയ ആധുനികതയുടെ ഘട്ടത്തിൽ അവഗണിക്കപ്പെട്ട ദേശവാസിയാണ്. ഈ നാട്ടുകാരന് സ്വന്തം ഊരിലും പേരിലും ആ പ്രതീകലോകത്ത് കടന്നുവരാൻ കഴിയില്ല. അന്യാപദേശ രീതിയിൽ മാത്രമേ ആ ലോകത്ത് കയറിപ്പറ്റാൻ കഴിയൂ.

മധ്യവർഗത്തിന്റെ പീഡനത്തിന് ആധികാരികതയുണ്ട്. പുറമ്പോക്കുകാരനാവട്ടെ വംശീയമായല്ലാതെ വ്യക്തിതലത്തിൽ അംഗീകാരമില്ല. സാംസ്കാരികമൂലധനം മുഴുവനും ശേഖരിച്ചു വെച്ചിരിക്കുന്ന, സംസ്കാരത്തിൽ ആധികാരികതയുള്ള, പ്രവാചകർക്ക് ജന്മം

കൊടുക്കുന്ന വർഗത്തിന്റെ പ്രതിനിധിയാണ് യേശ്രൂ.

യേശ്രൂ/ഡോംബ

ഡോംബയുടെ വർഗം സാംസ്കാരികമണ്ഡലത്തിൽ, സ്വയം കുറ്റവാളികളാണ്. സാംസ്കാരികമൂലധനം ഇല്ല എന്നതാണ് അവരുടെ കുറ്റം. ഈ കുറ്റവും പേറി ചരിത്രത്തിലിന്നോളം നടക്കുന്ന വർഗമാണത്.

ക്രിസ്തുമതത്തിന്റെ വ്യാപനത്തിന്റെ പിന്നിൽ ഈ ദ്വന്ദ്വം ഉണ്ടായിരുന്നു. കഥയിൽ ക്രിസ്തുമതത്തിന്റെ ദീർഘകാലത്തെ യാത്രക്കുശേഷം കുരിശുമായി നടക്കുന്ന യേശ്രൂ ഡോംബയെ മുഖാമുഖം കാണുന്നു. യേശ്രൂ ഡോംബയിൽ തന്റെ രക്ഷകനെ കണ്ടെത്തുന്നു. "ദൈവം പോലും സ്വന്തം തൊഴിലിനോടുള്ള ആസ്ഥ കാരണം എന്നിൽ നിന്ന് അകറ്റുവാൻ മടിച്ച യാതനയുടെ പാനപാത്രത്തെ നീയാണ് തട്ടിമാറ്റിയത്, നീ ഡോംബ. . . ഓരോരുത്തരായി എന്നെ കൈവെടിഞ്ഞ ആ രാത്രിയിൽ യെരുശലേമിലെ ഊടുവഴികളിലും പിന്നീടു വഴികൾ കൂടി കൂട്ടിനില്ലാത്ത മണല്പരപ്പിലും ഒറ്റപ്പെട്ടപ്പോൾ, എന്റെ തോളിലെ കുരിശ് എന്നോടീ തൊഴിലുകളെക്കുറിച്ച് സംസാരിക്കാൻ തുടങ്ങി. നീയൊരു ആശാരിയാണ് യേശ്രൂ. അത് എന്നോടു പറഞ്ഞു. നിന്നെപ്പോലെ അപ്പുറത്തൊരു കരുവാനുമുണ്ട് ഡോംബ. സ്വന്തം വംശത്തെ കണ്ടെത്തുക, സ്വന്തം ജാതിയെ, ഡോംബയെ. ...ആയിരത്തിയഞ്ഞൂറു കൊല്ലങ്ങൾക്കുശേഷം ഇന്ന് ഇതാ ആ കരുവാൻ എന്റെ മുന്നിൽ നിൽക്കുന്നു. ഈ അമൂല്യ മുഹൂർത്തം നമുക്ക് നിമിത്തങ്ങളെയും മൂല്യങ്ങളെയും വ്യാഖ്യാനിച്ചു കളയാതിരിക്കുക. "

പ്രവാസിയുടെ തിരിച്ചറിവ്

ആധുനികനായ ഒരു പ്രവാസി ദീർഘകാലങ്ങൾക്കുശേഷം താൻ കുറ്റവാളിയെന്നു കരുതി പുറന്തള്ളിയ സ്വന്തം വംശക്കാരനെ, ആൾക്കൂട്ടത്തിലെ ഒരു മനുഷ്യനെ കണ്ടുമുട്ടുന്നതാണിത്.

ജിപ്സിയെ ജ്വലിക്കുന്ന ആണിയുടെ ഇരുമ്പ് പിന്തുടരുന്നത് അയാൾ ക്രിസ്തുവിനെ തറക്കാനുള്ള ആണിയുണ്ടാക്കിയതിനാലാണ് എന്നതാണ് കഥയുടെ ആദ്യഘട്ടത്തിലെ പാഠം, 'ആത്മബോധമില്ലാത്ത' പേഗനുകളെ, കുറ്റക്കാരായി കാണുന്ന സംഘടിത മതത്തിന്റെ കഥയിലെ ആധുനികതയുടെ പാഠം. ഇവിടെ ഡോംബ കുറ്റവാളിയാണ്. എന്നാൽ ക്രിസ്തുവുമായുള്ള മുഖാമുഖത്തിൽ ഡോംബ ഈ

വരമൊഴി പാഠത്തെ അട്ടിമറിക്കുന്നുണ്ട്. പീഡിതനായ തന്റെ അവസ്ഥ യേശു തുറന്നുകാട്ടുന്നു. "എന്റെ ഏകാന്തത നിനക്കും മനസ്സിലാവില്ല, ജീവിച്ചിരിക്കെത്തന്നെ പരിഹാരങ്ങൾ കൈവെടിഞ്ഞുപോയ, പ്രവാചകന്റെ പരിവാരങ്ങളെ സ്വന്തം മാംസത്തിന്റെയും ചോരയുടെയും ഭാഗമാക്കിയ പ്രവാചകന്റെ ഏകാന്തത. "

ആധുനികത വാഴ്ത്തിയ ഈ ഏകാന്തതയോടും അതിന്റെ പീഡിതനായി പ്രഖ്യാപിക്കാനുള്ള അവകാശത്തോടുമൊപ്പം ഇവിടെ ഡോംബ തലകുലുക്കുന്നില്ല, പകരം ആ പ്രവാചക സങ്കല്പത്തെത്തന്നെ ചോദ്യം ചെയ്യുകയാണ്. "നിങ്ങളുടെ ജനത്തിന് ഒരിക്കലും സാധിക്കാത്തവിധം പ്രവാചകരെ മനസ്സിലാക്കാൻ കഴിയുന്നത് ഞങ്ങൾ പുറമ്പോക്കിൽ കഴിയുന്നവർക്കാണ്. പുറമ്പോക്കിൽ കഴിയുന്ന ഞങ്ങൾ ഞങ്ങളുടെ ഏറ്റവും വലിയ ശത്രുവായി കാണുന്നത് പ്രവാചകരെയാണ്. "

ഡോംബ ചോദ്യം ചെയ്യുന്നത് പ്രവാചകത്വത്തിന്റെ അധികാരത്തെയും അതിന് നീതീകരണമായ പ്രബുദ്ധതായുക്തിയെയുമാണ്. "പ്രവാചകന്മാരാണ് മനുഷ്യരെ തിരഞ്ഞെടുത്തവരും അല്ലാത്തവരുമായി തരംതിരിക്കുന്നത്. സംസ്കൃതരും, അസംസ്കൃതരുമായി, വിശ്വാസികളും അവിശ്വാസികളുമായി, പരിച്ഛേദനം ചെയ്തവരും ചെയ്യാത്തവരുമായി. പേഗനുകളെന്നും ഹിദെനുകളെന്നും ജെന്റൈലുകളെന്നും വിളിച്ച് ഞങ്ങളുടെ നേരെ അവർ തെരഞ്ഞെടുക്കപ്പെട്ടവരെന്ന് അവർ പ്രഖ്യാപിക്കുന്ന ജനത്തിന്റെ രോഷം ഇളക്കിവിടുന്നു".

'അവസാനത്തെ ആണി'യെയും തന്റെ വംശീയപാപങ്ങളെയും പറ്റി നിലനിൽക്കുന്ന പാഠത്തെ ഡോംബ തിരുത്തുന്നു. "നിന്റെ ആളുകൾ പറഞ്ഞു പരത്തിയ കഥ പോലെ, നിന്നെ ക്രൂശിക്കാൻ മുഴുവൻ ആണികളും ഉണ്ടാക്കിക്കൊടുക്കാത്തതിലുള്ള എന്റെ വംശത്തിന്റെ രോഷമാണ് ആ ജ്വലിക്കുന്ന ഇരുമ്പിന്റെ രൂപത്തിൽ എന്റെ മേൽ തീവർഷം ചൊരിയുന്നത്. " തങ്ങളുടെ വംശത്തിന്റെ മേൽ ആരോപിക്കപ്പെട്ട പാപം തിരുത്തുക മാത്രമല്ല അത് ആരോപിച്ചവർക്കെതിരെ രോഷം കൊള്ളാനുള്ള അവകാശം സ്ഥാപിച്ചെടുക്കുക കൂടിയാണ് ഡോംബ.

പ്രവാചകത്വത്തിന്റെ യുക്തി ചോദ്യം ചെയ്യപ്പെട്ട ശേഷം യേശു പുനരാലോചനക്ക് വിധേയനാവുന്നു. "മനുഷ്യപുത്രന്റെ നിലവിളി അവന്റെ അനുയായികൾ തിരിച്ചറിഞ്ഞില്ല. എന്നാൽ ആണികൾ

തറച്ച നേരത്തെ എന്റെ നിലവിളിയാകട്ടെ പടയാളികൾ തിരിച്ചറിഞ്ഞു. ആ നിമിഷത്തിൽ എന്റെ പ്രവാചകവേഷം താനേ അഴിഞ്ഞുപോയി. "പാഗനെന്ന വിളിക്കപ്പെട്ട പടയാളികളെ സംബന്ധിച്ച ധാരണ യേശു തിരുത്തുകയാണ് ഇവിടെ.

"പ്രവാചകന്മാർക്കും അവരുടെ പ്രവചനങ്ങൾക്കുമപ്പുറം, പ്രവചിക്കുക എന്ന കൃത്യത്തെത്തന്നെ നീ നിഷേധിക്കുവാൻ തുടങ്ങിയിരിക്കുന്നു. നഗരങ്ങളിലും മന്ദിരങ്ങളിലും വസിക്കുകയും വളരുകയും ചെയ്ത നീ മരുഭൂമിയിൽ വേട്ടമൃഗങ്ങളെപ്പോലെ അലയുന്ന ഞങ്ങളുടെ കൂടാരങ്ങളിൽ ഈ വിധം കയറിപ്പറ്റിയത് എങ്ങനെ എന്നും ഞാൻ അത്ഭുതപ്പെടുന്നു" എന്ന് ഡോംബ യേശുവിന്റെ സന്ദർശനത്തെപ്പറ്റി ഒടുവിൽ ആശ്ചര്യപ്പെടുന്നുണ്ട്.

തീർച്ചയായും നഗരങ്ങളിൽ ആധുനികതയുടെ യുക്തിയെ സ്വാംശീകരിച്ച പ്രവാചകനായ എഴുത്തുകാരൻ പുറമ്പോക്കുകളിലേക്ക് ഇറങ്ങി വരിക എന്നത് ഒരു ഘട്ടത്തിൽ അത്ഭുതകരം തന്നെയായിരുന്നു. പുറമ്പോക്കിന്റെ ഭൂഗുരുത്വത്തിലപ്പെട്ട് നിലംപതിക്കുന്ന ആധുനികതയുടെ എഴുത്തിന്റെ പ്രവാചകത്വം പക്ഷേ ആധുനികോത്തരതയിൽ ഒരു അത്ഭുതമല്ല-ക്രിസ്തു യേശുവായി മാറുന്നു.

കഥാന്ത്യത്തിൽ യേശു ഇപ്പോൾ പ്രതീക്ഷയർപ്പിക്കുന്നത് തന്റെ അത്ഭുതശക്തിയിൽ സംശയമുള്ള തോമയിൽ മാത്രമാണ്. "അകലെ എവിടെയെങ്കിലും ഒരു നാടുണ്ടായിരിക്കണം. തീക്ഷ്ണനായ ഒരു ദൈവമല്ല, പല ദൈവങ്ങൾ, തമ്മിൽ കലഹിക്കാതെ വസിക്കുന്നതായി, അതിനാൽ മനുഷ്യർ തമ്മിൽത്തമ്മിൽ വേട്ടയാടുകയോ കൊല്ലുകയോ ചെയ്യാത്തതായി. ഹിദെനുകളും പേഗനുകളും ഭൂമിയിൽ അവശേഷിച്ചിട്ടുള്ള ആ ദേശത്തായിരിക്കണം ഉള്ളിൽ ഒരു സംശയവുമായി എന്നോടു വിടപറഞ്ഞ അവൻ, തോമസ് അലയുന്നത്. എന്റെ കുരിശ് കത്തിത്തീരാറായി, ഡോംബ, ഇനി അവനെ തിരക്കിയാണ് ഞാൻ പുറപ്പെടുന്നത്. സംശയത്തിലല്ലോ വിവേകത്തിന്റെ വേരുകൾ കിടക്കുന്നു. "

സെന്റ് തോമസ് വന്നിറങ്ങിയ ഈ സ്ഥലം കേരളം തന്നെയാണ്. ആധുനികതയുടെ അമൂർത്തമായ യൂറോ കേന്ദ്രിത നാഷണലിസ്റ്റിക് യുക്തിയിൽ അവർ മറന്നുപോയ കേരളീയതയുടെ, സാധാരണ മലയാളി ജീവിതത്തിന്റെ, ആധികാരികതയും ബഹുത്വവും അംഗീകരിക്കപ്പെടുന്നു. പ്രവാചകവേഷം അഴിച്ചുവെച്ച യേശു സംശയിക്കുന്ന

ശിഷ്യന് ശിഷ്യപ്പെടുന്നു.

നിഷേധിക്കപ്പെട്ട സത്യങ്ങൾ അധികാരഘടന മാറുമ്പോൾ പ്രതികാരബുദ്ധിയോടെ തിരിച്ചുവരും. ആധുനികതയുടെ ഭാവുകത്വം നിഷേധിച്ച് പുറമ്പോക്കിലേക്ക് തള്ളിയ സത്യങ്ങൾ നിഴല്പോലെ ഇക്കാലമത്രയും എഴുത്തുകാരനെ പിൻതുടരുന്നുണ്ടായിരുന്നു. അങ്ങ് ബോംബെയിൽ ചന്ദ്രികാചർച്ചിതമായ രാത്രിയിൽ വെൺമാടത്തിൽ ഇരുന്ന് മാധവനും ഗോവിന്ദൻകുട്ടിമേനോനും ഗോവിന്ദപ്പണിക്കരും ഇന്ത്യൻ നാഷണൽ കോൺഗ്രസിനെക്കുറിച്ച് ചർച്ച ചെയ്ത 1880-കൾ ഇങ്ങ് കേരളത്തിനകത്ത് സംഭവബഹുലമായ കീഴാള സമരങ്ങളുടെ കാലയളവായിരുന്നല്ലോ.

തലമുറകൾ:
പ്രമേയവും പ്രതിപാദനവും

ലഭ്യമായ ചരിത്രത്തെ സംബന്ധിച്ച ഓരോ സംശയവും നൽകപ്പെട്ട സ്വത്വത്തെക്കുറിച്ചുള്ള സംശയമാണ്. സ്വത്വത്തിന്റെ ഓരോ പുനഃക്രമീകരണവും ചരിത്രത്തിന്റെ പുനഃക്രമീകരണത്തിലേക്ക് നയിക്കുന്നു. തന്റെ മരണത്തെ ഉദ്ഘോഷിച്ചവരെ കബളിപ്പിച്ചുകൊണ്ട് ചരിത്രം പുതിയ വഴികളിൽ സഞ്ചരിക്കുകയാണ്. ഒരു ഓർഡിനൻസിനും റദ്ദുചെയ്യാനാവാതെ അത് സ്വപ്നത്തിന്റെയും യാഥാർത്ഥ്യത്തിന്റെയും വ്യവഹാരങ്ങളിൽ ജീവനോടെയിരിക്കുന്നു. ഏകരേഖീയവും ലക്ഷ്യോന്മുഖവുമായിരുന്ന ചരിത്രസങ്കല്പം ഇന്ന് ലോകത്തിലാകമാനം പല വിതാനങ്ങളിലുള്ള ചരിത്രങ്ങളായി മാറിയിട്ടുണ്ട്. പുതിയ ബന്ധുത്വവും ശത്രുതയും പുതിയ അതിർത്തികളും അതിർത്തിമാായ്ക്കലുകളും സംഭവിച്ചു കഴിഞ്ഞു. സ്വത്വാന്വേഷണത്തിന് ശരിയും തെറ്റുമായ വഴികളും ഭൂപടങ്ങളും ഉണ്ടായിക്കഴിഞ്ഞു. ഏത് തലമുറയിലെ അംഗമാണ് ഒരാൾ? അതോ അയാൾക്ക് തലമുറ തന്നെയുണ്ടോ? ഒ. വി. വിജയന്റെ 'തലമുറകൾ' പ്രത്യക്ഷപാഠമെന്ന നിലയിൽ ഉന്നയിക്കുന്നതും ചരിത്രത്തിന്റെയും സ്വത്വത്തിന്റെയും ഈ വംശീയഛായയുള്ള പ്രതിസന്ധിമണ്ഡലം തന്നെ.

പാലക്കാട്ടു ജില്ലയിലെ ഒരു ഈഴവ കുടുംബത്തിന്റെ ഇരുന്നൂറു കൊല്ലത്തിനിപ്പുറവുമപ്പുറവുമുള്ള രേഖപ്പെടുത്തിയതും അല്ലാത്തതുമായ പരമ്പരകളിൽ നിന്നുകൊണ്ട് ചരിത്രത്തിന്റെ ഒരു സ്മൃതി ചിത്രം നൽകുകയാണ് നോവൽ. ചാമിയാരപ്പൻ എന്ന തറവാട്ടു കാരണവരുടെ മുൻപിലും പിൻപിലുമുള്ള ഈ കുടുംബ ചരിത്രം അയാളുടെ പേരക്കിടാവായ ചന്ദ്രന്റെയും അവന്റെ ജർമ്മൻ കൂട്ടുകാരിയുടെയും

സംഭാഷണവിഷയവും സ്നേഹവസ്തുവുമായി ഹോങ്കോങ്ങിലെ ഒരു ബാറിൽ പങ്കിടപ്പെടുകയാണ്. ജാതിക്കോയ്മ, മതംമാറൽ, ജാതിവിരുദ്ധപ്രക്ഷോഭം, സാമ്രാജ്യത്വവിരുദ്ധ സമരം, ജന്മിത്തത്തിനെതിരെയുള്ള മുന്നേറ്റം എന്നിങ്ങനെ കേരളം കടന്നുപോയ ചരിത്രഘട്ടങ്ങൾ ഒടുവിൽ ഈ പ്രണയികളിൽ കുരുത്ത സങ്കരസന്തതിയായ ഒരു ഇരുപത്തൊന്നുകാരന്റെ വേരു തേടലും പിൻമടക്കവുമായി അവസാനിക്കുന്നു.

പാലക്കാടൻ നാട്ടിൻപുറത്തുനിന്നും ഹോങ്കോങ്ങിലേക്കും ജർമ്മൻകാരി സ്ത്രീയുടെ ജനിതകപാതിയുമായുള്ള വിലയനത്തിലേക്കുമുള്ള യാത്ര സമകാലിക സാഹിത്യചരിത്ര ഭാഷയിൽ നവോത്ഥാനത്തിന്റെയും ആധുനികതയുടെയും ആധുനികോത്തരതയുടെയും ഘട്ടങ്ങളിലെത്തിച്ചേരുന്നതാണ് എന്നുപറയാം. സ്വസ്ഥലങ്ങൾ നഷ്ടപ്പെട്ട് ജനിതകങ്ങളിൽത്തന്നെ വംശീയമായി വിഭജിക്കപ്പെടുന്ന സ്വത്വത്തിന്റെ ചരിത്രഘട്ടം, എല്ലാ സ്വത്വങ്ങളും നോൺ റെസിഡൻഷ്യൽ സ്വത്വങ്ങളായിത്തീർന്ന അവസ്ഥ, സ്ഥലപരതയിൽനിന്ന് സ്ഥലനിരാകരണത്തിലേക്കുള്ള മാറ്റം എന്നൊക്കെ ആധുനികാനന്തര ഭാഷയിൽ ഇതിനെ പറയാം.

നോവലിന്റെ ആദ്യത്തിലും അവസാനത്തിലും പ്രത്യക്ഷപ്പെടുന്ന വൈരുധ്യം പേരുമാറ്റത്തിന്റേതാണ്. മരത്തെ രാമനെക്കൊണ്ടു മാറ്റിവെപ്പിക്കാൻ ശ്രമിക്കുന്നു. 'ആമരമീമര മാമരമീമരം' എന്നു കുട്ടിക്കാലത്തു മുത്തശ്ശി പറയുന്നതുകേട്ടു പഠിക്കാൻ ശ്രമിക്കുന്ന ചാമിയാരപ്പന്റെ പേരക്കിടാവ് ചന്ദ്രനാണ് നോവലിൽ ആദ്യം വരുന്നത്. മരത്തിൽ ആരംഭിച്ച് രാമനിൽ അവസാനിക്കാനുള്ള ശ്രമവും അതിനോട് ചന്ദ്രൻ കാട്ടുന്ന നിഷേധവും അതിനു യുക്തിവാദിയായ മുത്തശ്ശൻ നൽകുന്ന പ്രോത്സാഹനവും വർണനിഷേധത്തിന്റേതാണ്. വൃക്ഷങ്ങളെ പൂജിച്ചുകൊണ്ടിരുന്ന ഒരു ജനതയെ വൈഷ്ണവ പൂജയിലേക്ക് മാറ്റിയതിന്റെ സൂചനകൾ ഉൾക്കൊള്ളുന്നതാണ് ഈ തുടക്കം. മരം വെട്ടുന്ന മഴുവുമായി വന്ന മറ്റൊരു രാമനാണ് കേരളം ഉണ്ടാക്കിയതെന്ന ബ്രാഹ്മണമിത്തും ചേരുമ്പോൾ ഇത് ആര്യത്വത്തിന്റെ ഒരു മേധാവിത്വമിത്താണെന്നും മുത്തശ്ശനും പേരക്കിടാവും കലഹിക്കുന്നത് ഈ ബ്രാഹ്മണ്യത്തോടാണെന്നും വരുന്നു. ഈ സംഭാഷണം ചെള്ളിയെന്ന ചെറുമന്റെ പേരുമാറ്റത്തിന്റെ മറ്റൊരു കഥയിലേക്ക് വികസിക്കുന്നുണ്ട്. സ്വന്തം പേര് ഇഷ്ടമില്ലാത്ത അയാൾക്ക് ചന്ദ്രൻ രാമൻ എന്നു കളിപ്പേരിടുന്നു. ആ പേര് ചെള്ളി കൈക്കൊള്ളുന്നില്ല.

ചന്ദ്രൻ അത് യേശുക്രിസ്തു എന്നാക്കുന്നു. ഈ ചെള്ളി പിന്നെ നോവലിൽ പ്രത്യക്ഷപ്പെടുന്നത് അന്ത്യഭാഗത്ത് തന്റെ മകളിലൂടെയാണ്. ഹോങ്കോങ്ങിൽ വെച്ച് ചന്ദ്രൻ ഇവളെ കണ്ടുമുട്ടുന്നു. തന്റെ അച്ഛൻ ക്രിസ്ത്യാനിയായിത്തീർന്നതും ഇംഗ്ലീഷിലൂടെ താൻ വർണവ്യവസ്ഥയിൽ നിന്ന് മോചിതയായതും അവൾ വിവരിക്കുന്നുമുണ്ട്. "ഇംഗ്ലീഷിന്റെ ഉച്ചാരണത്തിൽ പട്ടരേയും നായരേയും ഒരുപാടൊരുപാട് ഞാൻ കടത്തിവെട്ടി. അങ്ങനെ ചെയ്യാൻ കഴിഞ്ഞപ്പോൾ ജാതിയുടെ ചങ്ങല അറ്റുവീണു. സംസ്കൃതത്തിനോ, പാലിഭാഷക്കോ, ആദിദ്രാവിഡത്തിനോ നേടാൻ കഴിയാത്ത ഈ വിമോചനത്തിൽ ഇംഗ്ലീഷ് ഭാരതീയ ദേശീയതയുടെ സുശക്തവാഹനമായി" എന്ന് അവൾ പറയുന്നു. പേരു മാറ്റം വർണ വ്യവസ്ഥയിൽ നിന്നുള്ള രക്ഷപ്പെടലിന്റെ രൂപകമാണ്.

ഇംഗ്ലീഷിലൂടെയും ക്രിസ്ത്യാനിത്വത്തിലൂടെയും വർണവ്യവസ്ഥയിൽനിന്നു രക്ഷപ്പെടാൻ ശ്രമിച്ച വിജയിക്കുന്നതായി സങ്കല്പിച്ച ചെള്ളിയുടെ കുടുംബകഥയല്ല, ഇരുന്നൂറ് കൊല്ലങ്ങൾക്കപ്പുറവുമിപ്പുറവുമുള്ള ചാമിയാരപ്പന്റെയും ചന്ദ്രന്റെയും കുടുംബകഥയാണ് നോവലിന്റെ മുഖ്യരൂപം. ഇടയിൽ പ്രതിഷേധിച്ച് ചാമിയാരപ്പൻ ക്രിസ്ത്യാനിയായി മാറുന്നുണ്ടെങ്കിലും ഈ കുടുംബം വർണവ്യവസ്ഥയെ പരാജയപ്പെടുത്താൻ മറ്റനേകം വഴികളിലൂടെയാണ് ശ്രമിച്ചത്.

അതേസമയം ജന്മിത്തത്തിന്റെ തകർച്ചയുടേതുകൂടിയാണ് ഈ ചരിത്രം. ഫ്യൂഡൽ തകർച്ചയുടെ ഈ ചിത്രം ഈഴവജന്മിത്തത്തിന്റെ പശ്ചാത്തലത്തിൽ ഒരു സവർണവിരുദ്ധ സമരകഥ കൂടിയായി രേഖപ്പെടുത്തുകയാണ്. അതുകൊണ്ടുതന്നെ അതൊരു 'നാലുകെട്ടി'ന്റെ ഏകരേഖീയമായ ചരിത്രമല്ല. സാമ്പത്തികകോയ്മ എന്ന നിലയിൽ നിൽക്കുമ്പോഴും തകരുമ്പോഴും അതിൽ വർണവ്യവസ്ഥയോടുള്ള പ്രതിഷേധത്തിന്റെയും ചോദ്യം ചെയ്യലിന്റെയും വളരുന്ന ഒരു ശക്തി കൂടിയുണ്ട്. കേരളീയ ഫ്യൂഡലിസത്തിന്റെ സാഹിത്യത്തിലെ സാമ്പ്രദായിക പ്രതിനിധാനങ്ങൾക്കുള്ള ഒരു മറുപക്ഷം ഈ നോവൽ കാണിക്കുന്നുണ്ട്. ജാതിയും വർഗവും തമ്മിലുള്ള ബന്ധവും ബന്ധമില്ലായ്മയുമാണിത്. എന്നാൽ ഈഴവജന്മിത്തത്തിനു കീഴിൽ മറ്റു കീഴാള ജാതികൾ അടക്കി ഭരിക്കപ്പെടുന്നുമുണ്ട്. നായർ-നമ്പൂതിരി ജന്മിത്തത്തകർച്ചയുടെ ഭാഷ്യങ്ങൾക്കൊപ്പം ഈ ഇഴവജന്മിത്തത്തകർച്ചയുടെ പുതുപാഠവും വരുന്നു. ഇതും പക്ഷേ ജന്മിത്തത്തിനുള്ളിൽ നിന്നുള്ള കാഴ്ച തന്നെയാണ്.

ഈ കാലയളവിലെ കേരളീയ ജന്മിത്തത്തിന്റെയും നാടൻ ജീവിതത്തിന്റെയും തകർച്ചയും പരിവർത്തനവും തിരിച്ചുവരുന്നവന്റെ കണ്ണിലൂടെ മുമ്പും കേരളീയ നോവലുകളിൽ വന്നിട്ടുണ്ട്. ഇവിടെയാകട്ടെ നാലുകെട്ട് പ്രതികാരബുദ്ധിയോടെ വാങ്ങാനല്ല, അതിന്റെ ആഭ്യന്തരവൈരുധ്യങ്ങളോട് സഹതപിക്കാനാണ് ചെറുമകൻ ഒടുവിൽ പൊൻമുടിയിലെത്തുന്നത്. പഴയ തലമുറയും പുതിയ തലമുറയും തമ്മിലുള്ളത് സംഘർഷത്തിന്റേതല്ല, സമന്വയത്തിന്റെ ബന്ധമാണ്. അവർണവൽക്കരണം വംശസ്മൃതിയായതുകൊണ്ടുതന്നെ തലമുറകൾ തമ്മിൽ ഈ പൊതു അവമാനത്തിനുള്ളിൽ സംഘർഷത്തിനുപകരം സൗഹൃദം പങ്കിടുന്നു. മാതൃദായത്തിന്റെ നായർമാതൃകകൾക്കു പകരം പിതൃദായത്തിന്റെ ഈഴവമാതൃകകൾ-'നാലുകെട്ടി'ൽ പിതൃത്വം ഒരസാന്നിധ്യമാണല്ലോ-സവർണത്വത്തിനെതിരെ വംശീയമായ ഐക്യദാർഢ്യം പ്രകടിപ്പിക്കുന്നു.

വംശചരിത്രത്തിലെ മിത്തുകൾ, സംഭവങ്ങൾ ഒക്കെ വിവരിക്കപ്പെടുന്ന പ്രാദേശികതയാണ് നോവലിലെ ഏറ്റവും പ്രാഥമികമായ ഘടന. നോവലിന്റെ നിർമിതിയുടെ യൂണിറ്റുകൾ ഇവയാണ്. ഇത് നവോത്ഥാന കൃതികളിൽ കാണുന്ന പ്രാദേശികതയുടെ ആഖ്യാന പ്രമേയം തന്നെ. എന്നാൽ ഈ ഘടനക്കുമേൽ ഭാരതീയവും ആഗോളവുമായ രണ്ട് ഘടനകൾ വന്നു പൊതിയുന്നുണ്ട്. പ്രാദേശികതയുടെ സ്ഥലബോധത്തിനുമേൽ ഇന്ത്യ എന്ന സാങ്കല്പികസ്ഥലരാശി (Imaginary Space) നിൽക്കുന്നു. പ്രാദേശികതയെ ജനകീയതയുമായും യുക്തിവാദവുമായും കോൺഗ്രസുമായും കമ്യൂണിസവുമായും ഉള്ള പ്രമേയപരമായ വളർച്ചയായി കാണാൻ നോവലിനു കഴിയുന്നു. ചാമിയാരപ്പന്റെ വഴികൾ ചരിത്രത്തോടൊപ്പമുള്ള ഈ വളർച്ചയുടെ വഴിയാണ്. പ്രാദേശികത കാലത്തിലൂടെ വളരുന്നത് ചാമിയാരപ്പനോടൊപ്പമാണ്.

പ്രാദേശികതയും ആഗോളപരതയും തമ്മിലുള്ള ബന്ധത്തിനിടക്ക് സംസ്കൃതം ഒരധികാരമാണ്. സംസ്കൃതത്തെ കീഴടക്കാനുള്ള ശ്രമം ജാതിവ്യവസ്ഥയെ ലംഘിക്കാനുള്ള ശ്രമമാണ്. ചാമിയാരപ്പൻ അഗ്രഹാരങ്ങളെ തീണ്ടിക്കൊണ്ട് സമരത്തിലൂടെയാണ് അതു ചെയ്യാൻ ശ്രമിക്കുന്നത്. ചാമിയാരപ്പന്റെ പൂർവ്വികനായ കൃഷ്ണനമ്മാവൻ സുഹൃത്തായ ഭവത്രാതൻ നമ്പൂതിരിയുടെ പൂണൂൽ വാങ്ങി ധരിച്ച് കാശിയിലേക്ക് യാത്ര ചെയ്യുന്നത് സംസ്കൃതത്തെ കീഴടക്കാനാണ്. പക്ഷേ അയാൾക്ക് കാശിയിൽ സമനിലയോടെ

ജീവിക്കാൻ കഴിയുന്നില്ല. കാശിയിൽ അയാളിലെ വൈരുധ്യം ഭ്രാന്തായി പരിവർത്തനം ചെയ്യപ്പെടുന്നു. ചാമിയാരപ്പന് കാലത്തിന്റെ പിൻബലത്തോടെ അഗ്രഹാരങ്ങൾക്കുമേൽ വിജയം നേടാൻ കഴിയുന്നുണ്ട്. എന്നാൽ കൃഷ്ണനമ്മാവന് അത് കഴിയുന്നില്ല. പതിനെട്ടാം നൂറ്റാണ്ടിലാണ് അയാൾ കാശിയിലെത്തുന്നത്. രണ്ടു നൂറ്റാണ്ടുകൾ കഴിഞ്ഞിട്ടും കാശിയിലെ വർണവ്യവസ്ഥക്ക് മാറ്റമൊന്നുമില്ല. കൃഷ്ണനമ്മാവൻ കാശിയുടെ പൂണൂൽ പാരമ്പര്യത്തോട് ഏറ്റുമുട്ടി പരാജയപ്പെടുകയാണ്. അയാൾക്ക് ആകെ കഴിയുന്നത് മനുസ്മൃതിയുടെ താളിയോലക്കെട്ടുകൾ ഗംഗയിലേക്ക് എറിഞ്ഞുകളയുക മാത്രമാണ്. ഈ പരാജയത്തിന്റെ കാരണങ്ങളിലേക്കൊന്നും കടക്കാൻ നോവൽ മെനക്കെടുന്നില്ല. പകരം ഇതിനെ സാത്വിക ഘടനയിൽ ആദർശവൽക്കരിക്കാനാണ് ശ്രമിക്കുന്നത്.

ജാതിവ്യവസ്ഥയെയും സംസ്കൃതത്തെയും കീഴടക്കാനുള്ള മറ്റൊരു ശ്രമം വരുന്നത് അപ്പുക്കാരണവരിൽ നിന്നാണ്. ദരിദ്രയായ ശിവകാമി എന്ന ബ്രാഹ്മണയുവതിയെ അവളുടെ അമ്മയിൽ നിന്ന് വിലകൊടുത്തുവാങ്ങുന്ന അയാൾ അവളെ നഗ്നയാക്കി ഇരുത്തി ഗായത്രീമന്ത്രം ചൊല്ലിക്കുകയാണ്. എന്നാൽ ഗായത്രി കാരണവർക്ക് വഴങ്ങുന്നില്ല. 'ഉച്ചാരണം പിഴക്കുന്നു, അവർണപരമ്പരയുടെ മലിനസ്വരങ്ങൾ മന്ത്രത്തെ മൂടുന്നു' എന്ന് വർണവ്യവസ്ഥയെ ന്യായീകരിക്കുന്ന വിവരണമാണിവിടെ. ഗായത്രിയിൽനിന്ന് അയാൾ അഭയം തേടുന്നത് ആഭിചാരത്തിലാണ്. ഗായത്രി/ആഭിചാരം എന്ന ദ്വന്ദ്വമായി വരുന്നത് ബ്രാഹ്മണസംസ്കൃതത്തിന്റെയും കീഴാളനാടോടിത്തത്തിന്റെയും ജ്ഞാനരീതികൾ തമ്മിലുള്ള വൈരുധ്യമാണ്, ആഭിചാരവിദഗ്ധന്മാരായാണ് പറയന്മാർ നോവലിൽ ചിത്രീകരിക്കപ്പെടുന്നത്.

ഈഴവത്തവും ഉയർന്ന ജാതിയും തമ്മിലുള്ള മറ്റൊരു സംഘർഷം കാണിക്കുന്നത് വേലപ്പനിലൂടെയാണ്. അയാൾ ബ്രിട്ടീഷ് പോലീസാണ്. തന്നോടു പാത്രം കഴുകിവെക്കാൻ പറയുന്ന ചാപ്പൻനായരെ അയാൾ പോലീസായി വന്ന് അടിക്കുന്നുണ്ട്. ബ്രിട്ടീഷുചക്രവർത്തിയുടെ മുദ്രയുള്ള കുപ്പായമാണ് അയാളെ അതിനു പ്രാപ്തനാക്കുന്നത്.

മൂന്നാം തലമുറയിലെത്തുമ്പോഴേക്കും പ്രാദേശികതയും ഭാരതീയതയും കടന്ന് പൊൻമുടിത്തലമുറകൾ ലണ്ടനിലും പാരീസിലും ഹോങ്കോങ്ങിലുമെത്തുന്നു. ചന്ദ്രനും റോസ്മേരി വാഗ്നറും തമ്മിലുള്ള

സംഭാഷണമായി കഥ ചിലപ്പോൾ ചുരുളഴിയുന്നു. ചാമിയാരപ്പന്റെ സഹോദരന്റെ മകനായ ഗോപാലൻ യൂറോപ്പിൽ ചെന്ന് മതം മാറുന്നു. ചാമിയാരപ്പൻ ക്രിസ്ത്യാനിയായത് പരാജയമെന്നു കണ്ട ഇയാൾ ഇംതിയാസ് ഹസ്സൻ എന്ന് ഇസ്ലാമാവുകയാണ് ചെയ്യുന്നത്. ജെസീക്ക എന്ന യഹൂദിനിയായ ഫ്രഞ്ചുകാമുകിയുമൊപ്പം അയാൾ രണ്ടാം ലോകയുദ്ധഘട്ടത്തിൽ വേട്ടയാടപ്പെടുന്നു. ജാതിവ്യവസ്ഥ യുടെ രൂപകങ്ങളെ യൂറോപ്പിലേക്കും കൊണ്ടുപോകുന്ന നോവൽ മനു സ്മൃതിയെയും ഹിറ്റ്ലറുടെ ആത്മകഥയായ 'മെയിൻ കാംഫി'നെയും താരതമ്യപ്പെടുത്തുന്നു.

എന്നാൽ ബ്രാഹ്മണ്യത്തോട് ഏറ്റുമുട്ടുന്ന പൊൻമുടിയെ ഉള്ളിൽ നിന്ന് ഒരു പാപബോധം പിൻതുടരുന്നുണ്ട്, അധികവും അനീതിക്ക് ഇരയായ സ്ത്രീകളുടെ ശാപം. ചാമിയാരപ്പന്റെ ചെറിയപ്പന്റെ രണ്ടാം ഭാര്യ മധുരയെ തിത്തായിച്ചെറുമനുമായി ബന്ധമുണ്ടെന്ന് ആരോപിച്ച് ചെറിയപ്പൻ വെട്ടിക്കൊല്ലുന്നു. കൊല്ലപ്പെട്ടത് സ്ത്രീയും കീഴാളനായ പണിക്കാരനുമാണ്. ടെലസ്ക്കോപ്പിലൂടെ കിട്ടപ്പൻ എന്ന പൂർവ്വികൻ ദൂരെ കുളിക്കുന്ന സ്ത്രീകളെയാണ് നോക്കിയത്. അവരിലൊരാളായ അംബിക എന്ന രണ്ടു കുട്ടികളുടെ അമ്മയെ കിട്ട പ്പൻ അവളുടെ ഭർത്താവിൽ നിന്ന് വിലയ്ക്ക് വാങ്ങുന്നു. ശിവകാമിയും വിലക്കു വാങ്ങപ്പെട്ടവൾതന്നെ. അപ്പപ്പണിക്കർ തന്റെ ജ്യേഷ്ഠഭാര്യ യുമായി അവിഹിതത്തിലേർപ്പെടുകയും സഹോദരങ്ങളുടെ സ്വത്ത് കൈക്കലാക്കുകയും ചെയ്യുന്നു. അനഭിഗമ്യഗമനത്തിന്റെ മറ്റനേകം സൂചനകളും നോവലിൽ ഉണ്ട്. സ്ത്രീയോടുള്ള നോവലിന്റെ ഈ കുറ്റബോധപരമായ സമീപനത്തിൽ സമകാലികതയുടെ സമ്മർദ്ദ ങ്ങളുണ്ട്. 'വെപ്പാട്ടിയുടെ പുല്ലിംഗം എന്ത്?' എന്ന ചോദ്യത്തിൽ ഇത് കാണാം.

നവോത്ഥാനകേരളീയതയും ഓറിയന്റൽ ഭാരതീയതയും

പ്രാദേശികതയുടെയും ദേശീയതയുടെയും അന്തർദേശീയതയുടെ യും മൂന്നുകാലയളവുകളേയും ഏകതലത്തിൽ സംവിധാനം ചെയ്യുന്ന തുവഴിയാണ് നോവൽ അതിന്റെ ഘടന നേടിയെടുക്കുന്നത്. കാലഭേ ദങ്ങളെ സ്ഥലഭേദങ്ങളായി അത് വിന്യസിക്കുന്നു. ഓരോ സ്ഥലവും സവിശേഷമായ സ്വത്വബോധത്തെ വഹിക്കുന്നു. നാട്ടിൻപുറത്തു നിന്നുള്ള ക്രമികമായ പുരോഗതിയുടെ ഏകരേഖീയ കാലിക സങ്ക ല്പത്തിനു പകരം നോവലിൽ ബഹുകാലികതയെ ബഹുസ്ഥലങ്ങൾ

തമ്മിലുള്ള ബന്ധമായി കാണിക്കുന്നു. ഗുണപരമായി ഭിന്നമെങ്കിലും പരസ്പരം സാദൃശ്യപ്പെടുത്താവുന്ന രൂപകങ്ങളായി, ചെറുപ്പവലിപ്പങ്ങളായി പാലക്കാടൻ ഗ്രാമവും യൂറോപ്പും മാറുന്നു. പാലക്കാടൻ രൂപകങ്ങളിൽ യൂറോപ്പിനെയും യൂറോപ്യൻ രൂപകങ്ങളിൽ പാലക്കാടിനെയും ചിത്രീകരിക്കുന്നത് വഴിയാണ് പലപ്പോഴും നോവൽ അതീതത്വത്തിന്റെ ഭാഷാപരിവേഷം ആർജ്ജിക്കുന്നത്. ഇതിനിടയിൽ ഭാരതീയത ഒരു മിത്തിക്കൽ ഭൂതകാലമായി നിൽക്കുന്നു.

"ആൾമാറാട്ടം, സ്വന്തം ശരീരത്തിന്റെ അണുക്കളെ ഒരു മൃതലോകത്തിന്റെ എക്റ്റോപ്ലാസത്തിൽ അലിയിപ്പിച്ച് വീണ്ടും രൂപങ്ങൾ മെനഞ്ഞ സ്രഷ്ടാവായി പവിത്രൻ ഭൂമിക്കുമേലെ നടന്നു".

"മത്സരത്തിൽ പരാജയപ്പെട്ട് അധഃകൃതത്വത്തിലേക്ക് വീണുപോയ ജാതികൾ ഒരുവശത്ത്, മറുഭാഗത്ത് ഗൂഢമായ ഒരു ഫിസിക്സിലകപ്പെട്ട് ഭൂമിയുടെ രഹസ്യങ്ങൾ തേടിയ പറയന്മാർ, അസ്പൃശ്യതയിലും ബഹിഷ്കരണത്തിലും സുരക്ഷ നേടി ഗവേഷണം തുടർന്ന മായാമനുഷ്യന്മാർ, പരകായ പ്രവേശനം ചെയ്യുന്നവർ, എന്റെ പ്രാചീനമായ നാട്ടിൻപുറത്തെ ആണവശാസ്ത്രജ്ഞന്മാർ" എന്നിങ്ങനെ ചരിത്രം ഈ ത്രിതല സ്വഭാവമുള്ള ഭാഷാഭേദങ്ങൾ ചേർന്ന ഒരു വാക്യഘടനയിൽ ഒതുങ്ങുന്നു.

പാലക്കാടൻ (ഗോത്ര) സ്ഥലരാശിയെയും ഭാരതീയ സാങ്കല്പിക സ്ഥലത്തെയും യൂറോപ്പിനെയും ഒരു സമീകരണത്തിലൂടെ ഐക്യപ്പെടുത്താൻ ഭാഷ ശ്രമിക്കുന്നുണ്ട്. ഈ ത്രിതലത്വത്തിൽ ചരിത്രത്തിന്റെ നൈരന്തര്യം, വസ്തുനിഷ്ഠത എന്നിവയൊന്നും നോവലിനെ ബാധിക്കുന്നില്ല. തുടർച്ചകളുടെ ഒരു ആഖ്യാനരീതിയെ ഈ സ്ഥലരാശി വിന്യാസം അനുവദിക്കുകയുമില്ല. കാലത്തെ സ്ഥലപരമായ രൂപകങ്ങളിൽ സംവിധാനം ചെയ്യുമ്പോൾ അത് സ്വയം ചരിത്രസത്യങ്ങളെയും നൈരന്തര്യങ്ങളെയും ചെറുക്കുന്ന ഒരു ഘടനയാകുന്നു.

വായനക്കാരെ സംബന്ധിച്ചിടത്തോളം പ്രാഥമികതലത്തിൽ ഓരോ നിമിഷത്തിലും പ്രപഞ്ചപൂർണതയെ ആവാഹിക്കാനുള്ള ശ്രമമായി നോവൽ ഭാഷ (ഒ. വി. വിജയന്റെ ഭാഷ പൊതുവെ) അനുഭവപ്പെട്ടേക്കാം. പ്രാദേശികമായ ഒരു 'ഇഹ'ത്തിൽനിന്നുകൊണ്ട് ചരിത്രത്തിന്റെയും സംസ്കാരങ്ങളുടെയും ഒരു അജ്ഞേയമായ 'പര'ത്തെ ആവാഹിക്കാനുള്ള ശ്രമമാകാം അയാൾക്കത്. പ്രത്യക്ഷ വായനയിൽ ഈ 'പരം' വസ്തുനിഷ്ഠമായ ആസ്പദങ്ങളുള്ളതാണെന്ന്

തിരിച്ചറിയാൻ വായനക്കാരന് കഴിയുകയില്ല. പകരം ഒരു മിസ്റ്റിക്കൽ പരിവേഷത്തിൽ അയാൾ വീണുപോകുന്നു. സ്വത്വപരമായി നോക്കിയാൽ അത് ഒരു സമൂഹത്തിലും സ്വയംപൂർണമായി അംഗത്വമെടുക്കാൻ കഴിയാത്ത പ്രവാസിത്വത്തിന്റെ പ്രതിസന്ധിയുടെ സൗന്ദര്യവൽക്കരണമാണെന്നുകാണാം. എല്ലാ അപരസ്ഥലരാശികളെയും ഒന്നിച്ചു കൊണ്ടുവരിക വഴി സ്വത്വപൂർണതയുടെ ഒരു സാങ്കല്പികതയെ അത് സൗന്ദര്യാത്മകമായി സാക്ഷാത്ക്കരിക്കാൻ ശ്രമിക്കുന്നു. ഓരോ വാക്യത്തിലും തന്റെ സ്ഥലപരമായ ഭാഗികസ്വത്വത്തെ മറികടക്കാനുള്ള ശ്രമമാണത്. സ്വത്വപരമായി വിരുദ്ധസ്ഥലരാശികളെ ഒരേ സ്ഥലത്ത് സംവിധാനം ചെയ്യുകവഴി അത് 'പൂർണത'യെ സാങ്കല് പികതയിൽ കൈവരിക്കാൻ ശ്രമിക്കുന്നു.

ഈ സ്വത്വപ്രതിസന്ധിയാണ് യഥാർത്ഥത്തിൽ ഒരു ആഖ്യാനകൗശലമായി പ്രത്യക്ഷീകരിക്കപ്പെടുന്നത്. ഒരേ സ്ഥലത്തിന്റെ തുടർച്ചയെ പിൻതുടരാൻ കഴിയാത്തതും അതുകൊണ്ടുതന്നെ. യുക്തിഭദ്രമായ ഒരു കാലത്തെ സ്വീകരിക്കാൻ ഇതിനു കഴിയുകയില്ല. ഒരേ സ്ഥലത്ത് വിടർന്നു വികസിക്കുന്ന കാലമെന്ന സങ്കല്പത്തെയും ഇതിനു സ്വീകരിക്കാൻ കഴിയുകയില്ല. അത്തരമൊരു സ്ഥലവൽക്കരണം ഈ സ്വത്വത്തിന് ഭാഗികവും അംഗഭംഗമുണ്ടാക്കുന്നതുമാണ്. ആഖ്യാനകലയിലെ ന്യൂട്ടോണിയൻ കാലപരിഗണനയിൽ നിന്നുള്ള മാറ്റമെന്ന് ഇതിനെ പറയാം. മാന്ത്രികയാഥാർത്ഥ്യരീതി എന്നും വായിക്കപ്പെടാം. യഥാർത്ഥത്തിൽ ഈ മാന്ത്രികയാഥാർത്ഥ്യബോധം ജനിച്ചുവീണ സ്വന്തം ഗ്രാമങ്ങളുടെ ആധികാരികതാനഷ്ടത്തിന്റെ സൗന്ദര്യവൽക്കരണമാണ്. സ്വത്വത്തെ ഒരു കൊളോണിയൽ സാങ്കല്പിക ആകാശത്ത് കൊളുത്തി നിർത്തി തല കീഴോട്ടിട്ട് കാണുന്ന ഒരു കാഴ്ചയാണിത്. അതേസമയം സ്വന്തം മിത്തിക്കൽ കാലബോധവും വാസ്തവിക ഭൗതികചരിത്രകാലവും തമ്മിലുള്ള വൈരുധ്യവുമാണിത്. ഈ തലതിരിച്ചിൽ ഗ്രാമീണമായതു മുഴുവൻ അജ്ഞേയമായ എന്തോ നിഗൂഢസത്യമാണെന്ന തോന്നലുളവാക്കുന്നു. പറയന്മാർ നിഗൂഢതയുടെ ആണവശാസ്ത്രജ്ഞന്മാരായി തോന്നുന്നു. കാര്യ കാരണങ്ങളൊക്കെ കർമബന്ധങ്ങളുടെ നിഗൂഢസൂത്രവാക്യമായി തോന്നുന്നു.

ഈഴവത്തം ബ്രാഹ്മണ്യത്തോട് ഏറ്റുമുട്ടുന്നതാണ് നോവലിലെ പ്രമേയമെങ്കിലും ആഖ്യാനഭാഷ ബ്രാഹ്മണ്യത്തെ ആരാധനയോടെയാണ് കാണുന്നത്. "മലബാർ ലഹളയിലൂടെയും

കാരാഗൃഹത്തിൽക്കിടന്നും ബ്രഹ്മദത്തൻ അതിന്റെ സാത്വികമായ അർത്ഥത്തിൽ നിസ്സംഗനായ നമ്പൂതിരിയായിത്തന്നെ തുടർന്നു" എന്ന് മൊഴികുന്നത്ത് ബ്രഹ്മദത്തനെപ്പറ്റി പറയുന്നിടത്തും "മാതംഗലീല ഹൃദിസ്ഥമാക്കുന്നതു പോലെ ഒരു അശ്വനിരീക്ഷണ രസവും കണ്ടെത്തുന്ന നമ്പൂതിരിക്കുസൃതി" എന്ന് മൊഴികുന്നത്തിന്റെ വിശദീകരണക്കുറിപ്പ് വ്യാഖ്യാനിക്കുന്നിടത്തും ഇതു നേരിട്ടുതന്നെ കാണാം. നമ്പൂതിരിത്തത്തോട് കർക്കശനിലപാടെടുക്കാൻ കഴിയാത്തതുകൊണ്ടുതന്നെ ഈഴവത്തത്തിന്റെ പശ്ചാത്തലത്തിൽ ജാതി വൈരുധ്യങ്ങളുടെ യഥാർഥചിത്രം കാണിക്കുന്നതിൽ നോവൽ പരാജയപ്പെടുന്നു. അഥവാ അത് നോവലിന്റെ ലക്ഷ്യം തന്നെയല്ലാതാകുന്നു. ഈഴവർക്കും താഴെയുള്ളവർക്ക് എത്തിപ്പിടിക്കാനാവാത്ത ഒരാധികാരികത കഥാപാത്രങ്ങൾക്ക് വരുന്നത് ഈ ഭാഷയിലൂടെയാണ്. അത് ജന്മിത്താധികാരത്തിന്റെ ന്യായീകരണവുമാണ്. ഇതേ തലത്തിൽത്തന്നെ ചരിത്രത്തിൽ നിന്നു ലഭിക്കേണ്ട വിശദീകരണങ്ങളെ നോവൽ അതിവേഗം അതിന്റെ കാരണങ്ങളിൽ നിന്നും സന്ദർഭങ്ങളിൽനിന്നും മാറ്റി ദൈവികതയുമായി നേരിട്ടു ബന്ധിപ്പിക്കുന്നു. കമ്യൂണിസത്തോട് ആദരം സൂക്ഷിക്കുന്നിടത്തും ഈ ദൈവികതയുടെ സൗന്ദര്യവൽക്കരണമാണ്. "സഖാവ് എന്ന പദം നാദബ്രഹ്മത്തിൽ നിന്ന് തെറിച്ചുവീണ ജൈവവസ്തുവിനെപ്പോലെ ഉത്തര കേരളത്തിലെങ്ങും എന്തെല്ലാമോ അറിവുകളെ ഉണർത്തിക്കൊണ്ട് ഓടിനടന്നു. "

ഇവിടെ കേരളീയാനുഭവത്തിന്റെ ഉള്ളിൽ നിന്നുകൊണ്ടല്ല കാഴ്ച; പുറത്തുനിന്നാണ്, ഒരു സാങ്കല്പികഭാരതീയതയുടെ തലത്തിൽ നിന്നാണ്. കേരളീയ ചരിത്രാനുഭവത്തിന്റെ ഭൗതികതയെയും ഇന്ത്യൻ ചരിത്രാനുഭവത്തിന്റെ ആശയപരതയെയും സമന്വയിക്കാനുള്ള ശ്രമമാണിത്. പൊൻമുടിയുടെ ചെമ്പുതകിടുകളും ഓലക്കെട്ടുകളും ഈ ഒരു ഉൽഗ്രഥനത്തിനുള്ള നീട്ടുകളാണ്. ജനതയിൽനിന്ന് സ്വതന്ത്രമായി സ്വയം ഒരധികാരരൂപമായിത്തീരുന്ന ഭാഷയിലേക്കാണ് ഇതു ചെന്നു ചേരുന്നത്. കേരളീയവും ഭാരതീയവുമായ അനുഭവങ്ങളുടെ ഭിന്നതകളെ ഭാഷയിലെ ഒരു മൂടൽമഞ്ഞിലൂടെ സമന്വയിപ്പിക്കാനുള്ള ശ്രമമുണ്ടിവിടെ. ദൈവികസ്പർശമുള്ള ഒരു മിത്തിക്കൽ ഭാഷയെ തകർത്തുകൊണ്ടാണ് ബ്രാഹ്മണവിരുദ്ധ സമരത്തിലാരംഭിച്ച രാഷ്ട്രീയ കേരളത്തിന്റെ നവോത്ഥാനഭാഷ രൂപം കൊണ്ടത്. എന്നാൽ നോവലാകട്ടെ ബ്രാഹ്മണവിരുദ്ധസമരത്തിന്റെ

ആർജ്ജവമുള്ള ഭാഷാ സംസ്കാരത്തെ കയ്യൊഴിയുകയും അതിൽ ഒരു സാങ്കല്പിക മിത്തിക്കൽ ഭാഷ നിർമിക്കുകയും ചെയ്യുന്നു. ബഷീറിന്റെ തലമുറ നിർമ്മിച്ചെടുത്ത ഭാഷയുടെ ജനാധിപത്യത്തിൽ നിന്നുള്ള തിരിച്ചു പോക്കാണിത്. ചരിത്ര സംഭവങ്ങളുടെ തെരഞ്ഞെടുപ്പിലും ഇതു കാണാം. ഗ്രാമീണതയെ ഭാരതീയമായ ഒരു സാത്വികഭാഷയുമായി ഘടിപ്പിക്കുന്നതിലൂടെ ഈ ചരിത്രവൈരുധ്യത്തെ മറികടന്നുവെന്നു നോവൽ കരുതുന്നു.

ഭാരതീയതയിലൂന്നിയ ഈ ഭാഷയുടെയും ചരിത്രദർശനത്തിന്റെയും സ്രോതസ്സ് ഏതാണ്? റോസ്മേരി വാഗ്നർക്ക് ചന്ദ്രൻ അത് വിശദീകരിച്ചു കൊടുക്കുന്നുണ്ട്. “മക്സ് മുയെല്ലർ, ഗെഥെ, ഞങ്ങളെക്കാൾ ഭംഗിയായി ഞങ്ങളുടെ സംസ്കാരത്തെ അവർ മനസ്സിലാക്കി”.

പതിനെട്ട്, പത്തൊമ്പത് നൂറ്റാണ്ടുകളിൽ യൂറോപ്യൻ ഓറിയന്റലിസ്റ്റുകൾ കണ്ടെത്തിയ ഈ സാങ്കല്പികമായ ‘ഭാരതീയത’ തന്നെയാണ് നോവലിന്റെ സാത്വികഭാഷക്ക് ആധാരം. സ്ഥലകാലങ്ങളുടെ സമന്വയശ്രമവും അതിനെ അദ്വയാത്മകമായി ഒരു ഏകതയായി കാണാനുള്ള ശ്രമമാണ്. ഗംഗയിൽ മനുസ്മൃതി എറിഞ്ഞുകളയുന്ന കൃഷ്ണനമ്മാവന്റെ അപ്പുറത്തേക്ക് ഭാരതീയ ചരിത്രത്തിലെ വൈരുധ്യങ്ങളിലേക്ക് ഇറങ്ങിച്ചെല്ലാൻ നോവലിന്റെ അടിസ്ഥാന ദാർശനികതക്ക് കഴിയുന്നില്ല. ബൗദ്ധജൈന ദർശനങ്ങളുടെയും മറ്റനേകം ഭൗതികവാദകാഴ്ചപ്പാടുകളുടെയും മധ്യകാല, ആധുനികകാല ഇന്ത്യയുടെയും വൈരുദ്ധ്യങ്ങളെ മറച്ചു പിടിക്കുന്ന ഒരു ഭാരതീയതയാണത്. അതുകൊണ്ടുതന്നെ നിന്നും ഓടിയും കിതച്ചും വരുന്ന സംഘർഷപൂർണവും ചലനാത്മകവുമായ ഇന്ത്യയെ ആനയിക്കുന്നതിൽ നോവൽ പരാജയപ്പെടുന്നു. വൻകരകൾ കൂട്ടിച്ചേർക്കുന്ന സങ്കരസന്തതിക്ക് നഷ്ടപ്പെടുന്ന മൂർത്ത യാഥാർഥ്യത്തിന്റെ ചിതറിയ ഇടങ്ങൾ നോവലിന്റെയും നഷ്ടമായിത്തീരുന്നു. പക്ഷേ അത്തരമിടങ്ങളിലാണ് ഒരു സാധാരണ മലയാളി ജീവിക്കുന്നത്.

ദേശാഭിമാനി വാരിക, 1998 ഒക്ടോബർ

കണ്ണും ക്യാമറയും

'ഒരു ദളിത് യുവതിയുടെ കദനകഥ' എന്ന എം. മുകുന്ദന്റെ നോവൽ അതിന്റെ തലക്കെട്ടുകൊണ്ട് ആക്ഷേപഹാസ്യത്തിന്റെ ഓർമയാണുണ്ടാക്കുക. അതിനാൽ 'കദനകഥ'കളെ പരിഹസിക്കുന്നതാണ് ഈ തലക്കെട്ട് എന്ന് ഒരു വായനക്കാരൻ ധരിച്ചേക്കാം. ദളിത് യുവതി എന്നതിലെ രണ്ടു വാക്കുകൾ സമകാലിക രാഷ്ട്രീയവിഷയങ്ങളായ രണ്ടു മണ്ഡലങ്ങളെ കൂട്ടിയോജിപ്പിക്കുന്നുണ്ട്; ദളിതപ്രശ്നത്തെയും സ്ത്രീ പ്രശ്നത്തെയും. എന്നാൽ നോവൽ വായിച്ചു കഴിയുമ്പോഴേക്കും ഈ തലക്കെട്ടുകളെ വഞ്ചിക്കുന്ന, ഒരു സ്ഫോടനാത്മകതയിൽ വായനക്കാരൻ എത്തിച്ചേർന്നിരിക്കും.

ഒരു നാടകത്തിന്റെ അവതരണത്തെ സംബന്ധിക്കുന്നതാണ് നോവലിലെ പ്രമേയം. ഉണ്ണേച്ച എന്ന സവർണജന്മി ഭഗവന്തി എന്ന ദളിതപെൺകുട്ടിയെ അപമാനിക്കുന്നു. ഈ സംഭവമാണ് നാടകത്തിന് ആധാരം. നാടകകൃത്തായ നാരായണൻ സവർണനാണെന്ന നാട്യത്തിൽ ഇതേ ജന്മിയുടെ വീട്ടിൽ താമസിച്ചാണ് നാടകം തയ്യാറാക്കിയത്. അരങ്ങത്ത് ഉണ്ണേച്ച ഭഗവന്തിയുടെ വസ്ത്രമുരിയുന്നതിന്റെ രംഗമുണ്ട്. സമ്പൂർണമായി നഗ്നയാകുന്ന ഈ ഭാഗമഭിനയിക്കാൻ യൂറോപ്യൻ വിദ്യാഭ്യാസം കഴിഞ്ഞ നാടക വിദ്യാർത്ഥിനി രാധിക തയ്യാറാവുന്നില്ല. പകരം അരങ്ങിൽ മുൻപരിചയമില്ലാത്ത വസുന്ധര അതിന് തയ്യാറാവുന്നു. പ്രകാശ സംവിധാനം കൊണ്ട് അരങ്ങിൽ അവളുടെ നഗ്നതയെ മറച്ചുവെക്കാൻ കഴിയുമെന്നാണ് അവതാരകർ ധരിച്ചത്. പക്ഷേ അവതരണം ആ ഭാഗമെത്തുമ്പോൾ പ്രതീക്ഷകൾ തെറ്റിച്ചുകൊണ്ട് കാണികളുടെ കയ്യിൽ നിന്ന് ക്യാമറകൾ മിന്നുന്നു. അവളുടെ നഗ്നത പിറ്റേന്നത്തെ പത്രങ്ങളിൽ പ്രദർശിപ്പിക്കപ്പെടുന്നു.

രചയിതാവ് നാടകം കത്തിച്ചുകളയുന്നു. ഇതോടെ വിവാഹ ഉടമ്പടിയിൽ ഏർപ്പെട്ട കാമുകൻ നഷ്ടപ്പെട്ട വസുന്ധര അതേ രീതിയിൽ തന്റെ വാഗ്ദത്തമോതിരം കത്തിക്കുകയും ചെയ്യുന്നു. ആഖ്യാനപരമായി ഇങ്ങനെ ലളിതമായ ഈ നോവൽ അനേകം സങ്കീർണ്ണതകൾ ഉന്നയിക്കുന്നുണ്ട്.

"ഇത്രയും നാൾ അങ്ങും ഇങ്ങും ഒരാട്ടിൻ കുട്ടിയെപ്പോലെ ഓടുകയും കളിക്കുകയും ചിരിക്കുകയും ചെയ്ത ഭഗവന്തി ഒരേയൊരു ദിവസം കൊണ്ട് അപമാനിതയും ദുഃഖിതയും മുറിവേറ്റവളുമായിത്തീർന്നു. ആ കഥാപാത്രത്തെയാണ് നീ അവതരിപ്പിക്കാൻ പോകുന്നത്" എന്ന നാടകകൃത്തിന്റെ വിധിക്ക് നടി ഇങ്ങനെ മറുപടി പറയുന്നു: "റിഹേഴ്സലുകൾ കഴിഞ്ഞ് സ്റ്റേജിൽ എത്തുമ്പോൾ ഞാൻ പൂർണമായും ഭഗവന്തിയായിത്തീരുമെന്ന് എനിക്ക് ഉറപ്പുണ്ട്". ഇത് ഒരു അറം പറ്റലാണ്. നാടകാവതരണത്തോടെ നടി പൂർണമായും കഥാപാത്രത്തിന്റെ അവമതി ഏറ്റുവാങ്ങുന്നു. അഥവാ അവൾ ഏറ്റുവാങ്ങുന്ന അവമതി കഥാപാത്രത്തിന്റേതിനേക്കാൾ എത്രയോ അധികമാണ്.

നാരായണൻ എഴുതിയതും കരിംബോയി സംവിധാനം ചെയ്യുന്നതുമായ നാടകം ബ്രഹ്റ്റിയൻ തിയേറ്ററിന്റെ അന്ത്യം കുറിക്കുന്നതാണെന്ന് അവകാശപ്പെടുന്നുണ്ട്. ബ്രഹ്റ്റിയൻ തിയേറ്റർ കാണികളെ കഥാപാത്രങ്ങളിൽ നിന്ന് അന്യവൽക്കരിക്കുന്നതും അവരുടെ വൈകാരികതക്ക് പകരം ബൗദ്ധികതയെ ഉണർത്തുന്നതുമാണ്. അവിടെ ആരും കഥാപാത്രങ്ങളുമായി ഐക്യപ്പെടുകയില്ല. സമാന്തര പ്രതിരോധനാടക സങ്കല്പത്തിന്റെ മാതൃകയായിരുന്ന ലോകമെമ്പാടും ബ്രഹ്റ്റിയൻ തിയേറ്റർ. നോവലിൽ യഥാർത്ഥത്തിൽ സംഭവിക്കുന്നത് ബ്രഹ്റ്റിയൻ തിയേറ്ററിന്റെ അന്ത്യം തന്നെ. ക്യാമറകളുടെ ഫ്ളാഷ് ലൈറ്റുകളാണ് ഈ അന്ത്യം കുറിക്കുന്നതെന്നു മാത്രം; കാണികൾക്കു പകരം ക്യാമറകളുടെ കണ്ണുകൾ.

ഇവിടെ ക്യാമറക്ക് പല റോളുകളുണ്ട്:

1. സ്ത്രീയുടെ മേലുള്ള പുരുഷന്റെ നോട്ടം.
2. പുതിയ സാങ്കേതികവിദ്യയുടെ കണ്ണ്.
3. മുതലാളിത്ത വ്യാപാരത്തിന്റെ സൂചന.
4. നാടകത്തിനു മേലുള്ള പുതിയ ദൃശ്യമാധ്യമ സംസ്കാരത്തിന്റെ -സിനിമയുടെ-പ്രതിനിധി.

സാധാരണ കണ്ണും ക്യാമറക്കണ്ണും തമ്മിൽ വ്യത്യാസമുണ്ട്. ക്യാമറക്കണ്ണ് ദർശനത്തെ ആത്മനിഷ്ഠമായി ഓർമയിൽ സൂക്ഷിക്കുന്നില്ല. പകരം അതിനെ ഭൗതിക വസ്തുവായി പുനരുല്പാദിപ്പിക്കുന്നു. ഒരിക്കലും അതിനെ ഉള്ളിലേക്കെടുക്കുകയോ, അനുഭവിക്കുകയോ, വിശകലനം ചെയ്യുകയോ ചെയ്യുന്നില്ല. സ്വന്തം വികാരവിചാരങ്ങളുമായുള്ള വിനിമയത്തിനു പകരം അത് മറ്റൊരു കാഴ്ചക്കാരനുവേണ്ടി എപ്പോഴും നീട്ടിവെക്കപ്പെടുന്നു. മറ്റനേകം കാഴ്ചക്കാർക്കുള്ള വിഭവങ്ങളായി പല പ്രിന്റുകളായി മാറുന്നു. കമ്പോളത്തിലേക്കാണ് അതിന്റെ നീക്കം.

സൗന്ദര്യത്തെ ക്യാമറ ഭൗതികവസ്തുവായി ശാശ്വതീകരിക്കുന്നു. കാഴ്ചയുടെ ഭാഷയിലാണ് ഈ ശാശ്വതീകരണം ക്യാമറ നടത്തുന്നത്. എന്നാൽ ഈ ശാശ്വതീകരണത്തിൽ ഒരു വൈരുധ്യമുണ്ട്. കാഴ്ചവസ്തുവും കാഴ്ചക്കാരനും എന്ന ഈ വൈരുധ്യം അസ്തിത്വവാദപരമാണ്. മറ്റുള്ളവരുടെ കാഴ്ചവസ്തുവാകുന്നില്ലെങ്കിൽ ലോകം എന്റെ ഒരനുഭവം മാത്രമാണ്. പക്ഷെ ലോകത്തിനുമേലുള്ള എന്റെ സമഗ്രാധിപത്യം തകർത്തുകൊണ്ട് മറ്റൊരാളുടെ നോട്ടം എന്റെ മേൽ പതിക്കുന്നു. ഞാൻ അയാളുടെ ലോകത്തിലെ കാഴ്ചവസ്തുക്കളിൽ ഒന്നു മാത്രമാകുന്നു. എന്നാൽ ക്യാമറയുടെ പുതിയ സംസ്കൃതി എന്റെ മുമ്പിലും എന്നെ ആനയിക്കുന്നു. എന്റെ മുഖം മാത്രമല്ല ചലനവും വികാരപ്രകടനങ്ങളും ഒക്കെ എനിക്ക് മാറിനിന്ന് കാണാനാവും. ആൾക്കൂട്ടത്തിൽ ഞാൻ എങ്ങനെ പെരുമാറുന്നു എന്ന് എനിക്കുതന്നെ കാണാൻ കഴിയുന്നു. അസ്തിത്വവാദദ്വന്ദ്വങ്ങളെ മറികടക്കുന്ന പുതിയ ഒരുതരം 'ആത്മബോധ'മാണിത്.

ക്യാമറയുടെ നോട്ടം സമ്പൂർണ്ണമായി ഒരാളെ കീഴടക്കുന്നു. ആകാശത്തും ഭൂമിയിലും സ്ഥാപിച്ചിരിക്കുന്ന ആയിരം ക്യാമറകൾ നമ്മുടെ ജീവിതത്തെ ഉദ്വേഗജനകമായ, ഇടവേളകളില്ലാത്ത ഒരു അരങ്ങേറ്റ (Performance) മായി മാറ്റുന്നുണ്ട്. പൂമുഖത്തും അടുക്കളയിലും കമ്പോളത്തിലും ഒരുപോലെ ഇന്ന് ആളുകൾ ഈ കാഴ്ചയുടെ ബോധം പേറുന്നുണ്ട്. ഒരു മനുഷ്യനെ കീഴടക്കുന്ന മറ്റൊരു മനുഷ്യന്റെ നോട്ടത്തിനു പകരം നോവലിൽ ഈ ക്യാമറ ഒരു കലാരൂപത്തിന്റെ ആധികാരികതയെ തകർക്കുന്നതും അതിനെ വെറും വസ്തുവായി മാറ്റുന്നതും മാനഭംഗപ്പെടുത്തുന്നതുമായ നോട്ടമാകുന്നുണ്ട്. നാടകവും ക്യാമറയും തമ്മിലുള്ളത് കാഴ്ചവസ്തുവും കാഴ്ചക്കാരനും തമ്മിലുള്ള ബന്ധമാണ്. അങ്ങനെ ക്യാമറ നാടകത്തിന്റെ അസ്തിത്വത്തിനു

നേരെ തന്നെ ചോദ്യങ്ങളുയർത്തുന്ന ചരിത്രസന്ദർഭമായിത്തീരുക യാണ്.

നാടകം മാനുഷികമായ ഒരു കൂട്ടായ്മയാണ്. അനേകം ആളുകളുടെ മാനുഷികമായ ബന്ധങ്ങളിലൂടെ മാത്രം സാക്ഷാത്ക്കരിക്കാവുന്ന ഒരു കലാരൂപമാണത്. എന്നാൽ ക്യാമറക്ക് ഈ കൂട്ടായ്മയില്ലാതെ യും നിലനിൽക്കാം. ഒരു മൂവിക്യാമറക്ക് സ്വയം ഒരു കലാരൂപത്തെ നിർമ്മിക്കാം. ഒരു നഗരദൃശ്യത്തെ അതിലെ ആളുകളറിയാതെ പിടിച്ചെടുക്കാം.

ചിത്രവും ഫോട്ടോയും തമ്മിലുള്ള വ്യത്യാസം പ്രധാനമാണ്. ഫോട്ടോയ്ക്ക് ചിത്രത്തിൽനിന്നും ചരിത്രപരമായ ഭേദമുണ്ട്. നോവലിലെ വസുന്ധരയുടെ നഗ്നതയെ ക്യാമറയിൽ കാണുന്നതിനു പകരം ചിത്രത്തിൽ വരയ്ക്കുകയാണെങ്കിൽ 'ആ നഗ്ന ചിത്രത്തിലേത് ഞാനല്ല' എന്നു പറയുവാനുള്ള അവകാശമുണ്ട്. അത് മറ്റൊരു കലാരൂപം മാത്രമെ ആവുകയുള്ളൂ. വസ്തുവും ചിത്രവും തമ്മിൽ യാഥാർത്ഥ്യത്തിന്റെ അടുപ്പമില്ല. എന്നാൽ ക്യാമറാചിത്രത്തിൽ ഈ അടുപ്പമുണ്ട്. വസ്തുവും ബിംബവും തമ്മിൽ യാഥാർത്ഥ്യത്തിന്റെ ഒരു ബന്ധന്യായമുണ്ട്. നഗ്നയായി ക്യാമറയിൽ പകർത്തപ്പെടുന്ന സ്ത്രീക്ക് 'ഇത് ഞാനല്ല' എന്നു പറയാൻ കഴിയില്ല. കാരണം ക്യാമ റാബിംബത്തിൽ അവളുടെ 'സാന്നിധ്യ'മുണ്ട്. അതുകൊണ്ടു തന്നെ ക്യാമറകൾ മിന്നുന്നതോടെ ഭഗവന്തി വസുന്ധരയായി മാറുന്നു. അവളുടെ നഗ്നത ഭഗവന്തിയുടെതല്ല. അവമാനിക്കപ്പെടുന്നത് ഭഗവ ന്തിയല്ല, വസുന്ധരയാണ്. നാടകത്തിന്റെ ചിത്രീകരണം അതിൽ നാടകവൽക്കരിച്ച ഭൂതകാലപ്രമേയത്തിന് പകരം അതിനേക്കാൾ അവമാനകരവും ചൂഷണപരവുമായ ഒരു വർത്തമാന സംഭവത്തിന് വഴിമാറിക്കൊടുക്കുന്നു.

ക്യാമറയുടെ സാന്നിധ്യം നോവലിൽ രണ്ടു ചരിത്രസന്ദർഭങ്ങ ളായി പ്രത്യക്ഷപ്പെടുന്നതു കാണാം. ആദ്യത്തേത് ഒരു പിതൃ സാന്നി ധ്യമാണ്. വസുന്ധരയുടെ അച്ഛൻ ഫെർണാണ്ടസ് മാസ്സിയുടെ ഫോട്ടോ അവരുടെ വീട്ടിൽ തൂങ്ങിക്കിടപ്പുണ്ട്. മാസ്സി മരിച്ച് നാല്പത് ദിവസം കഴിഞ്ഞപ്പോൾ അതിശീഘ്രം പഴയതാകുവാൻ തുടങ്ങിയ ആ ഫോട്ടോവിന് ഇപ്പോൾ ഒരു നൂറ്റാണ്ടുകാലത്തെ പഴക്കമുണ്ടെ ന്നു തോന്നും എന്ന് നോവലിൽ പറയുന്നുണ്ട്. ഒരു നൂറ്റാണ്ടു മുമ്പ് എന്നാൽ ക്യാമറകൾ പ്രചരിക്കുന്ന കാലമാണ്, മൂവിക്യാമറയിൽ

സിനിമ ആദ്യമായി പിടിച്ചു തുടങ്ങിയ കാലം. ഫോട്ടോ എന്ന നിലയിലുള്ള മാസ്സിയുടെ സാന്നിധ്യം വീട്ടിലുണ്ട്. "മാസ്സിക്ക് ചരിത്ര പുസ്തകങ്ങളിൽ എവിടെയോ കണ്ട ഒരു സ്വാതന്ത്ര്യസമരപ്രവർത്തകന്റെ ഛായയുണ്ടായിരുന്നു" എന്ന പ്രസ്താവത്തിലൂടെ ഈ ഫോട്ടോയും കാഴ്ചക്കാരനും തമ്മിൽ പഴയ ഒരു മാനുഷികബന്ധം സ്ഥാപിക്കപ്പെടുന്നു.

ഫെർണാണ്ടസ് മാസ്സിയാണ് തന്റെ മകളെ അവളുടെ അമ്മയുടെ വയറ്റിൽ നിന്ന് പുറത്തെടുത്തത്. 'വസുന്ധരക്ക് മറിയയുടെ വയറ്റിൽ ബീജാവാപം നൽകിയ അതേ മാസ്സിതന്നെ അവളെ മറിയയുടെ നാഭിയിലൂടെ പുറത്തേക്ക് വലിച്ചെടുത്തു'. ഇവിടെ ഫെർണാണ്ടസ് മാസ്സിക്ക് ഭാര്യയുമായുള്ള ബന്ധത്തിൽ അനിതരമായ ഒരടുപ്പമുണ്ട്.

മരിച്ചുപോയ മാസ്സി ഒരു ഭൂതകാലമായല്ല നോവലിലുള്ളത്. ഫോട്ടോയിലെ മാസ്സിക്ക് ചലനശേഷിയുള്ളത് എടുത്തുപറയുന്നുണ്ട്. 'മാസ്സി തന്റെ ഒരു ചെവി ഇളക്കിക്കൊണ്ട് എന്നെ രൂക്ഷമായി ഒന്നു നോക്കി. ചില്ലിട്ട ആ ഫോട്ടോയ്ക്ക് ജീവനുണ്ടെന്ന് ചിലപ്പോൾ എനിക്ക് തോന്നാറുണ്ട്. ഒരിക്കൽ ഈ മുറിയിൽ ഇരുന്ന് ഞാനും മറിയയും വസുന്ധരയും ഒരു തമാശ പറഞ്ഞ് ഉച്ചത്തിൽ ചിരിച്ചപ്പോൾ ചുമരിൽ ഇരുന്ന് അയാൾ കൂടെ ചിരിക്കുന്നതായി എനിക്കു തോന്നി. ഇപ്പോൾ അയാൾ ഞാനും വസുന്ധരയുമായുള്ള സംസാരം കേൾക്കുവാനായി ചെവി കൂർപ്പിച്ചിരിക്കയായിരിക്കണം'.

മാസ്സി പണ്ട് നാടകത്തിൽ ഒരു നാവികന്റെ വേഷം അഭിനയിക്കുകയുണ്ടായി. പഠിക്കുന്ന കാലം അവളുടെ അമ്മ മറിയ ഒരു വധുവായി വെളുത്ത മസ്ലിൻ കൊണ്ടുള്ള ശിരോവസ്ത്രം ധരിച്ച് സ്റ്റേജിൽ വന്നിരുന്നു. ഇവ പുതുതായി നടിയാവാൻ വേഷം കെട്ടുന്ന-അഥവാ വേഷമഴിക്കുന്ന-വസുന്ധരയുടെ ഉദ്യമത്തിന് പശ്ചാത്തലമാകുന്നു.

മാസ്സിയുടെ ചെവി ഇളക്കലിനെ ഒരു ജീവിയുടെ സാന്നിദ്ധ്യവുമായി ബന്ധിപ്പിക്കുന്നുണ്ട്. "മരച്ചട്ടയുടെ ഉൾഭാഗം ചിതലുകൾ കയറിപ്പറ്റി ചില്ലിനും ഫോട്ടോയ്ക്കും ഇടയിൽ ഒരു പ്രാണി അതിന്റെ കൊമ്പുകൾ വിറപ്പിച്ചു കൊണ്ടു നിൽക്കുന്നതു കാണാറായി. മാസ്സി മരിച്ചു നാല്പതു ദിവസം കഴിഞ്ഞപ്പോൾ അതിശീഘ്രം പഴയതാകാൻ തുടങ്ങിയ ആ ഫോട്ടോയ്ക്ക് ഇപ്പോൾ ഒരു നൂറ്റാണ്ടു കാലത്തെ പഴക്കമുണ്ടെന്നു തോന്നും. " മരിച്ച് നാല്പതു ദിവസം കഴിഞ്ഞ് എന്നത് പുനരുത്ഥാനത്തെ ഓർമ്മിപ്പിക്കുന്നു. ഈ ജീവി മാസ്സിയുടെ

പുനർജന്മവുമാണെന്ന് സൂചിപ്പിക്കുന്നു. അയാൾ വസുന്ധരയുടെ നാടക സദസ്സിൽ തന്റെ ചെവി ഇളക്കിക്കൊണ്ടാണ് നിൽക്കുന്നത്. ഇത് ജാവേദിന്റെ കാഴ്ചയാണ്.

മാസ്സിയും ജാവേദും തമ്മിലുള്ളത് ഒരു തലമുറയുടെ അന്തരമാണ്. ഭാര്യയുടെ പേറെടുക്കുകയും വീട്ടിലെ ഗേറ്റ് നിർമ്മിക്കുകയും ചെയ്ത മാസ്സിക്ക് സംരക്ഷകന്റെ ചിത്രമാണ്; എന്നാൽ മകനായ ജാവേദാകട്ടെ ഗസ്റ്റ് ഹൗസുകളിൽ പെണ്ണുങ്ങളെ എത്തിക്കുന്ന ഒരു കൂട്ടിക്കൊടുപ്പുകാരനും. നാടകത്തിൽ നഗ്നരംഗമുണ്ട് എന്ന വാർത്ത എങ്ങിനെ പുറത്തായി എന്നത് നോവലിലെ ഒരു നിഗൂഢതയാണെങ്കിലും അതിനു പിറകിലുള്ളത് ജാവേദാണെന്നതിന് സൂചനകളുണ്ട്. റിഹേഴ്സൽ രംഗത്ത് 'എല്ലാവർക്കും അതൊരു ഫുൾഡ്രസ് റിഹേഴ്സലാണ്' എന്നതിനു ശേഷം 'വസുന്ധരക്ക് ഡ്രസ്‌ലസ് റിഹേഴ്സലും' എന്ന് ആലോചിക്കുന്ന ജാവേദ് അപ്പോൾ അതിലെ ഒരു രഹസ്യ ഫലിതത്തെക്കുറിച്ച് ഓർത്ത് ചിരിക്കുന്നുണ്ട്. വസുന്ധര സ്വന്തം അനുജത്തിയായതു കൊണ്ട് മറ്റാരോടും പറയുവാൻ കഴിയാത്ത ഫലിതമായി അത് അയാളിൽ പതുങ്ങിയിരിക്കുന്നു. 'വസുന്ധരയെക്കുറിച്ചുള്ള ഫലിതം ഭാവിയിൽ ഭാര്യയോടെങ്കിലും പറയുവാൻ കഴിയും'. പക്ഷെ തന്റെ തൊഴിലിനെ സംബന്ധിക്കുന്ന ഇത്തരം ചില കാര്യങ്ങൾ തനിക്ക് ഒരിക്കലും മറ്റാരോടെങ്കിലും പറയുവാൻ കഴിയില്ല എന്നാലോചിച്ചപ്പോൾ ജാവേദിന് ശ്വാസം മുട്ടുന്നതായി തോന്നി. നാടകം തുടങ്ങുന്നതിന് മുപ്പതു മിനിട്ടു മുമ്പേ 'ഹൗസ് ഫുൾ' എന്ന ബോർഡ് അയാൾ തിയേറ്ററിനു മുമ്പിൽ കൊണ്ടു വെക്കുന്നു. ആ തിരക്ക് അയാൾ പ്രതീക്ഷിച്ചതാണ്. ഇതിൽനിന്നും നാടകരഹസ്യം പത്രക്കാർക്ക് ചോർത്തിക്കൊടുത്തത് ജാവേദാണെന്ന വായന സാധ്യമാവുന്നു. പത്രക്കാരോട് വസുന്ധരയെ സംസാരിക്കാൻ അനുവദിക്കരുത് എന്ന് നാരായണൻ പറയുമ്പോൾ പത്രക്കാർ അവളെ ഇന്റർവ്യൂ ചെയ്തു കഴിഞ്ഞുവെന്നറിയിക്കുന്നതും ജാവേദാണ്.

ക്യാമറയുടെ സംസ്കാരം പിതാവിൽനിന്ന് പുത്രനിലെത്തുമ്പോഴേക്കും അത് നഗ്നതാ ചിത്രീകരണത്തിന്റേതാകുന്നു. കുടുംബ ബന്ധത്തിന്റെ സ്നേഹചിഹ്നമെന്ന നിലയിൽനിന്നും കുടുംബാംഗങ്ങളെ തന്നെ പരസ്പരം വ്യാപാരവൽക്കരിക്കുന്ന യുക്തിയുടെതായി മാറുന്നു. സ്ത്രീയുമായുള്ള ബന്ധം പങ്കിടലിൽനിന്നും കൂട്ടിക്കൊടുപ്പിന്റേതാകുന്നു. കണ്ണിന്റെ സംസ്കൃതിയെ ക്യാമറയുടെ സംസ്കൃതി പൂർണ്ണമായി വിഴുങ്ങുകയാണ്.

പിതാവും പുത്രനും തമ്മിലുള്ളതുപോലെ കാലികമായ ഒരകലം ഗുണ്ടേച്ചയുടെ ചൂഷണവും ക്യാമറയുടെ ചൂഷണവും തമ്മിലുമുണ്ട്. ഗുണ്ടേച്ച ഒരു ഫ്യൂഡൽ ചൂഷകനായിരുന്നു. അയാൾ ദലിത് യുവതിയെ അപമാനിച്ചു. എന്നാൽ ആ അപമാനം കാഴ്ചയുടെതായിരുന്നു. നടത്തപ്പെട്ട നിമിഷത്തോടെ അതു കഴിഞ്ഞു. ക്യാമറയാകട്ടെ അതിനെ നിരന്തര വർത്തമാനമാക്കുന്നു. ഭൂതകാലത്തെ എപ്പോഴും തിരിച്ചു കൊണ്ടുവരാനുള്ള ഒരു സംഭവ്യതയാണത്. ഫോട്ടോയിലൂടെ നഗ്ന ചിത്രം വർത്തമാനത്തെ അതിജീവിക്കുന്നു. പുതിയ മുതലാളിത്തം ആ പഴയ ചൂഷകൻ ഗുണ്ടേച്ചയെപ്പോലെ ഒറ്റ വ്യക്തിത്വമല്ല. അത് സാങ്കേതിക വിദ്യയുടെയും കാണിയുടെയും പത്ര പ്രവർത്തകന്റെയും സഹോദരന്റെയും രൂപത്തിൽ സ്ത്രീക്കു ചുറ്റുമുണ്ട്. കമ്പോളനിയമം ഒരു ദൃശ്യപരമ്പരയാണ്.

നാടകത്തിന്റെ അവസാനം എന്നാൽ നാടകം കാണുന്ന കാണികളുടെ കൂടി അവസാനമാണ്. ചൂഷണവ്യവസ്ഥയെ അനാവരണം ചെയ്യുന്ന ഒരു നാടകം അവതരിപ്പിക്കപ്പെടുന്നു. അതു സ്വീകരിക്കുന്ന ഒരുപറ്റം കാണികളെ സംവിധായകൻ സങ്കല്പിക്കുന്നു. പക്ഷെ നാടകം അവതരിപ്പിക്കുമ്പോഴേക്കും കാണികൾ മാറിക്കഴിഞ്ഞു. അവർ ക്യാമറയുമായി കമ്പോളത്തിലേക്കു ലക്ഷ്യമിട്ട പുതിയ ഒരു ദൃശ്യ സംസ്കാരമാണ്. അവർക്ക് നാടകം കൂട്ടിവായിക്കപ്പെടാനുള്ളതല്ല, കാണി-ക്യാമറ-കമ്പോളം-വ്യാപാരം എന്നിങ്ങനെ അനിശ്ചിതമായി നീളുന്ന വ്യാപാരത്തിന്റെ അർത്ഥപരമ്പരയാണ്.

ക്യാമറക്കു മുമ്പിൽ എഴുത്തുകാരൻ മരിക്കുന്നു. കൃതി കത്തിച്ചു കളയുന്നത് ഗ്രന്ഥകാരന്റെ ഉദ്ദേശ്യലക്ഷ്യങ്ങളുള്ള കൃതിയുടെ അവസാനമാണ് കാണിക്കുന്നത്. കാണികൾ പുതിയ ഒരു പാഠം ഉല്പാദിപ്പിക്കുന്നു. അവർ തികച്ചും ഉല്പാദകരാണ്. പക്ഷെ അവരിലൂടെ ഉല്പന്നമാകുന്നത് വ്യാപാരധർമ്മമാണെന്നു മാത്രം.

പാഠം രണ്ട്

പ്രത്യക്ഷമായ മേല്പറഞ്ഞ അർത്ഥഘടനയെ നിർവീര്യമാക്കുന്ന മറ്റൊരു തലം കൃതിക്കുണ്ട്. വസുന്ധരയും കാമുകനും സംവിധായകനും ഉൾപ്പെടുന്ന ഒരു ത്രികോണമാണത്. കാമുകന്റെ നൈതികതയിൽ നിന്നും സംവിധായകന്റെ നൈതികതയിലേക്കുള്ള മാറ്റത്തെ നോവലിൽ ഗുണപരമായ ഒരു പരിണാമമായാണ് ചിത്രീകരിക്കുന്നത്.

സ്ത്രീ-പുരുഷ ബന്ധത്തിന്റെ സ്വകാര്യത സൂക്ഷിക്കുന്ന കാമുകനായ ഗോകുൽ വസുന്ധരയുടെ കണ്ണിൽ ഒരു പഴഞ്ചനാണ്. അവളെ സംബന്ധിച്ച് അമ്മയുടെ മുമ്പിൽ വെച്ച് പറയാൻ വയ്യാത്തതായി ഒരു രഹസ്യവുമില്ല. അയാൾക്കാകട്ടെ അവർ മാത്രം പങ്കിടുന്ന രഹസ്യങ്ങളെക്കുറിച്ചുള്ള സങ്കല്പങ്ങളുണ്ട്.

"ചില കാര്യങ്ങൾ മറ്റുള്ളവരുമായി പങ്കുവെക്കാൻ എനിക്കു വിഷമമാണ്. നീയുമായി മാത്രം. . ."

"നിങ്ങൾ പഴയ മട്ടിലുള്ള ഒരു കമിതാവാണ്. ഇങ്ങനെയൊന്നും റൊമാന്റിക് ആവേണ്ട ആവശ്യമില്ല," അവളുടെ മറുപടി.

അയാൾ അവളോടൊപ്പം നടക്കാൻ ഇഷ്ടപ്പെടുന്നു. പക്ഷെ അവൾക്ക് കരിംബോയിയുടെ വീട്ടിൽ പോകാനാണ് താല്പര്യം. അവൾക്ക് ഗോകുലിനോട് സംസാരിക്കാൻ ഒന്നുമില്ല. ഗോകുലുമായി അമ്മയുടെ മുമ്പിൽ സംസാരിക്കാൻ പറ്റാത്ത രഹസ്യമില്ലെന്നു പറയുന്ന വസുന്ധര തന്നെ നാടകത്തിലെ നഗ്നരംഗത്തെപ്പറ്റിയുള്ള വിവരം രഹസ്യമാക്കി വെക്കുന്നുണ്ട്.

ഗോകുലിന്റെ പ്രണയസങ്കല്പം പഴഞ്ചനാണ് എന്ന അനാവരണ ബോധത്തിന്റെ ഒടുവിലാണ് അവൾ നല്ല ഉദ്ദേശ്യത്തോടെ നാടകത്തിനു വേണ്ടി രംഗത്ത് സ്വയം നഗ്നയാകാൻ സമ്മതിക്കുന്നത്. ഇവിടെ സംവിധായകൻ നടത്തുന്ന ഒരു ഭർത്സനമുണ്ട്. അത് നാടകത്തെ സംബന്ധിച്ച അടിസ്ഥാനാശയങ്ങളെ തകർത്തുകളയുന്ന, അറിയപ്പെടാതെ പോകുന്ന ഒരു അന്ധബിന്ദുവാണ്. സംവിധായകൻ കുറ്റപ്പെടുത്തുന്നു: "പതിവ്രതകൾ. കാമുകന്മാരുടെയും ജാരന്മാരുടെയും മുമ്പിൽ ഉടുതുണിയുരിഞ്ഞു നിൽക്കുവാൻ മടിയില്ല, കലയ്ക്കുവേണ്ടി വല്ലതും ചെയ്യാൻ പറയുമ്പോൾ. . ." ഇതും പറഞ്ഞ് ധാർമ്മിക രോഷത്തോടെ അയാൾ അകത്തേക്ക് കയറിപ്പോകുന്നു.

ഇവിടെ ഉന്നയിക്കപ്പെടേണ്ടത് കാമുകന്മാരുടെ, ജാരന്മാരുടെ, എന്ന പ്രയോഗമാണ്. അതിൽ ഭർത്താക്കന്മാർ വരുന്നില്ല. അതിനാൽ ഭർത്താവിന്റെ മുമ്പിൽ തുണിയുരിയുന്നത് ശരിയും കാമുകന്റെ മുമ്പിൽ തുണിയുരിയുന്നത് തെറ്റുമാണെന്നു വരുന്നു. കാമുകനെയും ഭർത്താവിനെയും രണ്ടു സംവർഗമായാണ് ഇവിടെ എടുക്കുന്നത്. വിവാഹത്തിനു മുമ്പുള്ള സ്നേഹബന്ധത്തെ എതിർക്കുക വഴി അത് പ്രണയസംസ്കാരത്തെത്തന്നെ വിരോധിക്കുന്നു. പകരം വ്യവസ്ഥ ആലോചിച്ചുറപ്പിക്കുന്ന ഭർത്താക്കന്മാരെ മാത്രം

അംഗീകരിക്കുന്നു. വ്യവസ്ഥയുടെ സ്ത്രീസങ്കല്പത്തെയാണ് ഈ വിപ്ല വകാരിയായ സംവിധായകൻ ഫലത്തിൽ ഉയർത്തിപ്പിടിക്കുന്നത്.

വസുന്ധര ഈ സംവിധായകനോടാണ് അനുഭാവം പ്രകടിപ്പിക്കു ന്നത്. ഒരു ഭാഗത്ത് പ്രണയം ശരിയല്ലെന്നു പറയുകയും മറുവശത്ത് സ്ത്രീയോട് കലക്കുവേണ്ടി തുണിയുരിയണമെന്നു പറയുകയും ചെയ്യുന്ന തിന്റെ വൈരുദ്ധ്യം കരിംബോയിയോ വസുന്ധരയോ അറിയുന്നില്ല.

"സ്റ്റേജിൽ ഒരു കാബറേ നടത്തുവാനല്ല ഞാൻ അവളോട് പറഞ്ഞത്. അപമാനിക്കപ്പെട്ട ഒരു ദളിത് യുവതിയെ റിയലിസ്റ്റി ക്കായി അവതരിപ്പിക്കാനാണ് ഞാൻ ആവശ്യപ്പെട്ടത്. അതവൾക്കു മനസ്സിലാകാത്തതു കൊണ്ടല്ല അവളുടെ ബൂർഷ്വാമൂല്യങ്ങൾ, മധ്യവർ ഗത്തിന്റെ സദാചാരബോധം.... അതിനെയെല്ലാമാണ് ഞാൻ കുറ്റ പ്പെടുത്തുന്നത്." കരിംബോയിയുടെതും ബൂർഷ്വാ മധ്യവർഗമൂല്യങ്ങൾ തന്നെ. അയാളുടെ സ്ത്രീ വർഗത്തോടുള്ള ആക്ഷേപത്തിന്റെ പേരിൽ നാടകത്തിൽ വേഷമഴിക്കാൻ തയ്യാറായ വസുന്ധര യഥാർത്ഥത്തിൽ തങ്ങൾ കാമുകർക്കും ജാരന്മാർക്കും മുമ്പിൽ മാത്രമല്ല, കലക്കുവേ ണ്ടിയും വേഷമഴിക്കാൻ തയ്യാറാണ് എന്ന് കാണിച്ചുകൊടുക്കുന്ന വെല്ലുവിളിയാണ് ഏറ്റെടുക്കുന്നത്!

"ഒന്നുകിൽ അവർ കാമുകന്മാരുടെയും ജാരന്മാരുടെയും മുമ്പിൽ തുണിയഴിക്കാത്ത കുലീന കുടുംബിനികളാകണം. അങ്ങനെയാണെ ങ്കിൽ എനിക്കു പരാതിയില്ല. എന്നാൽ അവർ പാരമ്പര്യ കുടുംബ സങ്കല്പങ്ങൾക്കപ്പുറം പ്രേമം പുലർത്തുന്നവരാണെങ്കിൽ പിന്നെ കലക്കുവേണ്ടി തുണിയഴിക്കുകയില്ലെന്നു പറയുന്നത് കാപട്യമാണ്. " ഇതാണ് ഈ വാദഗതിയുടെ വ്യംഗ്യം. ഈ യുക്തിയോടാണ് വസുന്ധര ഐക്യപ്പെടുന്നത്. അതിനാലാണ് അവൾ ഇളകിപ്പോ കുന്നത്.

അതിനാൽ വസുന്ധര കാണികളാലും ക്യാമറകളാലും മാത്രമല്ല വഞ്ചിക്കപ്പെടുന്നത്. അവളെ വേഷം കെട്ടാൻ തയ്യാറാക്കുന്ന പുരുഷ യുക്തിയിൽ, സംവിധായകനാലും വഞ്ചിക്കപ്പെടുന്നു. ഭർത്താവ്/ കാമുകൻ, ഭർത്താവ്/ജാരൻ എന്ന ഇരട്ടകളുടെ പുനഃസ്ഥാപനത്തി ന്റെ യുക്തിയിലാണ് അവൾ നഗ്നയാകുന്നത്. ഇത് കുലീനയായ ഭാര്യ/നാടകനടി എന്ന പഴയകാല ദ്വന്ദ്വത്തിന്റെ പുനഃസ്ഥാപന മാണ്. അതിനാൽ കാണികളുടേതു മാത്രമല്ല സംവിധായകന്റെ കണ്ണുകളും വ്യവസ്ഥയുടെ ക്യാമറക്കണ്ണാണ്.

പാഠം മൂന്ന്

അവസാനമായി ക്യാമറയുമായി വന്ന പത്രപ്രവർത്തകർക്കും മറ്റും ഇങ്ങനെ വാദിക്കാം: ഞങ്ങൾ പത്രധർമ്മമാണ് നിർവ്വഹിച്ചത്. നാടകത്തിലെ ഏറ്റവും ക്രൂരമായ രംഗം ഞങ്ങൾ ക്യാമറകൾ കൊണ്ട് ഒപ്പിയെടുത്തു. ഒരു ലക്ഷം പേർ അതിന്റെ ഭീകരത പിറ്റേന്ന് പത്രത്തിൽ നേരിട്ടനുഭവിച്ചു. ഭഗവന്തിയെന്ന ദളിത് യുവതിയുടെ ദയനീയാവസ്ഥ അവർ മനസ്സിലാക്കി. ഇത്രയും സഫലമായിരുന്നു അവതരണം. എന്നിട്ടും ഞങ്ങൾക്കറിയാത്ത ഒരു കാര്യമുണ്ട്. എന്തിനാണ് നാരായണൻ നാടകം കത്തിച്ചുകളഞ്ഞത്? ഗോകുൽ നാടകത്തിനിടയിൽ എഴുന്നേറ്റു പോയത്?

ഇങ്ങനെയല്ലെങ്കിൽ നഗ്നയാക്കപ്പെട്ട സ്ത്രീയുടെ കഥ എന്തിന് നാടകമാവണം? നഗ്നനാക്കപ്പെട്ടതു പുരുഷനാണെങ്കിൽ അതു നാടകമാവുമോ? നഗ്നത ബലാൽക്കാരത്തിന്റെ സൂചന വഹിക്കുന്നതു കൊണ്ടാണോ? അത് കാണിയിൽ ഉദ്വേഗത്തിന്റെ രസമുണർത്തുന്നതിനാലാണോ? ഇത്തരം പ്രശ്നങ്ങൾ നാടകത്തെ സംബന്ധിച്ചും നോവലിനെ സംബന്ധിച്ചും മറ്റു ചില കാര്യങ്ങൾ വെളിപ്പെടുത്തുന്നു. സ്ത്രീശരീരത്തെ ചൂഷണം ചെയ്യുന്നതിനെ സംബന്ധിച്ച വാർത്തകളും ആത്യന്തികമായി മറ്റൊരു സ്ത്രീശരീര ചൂഷണമായിത്തീരുന്നു. സ്ത്രീയെ ശരീരമാക്കുന്ന വ്യവഹാരത്തെ അത് ശക്തിപ്പെടുത്തുന്നു.

യാഥാർത്ഥ്യത്തിന്റെ അനാവരണം അതേ യാഥാർഥ്യത്തിന്റെ അംഗീകരണമാവുന്നതാണ് ഇവിടെ കാണുന്നത്. കണ്ണിൽ നിന്നും ക്യാമറയിലേക്ക് എത്തുമ്പോഴേക്കും യാഥാർഥ്യത്തിനു വരുന്ന ഈ തല തിരിച്ചിൽ സമകാലിക നാഗരികതയുടെ പ്രതിസന്ധിയാണ്. ഇത് നോവലിലേക്കും പടരുന്നുണ്ട്. ചിത്രീകരിക്കപ്പെടുന്ന നഗ്നതയുടെ പ്രമേയം അതിന്റെ പാരായണത്തിന്റെ പിറകിലെ ഉദ്വേഗത്തിന്റെയും കാരണമാവുന്നു. സ്ത്രീയുടെ നഗ്നത നോവലിന്റെ പാരായണക്ഷമതയുടെ അദൃശ്യ സ്രോതസ്സാവുന്നു.

സമകാലിക മലയാളം വാരിക, 1997 ജൂൺ

അച്ഛന്റെയും തലസ്ഥാനങ്ങളുടെയും തണൽ

അച്ഛനും മകനും തമ്മിലുള്ള ബോധസംഘർഷങ്ങൾ സംസ്കാരത്തിന്റെ അപരിഹാര്യമായ ഇരട്ടകളിൽ ഒന്നാണ്. അച്ഛനുമായുള്ള ബന്ധത്തിന്റെ അയവും മുറുക്കവും വ്യക്തിത്വരൂപീകരണത്തിന്റെ അടിസ്ഥാനപ്രമാണങ്ങളിലൊന്നായി മനോവിജ്ഞാനീയം കാണുന്നുണ്ട്. സംസ്കാരത്തിന്റെ സവിശേഷ സന്ധികളിൽ പിതാ-പുത്രബന്ധം കൂടുതൽ സംഘർഷപൂർണമാകും. ചിലപ്പോൾ അയവേറിയതും. അത് വർഗവ്യവസ്ഥകളുമായും ദായക്രമവുമായും മറ്റും ബന്ധപ്പെട്ടിരിക്കുന്നു. ഈ ബന്ധത്തിന്റെ സ്വഭാവം പ്രാചീന മിത്തുകളെ മുതൽ ആധുനികാനന്തര കഥാഘടനകളെ വരെ സ്വാധീനിക്കുന്നുണ്ട്. ഇവിടെ എൻ. എസ് മാധവന്റെ കഥാസംസ്കൃതിയെ മുഴുവൻ നിർണ്ണയിച്ചു നിൽക്കുന്ന ഈ ബന്ധത്തിന്റെ സവിശേഷതകളെ പിന്തുടരുകയും 'ഹിഗ്വിറ്റ' പോലെയുള്ള

കഥകളിൽ ഈ മിത്ത് ഒരു സാംസ്കാരിക രാഷ്ട്രീയ സ്വഭാവം കൈവരിക്കുന്നത് എങ്ങനെ എന്ന് അന്വേഷിക്കുകയും ചെയ്യുന്നു. അഥവാ സാംസ്കാരിക രാഷ്ട്രീയം പുതിയ മിത്തുകളെ എങ്ങനെ രൂപപ്പെടുത്തിയിരിക്കുന്നു എന്ന് പരിശോധിക്കുന്നു.

പിതാ-പുത്രബന്ധത്തിലൂന്നുന്ന എത്രയെത്ര കഥകളാണ് മാധവൻ രചിച്ചിട്ടുള്ളത്! 'ശിശു', 'സമസ്യ', 'ഈദ്', 'ഇരുളേ വിഴുങ്ങ്' തുടങ്ങിയ ആദ്യകാല കഥകളിൽ ആരംഭിച്ച് 'കാർമെൻ', 'നാലാം ലോകം', 'കാണി' എന്നിങ്ങനെ പിൽക്കാല കഥകളിലേക്ക് പടർന്നുകയറുന്ന പ്രത്യക്ഷ പ്രമേയങ്ങളുടെ ഒരു തലം. ഇതിനു പുറമെ മിക്കവാറും കഥകളിൽ അബോധമായും ആനുഷംഗികമായും കടന്നുവരുന്നുണ്ട് പിതൃസാന്നിദ്ധ്യത്തിന്റെ ബലതന്ത്രം.

പിതൃസാന്നിധ്യം രണ്ടുതരത്തിൽ സ്വത്വത്തെ ബാധിക്കുന്നു. ഒന്ന്: പിതാവുമായി ഐക്യപ്പെട്ട് ശക്തനാവുന്ന മകനാണ്. രണ്ട്: പിതൃസാന്നിധ്യം ഒരു ഭീഷണിയായി ആത്മസ്ഥാപനത്തെയും ലിംഗസ്ഥാപനത്തെയും അട്ടിമറിക്കുന്ന മറുവശമാണ്. ഈ രണ്ടു തലങ്ങളിലേക്കും മാധവന്റെ കഥകൾ നീങ്ങുന്നതു കാണാം. ഈ ജയാപജയങ്ങളുടെ ആഹ്ലാദവേദനകളാണ് മാധവന്റെ കഥകളിലെ അനുഭൂതി മണ്ഡലത്തിന്റെ കാന്തികധ്രുവങ്ങളാവുന്നത്.

സർവജ്ഞാനിയായ ഒരു പിതാവിന്റെ സാന്നിദ്ധ്യം ലോകത്തെ നേരിടാനുള്ള സുരക്ഷിതത്വം നൽകുന്നു. ആദ്യകാല കഥയായ 'സമസ്യ'യിൽ പിതാവ് വാനശാസ്ത്രക്കാരനാണ്. "എനിക്കറിയാമായിരുന്നു വീട്ടിൽ ചെന്നാലുടനെ അച്ഛൻ മനസ്സിൽ പരക്കുമെന്നും ആ പഴയ അലമാരി ഒന്നുകൂടി തുറക്കുമെന്നും പിൻപിറവികളെ ഓർമ്മിപ്പിക്കുന്ന പാറ്റകളുടെ ഗന്ധത്തിൽ രാഘവൻ എന്ന പേരുള്ള ഞാൻ അച്ഛന്റെ അനശ്വരതയെ പരതുമെന്നും എല്ലാം എനിക്ക് നേരത്തെതന്നെ അറിയാമായിരുന്നു" എന്നാണ് ഈ കഥ തുടങ്ങുന്നത്. അച്ഛന്റെ സാന്നിധ്യം മകൻ കിടക്ക വിരികളിലൂടെ അറിയുന്നു. അച്ഛന്റെ വിഴുപ്പുകൾ വെള്ളത്തോടന് കൊട്ടുത്ത് കഴുകി സൂക്ഷിക്കുന്നു. "പുഴവക്കിൽ ഒരു പുതിയ വാൽനക്ഷത്രത്തിന്റെ ചാക്രികപഥമോ അല്ലെങ്കിൽ ഒരു ഉൽക്കയുടെ യക്ഷിക്കഥയോ അനാച്ഛാദിതമാക്കുവാൻ കിടക്കവിരിക്ക് മേലെ നെടുകെ കിടന്ന് ആകാശത്തെ അച്ഛൻ അളക്കാറുണ്ടായിരുന്നു". അച്ഛൻ അളന്നു തീർത്ത ഒരാകാശത്തിനു ചുവട്ടിൽ മകന്റെ സ്വത്വം നിലയുറപ്പിക്കുന്നു. അതിനാൽത്തന്നെ

അജ്ഞാതമായ അപ്പുറങ്ങൾ അന്വേഷിച്ചു പോവേണ്ട ആവശ്യം അയാൾക്കില്ല. അപരിചിതത്വം നൽകുന്ന സന്ദേഹവും ഭീതിയുമില്ല.

അച്ഛൻ കലയുടെയും പിതാവാണ്. "കോട്ടക്കൽ ചക്രപാണിമാരാരും കൂട്ടരും അച്ഛനെ കണ്ട് അനുഗ്രഹം വാങ്ങുവാനെത്തി. വലിയ കുടങ്ങളിൽ നിന്ന് അന്തിക്കള്ള് മാരാന്മാർ മോന്തി". കൊട്ടിന്റെ സാന്നിദ്ധ്യത്തിലാണ് അച്ഛൻ മരിക്കുന്നത്. അച്ഛൻ മകനെ പഠിപ്പിച്ചത് ജീവിതം സമസ്യയാണെന്നതാണ്. "രാഘവന്റെ അച്ഛൻ മരിക്കുന്നതിനുമുമ്പ് അവസാനം പറഞ്ഞ ജീവിതത്തെ പൂർണ്ണമാക്കുന്ന ആ വാക്കുകൾ കുറിക്കുവാൻ വാനശാസ്ത്രജ്ഞന്റെ മകന് മടിയാകുന്നു". അതൊരു സമസ്യയുടെ അവസാനപാദമാണെന്ന് അയാൾ കരുതി- "നാലും കള്ളിനേക്കാൾ വീര്യം കോട്ടക്കലെ തിമിലയ്ക്കാണേ. . ." വാനശാസ്ത്രജ്ഞന്റെ അടുത്തുനിന്ന് ജീവിതം ഒരു സമസ്യയാണെന്നു പഠിച്ച മകൻ ഈ അവസാനവരിയിൽ നിന്ന് ആദിയിലേക്കുപോയി. കാലത്തിലൂടെ ഒന്നും അന്വേഷിച്ചെത്തുവാനില്ല എന്നതാണ് ഇവിടെ ബോധ്യം. കാരണം സമസ്യയുടെ അന്ത്യപാദം അച്ഛനാൽ പൂരിപ്പിക്കപ്പെട്ടിരിക്കുന്നു. ഇനി അച്ഛൻ ഉന്നയിച്ച ചോദ്യത്തിനുള്ള ഉത്തരമാണ് ജീവിതം. ഈ പരിചിതത്വത്തെ കൂടുതൽ ശബ്ദായമാനവും വർണശബളവുമാക്കിത്തീർക്കുകയാണ് തനിക്ക് ചെയ്യാനുള്ളത്. പിതൃസാന്നിധ്യം നിറഞ്ഞു നിൽക്കുന്നതിനാൽ എല്ലായിടവും വെളിച്ചമുണ്ട്. വെളിച്ചത്തിന്റെ ഫ്ളഡ്ലൈറ്റുകൾ കഥകളിൽ ആവർത്തിക്കുന്നുമുണ്ട്.

ഈ കഥയിൽത്തന്നെ മാധവന്റെ കഥാലോകത്തെ ഒരു അഗാധപ്രശ്നം കടന്നുവരുന്നു. അവസാനവരിയെപ്പറ്റി മകൻ പറയുന്നു. "അവിടെ അക്ഷരങ്ങൾ ഉത്തൃട്ടാതിയുടെ കഥ പറഞ്ഞോ? അവിടെ ക്ഷീരപഥത്തിന്റെ പൊക്കിൾ നുകർന്നുകൊണ്ട് ആരെങ്കിലും ശയിക്കുന്നതു കണ്ടോ?" ഇവിടെ അച്ഛന്റെ ഭാഗമാണ് ക്ഷീരപഥം. കുടിക്കുന്നത് മുലകളല്ല. പൊക്കിൾക്കൊടിയാണ്. പുരുഷനാണ് ഇവിടെ മാതൃത്വം. അച്ഛന് കുടിക്കുവാൻ മുലകളില്ല. ക്ഷീരം (പാൽ) ചുരത്തുന്ന പൊക്കിൾക്കൊടിയാണ് പകരം. അമ്മയുടെ സ്ഥാനവും അച്ഛൻ നേടുന്നു. "ബാല്യവും പൊക്കിൾച്ചുഴിയുമില്ലാത്ത കടിഞ്ഞൂല്പൊട്ടനായ ആദം" എന്ന് 'മുംബായ്' എന്ന കഥയിൽ തന്നെത്തന്നെയും മാതൃബന്ധത്തിൽ നിന്ന് വിമുക്തനാക്കുന്നുണ്ട്. ചരിത്രപരമായി ഇത് മാതൃകാർഷികഘടനയിൽ നിന്നുള്ള വിടുതിയുമാണ്.

'അച്ഛന്റെ കുട്ടി' എന്ന ബോധം ആധുനികതയുടെ രചനയിൽ

കാണുന്ന പ്രപഞ്ചം/ഞാൻ എന്ന ദാർശനികദ്വന്ദ്വത്തിൽ നിന്ന് സ്വത്വബോധത്തെ മാറ്റിനിർത്തുന്നു; ഞാൻ/സമൂഹം എന്ന ഉത്കണ്ഠ കളിൽ നിന്നും. സ്വത്വത്തിന്റെ ആദിമദ്വന്ദ്വമായി പകരം വരുന്നത് ഭ്രൂണമാണ്. "ഭ്രൂണശാന്തിയോടെ ഒരു വാനശാസ്ത്രജ്ഞർ കിടക്കുന്നതു കണ്ടോ?" എന്ന് 'സമസ്യ'യിൽ ഈ ഭ്രൂണബോധം പിതാവിൽ ആരോപിക്കപ്പെടുന്നു. 'ശിശു'വിൽ 'ഗർഭജലത്തിലെ ഇളംചൂടിൽ കുഞ്ഞിക്കണ്ണുകൾ ഉറക്കം പിടിച്ചടഞ്ഞുകൊണ്ടിരിക്കുമ്പോൾ' എന്ന വർണ്ണന കാണാം. ഗർഭപാത്രത്തിൽ നിന്ന് പുറത്തേക്കു കടക്കുവാനുള്ള മാർഗ്ഗത്തെപ്പറ്റിയും അവിടെ അന്വേഷണമുണ്ട്. "അച്ഛന്റെ ചെവിരോമങ്ങൾക്കിടയിൽ ഉടലിന്റെ ഓരങ്ങളിൽ സാന്ധ്യജാല അടങ്ങിത്തുടങ്ങി. ഇതുപോലൊരു സന്ധ്യയിലേക്കാണ് എന്നെ പെറ്റത്. സഫലീകരിക്കാത്ത വാഗ്ദാനം പോലെ. പാതിമുറിഞ്ഞു കിടന്ന എന്റെ പൊക്കിൾക്കൊടി എവിടെയാണ് ഊരിപ്പോയത്?" എന്ന് 'ഇരുളേ വിഴുങ്ങ്' എന്ന കഥയിൽ കാണാം. ഗർഭ പാത്രത്തിലായിരിക്കുമ്പോഴും പിതാവിന്റെ പുത്രനായാണ് ഗണിക്കപ്പെടുന്നത്. 'പക്ഷി' എന്ന കഥ ഒരു മുട്ടയിടൽ കുട്ടിയിലുണ്ടാക്കുന്ന വികാരങ്ങളെപ്പറ്റിയുള്ളതാണ്. "കുട്ടിക്കാലത്ത് വയറ്റാട്ടിയുടെ മടിയിൽ കുളിപ്പിക്കുവാൻ കമഴ്ത്തിക്കിടത്തുമ്പോൾ അവന്റെ നട്ടെല്ലിന്റെ പാതയിൽ ഗർഭത്തിൽവച്ചേ കിളിർത്ത നീലരോമങ്ങളുടെ ചുഴികൾ തലോടിയത് വിരലുകളോർത്തു". ഗർഭത്തിൽവച്ചു വളരുന്ന മുടി 'വൻമരങ്ങൾ വീഴുമ്പോൾ' എന്ന കഥയിൽ ആവർത്തിക്കുന്നു. വയർ ഒരു സമസ്യയാണ്.

അച്ഛന്റെ കീഴിലെ സുരക്ഷിതത്വത്തിന് ഒരു മറുപുറമുണ്ട്. അച്ഛനെ നിഷേധിക്കാതെ മകന്റെ പൗരുഷം പൂർണ്ണമാവുകയില്ല എന്നതാണത്. അച്ഛൻ/ഞാൻ എന്ന ദ്വന്ദ്വത്തിൽ സുരക്ഷിതത്വം നേടിയ മകൻ പുരുഷൻ/ സ്ത്രീ എന്ന അടിസ്ഥാന ദ്വന്ദ്വത്തിലെത്തുമ്പോൾ ഇതേ അച്ഛന്റെ സാന്നിദ്ധ്യം കൊണ്ടുതന്നെ അരക്ഷിതനായിത്തീരുന്നു. ഇതിന്റെ ഏറ്റവും പ്രകടമായ മാതൃക 'കാർമെൻ' ആണ്. പി. കുഞ്ഞിരാമൻ നായരുടെ 'കളിയച്ഛ'നുമായി വളരെ അടുപ്പം പുലർത്തുന്ന ഈ കഥയിൽ കഥകളി ആശാനും ശിഷ്യനും തമ്മിലുള്ള ബന്ധമാണ് വിഷയം. ഇവിടെ ഗുരു അച്ഛനു തുല്യനാണ്. ആശാനെ 'അച്ഛൻ' എന്നാണ് സംബോധന ചെയ്യുന്നത്. 'കച്ചകെട്ടിയ കുട്ടി തിരുമ്മുപായയിൽ എണ്ണ തേച്ച കിടന്നു. കച്ചതൊട്ട് വന്ദിച്ച് മുകളിൽ കെട്ടിയ മുളയിൽ കൈപിടിച്ച് ആശാൻ ഉഴിച്ചിൽ തുടങ്ങി. പതിനേഴ

കാലടികൾ കൊണ്ട് അവനെ അളന്ന് ഉഴിഞ്ഞു. ആശാന്റെ മടമ്പിലെ വിള്ളലുകൾ രാഘവന്റെ കശേരുക്കൾക്കിടയിൽ മുറുകിനിന്ന ഇളം തൊലിയിൽ പോറലേല്പിച്ചുവെങ്കിലും കുട്ടി അനങ്ങാതെ കിടന്നു'. ഇവിടെ തന്നെ അളന്നു കീഴ്പ്പെടുത്തുന്ന ആശാനോടുള്ള പൂർണ്ണ വിധേയത്വമാണ്. ലൈംഗികമായ ഒരു കീഴടങ്ങലിന്റെ ധ്വനിയുമുണ്ട് ഇതിന്. ഈ ശിഷ്യനാണ് വിദേശിയായ കാർമെനെ പ്രണയിക്കുന്നത്. ഇയാൾ അവൾക്കുമുമ്പിൽ മൂകതയുടെ പര്യായമാവുന്നു. ഈ മൂകതയാണ് കാർമെന് അയാളിലുള്ള താല്പര്യ കാരണവും. "പുരുഷന്മാർ ഭാഷവരെ അവരുടേതാക്കിക്കഴിഞ്ഞ സ്ഥിതിക്ക് ഈ മൂകൻ എനിക്ക് വിലപ്പെട്ടവനാണ്" എന്നാണ് അവൾ കരുതുന്നത്. ഇവരുടെ ബന്ധത്തിൽ പിതൃസാന്നിദ്ധ്യത്തിന്റെ നിഴൽ കടന്നുവരുന്നു. തന്റെ ശരീരമാണ് അവൾക്ക് പ്രിയം. കൂടുതൽ കരുത്തുള്ള ശരീരം കണ്ടപ്പോൾ അവൾ അതിനുപിന്നാലെ പോകുന്നു. മകൻ അച്ഛന്റെ മുമ്പിൽ വന്നു മാപ്പു പറഞ്ഞ് സംഘത്തിലെ നഷ്ടപ്പെട്ട അംഗത്വം വീണ്ടെടുക്കുന്നു. അച്ഛന്റെ ലഭ്യത പെണ്ണിന്റെ നഷ്ടമാണ്.

തന്നെക്കാൾ വിപുലവും അധികാരപരവുമായ സ്ഥലരാശിയിൽ നിന്നുവരുന്ന പെണ്ണുങ്ങൾക്കുമുമ്പിലാണ് നായകപുരുഷൻ പരാജയപ്പെടുന്നത്. 'ദുരന്തത്തിന്റെ ജനനം' എന്ന കഥയിലുള്ളത് ദൽഹി യൂണിവേഴ്സിറ്റിയിൽ നിന്നു വരുന്ന ശൈലജാ മുഖർജിയാണ്. ദൽഹി/തിരുവനന്തപുരം എന്ന ദ്വന്ദ്വത്തിന്റെ അധികാരബന്ധമാണ് ശൈലജാ മുഖർജിയും രാഘവനും തമ്മിലുള്ളത്. "ശൈലജയുടെ ചുണ്ടുകൾ തുമ്പിയുടെ ചിറകുകൾ പോലെ തുടിച്ചിരുന്നു. രാഘവൻ അവളെ കെട്ടിപ്പിടിച്ചു. അവളുടെ പിതാവാണ് താനെന്ന് അയാൾക്ക് തോന്നി". ഇവിടെ പിതാവിന്റെ അധികാരം ലഭിക്കുമ്പോൾ മാത്രമാണ് അയാൾക്ക് അവളെ ആഗ്രഹിക്കാൻ കഴിയുന്നത്. കീഴടക്കലിന്റെ രൂപകമാണിത്. ശൈലജയുടെ കൈകൾ ഭ്രമദ്ധ്യരേഖ പോലെ അരയിൽ സങ്കല്പമായി. പുതിയ അക്ഷാംശങ്ങൾ കണ്ടെത്താൻ ശ്രമിക്കുന്ന 'സമസ്യ'യിലെ അച്ഛനെയും ഇതിനോടൊപ്പം കൂട്ടിവായിക്കാം.

പിതൃസാന്നിദ്ധ്യം നൽകുന്ന സുരക്ഷിതത്വം പ്രപഞ്ചത്തെ താനായി നിന്നു കാണുന്ന ആദിമാനുഭൂതിയുടെ നഷ്ടമാണ്. വളരുന്നത് അച്ഛന്റെ ആകാശത്തിലാണ്. അച്ഛന്റെ സാന്നിദ്ധ്യം തന്റെ കാഴ്ചകളെ അപൂർണ്ണമാക്കുന്നു. എപ്പോഴും അനേകം കാഴ്ചക്കാരുള്ളതാണ് ഇത്തരം കഥകളിലെ ലോകം. വാക്കിന്റെ പൂർണ്ണത

പിതൃസാന്നിദ്ധ്യത്താൽ നഷ്ടപ്പെടുന്നു. ഓരോ പദത്തെയും മുറിച്ചു കൊണ്ട് പിതൃസാന്നിദ്ധ്യം കടന്നുവരുന്നു. വാക്ക് പൂർണ്ണമായി ഉച്ചരിക്കാനാവാതെ മകൻ വിക്കനാവുന്നു. 'ശിശു' എന്ന കഥ ഈ വിക്കിനെപ്പറ്റിയാണ്. അച്ഛന്റെ ബലിക്ക് വീട്ടിൽ പോയതിനെപ്പറ്റി ഇവിടെ അയാൾ ഓർക്കുന്നുണ്ട്. "മകനേ, പുത് എന്ന നരകത്തിൽ നിന്ന് രക്ഷിക്കുന്നവനാണ് പുത്രൻ" എന്നു പറയുന്നുണ്ട്. ഇത് അച്ഛൻ തരുന്ന മറ്റൊരു സമസ്യാപൂരണം തന്നെ. ഇവിടെ പക്ഷേ പ്രണയസാഫല്യം ലഭിക്കുന്നില്ല. അയാൾ ഗ്യാലറി സ്വപ്നം കാണുന്നു. "എന്റെ മുമ്പിലെ ഗ്യാലറിയുടെ വളവുകളിൽ ആൺകുട്ടികളും പെൺകുട്ടികളും നിരന്നിരുന്നു". ഗ്യാലറി ബിംബം മാധവന്റെ കഥകളിൽ ഇവിടെ മുതൽ ആരംഭിക്കുന്നുണ്ട്. അദ്ധ്യാപകനായി പെൺകുട്ടികളെ വാഗ്ജാലം കൊണ്ട് ആകർഷിക്കുന്നതാണ് അയാൾ സ്വപ്നം കാണുന്നത്. പക്ഷെ യഥാർത്ഥത്തിൽ അയാൾ വിക്കനാണ്. പൂർണ്ണമായ വാക്കിന് ജന്മം കൊടുക്കാനാവാത്തതു പോലെ പൂർണ്ണതയുള്ള ശിശുവിനും ജന്മമേകാൻ അയാൾക്ക് കഴിയുന്നില്ല. ഭാര്യയുടെ ഗർഭത്തിൽ വളരുന്നത് വൈകൃതമാണ്. "എന്റെ ചോരയിൽ നിന്ന് വളരുന്നതെന്തും എന്റേതാണ്. ഉദാഹരണമായി 'എക്സിമ', ഗർഭപാത്രത്തിൽ പൂപ്പല്പോലെ പറ്റിപ്പിടിച്ച് വളരുന്ന കാൻസർ സെല്ലുകൾ. ക്ഷീരപഥം പോലെ അമൂർത്തമായി വയറിൽ നെടുകെ പരന്നു ശയിക്കുന്നു". ഈ കഥയിലെ കഥാപാത്രനാമവും ശ്രദ്ധേയമാണ്. "ഞാൻ ഹരിഹരൻ ടി. പി. വിക്കനും ദുർബലനുമായി ഹരിഹരൻ ടി. പി. നിങ്ങളുടെ മാഷ് തടുത്താൽ യദുകുലം തകരാതിരിക്കുമോ?" അദ്ധ്യാപകൻ ഹരിഹരനാണ്. രണ്ടു പുരുഷനാമങ്ങൾ ചേർന്നത്. ഹരിഹര പുത്രൻ അയ്യപ്പനാണ്. ഉർവ്വരതയിലേക്കു വളരാത്ത ബ്രഹ്മചാരി. മാതൃത്വത്തിന്റെ (സ്ത്രൈണതയുടെ) ഉർവ്വരതാതലം സ്വത്വത്തിലില്ല. നഗരസ്വത്വബോധം പിന്തള്ളുന്ന കാർഷിക സ്വത്വമാണിവിടെ സ്ത്രീ. ഹരിഹരൻ ആണമയുടെ പ്രജനനശേഷി നേടുന്നതിൽ പരാജയപ്പെടുന്നു. പകരം വികൃതമായ വാക്കിന്റെയും വികൃതമായ ശിശുവിന്റെയും പിതൃത്വം വന്നുചേരുന്നു.

'ഇരുളേ, വിഴുങ്ങ്' എന്ന കഥയിൽ അച്ഛന്റെ ശാസനയുടെ ഓർമ്മ തനിക്കു ജനിക്കാനിരിക്കുന്ന മക്കളിലേക്ക് പടരുന്നു. "എപ്പോഴാണ് എന്റെ അതിഥികൾ വരിക? എന്റെ പ്രജകൾ? താക്കോല്പഴുതിന്റെ യോനീമുഖത്തിലൂടെ അവർ ഓരോരുത്തരായി എത്തിത്തുടങ്ങി. എന്റെ പിഞ്ചുപൈതങ്ങൾ. ആദ്യം അരവിന്ദൻ. പിന്നെ ആനന്ദം,

ഇന്ദിര. . . " പേരുകൾ അകാരാദി അക്ഷരമാലാക്രമത്തിൽ നീളുന്നു. "പിന്നെ തട്ടുക്ക പായ വലിച്ചിട്ട് പഞ്ചാരമണലിൽ വിരലുകൊണ്ടെഴു തുവാൻ തുടങ്ങി. അ. ആ. ഇ. ഈ" ഇവിടെയും ശിശുവിന്റെ ജനനവും വാക്കിന്റെ ജനനവും ഒന്നാകുകയാണ്. 'ശിശു' എന്ന കഥയിലെ പ്ര മേയഘടനയുടെ ആവർത്തനമാണിത്. ശിവൻ എന്ന കഥാപാത്രം ഇവിടെ സമനില തെറ്റിയവനും ചേട്ടന്റെ ഓർമ്മകൾ വഹിക്കുന്നവനു മാണ്. 'പ്രസക്തി'യെന്ന കഥയിൽ തന്റെ ആണത്തത്തെക്കുറിച്ചുള്ള സംശയവിചാരം കാണാം. ജനിച്ചുവീണ തന്നെ അമ്മ നോക്കുന്നതി നെപ്പറ്റി പറയുന്നു. "വയറിന്റെ ചുളിവുകളിൽനിന്ന് ഈറ്റുനോവിന്റെ കട്ടുംചുവപ്പ് മാറുന്നതിനുമുമ്പേ, അന്ന് വെറും പതിനേഴുവയസ്സുണ്ടാ യിരുന്ന അമ്മവരെ അരയിലേക്കാണ് സംശയം തീർക്കുന്ന മട്ടിൽ ചിരിയടക്കി സൂക്ഷിച്ചുനോക്കിയത്. " പിന്നീട് വയറിൽ നടന്ന ഒരു ശസ്ത്രക്രിയയെപ്പറ്റി പറയുന്നു. ഒരു ദിവസം രോഷൻ എന്ന സഹപ്ര വർത്തക 'അവളുടെ വയറിന്റെ കയറ്റിറക്കങ്ങളിൽ മുറുക്കിപ്പൂട്ടിയ ചുണ്ടുപോലെ നീണ്ട ഞരമ്പുകളുടെ താളം തകർത്തു കൊണ്ട് പടർ ന്നുകിടന്നിരുന്ന ശസ്ത്രക്രിയയുടെ മുറിപ്പാടിൽ എന്റെ വിരൽ പിടിച്ചു തൊടീച്ചു. അപ്പോൾ മാത്രമാണ് സ്വന്തം വയറിലെ ഇനിയുമുണങ്ങാ ത്ത അപ്രസക്തമായ പാവം മുറിവിനെ ഞാൻ ഓർത്തത്' എന്നു പറയുന്നു. ഇവിടെ ലിംഗപരമായ കൗതുകത്തിൽ നിന്ന് ലിംഗഛേദ ഭീതിയിലേക്കു നീങ്ങുന്ന ബിംബപരമായ വളർച്ച കാണാം.

ഈ പൊതു സംസ്കാരത്തിൽ നിന്ന് 'ഹിഗ്വിറ്റ'യിലേക്ക് കടക്കുക. 'ഹിഗ്വിറ്റ'യിൽ രണ്ട് അച്ഛന്മാരുണ്ട്. ഒന്ന് പി. ടി. മാഷ്. അദ്ധ്യാപകനും അച്ഛനുമാണയാൾ. രണ്ടാമത്തേത് ഫാദർ. പള്ളി യിലച്ചൻ. ആദ്യത്തെ അച്ഛന്റെ മകനാണ് രണ്ടാമത്തെ അച്ഛൻ.

പി. ടി. മാഷിന്റെ മകനായതുകൊണ്ടാണ് ഗീവർഗീസിനെ ഫുട്ബോൾ ടീമിലെടുത്തതെന്ന് തലമുറകളുടെ മൂത്രം ഘനീഭവിച്ച സ്കൂളിലെ വടക്കേ മതിലിൽ ഏതോ കുട്ടി കരിക്കട്ടകൊണ്ട് എഴുതി യെങ്കിലും ഒല്ലൂർ എച്ച്. എസിന്റെ ഗോൾപോസ്റ്റിൽ മഴവില്ല് പോലെ വളഞ്ഞു വീണ കോർണർ കിക്കോടെ ഗീവർഗീസിനെ സ്കൂളിൽ എല്ലാവരും അറിഞ്ഞു തുടങ്ങി. ഗീവർഗീസിന്റെ സാമൂഹ്യ വ്യക്തിത്വം ആരംഭിക്കുന്നത് അച്ഛന്റെ മകനായാണ്. അച്ഛനാണ് കളിയുടെ തന്ത്ര ങ്ങൾ പഠിപ്പിക്കുന്നത്. 'അപ്പൻ മാത്രം സംസാരിച്ചുകൊണ്ടിരുന്നു. പന്ത് കാലിൽ കിട്ടിയാൽ ഉടനെ കണ്ണ് ഠപ്പേന്ന് പോകണം. നമ്മുടെ കൂട്ടത്തിൽ ആരെങ്കിലും മാർക്ക് ചെയ്യപ്പെടാതെ നിൽക്കുന്നുണ്ടോ

എന്ന് നോക്കാൻ. ' അപ്പന്റെ ശിക്ഷണത്തിൽ അവർ ജയിക്കുന്നു. കൂട്ടുകാർക്കൊപ്പം വിജയാരവം കൂട്ടാത്ത മകനോട് അപ്പൻ പറയുന്നു: "നീ പാടിക്കോടാ. " നിശ്ശബ്ദനായ ഗീവർഗീസിന്റെ നേരെ കണ്ണ് ഉയർത്തി അപ്പൻ വാത്സല്യത്തോടെ പറഞ്ഞു: "പേടിക്കേണ്ട ഞാനിപ്പോ നിന്റപ്പനല്ല, പി. ടി. മാഷാ. "

അപ്പന് ഇഷ്ടമല്ലാത്ത സെവൻസ് കളിക്കുന്ന ഗീവർഗീസ്. ഫുട്ബോൾ തന്റെ വിശ്വാസമാണെന്നും സെവൻസ് അന്തിക്രിസ്തുവാണെന്നും അപ്പൻ മകനെ ഉപദേശിക്കുന്നുണ്ട്. പക്ഷേ മകന് സെവൻസ് കളിക്കാതിരിക്കാൻ പറ്റില്ല. അതോടെ അപ്പൻ അവനോട് ഫുട്ബോളിനെക്കുറിച്ച് സംസാരിക്കുന്നത് നിർത്തുന്നു. ആശാൻ നൽകുന്ന ശിക്ഷയാണിത്. രണ്ടു കാര്യം ഇവിടെ സംഭവിക്കുന്നു. അച്ഛന്റെ മരണം, ബി. എ. ക്കുള്ള തോൽവി. അച്ഛന്റെ വിശ്വാസം മകൻ ലംഘിച്ചതിനാലാണ് ഈ ദുരന്തങ്ങൾ എന്ന് കഥാകാരൻ നേരിട്ടു പറയുന്നില്ല. ഇവിടെ ഫുട്ബോൾ/ സെവൻസ്, അച്ഛന്റെ ശാസന/ മകന്റെ താല്പര്യങ്ങൾ എന്ന വിരുദ്ധ ദ്വന്ദ്വങ്ങളുണ്ട്. സെവൻസ് ഗ്രാമീണകളിയാണ്. ഫുട്ബോൾ അന്താരാഷ്ട്രീയമായ ഔദ്യോഗികകളിയും. ഔദ്യോഗികതകളുടെ വക്താവാണ് അച്ഛൻ. വിശ്വാസലംഘനത്തിന്റെ സെവൻസ് അച്ഛനെ ധിക്കരിക്കുന്ന അബോധപ്രേരണയാണ്.

അപ്പന്റെ മരണശേഷമാണ് അയാൾ വികാരിയച്ചനാകുന്നത്. ദൈവവിളി വരുന്ന, അച്ചനാകുക എന്നത് മരിച്ച അപ്പന്റെ വിശ്വാസങ്ങളോടുള്ള സമ്പൂർണ്ണ വിലയനമാണ്. അച്ഛൻ എന്നത് സ്വന്തം ലൈംഗികതയെ നിരസിക്കുന്ന സാന്നിദ്ധ്യമാണ് എന്നുവരുമ്പോൾ അച്ചനായിത്തീരുക എന്നാൽ സ്വന്തം ആഗ്രഹലോകം മുഴുവൻ അടിയറവച്ച് വിധേയനായ വിശ്വാസിയായ മകനായിത്തീരലാണ്. ഈ അച്ഛൻ സ്വയം അധികാരവും ഭരണകൂടവുമാകുന്നു. മെത്രാൻ എന്നാൽ മെത്രാപ്പൊലീത്ത (നഗരാധിപൻ) എന്നാണ് അർത്ഥം. ഇങ്ങനെയുള്ള ഒരു വിശ്വാസാധികാരത്തിന്റെ എതിരായി, അന്തിക്രിസ്തുവായി ജബ്ബാർ അവതരിപ്പിക്കപ്പെടുന്നു.

അച്ചൻ അന്തർദ്ദേശീയ സ്ഥലരാശികളുമായി ഐക്യപ്പെടുന്ന ആളാണ്. ഈ വൈപുല്യത്തെ മിത്തിന്റെ പിന്തുണയോടെ കഥാപാത്രത്തിന്റെ കീഴടക്കൽ ബോധമാക്കി മാറ്റുന്നു. 'താണ്ഡവത്തിന് മുമ്പ് സശ്രദ്ധം ജടയഴിച്ചിട്ട ശിവനെപ്പോലെ നീണ്ട ചുരുളൻമുടി'

എന്ന് ഇപ്പോൾ മകന് ആധികാരികത വരുന്നു. 'പുതിയ അക്ഷാം ശങ്ങൾ കണ്ടെത്തുന്ന കപ്പിത്താനെപ്പോലെ' എന്നു പറയുന്നിടത്ത് 'സമസ്യ'യിലെ പിതൃ ആകാശം തന്നെയാണ് നിലനിൽക്കുന്നത്.

ഹിഗ്വിറ്റ യഥാർത്ഥത്തിൽ കളിയുടെ അച്ചടക്കമാണ് ലംഘിക്കു ന്നത്. അതിന്റെ ഫലമായി ടീം തോറ്റു പുറത്തു പോകുന്നു. 'മുന്നോട്ടു കയറിയ ഹിഗ്വിറ്റയുടെ കാലിൽ നിന്ന് എതിരാളി പന്ത് തട്ടിയെടുത്ത് ഒഴിഞ്ഞ പോസ്റ്റിൽ ഗോളടിച്ച് കൊളമ്പിയയെ ലോകകപ്പിൽ നിന്ന് പുറത്താക്കി. പക്ഷെ ഹിഗ്വിറ്റ ഈ സംഭവത്തിന്റെ സൃഷ്ടിയിലും താൻ വഹിച്ച പങ്കോർത്ത് മൃദുവായി ചിരിക്കുന്നത് ഗീവർഗീസച്ചൻ മാത്രം കണ്ടു'. തന്നെ ടീമിൽ തിരഞ്ഞെടുത്തതിന്റെ ലക്ഷ്യം ടീമിനെ ജയിപ്പിക്കുക എന്നതായിരുന്നു. ആ ഉത്തരവാദിത്തം ലംഘിച്ച് തന്നെ പ്രൊജക്റ്റ് ചെയ്യുന്നതു വഴിയാണ് അയാൾ ഹീറോ ആവുന്നത്. സാമൂഹ്യലക്ഷ്യങ്ങളേക്കാളും ഉത്തരവാദിത്തത്തേക്കാളും പെർഫോ മൻസ് ആണ് ശരിയെന്ന് അയാൾ കരുതുന്നു.

എന്നാൽ സത്യത്തിൽ അയാളുടെ ഹീറോയിസം ഹീറോയി സമല്ല. അത് അച്ചന്റെ കാഴ്ചയിൽ തന്റെ ഉള്ളിലെ പിതാവിനെ തൃപ്തിപ്പെടുത്തലാണ്. പിതാവിന്റെ വാത്സല്യഭാജനമായി ഗ്യാല റിയുടെ കൈയടികൾക്കുള്ള ശ്രമമാണത്. കർത്തൃത്വം എന്നാൽ പിതാവിന്റെ കീഴിലെ പ്രജാസ്ഥാനമാണ് ഇവിടെ. ഇത്തരമൊരു 'അച്ചന്റെ കുട്ടി' ഒരിക്കലും പങ്കിടലിന്റെ സാമൂഹ്യബോധത്തിലെ ത്തുകയില്ല. അയാൾ സ്വയം നിർമ്മിത ബിംബ ലോകത്തിലെ നായകനായി തന്നെ കാണുന്നു. ജർമ്മൻ നോവൽ, ഇറ്റാലിയൻ സ്നേഹിതൻ എന്നിവർ ഉൾപ്പെടുന്ന ഒരു ആഗോള ആധിപത്യ ബിംബലോകമാണത്.

ഹിഗ്വിറ്റയെ അനുകരിക്കുന്നതിലൂടെ ഗീവർഗീസും ചെയ്യുന്നത് സാമൂഹ്യമായ ഒരു ലക്ഷ്യം സാക്ഷാത്കരിക്കുകയല്ല. പകരം ഇത് തന്റെ പെർഫോമൻസിനുള്ള ഒരു സാദ്ധ്യതയാണെന്ന് മനസ്സിലാ ക്കുകയാണ്. അച്ചന്റെ ഈ വിപുല പിതൃസംസ്കാരത്തിൽ നിന്ന് ജബ്ബാർ പുറത്താക്കപ്പെടുന്നു. അവസാനം പറയുന്ന വാക്കുകൾ 'നാളെ സൂര്യോദയം എന്നൊന്നുണ്ടെങ്കിൽ നിന്നെ ദൽഹിയിൽ കണ്ടുപോകരുത്" എന്നാണ്. വരേണ്യരുടെ തലസ്ഥാനത്തു നിന്നു പുറത്താക്കപ്പെടുകയാണ് ജബ്ബാർ. ദൽഹിയെ സ്വന്തം തറവാടായി കാണുന്നു, ദൽഹിയുടെ തലസ്ഥാന, പിതൃസ്ഥല ബോധവുമായി ഐക്യപ്പെടുന്നു ഇവിടെ ഗീവർഗീസ്. നാഷണലിസത്തിന്റെ തണൽ

അയാൾക്കുണ്ട്. അയാൾ പുറമ്പോക്കിൽ നിന്ന് വരുന്നവരെ ചവിട്ടി പുറത്താക്കി ദൽഹിയുടെ വിശുദ്ധി സംരക്ഷിക്കുന്നു.

ഇവിടെ കേരളീയ വായനക്കാരൻ ഈ ചവിട്ട് തന്റെ തലയിൽ ഏറ്റുവാങ്ങുന്നു. ബ്രാഹ്മണാധിനിവേശം മുതൽ നാം ഉത്തരേന്ത്യക്ക് അംഗീകരിച്ചുകൊടുത്ത മിത്തിക്കൽ രാഷ്ട്രീയ അബോധത്തിന്റെ അധികാര വിഭജനത്തെ ഈ ചവിട്ട് ന്യായീകരിക്കുന്നു. വിധേയ ത്വത്തിന്റെ ചവിട്ട് ഏറ്റു വാങ്ങി ചവിട്ടിയവനെ ആദരിക്കുന്ന മിത്തി (മഹാബലി-വാമന) ന് ഇവിടെ ന്യായീകരണം ലഭിക്കുന്നു.

ഈ അന്തരീക്ഷത്തിൽ മാധവന്റെ കഥകളിലെ പിതാപുത്ര ബന്ധത്തിന്റെ സാംസ്കാരിക തലം വെളിപ്പെടുന്നു. നാഷണലിസ്റ്റ് രാഷ്ട്രീയത്തിന്റെ വെളുത്ത ആകാശത്തിന്നു കീഴെ സുരക്ഷിതത്വം അനുഭവിക്കുന്ന ഒരു ജനതയുടെ ഉപബോധത്തിന് അത് സാന്ത്വനം നൽകുന്നു.

സമകാലിക മലയാളം വാരിക, 1998 നവംബർ

ആധുനികാനന്തര കഥനത്തിലെ മച്ചിൻപുറവും വവ്വാലുകളും

"വക്കോട്ടുവക്ക് തറനിറയ്ക്കാൻ വേണ്ടതിലധികം നെല്ല്. അവിടെ നിന്ന് കവിഞ്ഞൊഴുകി അതു ചുവട്ടിലെ കിടപ്പറകളിലോളം നിറഞ്ഞു. ചുവട്ടിലെ അറകളിൽ സ്ഥലമില്ലാതെയാണ് അവ മച്ചിൻപുറത്തെത്തിയത്. "

മേതിൽ - ലൈംഗികതയെക്കുറിച്ച് ഒരുപന്യാസം

ഫ്യൂഡലിസത്തിന്റെ ഭാവുകത്വത്തെ സാഹിത്യചരിത്രത്തിൽ നാം ആധുനികതക്ക പിന്നിൽ നിർത്തിയിരിക്കുകയാണ്. സാഹിത്യത്തിൽ 1960-കളിൽ ആധുനികത വന്നുചേർന്നതോടെ ഫ്യൂഡലിസത്തിൽ നിന്നും വിടപറഞ്ഞ് നാഗരികതയുടെ പരിസരത്ത് നാം എത്തിച്ചേർന്നുവെന്നു കരുതുന്നു. ഫ്യൂഡൽ തകർച്ച തീർച്ചയായും ആധുനികതയുടെ ഒരു പശ്ചാത്തലമാണ്. എന്നാൽ ആധുനികതയിലും ഫ്യൂഡൽ തകർച്ചയെ അതിജീവിച്ച ഒരു ഭാവുകത്വം നിലനിൽക്കുന്നുണ്ട്. നെല്ലിന്റെ മിച്ചം കൊണ്ടും പെണ്ണിന്മേലുള്ള അധികാരം കൊണ്ടും ഫ്യൂഡലിസത്തിന്റെ തുടർച്ച നാഗരിക ഘട്ടത്തിലും തുടർന്നുകൊണ്ടു നടത്താൻ കഴിഞ്ഞവരാണിവർ. ആധുനികതയിൽ ഇതിന്റെ പ്രതിനിധി വി. കെ. എൻ ആണെങ്കിൽ ആധുനികോത്തരതയിൽ ഇത് മേതിൽ രാധാകൃഷ്ണനിലേക്ക് നീളുന്നു. മേതിലിന്റെ 'ലൈംഗികതയെപ്പറ്റി ഒരുപന്യാസ'ത്തെ മുൻനിർത്തി അദ്ദേഹത്തിന്റെ മറ്റു കൃതികളെ പശ്ചാത്തലത്തിൽ

വച്ച് ഈ ഭാവുകത്വത്തിന്റെ സ്വഭാവമാണ് ഇവിടെ അന്വേഷണ വിഷയമാവുന്നത്.

തന്റെ വീടിന്റെ മച്ചിൻപുറവുമായി പവിത്രൻ എന്നപേരുള്ള കഥാപാത്രം പുലർത്തുന്ന ബന്ധമാണ് 'ലൈംഗികതയെപ്പറ്റി ഒരുപന്യാസ'ത്തിലെ പ്രമേയരൂപം. അയാൾ മച്ചിൻപുറത്ത് പുലർത്തുന്ന ബന്ധങ്ങൾ മുഖ്യമായും ഇവയാണ്.

1. നെല്ല് ചിക്കാൻ വരുന്ന പെണ്ണുങ്ങളുമായി

2. അവിടുത്തെ ചെറുജീവികളുമായി

3. അധികാരത്തിന്റെയും സമ്പന്നതയുടെയും ചിഹ്നങ്ങളായ തൊട്ടിൽ മുതലായവയുമായി

4. ബന്ധുവായ ദാമോദരനുമായി

മച്ച് (രണ്ടാം നിലയിലുള്ള വീട്) ഫ്യൂഡൽ ഉപരിവർഗ്ഗത്തിന്റെ മേധാവിത്തലോകമാണ്. അത് ഭൂബന്ധമില്ലാതെ സ്വയം നിലനിൽക്കുന്ന, സ്വയം സമ്പൂർണ്ണമാണ് എന്ന് ഉപരിവർഗ്ഗം വിശ്വസിക്കുന്ന ലോകമാണ്. പണിക്കാരത്തികൾക്കുള്ളത് ഒറ്റനിലയുള്ള വീടാണ്. ഉല്പാദനബന്ധങ്ങളിൽ നിന്ന് ഭിന്നമായ ഒരു അതിയാഥാർത്ഥ്യലോകമാണ് മച്ചിലുള്ളവന്റേത്. തന്റെ സ്വത്വബോധത്തിൽ ഈ വീടിന്റെ വലിപ്പം അയാൾ കൊണ്ടു നടക്കുന്നുണ്ട്.

മച്ചിൽ നിന്നുള്ളത് ഉല്പാദനത്തെ സംബന്ധിച്ച തലതിരിഞ്ഞ കാഴ്ചയാണ്. അടിത്തറയിൽ തുടങ്ങുന്നതിനുപകരം അത് ഉപരിതലത്തെ പ്രാഥമികമായി കാണുന്നു. വീടിന്റെ ഉല്പത്തി വിചാരം നോക്കുക: "കൊയ്തെടുത്തുണക്കി ചെമ്പുകളിൽ വേവിച്ച് പൂപ്പും നാറ്റവുമില്ലാതെ പരത്തിയിടാൻ ഒരിടം വേണം. അങ്ങിനെ മച്ചിൻപുറമുണ്ടായി. പണിക്കാരത്തികൾക്ക് നെല്ല് ചിക്കാനും വട്ടികളെടുത്തു പെരുമാറാനും സൗകര്യം വേണം." നെല്ലിന്റെ പ്രാഥമികതയും മച്ചിന്റെ പ്രാധാന്യവും തമ്മിൽ ബന്ധമുണ്ട്. "വീടിന്റെ വാസ്തുശില്പത്തിൽ ഏതു ഘടകത്തെ അപേക്ഷിച്ചുവേണമെങ്കിലും പരിഗണിക്കുക-മച്ചിൻപുറമാണ് ആദ്യമുണ്ടായത്. അതിന് അനുരൂപമായാണ് ചുവട്ടിലുള്ളതെല്ലാം ഉണ്ടായത്. എന്തെന്നാൽ വീടുണ്ടായത് നെല്ലിൽ നിന്നാണ്. ആശാരിക്കും കൊല്ലനും കെട്ടുകാരനും പറ്റുപണിക്കാർക്കും കൂലിയായി കൊടുത്തത് നെല്ലാണ്."

നെല്ലിന്റെ പ്രക്രിയയെ നട്ടുന്നവരുടെ കാഴ്ചപ്പാടിലൂടെയല്ല ഇവിടെ കാണുന്നത്. അവരുടെ ഉല്പാദനപരമായ പങ്ക് മറച്ചുപിടിക്കപ്പെടു ന്നതോടെ അവർ ലൈംഗിക വസ്തുക്കളായിത്തീരുന്നു. "പണിക്കാ രത്തികൾ പടിഞ്ഞാറെ തൊടിയിൽ ചെമ്പുകളിൽ വേവിച്ചെടുത്ത് ചുമന്നു കൊണ്ടു വന്ന് നിലത്തു പരത്തിയിടുന്ന നെല്ലിൽ നിന്ന് മോചനം തേടിയ ചൂടും ആവിയുടെ ഗന്ധവും. . . അവർ നെല്ലു തറയിൽ പരത്തി കോലു കൊണ്ടെഴുതിയ അടയാളങ്ങൾ കാന്തിക മണ്ഡലങ്ങളെ ഓർമ്മിപ്പിക്കും. " ഐശ്വര്യം നെല്ലിനാണ്. അത് അവരിലേക്ക് പരക്കുന്നുവെന്നേയുള്ളൂ. "നിറച്ചും നെല്ല്. നിറഞ്ഞ പെണ്ണുങ്ങൾ, നിറഞ്ഞൊഴുകുന്ന നെല്ലിന്റെ ഐശ്വര്യം അവരുടെ മുഖത്തും ഉടലിലും തുളുമ്പിയിരുന്നു. " ഈ ഐശ്വര്യം, അതിന്റെ ഫലം യഥാർത്ഥത്തിൽ ഉടമസ്ഥനുമാത്രം അവകാശപ്പെട്ടതാണ്. അവർക്ക്—പെണ്ണുങ്ങൾക്ക്—ജീവിതത്തിൽ ലഭിക്കുന്നതല്ല. എന്നിട്ടും 'ചോരയെല്ലാം ഞങ്ങൾക്ക്. ചോപ്പെല്ലാം നിങ്ങൾക്ക്' എന്ന മട്ടിൽ നെല്ലിന്റെ ഐശ്വര്യം പെണ്ണുങ്ങൾക്ക് ചാർത്തിക്കൊടുക്കുന്നു.

ഈ ഐശ്വര്യവും സൗന്ദര്യവും ലൈംഗികതയായി മാറുന്നു. "ചൂടുള്ള ചുമടുകളുമായി കോണികയറ്റവും പിന്നെ കനലിന്മേൽ നടത്തവും കഴിഞ്ഞ് ഉലകൾ പോലെ കിതയ്ക്കുന്ന മുലകളുമായി അവളു ങ്ങനെ ഒരു തൂണിൽ പിടിച്ചുനിന്നു. വിയർപ്പിൽ പെട്ടന്ന് തുണിക്കകം തണുക്കയാൽ ഇടതൂർന്ന തുടകൾ. അല്പം കോമാളിത്തത്തോടെ അയാളതിൽ അച്ചടി വലിയക്ഷരത്തിൽ ഒരാംഗലലിപി വായിക്കും. " തുടർന്ന് ഈ പണിക്കാരത്തി അയാളുടെ സാങ്കല്പികരതിചിഹ്നമാ വുകയാണ്.

ഈ മച്ചിൻപുറം ചെറു ജീവികളുടെയും ലോകമാണ്. വേട്ടാളൻ, വവ്വാൽ തുടങ്ങിയ ജീവികൾ. ഈ ജീവികളുമായാണ് അയാൾ സൗഹൃദമുണ്ടാക്കുന്നത്. ഇത് യഥാർത്ഥ സാമൂഹ്യബന്ധത്തിന് ഏകാന്തതയിലുള്ള പകരം വെപ്പാണ്. നെല്ലുകൊണ്ടുവരുന്ന സ്ത്രീക ളോട് ലൈംഗികത മാത്രം തോന്നുകയും മച്ചിലെ ചെറുജീവികളോട് വാത്സല്യം തോന്നുകയും ചെയ്യുന്ന സാമൂഹ്യബോധമാണത്. മച്ചിലെ ചെറുജീവികളെ അയാൾക്ക് ഉല്പാദകന്റെ കണ്ണിലൂടെ കാണേണ്ടതി ല്ല, കാരണവന്മാർ നിർമ്മിച്ചതെന്ന് അയാൾ കരുതുന്ന മച്ചിന്റെ വിഭവങ്ങളെ യാഥാർത്ഥ്യ ബോധത്തോടെ സംരക്ഷിക്കേണ്ട ഉത്ത രവാദിത്തവും അയാൾക്കില്ല. കാരണം കൃഷിയുടെ ബന്ധങ്ങൾക്കു

പകരം അയാളുടേത് അക്ഷരലോകത്തിലെ ബന്ധമാണ്. ആധുനിക കോളനീകൃത വിദ്യാഭ്യാസം അയാളെ പാരമ്പര്യ ഉല്പാദകന്റെ ശ്രേണിയിൽനിന്നും മാറ്റിനിർത്തുന്നുണ്ട്. അതിനാൽ മച്ചിലെ വിഭവങ്ങളുടെ സംരക്ഷകന്റെ ഉത്തരവാദിത്തവും അയാൾക്കില്ല. കേവലമായ അകർമണ്യനായ ഒരു ആസ്വാദകന്റേത് മാത്രമാണ് അയാൾ സ്വയം കല്പിക്കുന്ന റോൾ. ചെറുജീവികളുമായുള്ള ബന്ധത്തിലൂടെ സ്ഥാപിച്ചെടുക്കപ്പെടുന്നത് സ്വന്തം മഹത്വമാണ്.

ഭൂമിയുമായി ബന്ധമില്ലാത്ത ഈ മച്ചിൻപുറത്തിന്റെ പ്രകാശസ്രോതസ്സ് ആകാശത്തിലാണ്. "മഴക്കാലത്ത് ഭൂമി ഇരുളുമ്പോൾ വീട്ടിൽ എവിടെക്കാളും വെളിച്ചമുള്ളത് മച്ചിൻപുറത്താണ്. ചില്ലുപതിച്ച ഓരോരോ ഓടുകൾക്കു ചുവട്ടിലുള്ള ധൂർത്തമായ ചതുരങ്ങളിൽ പുസ്തകം മലർത്തിവച്ച് അവർ വായിക്കാനിരിക്കും. ഈ ചതുരങ്ങൾ ഒരു വശത്തേയ്ക്ക് നീങ്ങിക്കൊണ്ടിരിക്കുന്നതിനനുസരിച്ച് അവരും മുന്നോട്ടോ പിന്നോട്ടോ നീങ്ങിക്കൊണ്ടിരിക്കും." ഭൗമയാഥാർത്ഥ്യത്തിൽ നിന്ന് (മഴ, താഴത്തെ ലോകം) വിടുതി നേടിയ അടിത്തറയിൽ നിന്ന് സ്വതന്ത്രമാണെന്നു കരുതുന്ന സ്വയം പൂർണ്ണമായ ഒരു ഭാവനാലോകമാണ് ഇവിടെ നിർമ്മിക്കപ്പെടുന്നത്. ആകാശത്തിൽ സൂര്യനുതാഴെ നിൽക്കുന്ന ഒരു അത്ഭുതമായി അതനുഭവപ്പെടുന്നു.

താഴെ കൊള്ളാതെ മച്ചിൻപുറത്ത് പരത്തിയിടുന്ന നെല്ല് ഉല്പാദനമിച്ച (Surplus) ത്തെ കാണിക്കുമ്പോൾ നെല്ല് എടുക്കാനും ചിക്കാനും വരുന്ന പെണ്ണുങ്ങൾ ഈ മിച്ചമൂല്യമുപയോഗിക്കുന്ന വർഗ്ഗത്തിന്റെ ലൈംഗികമിച്ച (Surplus sex)ത്തെ കാണിക്കുന്നു. സമ്പത്തിന്റേയും ലൈംഗികതയുടെയും ഈ ഉപരിതലത്വം ഭാവനയെ ആകാശത്തുനിന്ന് ആരംഭിക്കുന്ന ഒന്നായി തോന്നിപ്പിക്കുന്നു. മച്ചിൻപുറത്ത് ഫ്യൂഡൽ ഉല്പാദനമിച്ചത്തിന്റെ പിൻബലത്തിൽ സ്വയം സ്വതന്ത്രമാണെന്നു കരുതുന്ന ഒരു ഉപരിവർഗ്ഗം മുതലാളിത്തത്തിന്റെ ഉല്പാദനമിച്ചത്തിലേക്ക് കണ്ണിചേർക്കപ്പെടുന്നു, ചരിത്രത്തിൽ. മച്ചിൻപുറത്തുനിന്നും പണിക്കാരത്തിപ്പെണ്ണുങ്ങളുടെ ശരീരം നോക്കിക്കാണാം. ഈ കാഴ്ച പുതിയ ഘട്ടത്തിൽ ഹെലികോപ്റ്ററിൽ നിന്നാണ്. 'വരമ്പിൽ ഒരു കൊറ്റി' എന്ന കഥയിൽ ഇതു കാണാം. "ഹെലികോപ്റ്ററിൽനിന്നും നോക്കിയാൽ താഴെ മുക്കാലും അർദ്ധനഗ്നകളായ പെണ്ണുങ്ങൾ കുളിക്കുന്നതു കാണാം." ഹെലികോപ്റ്ററിലേക്ക് മച്ചിലേക്കുള്ളതുപോലെ കയർകോണിയുണ്ട്. ഹെലികോപ്റ്ററിൽ വന്നിറങ്ങുന്ന കേണലിനു താഴെ അകമ്പടി ആൾക്കൂട്ടവുമുണ്ട്.

മച്ചിൽ നിന്ന് ഭൂമി തൊടാതെ (ഫ്യൂഡൽ തകർച്ച സംഭവിക്കാതെ) യൂറോപ്യൻ ഉപരിലോകത്തിലേക്കുള്ള സംക്രമണ ചിഹ്നമാണ് ഈ ഹെലികോപ്റ്റർ. മറ്റൊരിക്കൽ മച്ചിൻപുറത്തെപ്പറ്റി ദാമോദരൻ സംസാരിച്ചെത്തുന്നത് അമൃത എന്ന എയർഹോസ്റ്റസിലേക്കാണ്. മച്ചിൻപുറത്തെ പണിക്കാരത്തിപ്പെണ്ണുങ്ങൾ അമൃത എന്ന എയർ ഹോസ്റ്റസിലേക്ക് രൂപം മാറുന്നു. അതേ ലൈംഗിക അധികാര ബന്ധങ്ങൾ നിലനിൽക്കുന്നു. മച്ചിൻപുറത്തുള്ള വീടിന്റെ ഫ്യൂഡൽ മഹത്വവും ഉയർച്ചയും അതിനു തുടർന്നും നിലനിർത്താൻ കഴിയുന്നു.

ഫ്യൂഡൽ ഗ്രാമവ്യവസ്ഥയിൽ ഭാവനയുടെയും സ്വാതന്ത്ര്യത്തിന്റെയും സഞ്ചാരത്തിന്റെയും സാമൂഹ്യബോധത്തിന്റെയും അതിരുകൾ സ്വന്തം ഗ്രാമത്തിൽ അവസാനിക്കുന്നു. ഇവിടെ മേൽ-കീഴ് ലോകങ്ങൾ ഉണ്ട്. ഇരുട്ടിൽ ചുറ്റുപാടുകൾ മുങ്ങിപ്പോയാലും മച്ചിൻപുറത്ത് പ്രകാശമുണ്ട്. പ്രകാശം/ഇരുട്ട് എന്നത് തങ്ങളുടെയും കീഴ്വർഗ്ഗത്തിന്റെയും വിഭജനരാശികളാണ്. തങ്ങൾ പ്രകാശത്തിൽ മുകളിൽ നിൽക്കുന്നു. ദരിദ്ര കീഴാളവർഗ്ഗം ഇരുട്ടിൽ താഴെ നിൽക്കുന്നു. ഈ ഗ്രാമീണ സ്ഥലവർണ്ണ വൈരുദ്ധ്യങ്ങൾ ആധുനിക-ആധുനികാനന്തര ലോകത്ത് ഭൂഗോള വൈരുദ്ധ്യബോധമായി ഉൽഗ്രഥിക്കപ്പെടുകയാണ്. അപ്പോൾ ഉപരിപ്രകാശലോകം യൂറോപ്പും ഇരുണ്ട കീഴ്ലോകം മൂന്നാംലോകവുമായിത്തീരുന്നു. ഫ്യൂഡൽ വർണവർഗ്ഗ വൈരുദ്ധ്യങ്ങളുടെ മാതൃകയിൽ കോളനീകരണാനന്തര ആഗോള വൈരുദ്ധ്യം വിന്യസിക്കപ്പെടുന്നു. ഫ്യൂഡൽ ഗ്രാമവ്യവസ്ഥയുടെ അബോധം ആധുനികാനന്തര കാലഘട്ടത്തിലെയും ഭൂഗോളബോധത്തെ നിയന്ത്രിക്കുന്നുവെന്നർത്ഥം. അത്തരമൊരു മനസ്സിന് യൂറോപ്പ് സ്പൃഹണീയവും മൂന്നാം ലോകം ഗർഹണീയവുമാണ്. മുതലാളിത്തത്തിന്റെ സാമൂഹ്യ ബന്ധത്തിലെ തിരശ്ചീനത അതിന് ഇപ്പോഴും സംഭവിച്ചിട്ടില്ല. പകരം അത് ഫ്യൂഡൽ ലംബമാനത തുടരുന്നു.

മച്ചിൽ നിന്നുകൊണ്ട് ഭൂമിയെ കാണുന്ന ഈ തലതിരിച്ചിൽ മച്ചിലെ വിട്ടത്തെ സംബന്ധിച്ച മറ്റൊരു ചിത്രത്തിലെത്തുന്നുണ്ട്, 'ബ്രാ' എന്ന നോവലിൽ.

പെണ്ണുങ്ങളുടെ വളകൾ പിടിച്ചുപറിച്ച വിട്ടം
തലകീഴായി നടക്കുന്ന പെണ്ണുങ്ങളുടെ പാവാട പൊക്കിനോക്കുന്ന
തറയുടെ നേർക്കമറുന്ന വിട്ടം
കാറ്റിന്റെ ഡോൾഫിൻ മത്സ്യത്തെ വളയത്തിലൂടെ ചാടിക്കുന്ന
വിട്ടം

വേട്ടാളൻ കൂടിന്റെ അസ്ഥിവാരം
മാറാലപ്പായകളുടെ കപ്പൽ/ (എന്നാൽ) ഒടുവിൽ
എന്റെ കഴുത്തിലൊരു കയറുകെട്ടി/തൂങ്ങിച്ചത്ത വിട്ടം

വിട്ടം തറവാടിന്റേതാണ്. വിട്ടത്തിൽ മനുഷ്യൻ തൂങ്ങിച്ചത്തു എന്നത് ഭൂമിയിൽ നിന്നുള്ള സാധാരണ കാഴ്ച. മനുഷ്യന്റെ കഴുത്തിൽ കയറു കെട്ടി വിട്ടം തൂങ്ങിച്ചത്തു എന്നത് ആകാശത്തിൽ നിന്നുള്ള കാഴ്ചയാണ്.

ഈ ബോധം ഭാഷയെ സംബന്ധിച്ച മറ്റൊരു ദർശനമാവുന്നുണ്ട്. വസ്തുവിൽ നിന്ന് വാക്ക് എന്നതിനുപകരം വാക്കിൽ നിന്ന് വസ്തു എന്ന നിലയിലേക്ക് മാറുന്നു. അടിത്തറ അദൃശ്യവൽക്കരിക്കപ്പെടുന്നതോടെ യാഥാർത്ഥ്യത്തിന് ഭാരമില്ലായ്മ അനുഭവപ്പെടുന്നു. അർത്ഥം നഷ്ടപ്പെട്ട സ്വയംപൂർണ്ണമായ സൂചകലീല (Free play of Signifiers) യായി ഭാഷ മാറുന്നു. അർത്ഥമെന്നത് ലക്ഷ്യോന്മുഖമായ സാമൂഹ്യബന്ധത്തിന്റെ സൂചകമാണ്. അദ്ധ്വാനവും മിച്ച മൂല്യവുമാണ്. അതിനെ മാറ്റിവച്ച കൊണ്ട് ഇവിടെ ഭൂഖണ്ഡങ്ങളെ കടന്നുചാടുന്ന ഒരു കേവല ഭാഷാനിർമ്മിതിക്കാണ് ശ്രമിക്കുന്നത്.

ആധുനികാനന്തര കഥയിലെ ഈ സൂചകപരമായ സ്വയം പൂർണ്ണത ഉപരിവർഗ്ഗരചനകളിൽ എക്കാലത്തും ഉണ്ടായിട്ടുണ്ട്. യൂറോപ്പിനെ അപേക്ഷിച്ച് വർഗ്ഗപരതക്ക് വർണ്ണപരമായ തലമുള്ള നമ്മുടെ പരിസരത്ത് ഉപരിവർഗ്ഗത്തിന് കൂടുതൽ സ്വാച്ഛന്ദ്യം സവർണ്ണസാഹിത്യത്തിൽ എക്കാലത്തും കാണാം. എപ്പോഴെല്ലാം അത് സ്വയംപൂർണ്ണത സങ്കല്പിച്ചിരുന്നുവോ അപ്പോഴെല്ലാം ലൈംഗികതയിലേക്ക് സമവാക്യമുണ്ടാക്കിയിട്ടുണ്ട്. വെൺമണിപ്രസ്ഥാനകാലം കവിതയിൽ അതായിരുന്നു.

ഇത് പുതിയതരം സാംസ്കാരിക സമവാക്യത്തിന് രൂപം നൽകുന്നുണ്ട്. ഫ്യൂഡൽ ഉപരിവർഗ്ഗ പാരമ്പര്യത്തിൽനിന്ന് മുതലാളിത്ത ഉപരിവർഗ്ഗ പാരമ്പര്യത്തിലേക്കുള്ള ചിഹ്നപരമായ തുടർച്ചയുടേതാണിത്. "കവിതകൾ ഞാൻ വായിച്ചെട്ടുത്തോളം ഇന്നുവരെ എഴുതപ്പെട്ടതിൽ ഏറ്റവും കവിതയായ ഒറ്റവരിമന്ത്രങ്ങൾ കാറ്റു പറഞ്ഞിരുന്നു. ഒന്ന് ഗെറ്റ്റൂഡ് സ്റ്റീനിന്റേത്. The Rose is a rose is a Rose is a Rose. രണ്ട് കുഞ്ഞിക്കുട്ടൻ തമ്പുരാന്റേത്. ആനയുമാനായുമാനയുമാനയും (Infinitum)" (ബ്രാ). യൂറോപ്യൻ റൊമാന്റിക് സംസ്കൃതിയെയും നാടൻ നിയോക്ലാസിക് സംസ്കൃതിയെയും

ഐക്യപ്പെടുത്തുകയാണിവിടെ. പ്രത്യക്ഷത്തിൽ പാശ്ചാത്യറൊമാന്റിക് എന്ന തോന്നുന്നതും എന്നാൽ ഉള്ളിൽ വെൺമണി സാഹിത്യത്തിന്റെ തുടർച്ച വഹിക്കുന്നതുമായ പ്രണയ-ലൈംഗിക ദർശനത്തിന് അനുപൂരകമാണിത്.

അധികാരത്തിന്റെ പാശ്ചാത്യ പൗരസ്ത്യരാശികൾ സംയോജിക്കപ്പെടുന്നുണ്ട്. "നിനക്ക് ഭൂമി തുരന്ന് നേർരേഖയിലുള്ളൊരു കുറുക്കുവഴിയിലൂടെ ഗ്രീനിച്ചിലെത്താം. എന്തൊരു ചുരുക്കെഴുത്ത്. " കോളനീകൃത ആഗോളകാലബോധത്തിന്റെ കേന്ദ്രമാണിവിടെ ഗ്രീനിച്ച്. "നെപ്പോളിയന്മാരുടെ നെപ്പോളിയനെപ്പോലെ ഈ ഭൂമിയെ മുഴുവൻ മൂക്കിപ്പൊടിയായി ശ്വാസകോശത്തിലേക്ക് വലിച്ചെടുത്ത് മണ്ണിൽ ശ്വാസംമുട്ടിച്ചാകാൻ എനിക്കു പോടിയാണ്. " നെപ്പോളിയനും മൂക്കുപ്പൊടിയും ഒരു ഫ്യൂഡൽ തറവാടിത്തത്തിന്റെ ആഗോളവൽക്കരണമാണ്. ഫ്യൂഡൽ തറവാടിത്തത്തിന്റെയും മുതലാളിത്തത്തിന്റെ ലോകം കീഴടക്കലിന്റെയും തത്വങ്ങൾ ഇവിടെ യോജിക്കുന്നു. ലോകം തറവാട്ടു മുറ്റത്തേക്ക് ചുരുങ്ങുന്നു. "എന്റെ വീടിന്റെ ഇറയത്തെ അത്‌ലാന്റിക്കിന്റെ തീരം പറ്റി തിടുക്കത്തിൽ പുറകോട്ടടിക്കുകയായിരുന്ന നിന്നെ ഞാൻ പിടിച്ചെടുത്തു. യുദ്ധത്തിന്റെ ഇടവേളയിൽ കുതിരപ്പുറത്തിരിക്കുന്ന നെപ്പോളിയൻ ഡപ്പിയിൽനിന്ന് ഒരു നുള്ളു പൊടിയെടുക്കുന്നതു പോലെ. അത്രയും കുലീനമായി. "

ഇവിടെ എടുക്കപ്പെടുന്നത് കുഴിയാനയാണ്. പഴയ തറവാട്ടു മുറ്റത്തെ ആനയുടെ കോമാളിരൂപം, മിനിയേച്ചർ. ഫ്യൂഡൽ ഭൂതകാലത്തെ അയാൾക്ക് പുതിയ നെപ്പോളിയനിക് സ്ഥലത്തുനിന്നും കുഴിയാനയെന്ന പോലെ സ്നേഹിക്കാം. അതിനു പാശ്ചാത്യരീതികൾ ആധികാരികതയുടെ കൂട്ടുനൽകുന്നു. "എന്റെ വീട്ടിലുള്ള മൈക്രോസ്കോപ്പിലൂടെ നിന്റെ മുഖം നിരീക്ഷിച്ചിരുന്നെങ്കിൽ ചീട്ടിലെ ജോക്കറെപ്പോലെ ചിരിക്കുന്ന 'പാസിംഗ് ഷോ' പാക്കറ്റിലെ തൊപ്പിക്കാരന്റെ കുസൃതിച്ചിരി ഞാൻ കാണുമായിരുന്നു. "

മച്ചിൽ നിന്ന് താഴോട്ടു നോക്കുന്ന ഈ ബോധം കലയെയും കലാകാരനെയും കുറിച്ച് മറ്റൊരു കാഴ്ചയിലെത്തുന്നുണ്ട്. കലാവിദ്യയുടെ പ്രതീകമായി മേതിലിൽ വരുന്ന ബിംബം 'ഡിലാൻ തോമസിന്റെ പന്ത്' ആണ്. 'കയറിന്റെ അറ്റം' എന്ന കഥയിൽ മാന്ത്രികന്റെ കയറായി ഉയരത്തിലേക്കുള്ള കയറിപ്പോക്കാണത്.

കയറു താഴോട്ടുവീഴുന്നതിനുപകരം ഭൂഗുരുത്വത്തിനെതിരെ മേലോട്ടുകയറിപ്പോവുകയാണ്. “അവനൊരു കയറെടുത്തു മേലോട്ടെറിയും. അതിന്റെ അറ്റം ഉയരങ്ങളിൽ കുടുങ്ങിക്കിടക്കും. കയറൊരു നീണ്ട തോട്ടി പോലെ കുത്തനെ നിൽക്കും. അതിൽ പിടിച്ചുകയറിയാൽ ഒരാൾക്ക് ഉയരങ്ങളിൽ അപ്രത്യക്ഷനാകാം. ” ഇവിടെയും ഉയരത്തിന് ലൈംഗികച്ചുവയുണ്ട്. “മെലിഞ്ഞൊരു പെൺകുട്ടിയുടെ അരക്കെട്ടിന്റെ ചുറ്റളവുള്ള വളയം. ”

“അന്ന് കളിക്കുമ്പോൾ ഞാൻ മുകളിലേയ്ക്കെറിഞ്ഞ പന്ത് ഇനിയും ചുവട്ടിൽ വന്നിട്ടില്ല. ” ഈ പന്ത് ഗോൾഫിലെ പന്തായി മാറുന്നുണ്ട്. കയറിന്റെ അറ്റത്ത് പറക്കുംതളികകൾ പാറിനടക്കുന്ന ലോകം. ജെയിംസ്ബോണ്ടിനെ ഓർക്കുന്നുണ്ടിവിടെ. പാമ്പാട്ടി കയറിൽ തൂങ്ങി മരിക്കുന്നു. അയാൾ ഉയരത്തിലാണുള്ളത്.

ആകാശത്തിൽനിന്ന് ഭൂമിയെ നോക്കുന്ന ഈ കാഴ്ചയുടെ കർതൃത്വം വവ്വാലിന്റെ ഒരു ബിംബമായി കടന്നുവരുന്നുണ്ട്, ‘ലൈംഗികതയെക്കുറിച്ചുള്ള ഒരുപന്യാസ’ത്തിൽ. “അതിന്റെ മോന്തായത്തിൽ തൂങ്ങുന്നൊരു വവ്വാൽ. ഒരസ്സൽ വവ്വാലോ രൂപം മാറിയ ദൈവമോ ആയിരിക്കും. ” വവ്വാലും മച്ചിൻപുറവും പര്യായമായിത്തീരുന്നുണ്ട്. “വവ്വാലല്ല മച്ചിൻപുറം തന്നെയാണ് ജന്മവാസനയുടെ ഒരു പുറംവഴിയിലൂടെ തന്നെ ആവാഹിക്കുന്നതെന്ന് തിരിച്ചറിയാൻ അയാൾ എത്ര സമയമെടുക്കും?”

ഭാര്യക്കുപുറമെ അയാൾ കാമിക്കുന്ന രുദ്രയെന്ന പെൺകുട്ടിയെപ്പറ്റി പറയുന്നിടത്ത് വവ്വാൽ സ്വത്വഐക്യമാണ്. “ഇനി എന്നെങ്കിലുമൊരിക്കൽ അരങ്ങേറുന്ന വാർദ്ധക്യത്തിന്റെ ഉറക്കത്തിൽ നിരാർദ്രമായി ഇന്ധനം നായാടുന്ന വിരഹത്തിൽ, രുദ്ര എന്ന പെൺകുട്ടിയോട് അയാൾക്കുള്ള കാമത്തിന്റെ ആസക്തിയുടെയും പൊള്ളുന്ന മമതയുടെയും ഊർജ്ജം താങ്ങാനാവാതെ മോന്തായത്തിൽ സ്വയം തൂങ്ങിയാടി അയാൾ എല്ലാം ഒടുക്കുകയാണെങ്കിൽ, എങ്കിൽ മാത്രം പിന്നീടുള്ള തിരിച്ചറിവിൽ വവ്വാലിന് ഒരു മുന്നോടിയുടെ പദവി ലഭിക്കുമായിരിക്കും. ” അധികാരത്തിന്റെയും ആസക്തിയുടെയും മേഖലകൾ (ഉല്പാദന ലൈംഗിക മിച്ചങ്ങൾ) വവ്വാലിൽ യോജിക്കുന്നു.

മൈഥുനബിംബമായി മച്ചിൻപുറത്തെ തൊട്ടിൽ വന്നുനിൽക്കുന്നുണ്ട്. മൈഥുനത്തിലെ സ്ത്രീ-പുരുഷ ചലനത്തിന്റെ പ്രതീകമാണ് ഈ തൊട്ടിൽ. അത് കപ്പലിന്റെ ചലനമായും മാറുന്നു. ഈ

ജലചലനകാമനകൾ തൊട്ടിലിനെ ഉപരിവർഗ്ഗ ശൈശവത്തിന്റെ മാപ്പുസാക്ഷിയാക്കി ബാക്കി നിർത്തുന്നു.

മച്ചകം ഒടുവിൽ അയാൾ വൃത്തിയാക്കുന്നുണ്ട്. പക്ഷേ പൊളിച്ചു മാറ്റുന്നില്ല. മച്ചിൻപുറത്തെ വസ്തുക്കൾ മുഴുവൻ പുറത്തിട്ട് കത്തിക്കുകയാണ്. എം. ടി. കൃതികൾ 1950-കളിൽ പ്രതീകാത്മകമായെങ്കിലും പൊളിച്ചു കളഞ്ഞ ഫ്യൂഡൽ ഉല്പാദന മിച്ചത്തിന്റെ പ്രത്യയശാസ്ത്രം വഹിക്കുന്ന മച്ചിൻപുറം മേതിൽ കൃതികളിൽ 1990-കളിലും ഉത്തുവാരി സൂക്ഷിക്കപ്പെടുകയാണ്, ഉപരിവർഗ്ഗത്തിന്റെ ആശയവാദ പ്രപഞ്ചവീക്ഷണത്തിന്റെയും തലതിരിഞ്ഞ പ്രപഞ്ചബോധത്തിന്റെയും വാഹനമായി. 'ജർമ്മൻ പ്രത്യയശാസ്ത്ര'ത്തിൽ മാർക്സ് ചൂണ്ടിക്കാട്ടിയതുപോലെ മച്ചിൽ നിന്നുള്ള കാഴ്ചയുടെ പ്രത്യയശാസ്ത്രത്തിൽ, വവ്വാൽ പ്രപഞ്ചബോധത്തിൽ സർവ്വവും തലതിരിയുന്നു. പുതിയ കാലഘട്ടത്തിലും ഈ വർഗസ്വത്വം അദ്ധ്വാനവുമായുള്ള അകലം തുടർന്നും നിലനിർത്തുന്നു. ഈ അകലത്തിന്റെ ഉയരമാണ് ആധുനികാനന്തരതയുടെ ഒരു വിഭാഗം രചനകളിലെ സ്വത്വബോധവും ലൈംഗികബോധവും കലാബോധവുമായിത്തീരുന്നത്.

സമകാലിക മലയാളം വാരിക, 1998 ജനവരി

എഴുത്തിലെ കാല്പനികതയും അധീശത്വവും

മലയാളത്തിൽ ഈയിടെ ഏറ്റവും ജനപ്രീതി നേടിയ നോവലാണ് പെരുമ്പടവം ശ്രീധരന്റെ 'ഒരു സങ്കീർത്തനംപോലെ'. പൊതു വായനക്കാരിൽ മാത്രമല്ല ഉന്നത മാനദണ്ഡങ്ങൾ വെച്ച് കൃതികളെ സമീപിക്കാറുള്ളവരിലും ഈ കൃതി മതിപ്പുളവാക്കി. കഴിഞ്ഞ ഇരുപത്തഞ്ചുവർഷത്തെ മികച്ച കൃതികളിലൊന്നായി ലോകസാഹിത്യ പരിചയമുള്ള എം. ഷൺമുഖദാസ് ഈ നോവലിനെ വാഴ്ത്തുന്നു. തൊട്ടുപിന്നാലെ ടി. പദ്മനാഭൻ മലയാളത്തിലെ മികച്ച നോവലുകളുടെ ആദ്യപരിഗണനയിൽ പെടുത്തേണ്ട ഒന്നായി ഇതിനെ വിശേഷിപ്പിക്കുന്നു. ഈ കൃതി വായനക്കാരിലും ഒരു കൂട്ടം നിരൂപകരിലും സ്ഥാപനങ്ങളിലും (അവാർഡുകൾ) നേടിയ വിജയത്തെ മുൻനിർത്തി സമകാലിക വായനയിലെ സാംസ്കാരികമായ അബോധത്തെപ്പറ്റിയുള്ള ഒരന്വേഷണമാണ് ഇവിടെ നടത്തുന്നത്.

ഡോസ്റ്റോയ്‌വ്സ്കി എന്ന എഴുത്തുകാരനാണ് ഈ കൃതിയിലെ കേന്ദ്രകഥാപാത്രം. എഴുത്തും എഴുത്തുകാരനും കഥാപാത്രങ്ങളാവുന്നത് സമകാലിക സാഹിത്യത്തിലെ പൊതുവായ പ്രമേയമാണ്. മുൻകാലത്തെ എഴുത്തുകാരെയും കഥാപാത്രങ്ങളെയും പലരും പ്രമേയമാക്കിയിട്ടുണ്ട്. രാമായണ മഹാഭാരതങ്ങളുടെ ഇതിവൃത്തങ്ങൾക്ക് ആധികാരികത നഷ്ടപ്പെട്ടപ്പോൾ ഇതിഹാസത്തിലേക്കുള്ള ദീർഘദൂരത്തിന് പകരം ചരിത്രത്തിന്റെ മധ്യദൂരത്തേക്ക് എഴുത്തുകാർ തങ്ങളുടെ ക്യാമറകൾ തിരിച്ചുവെക്കുന്നതായി ഇതിനെ ഒർത്ഥത്തിൽ വിലയിരുത്താം. കാളിദാസനെപ്പറ്റി ഒ. എൻ. വി എഴുതിയ

'ഉജ്ജയിനി' അതിന്റെ യാഥാസ്ഥിതികമായ ഒരറ്റത്തുനിൽക്കുന്നു. കാളിദാസകൃതികളെത്തന്നെ അപനിർമിക്കുന്ന 'ഗോവർധന്റെ യാത്രകൾ' എന്ന ആനന്ദിന്റെ കൃതി അതിന്റെ മറ്റെ അറ്റമാണ്. ഭൗതികമായ ഒരു ഭൂതകാലത്തെ ചരിത്രത്തിൽനിന്ന് കണ്ടെത്താനാണ് ആനന്ദിന്റെ ശ്രമം. ഒരു തൊഴിലാളി എന്ന നിലയിൽ ജനാധിപത്യവൽക്കരിപ്പെട്ടു കഴിഞ്ഞ എഴുത്തുകാരൻ എന്ന സങ്കല്പമാകട്ടെ ആധുനികാനന്തര കഥകളിൽ സാർവത്രികമായിത്തന്നെ കടന്നുവന്നിരിക്കുന്നു.

ഈ ജനാധിപത്യ പ്രവണതകൾക്ക് നേർവിപരീതമായ ഒരു നീക്കത്തെയാണ് 'ഒരു സങ്കീർത്തനംപോലെ' പ്രതിനിധാനം ചെയ്യുന്നത്. കേരളീയ വായനാസംസ്കാരത്തിലെ വിധേയത്വത്തെയും ജനാധിപത്യവിരുദ്ധപ്രവണതകളെയും പുതിയ വേഷത്തിൽ അതിസമർത്ഥമായി ഈ കൃതി വായനക്കാർക്ക് മുമ്പിലെത്തിക്കുന്നു. യാഥാസ്ഥിതിക വായനാസംസ്കാരം തങ്ങളുടെ പൊയ്മുഖം വെളിപ്പെടുത്തിക്കൊണ്ട് ഈ വേഷത്തെ ആഹ്ലാദപൂർവ്വം ആനയിച്ചാദരിക്കുന്നു.

ഈ നോവലിലെ എഴുത്തുകാരൻ (ഡോസ്റ്റോയ്വ്സ്കി) ആധുനികോത്തരതയിലെ തൊഴിലാളിയായ എഴുത്തുകാരനല്ല. പകരം ഹൃദയത്തിൽ ദൈവത്തിന്റെ കയ്യൊപ്പുള്ള പഴയ പ്രജാപതിയാണ്. നാം സ്നേഹിക്കുന്ന ഡോസ്റ്റോയ്വ്സ്കിയല്ല നോവലിനുള്ളിലെത്തുമ്പോൾ ഇയാൾ. കഴിഞ്ഞ നൂറു കൊല്ലം ഈ സംസ്കാരത്തിലുണ്ടായ മാറ്റങ്ങളൊന്നും അയാളറിഞ്ഞിട്ടില്ല. 'എഴുത്തുകാരന്റെ മരണം' ഇയാൾ ഇന്ന് സുലഭമായിക്കഴിഞ്ഞ പത്രങ്ങളിൽ ഒന്നില്പോലും വായിച്ചറിഞ്ഞിട്ടില്ല. ദൈവപുത്രൻപോലും ചിറകുകൾ നഷ്ടപ്പെട്ട് ആശാരിയുടെ മകന്റെ തനി രൂപത്തിൽ രണ്ടുകാലിൽ കേരളക്കരയിലൂടെ നടന്നു തുടങ്ങിയതും ഇയാൾ അറിയില്ല ('എന്തുണ്ട് വിശേഷം പിലാത്തോസേ'?- സക്കറിയ).

ഡോസ്റ്റോയ്വ്സ്കിയുടെ സ്ഥാനത്ത് ഗോപാലൻ എന്ന ഒരാളാണ് കഥാപാത്രമെന്നിരിക്കട്ടെ. ഡി. ടി. പി യിൽ 'ഡോസ്റ്റോയ്വ്സ്കി' ക്ക് പകരം ഗോപാലൻ എന്ന വാക്കുകൊണ്ട് ആദേശം ചെയ്യാം. അപ്പോൾ ഈ നോവലിലെ ഉദാത്തതകൾ മുഴുവൻ തകരുന്നത് കാണാം.

'ഗോപാലന് തോന്നി, തന്റെ ഹൃദയത്തിൽ കടലിരമ്പുന്നുണ്ടെന്ന്' ഗോപാലൻ ചൂതുകളിച്ചു, വ്യഭിചരിച്ചു എന്നിട്ടും ഗോപാലന്റെ കാമുകി അവനെ പിന്തുടർന്നു.

'ഗോപാലൻ ആരാണെന്നാണ് അവന്റെ വിചാരം' എന്നിങ്ങനെ പോകും വായന.

ഗോപാലനില്ലാത്ത സവിശേഷ അധികാരങ്ങൾ ഡോസ്റ്റോയ്വ്സ്കി എന്ന കഥാപാത്രത്തിന് എങ്ങനെ ലഭിക്കുന്നു? ഈ കഥാപാത്രം യഥാർത്ഥത്തിൽ വായനയുടെ വളരെ പഴയ യാഥാസ്ഥിതികമായ ഒരു സംസ്കാരത്തിൽനിന്ന് പുറപ്പെട്ടവനാണ്. നവോത്ഥാന കാലയളവിനിപ്പുറത്തെ സമതലങ്ങൾ അയാൾക്ക് അജ്ഞാതമാണ്.

നവോത്ഥാനകാലയളവിന് ശേഷം മലയാളത്തിലെ എഴുത്തിൽ സംഭവിച്ച വലിയ മാറ്റം കഥാപാത്രങ്ങൾക്ക് ചുറ്റുമുള്ള ബൃഹദ്സ്ഥലരാശികൾ നഷ്ടപ്പെട്ടതാണ്. നവോത്ഥാന കാലയളവിൽ നാലുകെട്ടിന്റെ തണലാണ് മധ്യവർഗത്തിനും കഥാപാത്രങ്ങൾക്കും ആധികാരികത നൽകിയത്. ദൈവങ്ങൾക്ക് ചുറ്റും കലണ്ടർ ചിത്രങ്ങളിൽ കാണുന്ന പ്രഭാവലയം പോലെ കഥാപാത്രങ്ങൾ ഫ്യൂഡൽ സ്ഥലരാശികളുടെ പരഭാഗശോഭയിൽ ആധികാരികത നേടി. ഫ്യൂഡൽ കഥാപാത്രം പ്രമേയമായ കൃതികൾ സാർവത്രികമായി അംഗീകരിക്കപ്പെട്ടു. എന്നാൽ അതേ കഥാഘടനയുള്ള തൊഴിലാളിയോ കീഴാളനോ കഥാപാത്രമായ കൃതിക്ക് സംസ്കാരത്തിന്റെ ആധികാരികത നേടിയെടുക്കാൻ കഴിയാതെ വരികയും ചെയ്തു. കാരണം കീഴാളനോട് സഹതപിക്കുവാനല്ലാതെ ഐക്യപ്പെടുവാൻ മധ്യവർഗത്തിന് ആകുമായിരുന്നില്ല. അതേ പ്രത്യയശാസ്ത്രം പങ്കിടുന്ന കീഴാളനും തന്റെ കീഴാളസ്ഥാനത്തെ ഭാവനയിൽ പുനരുല്പാദിപ്പിക്കാൻ ആഗ്രഹിച്ചില്ല.

വലിയ വീടുകൾ പിന്നിൽനിന്നാണ് (നേരിട്ട് ചിത്രീകരിക്കപ്പെട്ടാലും ഇല്ലെങ്കിലും) കഥാപാത്രങ്ങൾക്ക് പീഠം ഒരുക്കിയത്. ഇത് സംസ്കാരത്തിലെ 'പീഠവൽക്കരണം' തന്നെയായി. ഈ പീഠം ആധുനികാനന്തരകാലയളവിൽ തകർക്കപ്പെടുന്നുണ്ട്. സംസ്കാരത്തിന്റെ മഹാപാരമ്പര്യങ്ങളില്ലാതെ, കേരളീയതയുടെ പോലും ആധികാരികതയില്ലാതെ വശങ്ങളിൽനിന്ന് കടന്നുവന്ന് രണ്ടുകാലിൽ നിൽക്കുന്ന മനുഷ്യർ കഥയുടെ പരിസരമാവുന്നു. അവരിൽ ഒരാളായി തന്നെ തിരിച്ചറിയുന്നു. നോവലിന്റെ വീഥികൾക്ക്

പകരം ചെറുകഥയുടെ കൊച്ചളികൾ പ്രാധാന്യം നേടുന്നു. ചെറുകഥ സ്ത്രീകളുൾപ്പെടെ വശങ്ങളിൽനിന്ന് കയറിവന്നവരുടെ മാധ്യമമായി ത്തീരുന്നു.

ഈ ജനാധിപത്യവൽകരണത്തെയാണ് പ്രച്ഛന്നമായ മറ്റൊരു കർതൃരൂപത്തിലൂടെ 'ഒരു സങ്കീർത്തനംപോലെ' എന്ന കൃതി തിരിച്ചു നടത്താൻ ശ്രമിക്കുന്നത്. റഷ്യൻ ഭൂവിഭാഗത്തിന്റെ വിസ്തൃതിയും റഷ്യൻ സംസ്കാരത്തിന്റെ പ്രാതിനിധ്യവും തന്റെ കൃതികളുടെ തന്നെ സമ്പാദ്യവും ഇതിലെ നായകന് നാലുകെട്ടിലെ ഉണ്ണികളുടെ സവിശേഷാധികാരങ്ങൾ കൊടുക്കാൻ യാഥാസ്ഥിതി കഭാവുകത്വത്തെ നിർബന്ധിക്കുന്നു. ഉപബോധത്തിൽ ഒരു വലിയ വീടും സ്ഥലരാശിയും കൊണ്ടു നടക്കുന്നവർ സങ്കീർത്തനത്തിലെ ഡോസ്റ്റോയ്‌വ്സ്കിയെ ആനയിച്ചിരുത്തുന്നു. വ്യഭിചാരിയും തറവാ ടിയുമായ ചെറുപ്പക്കാരനെ ആദരിച്ചിരുത്തുന്ന ഫ്യൂഡൽ പൊതുജന ത്തെപ്പോലെ (പലപ്പോഴും മോഹൻലാൽ സിനിമയിൽ കൈകാര്യം ചെയ്യുന്ന കഥാപാത്രം. 'ദേവാസുരം' ഉദാഹരണം). തെമ്മാടി എത്ര സുന്ദരനാണ്!

ഇതിലെ എഴുത്തുകാരൻ ആദരണീയനാണ്. വായനക്കാരൻ ഐക്യപ്പെടുന്നത് അയാളുമായാണ്. പൊതുജനസമൂഹത്തിൽ നിന്നും 'ആധുനികത'യുടെ കാലത്ത് വിദ്യാസമ്പന്നതയുടെ പേരിലും മധ്യവർഗപരമായ തങ്ങളുടെ ഉല്പത്തിയുടെ പേരിലും സാഹിത്യകാ രന്മാരും അനുബന്ധമായി വായനക്കാരും സാമാന്യജനതയുമായി ഒരകലം സൂക്ഷിച്ചിരുന്നു. തങ്ങൾ മറ്റുള്ളവരിൽനിന്ന് വ്യത്യസ്തരാണ് എന്ന 'ഉൾവിളി' അവർക്കുണ്ട്. ഈ ഉൾവിളിക്ക് ആധുനികാനന്തര കാലത്ത് നിലനില്പില്ല. സാഹിത്യകാരന് ഇന്ന് യാതൊരു പരിവേ ഷവുമില്ല. എന്നാൽ മുൻകാലത്ത് സാഹിത്യപ്രേമിക്കും (അയാളും സാഹിത്യകാരനും സ്വപ്നതലത്തിൽ ഒരേ കർതൃബോധം പങ്കിടുന്നു) എഴുത്തുകാരനും താൻ സമൂഹത്തിൽ പരിചരിക്കപ്പെടേണ്ടവനാണെ ന്ന ബോധമുണ്ട്. 'ഖസാക്കി'ലെ രവിയെപ്പോലെ (നാലുകെട്ടിലെ ഉണ്ണികളുടെ വികസിച്ച രൂപങ്ങൾ തന്നെ ഇവ). ഈ സ്വകാര്യ മോഹങ്ങളുടെ പുനരവതാരമാണ് സങ്കീർത്തനത്തിലെ ഡോസ്റ്റോ യ്‌വ്സ്കി. ഭാവുകത്വപരമായും ജനാധിപത്യബോധപരമായും അറു പതുകൾക്ക് പിമ്പിൽ നിൽക്കുന്നവരാണ് ഇതിന്റെ ആസ്വാദകരും സ്തുതിപാഠകരായി പുസ്തകത്തിൽ പേര് നൽകിയിട്ടുള്ളവരും (മുഖവുര വി. രാജകൃഷ്ണന്റേതാണ്).

നോവലിന്റെ പൊതുതലങ്ങളിലേക്ക് വരിക: എഴുത്തുകാരൻ കണ്ണടച്ചിരുന്നു പറഞ്ഞുകൊടുക്കുന്നു. അടുത്തിരുന്ന് ആരാധനയോടെ കാമുകി അത് പകർത്തിയെടുക്കുന്നു. റൊമാന്റിക് എഴുത്തുകാരൻ (കാരൻ-പുരുഷൻ) എന്ന സങ്കല്പത്തിന്റെ സാക്ഷാത്കാരമാണിവിടെ. ഇത്തരം കഥാപാത്രങ്ങൾ ജനപ്രിയസാഹിത്യത്തിന് അന്യരല്ല. മധ്യവയസ്കനായ എഴുത്തുകാരനും ചെറുപ്പക്കാരിയായ വായനക്കാരിയും എന്ന പ്രമേയം മലയാളത്തിലെ മുഖ്യധാരാനോവലുകളിൽ ചിലപ്പോൾ പ്രത്യക്ഷപ്പെട്ടിട്ടുണ്ട്. എഴുത്തിന്റെ പിന്നിൽ ഈ ബന്ധം പലപ്പോഴും പതുങ്ങിയിരിക്കുന്നുമുണ്ട്.

ധ്യാനലോകത്ത് ജീവിക്കുന്ന ഈ എഴുത്തുകാരനും അനുവാചകയും സാഹിത്യ താല്പര്യമുള്ളവരും സ്വപ്നജീവികളുമായ ആൺവായനക്കാരെ തൃപ്തിപ്പെടുത്തുന്നുണ്ട്. അനേകം ആരാധികമാരുണ്ടായിരിക്കുക, തനിക്കുവേണ്ടി അവർ എന്തിനും തയ്യാറായിരിക്കുക എന്ന എഴുത്തുകാരന്റെ അനുബന്ധചിന്തകളെ അത് തൃപ്തിപ്പെടുത്തുകയും ചെയ്യുന്നുണ്ട്. എല്ലാറ്റിനും പുറമെ പ്രച്ഛന്ന വേഷത്തിൽ വരുന്ന പഴയ ശീലാവതീവേഷം, സത്യവാൻ-സാവിത്രി വേഷം ഈ ജനപ്രീതിക്ക് പിറകിൽ നിൽക്കുന്നു. മാതൃദായത്തിന്റെ തണലുണ്ടായിരിക്കുകയും പ്രത്യക്ഷമായി ഇതിനെ നിഷേധിച്ച് സ്വപ്നാത്മകമായി ഈ തണൽ തിരിച്ചെടുക്കുകയും ചെയ്യുന്ന പൊതു സാംസ്കാരിക ഭാവുകത്വത്തിന്റെ ധാരകളുമായി ഈ സ്ത്രീസാന്നിധ്യം ബന്ധപ്പെട്ടിരിക്കുന്നു.

അമ്മയുടെയും കാമുകിയുടെയും സാന്നിധ്യം മറ്റൊരു തരത്തിലും ഈ കൃതിയിലുണ്ട്. ഫെദോസ്യ എന്ന പരിചാരിക അമ്മയുടെ സ്ഥാനത്താണ്. അവർ തനിക്ക് അമ്മായിയെപ്പോലെയാണ് എന്ന് എഴുത്തുകാരൻ പറയുന്നുമുണ്ട്. ഈ രണ്ടു സ്ത്രീകളുടെ-അമ്മയുടെയും കാമുകിയുടെയും-ആരാധനകൾ കൂട്ടിമുട്ടുന്ന ബിന്ദുവിലാണ് ഇവിടെ എഴുത്തുകാരന്റെ കർത്തൃത്വത്തെ പ്രതിഷ്ഠിച്ചിട്ടുള്ളത്. അയാളുടെ ചൂതുകളിയെയും അമിതമദ്യപാനത്തെയും അനേകം പ്രണയങ്ങളെയും അതിന്റെ ഭൂതകാലത്തെയും ഇവർ അനുതാപപൂർവ്വം ശരിവെക്കുന്നു. വീട്, ഉണ്ണി, അമ്മ, കാമുകി എന്ന മാതൃദായത്തിലെ പുരുഷബോധസമവാക്യത്തെ ഇത് തൃപ്തിപ്പെടുത്തുകയും അവനെ കേന്ദ്രസ്ഥാനത്ത് നിലനിർത്തുകയും ചെയ്യുന്നു. ഹെലനും സീതക്കുംവേണ്ടി യുദ്ധം ചെയ്യുന്ന നായകൻ, ഭർത്താവിനെ രക്ഷിക്കാൻ വേണ്ടി സഹനം നടത്തുന്ന സ്ത്രീകൾ. രണ്ടിലും ഒരേ പ്രമേയം തന്നെയാണ്. കർത്തൃഭാവം കൊണ്ട് പുരുഷനും കർമഭാവം കൊണ്ട് സ്ത്രീയും പ്രാധാന്യം

നേടുന്നു.

ഇതിൽ കാമുകിയും പകർപ്പെഴുത്തുകാരിയുമായ അന്ന'അവൾ' ആണ്. എഴുത്തുകാരനായ ഡോസ്റ്റോയ്‌വ്‌സ്‌കിയാകട്ടെ 'അദ്ദേഹ'വും. ക്രിസ്തുവിനു പോലും ബൈബിൾ വിവർത്തകർ ആദ്യ കാലത്ത് തന്നെ 'അവൻ' എന്ന സർവനാമമാണ് നൽകിയത്.

"എത്ര നിസ്സാരമായിട്ടാണ് ഇവാൻ ഡോസ്റ്റോയ്‌വ്‌സ്‌കിയെ അവൻ എന്നു വിളിച്ചത്?"

"അദ്ദേഹം തന്റെ നിലയിലുള്ള ഒരാളാണെന്നാണോ അവന്റെ വിചാരം?"

"ഇവാൻ, നിന്റെ തോന്ന്യാസം കാണിക്കാനുള്ള സ്ഥലമാണോ ഇത്?"

തന്നെ വിവാഹം കഴിക്കാൻ തയ്യാറായി വരുന്ന ആദ്യകാമുകനാണ് അന്നക്ക് ഇവാൻ. ഡോസ്റ്റോയ്‌വ്‌സ്‌കിയുടെ മാന്ത്രികതക്ക് മുമ്പിൽ ഇവാൻ തള്ളപ്പെടുന്നു.

മനുഷ്യനുമേൽ ദൈവാധികാരപരമായ ആധിപത്യം ഇവിടെ എഴുത്തുകാരന് കല്പിച്ചുകൊടുക്കുന്നു. അനേകം സന്ദർഭങ്ങളിൽ ദൈവികമായ രൂപങ്ങൾ കടന്നുവരുന്നു. അത് മതപരമായ പരിവേഷം കൈക്കൊള്ളുകയും ചെയ്യുന്നു.

"പിന്നെ ദൈവികമായ ഒരു പ്രവൃത്തിപോലെ അന്നയുടെ കരം ഗ്രഹിച്ച് അതിന്റെ അകത്ത് ചുംബിച്ചു. "

എഴുത്തുകാരന്റെ മനസ്സിന്റെ സ്രോതസ്സുപോലെ ബൈബിൾ നിലകൊള്ളുന്നു. "മേശപ്പുറത്തിരുന്ന ബൈബിളെടുത്തു വിടർത്തി. മനസ്സങ്ങനെ ഇരുണ്ടും ശൂന്യമായും കിടക്കുമ്പോൾ ബൈബിളെടുത്ത് വായിക്കും. ആ ഇരുളിനും ശൂന്യതക്കും മേൽ അപ്പോൾ ഒരു പ്രകാശം തെളിയുന്നതുപോലെ തോന്നും. "

"കാലത്തിലൂടെ തിരിഞ്ഞുനടക്കുകയായിരുന്നു... കുറെ ദൂരം ചെന്നപ്പോൾ തോന്നി. അത് ജറുസലേമിലേക്കുള്ള വഴിയാണെന്ന്'"

"ദസ്തയേവ്‌സ്‌കിയുടെ മനസ്സ് ഒരു നിമിഷനേരത്തേക്ക് സീനായി പർവതത്തിന്റെ മുകളിൽ ഇരിക്കുന്ന മൊശെയുടെ അടുത്തേക്കു പോയി"

ഈ ദൈവികത ഡോസ്റ്റോയ്‌വ്‌സ്കി നിലനിർത്തുമ്പോൾ അന്ന ഭക്തയുടെതുപോലുള്ള വിധേയത്വത്തിലാണ് നിൽക്കുന്നത്.

"അവൾ സ്തംഭിച്ചുപോയി. അദ്ദേഹം എന്തു പറയും? അവൾ എന്തു പറയും?"

"ഒരു മഹാസന്നിധിയിലെന്നപോലെ അവൾ ശിരസ്സു കുനിച്ചു".

"ലോകത്തിന് പാപപുണ്യങ്ങളുടെ വഴി കാണിച്ചു കൊടുക്കാൻ പോകുന്ന ഒരാൾ ഒരു പൊട്ടിപ്പെണ്ണിനോട് ചോദിക്കുന്നു. താൻ ഏത് വഴിക്ക് പോകണമെന്ന്".

ഇത് ഒരു നോവലിലെ കഥാപാത്രങ്ങൾ തമ്മിലുള്ള ബന്ധമാണെന്ന് പറയുക വയ്യ. പകരം നിയോക്ലാസിക് ഭക്തിസാഹിത്യത്തെയാണ് ഇത് ഓർമിപ്പിക്കുന്നത്. നോവൽ എന്ന രൂപം ജനാധിപത്യപരമായ ഒരു പ്രത്യയശാസ്ത്രത്തിന്റെ ചരിത്രപരിസരവുമായി ബന്ധപ്പെട്ടതാണെന്ന് ഡോസ്റ്റോയ്‌വ്‌സ്കിയുടെ തന്നെ പഠിതാവായിരുന്ന മിഹായിൽ ബക്തിൻ പറഞ്ഞത് ഓർക്കുക. നോവലിന്റെ ജനാധിപത്യത്തിനും ബഹുസ്വരതക്കും പകരം ഈ കൃതി അതിനുമുമ്പുള്ള സാഹിത്യജനുസ്സുകളുടെ ഏകാധിപത്യത്തെയാണ് ഓർമിപ്പിക്കുന്നത്. ഈ ഏകാധിപത്യം ഇവിടെ വാക്കിന്റെയും തൂലികയുടെയും പകർപ്പെഴുത്തിന്റെയും മണ്ഡലത്തിലാണെന്ന് മാത്രം.

ഇത്തരം ഒരു ക്ലാസിക്-നിയോക്ലാസിക് ബന്ധത്തിനനുസൃതമായ ബിംബങ്ങൾ കൃതിയിൽ കാണാം:

"അനേകം നൂറ്റാണ്ടുകളായി ഏതോ ഗുഹയുടെ ഇരുളിൽ ക്ഷുത്പിപാസകൾ സഹിച്ചുകിടന്ന രാക്ഷസൻ ഒരു ഊട്ടുപുരയിൽ കടന്നാലെങ്ങനെയോ അങ്ങനെയായിരുന്നു ഡോസ്റ്റോയ്‌വ്‌സ്കിയുടെ സ്നേഹം. "

"അണമുറിഞ്ഞൊഴുകുന്ന നദിപോലെയായിരുന്നു ആ സ്നേഹം."

പ്രകൃതിയെ അധീശത്വ വിധേയത്വശക്തികളാക്കി ബിംബവൽക്കരിക്കുക വഴി ക്ലാസിക്, നിയോക്ലാസിക് വായനയുടെ ഉപബോധമണ്ഡലത്തെ ഈ നോവലിന് തൃപ്തിപ്പെടുത്താൻ കഴിയുന്നു. എന്നാൽ എഴുത്തുകാരൻ പകർപ്പെഴുത്തുകാരിക്കുമേൽ സ്ഥാപിച്ചെടുക്കുന്ന അധികാരത്തിന് ചിന്താപരമായി കൂടുതൽ ആഴത്തിൽ വേരുകൾ ഉണ്ട്.

അന്നയുടെ പിതാവ് എഴുത്തുകാരന്റെ കൃതികളുടെ ആരാധകനാണ്. തന്റെ ആരാധകന്റെ മകൾ എന്ന ബന്ധം എഴുത്തുകാരനും തന്റെ പിതാവിന്റെ ആരാധനാപാത്രം എന്ന ബന്ധം പകർപ്പെഴുത്തുകാരിക്കും പരസ്പരം ഉണ്ട്. ഇത് ദൈവവും ഭക്തയും തമ്മിലുള്ള ബന്ധം മാത്രമല്ല, പിതാവും പുത്രിയും തമ്മിലുള്ള ബന്ധം കൂടിയായി സാദൃശ്യവൽകരിക്കപ്പെടുന്നു. ഭാഷ എന്നത് പിതാവിനെപ്പോലെ വ്യക്തിയെ വ്യവസ്ഥപ്പെടുത്തുന്ന യജമാനനാണ് എന്ന ലക്കാന്റെ നിരീക്ഷണം ഓർക്കുക.

"അന്നക്കെത്ര വയസ്സായി?"

"ഇരുപത്"

"ഞാനൂഹിച്ചത് തന്നെ"

ഇങ്ങനെ അവളുടെ ജന്മത്തെ സംബന്ധിച്ച അറിവിന്റെ അതീന്ദ്രിയമായൊരു ആധികാരികത വഴി എഴുത്തുകാരൻ അവൾക്കതീതമായ ഒരിടത്ത് സ്ഥാനമുറപ്പിക്കുന്നു. പരിചയപ്പെട്ട് തുടക്കത്തിൽ എഴുത്തുകാരന് അന്നയുടെ പേര് തന്നെ തെറ്റിപ്പോകുന്നു. ഈ തെറ്റിപ്പോകൽ അയാളുടെ പക്ഷത്തുള്ള പരാജയമല്ല, വിജയമാണ്. 'സാറ' എന്ന് അയാൾ അന്നയെ വിളിക്കുന്നു(ബൈബിൾ നാമം). പിന്നെ തന്റെ കഥാപാത്രമായ 'സോണിയ' എന്ന്.

ഇങ്ങനെ പേരുവിളിയിലൂടെ എഴുത്തുകാരൻ അവളെ തനിക്കപ്പുറത്തുള്ള ഒരു വ്യക്തിയായി കാണുന്നതിന് പകരം തന്റെ തന്നെ സൃഷ്ടിയായ ഒരു കഥാപാത്രമായി കാണുകയാണ് ചെയ്യുന്നത്. അതോടെ അവൾക്കുമേലുള്ള അയാളുടെ അധികാരം സമ്പൂർണ്ണമാകുന്നു. എന്നാൽ അവൾ തന്നെ കാണുന്നതോ, ഇതിന് പൂരകമായ ഒരു വിധേയത്വഭാവത്തിലും. അവളുടെ പിതാവ് അവൾക്കിട്ട ഓമനപ്പേര് 'നെടോച്ക' എന്നാണ്. ഇത് അച്ഛന്റെ ആരാധനാപാത്രമായ ഈ എഴുത്തുകാരന്റെ ഒരു കഥാപാത്രത്തിന്റെ പേരാണ്. അതിനോടുള്ള ആരാധനകൊണ്ട് അച്ഛൻ സ്വീകരിച്ചതാണ്.

ഇവിടെ യഥാർഥത്തിലുള്ള പിതാവിനെയും അതിലംഘിച്ച് നിൽക്കുന്ന ഒരു അധികാരവ്യവസ്ഥയായി എഴുത്തുകാരൻ മാറുന്നതാണ് കാണുന്നത്. ഭാഷയും അതിൽ പ്രവേശിക്കുന്ന വിഷയിയായ മനുഷ്യനും തമ്മിലുള്ള അധികാരബന്ധം ഇവിടെ എഴുത്തുകാരനും വായനക്കാരിയും തമ്മിലാണ്. അത് നോവലിനുള്ളിൽ

എഴുത്തുകാരനെ സർവ്വാധിപതിയാക്കി വാഴിക്കുന്നു. ആധുനികാന ന്തര നിരൂപണവും സാഹിത്യവും എന്ത് അധികാരത്തെയാണോ ജനാധിപത്യവൽക്കരിക്കാൻ ശ്രമിച്ചത്, അതേ അധികാരം ഈ കൃതിയിൽ ഏറ്റവും കൂടുതൽ കേന്ദ്രീകരിച്ചിരിക്കുന്നു.

എഴുത്തുകാരനും വായനക്കാരിയും തമ്മിലുള്ള ബന്ധം കൂടുതൽ വിതാനങ്ങളിലേക്ക് കടക്കുന്നുണ്ട്. അയാൾ അവൾക്കു മുമ്പിൽ തന്റെ ഭൂതകാലം മുഴുവൻ തുറന്നിടുന്നുണ്ട്. അവൾ ആ ഭൂതകാലത്തിന്റെ സ്മൃതിക്കനുസൃതമായി ഉത്കണ്ഠപ്പെടുകയും വികാരം കൊള്ളുകയും ചെയ്യുന്നു. പകർത്തിയെഴുതിക്കൊണ്ടിരിക്കുന്ന നോവലിന്റെ സന്ദർഭങ്ങളിലും അവൾ തന്നെ സ്ഥാനപ്പെടുത്തുന്നു. ഇങ്ങനെ അവളുടെ കർതൃത്വം അയാളുടെ ഭൂതത്താലും അയാളുടെ വാക്കുകളാലും രൂപവൽക്കരിക്കപ്പെടുന്നു.

ഭൂതകാലത്തിന്റെ സ്മരണകൾക്കൊപ്പം പുസ്തകം എഴുതിത്തീർക്കുക എന്ന ഭാവി പദ്ധതിയും അയാൾ അവൾക്ക് മുമ്പിൽ വെക്കുന്നു. അങ്ങനെ അയാളുടെ ഭാവിയിൽ പങ്കാളിയാവുന്നു. എന്നാൽ അവളുടെ വ്യക്തിപരമായ ഭൂതഭാവികൾ പരാമർശിക്കപ്പെടുന്നതേയില്ല. അവളുടെ കാമുകൻ പിന്തള്ളപ്പെടുന്നു. പിന്തള്ളിയതിനുള്ള കാരണം കാമുകന്റെ സ്നേഹക്കുറവല്ല, പകരം എഴുത്തുകാരന്റെ വലിപ്പമാണ്. ഇത് കൃതിയിൽ ന്യായീകരിക്കപ്പെടുന്നു. സാക്ഷരതയുടെ അധീശത്വത്തിന് മുമ്പിൽ നിരക്ഷരതക്ക് സംഭവിക്കുന്ന പരാജയം പോലെയാണിത്.

കഴിഞ്ഞ കാലങ്ങളിലെ പ്രേമങ്ങൾ, മരണത്തിന് വിധിക്കപ്പെട്ടതിന് കാരണമായ കലാപം എന്നിവ എഴുത്തുകാരന് ഒരു ബാധ്യതയായിത്തീരുന്നതിന് പകരം അയാളുടെ അസ്തിത്വത്തിന് ബലം നൽകുന്നു. അയാളുടെ സാന്നിദ്ധ്യത്തിന് ത്രിമാന സ്വഭാവം അതുവഴി ലഭിക്കുകയാണ്. എന്നാൽ അന്നയാകട്ടെ സ്വന്തം ഭൂതഭാവികളില്ലാതെ അയാളുടെ ഭൂതഭാവികൾക്കിടയിലുള്ള ഒരു വർത്തമാനക്രിയയായി വിളറുന്നു, വെറും കേൾവിക്കാരിയും പകർപ്പകാരിയുമായി.

ഈ ഭൂതകാലത്തെ അകറ്റിക്കളഞ്ഞ് ഒരു വർത്തമാനത്തെ ഉണ്ടാക്കുന്നതിന് പകരം അയാൾ പറയുന്ന ഭൂതകാലകഥകൾ കേൾക്കുവാനുള്ള അധികാരം തനിക്ക് മാത്രമായിരിക്കണം എന്ന ആഗ്രഹചിന്ത അവളിൽ ഉദിപ്പിക്കുന്നതിനാണ് കൃതി ശ്രമിക്കുന്നത്. "വഴിവക്കിൽ വെച്ച് സമയമെന്തായെന്ന് ചോദിക്കുന്ന അപരിചിതനോട്

ഇതൊക്കെ പറയുമോ?"

എഴുത്തിലൂടെ, കൃതിയിലൂടെ സാക്ഷാത്കരിക്കപ്പെടുന്ന വാക്ക് ആധികാരികതയായി അവൾക്കുമേൽ പടർന്നുനിൽക്കുന്നു. യഥാർത്ഥത്തിൽ ഈ അധികാരബന്ധമാണ് സ്ത്രീപുരുഷബന്ധമായി കൃതിയിൽ ചിത്രീകരിക്കപ്പെടുന്നത്. എഴുത്തുകാരനും പകർപ്പെഴുത്തുകാരിയും തമ്മിലുള്ള ബന്ധം പുതിയ കൃതി ('ചൂതാട്ടക്കാരൻ') എന്ന ശിശുവിന് ജന്മം നൽകുന്നു. കൃതി സമർപ്പിച്ചുകൊണ്ട് "ഞാൻ അദ്ദേഹത്തിന്റെ ഭാര്യയാണ്" എന്ന വെളിപ്പെടുത്തലോടെ അത് പൂർണവിധേയത്വമാവുന്നു. ജനപ്രീതികരമായ ഒരന്ത്യവുമാകുന്നു.

എഴുത്തിനെ സംബന്ധിച്ച ആത്മീയ-ദൈവിക വ്യാഖ്യാനങ്ങളെ പുനരാനയിച്ചുകൊണ്ട് ഈ കൃതി ജനപ്രിയത നേടുമ്പോൾ വായനക്കാരൻ തന്റെ ആധിപത്യസ്വപ്നത്തെയും വായനക്കാരി തന്റെ വിധേയത്വ സ്വപ്നത്തെയും സാക്ഷാത്കരിക്കുന്നു. എന്നാൽ വായന എന്ന പ്രക്രിയയുടെ ജനാധിപത്യവിതാനങ്ങൾ മറച്ചുപിടിക്കപ്പെടുകയും ചെയ്യുന്നു. ഈ കർത്തൃസ്ഥാനങ്ങളിലൂടെ അക്ഷരങ്ങളുടെ പ്രച്ഛന്നവേഷത്തിൽ മനുഷ്യനും മനുഷ്യനും തമ്മിലുള്ള അധീശത്വ വിധേയത്വബന്ധത്തെ കൃതി ന്യായീകരിക്കുന്നു. വായനക്കാരെ ചരിത്രപരമായി ദശകങ്ങൾക്കു മുമ്പ് മരിച്ചുകഴിഞ്ഞ എഴുത്തുകാരൻ എന്ന പ്രത്യയശാസ്ത്രത്തിന്റെ ഭ്രതാവിഷ്ടരാക്കി മാറ്റുന്നു.

ദേശാഭിമാനി വാരിക 1997 ഏപ്രിൽ

നിലാവും പവർകട്ടും

നാട്ടുവാഴിത്തത്തിൽ നിന്ന് ദേശരാഷ്ട്രത്തിലേക്കുള്ള പരിവർത്തനത്തിന്റെ ഒരടയാളം മലയാളത്തിലെ ആധുനികതയിലുണ്ടായിരുന്നു. നാട്ടുമ്പുറത്തെ കേന്ദ്രീകരിക്കുന്ന നാട്ടുവാഴിത്തച്ചുറ്റുപാടിൽനിന്നും മാറി ദൽഹിയെയും ഇന്ത്യയിലെ വൻ നഗരങ്ങളെയും ആശ്രയിച്ചു നിൽക്കുന്ന ഒരു സ്വത്വബോധം ആധുനികത വഹിച്ചിരുന്നു. സ്വാതന്ത്ര്യാനന്തരം രൂപപ്പെട്ട ദേശീയ പദ്ധതികളുടെ നിർമിതിയായിരുന്നു ഈ സ്വത്വം. സ്വാതന്ത്ര്യാനന്തരം ദൽഹിക്കുവന്ന അധികാരവും മാന്യതയും അവിടെ നിൽക്കുന്നവന് ഒരു പ്രാമുഖ്യം നൽകുന്നു. ജെ. എൻ. യു, ഐ. ഐ. ടി തുടങ്ങിയ സ്ഥാപനങ്ങൾക്ക് ഈ ദേശീയ പദ്ധതിയുടെയും നേഷൻ സ്റ്റേറ്റിന്റെയും പരിവേഷമുണ്ട്, കഥനമണ്ഡലത്തിലെ ആധുനികതയിൽ. ഈ അധികാരഘടന മലയാളത്തിലേല്പിച്ച ഒരു സൗന്ദര്യാനുഭവമായിരുന്നു കഥനമണ്ഡലത്തിലെ ആധുനികത. ഇങ്ങനെ കൊളോണിയൽ നിർമിതിയായ, അപകോളനീകരണം പൂർത്തിയാവാത്ത ഒരു നേഷൻ സ്റ്റേറ്റിന് ചുറ്റും കൊളോണിയൽ സൗന്ദര്യശാസ്ത്രത്തിന്റെ പരഭാഗഭംഗി കൂടിച്ചേർന്നു.

ഗ്രാമത്തിൽ നിന്ന് നഗരത്തിലേക്കും പൗരസ്ത്യ ജീവിതരീതിയിൽ നിന്ന് പാശ്ചാത്യരീതിയിലേക്കുമുള്ള മാറ്റമാണ് ചരിത്രത്തിന്റേത് എന്ന രേഖീയ കാലബോധം വഹിക്കുന്ന സ്വാതന്ത്ര്യാനന്തര സാക്ഷര ഉപരിവർഗത്തിന് നവോത്ഥാന കഥാസംസ്കൃതി ഒരു ശൂന്യതയായി അനുഭവപ്പെട്ടു. ആധുനികതയിൽ ഇങ്ങനെ പിന്തള്ളപ്പെട്ടവരുടെ തിരിച്ചു വരവാണ് ആധുനികോത്തരതയിൽ നാം കാണുന്നത്. അത് ആധുനികതയുടെ അധികാരത്തെ ചോദ്യം

ചെയ്യുന്നു. എൻ. പ്രഭാകരന്റെ കഥകൾ ഈയർത്ഥത്തിൽ ആധുനികതയുടെ ആധികാരികതയോട് വിമുഖത പുലർത്തുന്ന നാട്ടുമൊഴിയാണ്.

ഈ നാട്ടുമൊഴിക്ക് ആധുനികതക്കു മുമ്പുള്ള നവോത്ഥാന സാഹിത്യത്തിന്റെ തുടർച്ചയുണ്ട്. എന്നാൽ നവോത്ഥാന സാഹിത്യത്തിനുണ്ടായിരുന്ന കാരുണ്യ/വീരനായക ആദർശവൽക്കരണങ്ങൾ ഇവിടെയില്ല. നവോത്ഥാനത്തിലെ നായകർ അന്നത്തെ ലക്ഷ്യങ്ങൾക്കുവേണ്ടി പരുവപ്പെടുത്തപ്പെട്ടവരായിരുന്നു. എന്നാൽ ഈ ലക്ഷ്യബോധം ഒരു പരിധി കടക്കുമ്പോൾ കീഴാളനെയും തൊഴിലാളിയെയും ആന്തരിക ജീവിതമില്ലാത്ത, വൈരുദ്ധ്യങ്ങളില്ലാത്ത വസ്തുമാത്രമാക്കുന്നു. എഴുത്തുകാരൻ പലപ്പോഴും പുറത്താണ് നിന്നത്. ഈ ചരിത്രപരമായ പരിമിതികളും പിന്നീട് വന്നു ചേർന്ന സാമൂഹിക രാഷ്ട്രീയ മാറ്റങ്ങളുമാണ് അമ്പതുകളുടെ ഒടുവിൽ നവോത്ഥാന രചനാപാരമ്പര്യത്തെ ഒരു പ്രതിസന്ധിയിൽ എത്തിച്ചത്. ഈ രചനാസംസ്കാരം ആധുനികതയുടെ ദേശരാഷ്ട്രത്തിന്റെ ആധികാരികതക്കു മുമ്പിൽ നിഷ്പ്രഭമാകുന്നതാണ് നാം അറുപതുകളിലും എഴുപതുകളിലും കാണുന്നത്.

എന്നാൽ ഒരു നേരിയ ധാര ആധുനികതക്കു കുറുകെ ഒഴുകുന്നുണ്ടായിരുന്നു. കോവിലനും എം. സുകുമാരനുമൊക്കെ ഉൾപ്പെടുന്ന ഈ ധാരയുടെ തുടർച്ചയാണ് നാം ആധുനികതക്കുശേഷം പ്രഭാകരനിൽ കാണുന്നത്. 'കുഞ്ഞാപ്പുവിന്റെ ദുഃസ്വപ്നങ്ങൾ'ക്ക് പ്രഭാകരന്റെ ദുഃസ്വപ്നങ്ങളോട് ചാർച്ചയുണ്ട്.

ഇ. പി. രാജഗോപാലൻ എഡിറ്റ് ചെയ്ത് മൾബറി പ്രസാധനം ചെയ്ത എൻ. പ്രഭാകരന്റെ 'കഥ' എന്ന സമാഹാരം കാൽനൂറ്റാണ്ടു കാലത്തെ കഥാജീവിതത്തിൽ നിന്നും തെരഞ്ഞെടുക്കപ്പെട്ട 23 കഥകളുടെ സമാഹാരമാണ്; 1971-ലെ 'ഒറ്റയാന്റെ പാപ്പാൻ' മുതൽ 1995-ടലെഴുതിയ 'സ്വപ്ന പുസ്തകം' വരെ. ഈ ഇരുപത്തഞ്ചുകൊല്ലവും കഥയെഴുതിയത് ഒരേ പ്രഭാകരനല്ല, അനേകം പ്രഭാകരൻമാരാണ്. അവരാകട്ടെ അന്നന്നത്തെ സാമൂഹിക സാംസ്കാരിക സംഭവങ്ങളുടെ നിർമിതിയുമാണ്. ഒരു എഡിറ്റർ എങ്ങിനെയാണ് ഈ വൈരുധ്യത്തിൽ നിന്ന് ഒരു ഒറ്റ പ്രഭാകരനെ നിർമ്മിച്ചെടുത്തത്? ഏതൊരു എഡിറ്റർക്കും കുറെയെണ്ണത്തെ മാർജിനലൈസ് ചെയ്യേണ്ടിവരും. വെട്ടിമാറ്റപ്പെടുന്നത് ഇന്നത്തെ അഭിരുചികളിൽ നിന്ന് അകന്നുനിൽക്കുന്നവയുമായിരിക്കും. ഭൂതമാണെങ്കിലും അത് വർത്തമാനമാണ്.

രാജഗോപാലന്റെ കത്രികകളും ഇത് ബാധകമാവാതെ തരമില്ല.

ആദ്യകഥയായ 'ഒറ്റയാന്റെ പാപ്പാൻ' തന്നെ ഒരു വഴിയടയാള മായിരുന്നു എന്ന് ഇന്ന് കാണാൻ കഴിയും. കോളേജ് കാമ്പസും ഇംഗ്ലീഷ് ഭാഷയും ചേർന്ന ആധുനികതയുടെ സാക്ഷര സംസ്കൃതി ഈ കഥയിൽ പ്രതിനായകസ്ഥാനത്താണ്. ഇംഗ്ലീഷിൽ കവിതയെ ഴുതുന്ന അരുണ എന്ന പെൺകുട്ടിയും ഷെയ്ക്സ്പിയറും കീറ്റ്സും പഠി പ്പിക്കുന്ന അധ്യാപകനും പങ്കിടുന്ന ആധുനികമായ കൊളോണിയൽ അധിഷ്ഠാനത്തിൽ അഭിരമിക്കുന്നതിനുപകരം ഈ മണ്ഡലത്തിനപ രിചിതമായ ഒരു നാടൻ സാമൂഹികബോധം ഇവിടുത്തെ വിദ്യാർഥി സൂക്ഷിക്കുന്നു. ഷെയ്ക്സ്പിയർ അധ്യാപകനിൽ നിന്ന് അയാൾ രക്ഷി ച്ചെടുക്കാൻ ശ്രമിക്കുന്നത് സ്വന്തം സംസ്കാരത്തെത്തന്നെയാണ്. അകാലികമായ ഈ ഇടപെടൽ അയാളെ പരിഹാസ്യനാക്കുന്നു.

"നിങ്ങൾക്ക്, നിങ്ങളുടെ ഭാര്യമാർക്ക്, കുഞ്ഞുങ്ങൾക്ക് എന്നാണ് സുഖമുണ്ടാകുക?...

കരയരുത്, എനിക്ക് കരയണമെന്ന് തോന്നുന്നു.

കരഞ്ഞാൽ കറുത്ത കിഴവൻ കാക്കകൾ പറന്നുവരും

തലയിലും കഴുത്തിലും മുഖത്തുമെല്ലാം കൊത്തിപ്പറിക്കും. ഞെട്ടി പ്പിക്കുന്ന ശബ്ദത്തിൽ ചോദിക്കും. അവൻ നിന്റെ ആരാണ്?

എന്റെ അമ്മമാർ, അച്ഛന്മാർ, പെങ്ങന്മാർ, അനിയന്മാർ. "

ആധുനികതയിൽ പ്രകടിപ്പിച്ചു കൂടാത്ത സാമൂഹികബോധമാ ണിത്. 'പഴകിയ മൺകലങ്ങളിൽ കഞ്ഞിയുമായി കാത്തിരിക്കുന്ന ഭാര്യമാരെ, വെറുംനിലത്ത് കീറപ്പായിൽ കിടന്നുറങ്ങുന്ന കുഞ്ഞു ങ്ങളെ' കുറിച്ച് വേദനിക്കുന്ന ഈ സ്വത്വം ഉന്നയിക്കുന്നത് അന്ന് ഉന്നയിക്കാൻ പാടില്ലാത്ത ചോദ്യമാണ്; നാട്ടുമ്പുറത്തെ മനുഷ്യരും താനും തമ്മിലുള്ള ബന്ധമെന്താണ് എന്നത്. 'ഞാൻ' ആണല്ലോ അന്നത്തെ പുതിയ പ്രമാണി.

എന്നാൽ പ്രഭാകരന്റെ 'ഞാൻ' ആധുനികതയുടെ തലം പങ്കിടുന്നു ണ്ട്. അത് ആധുനികതയിൽ രൂപപ്പെട്ട 'ഞാൻ'-ന്റെ എതിരായ പ്രതി കർതൃത്വമായിരുന്നു. ആരോഗ്യകരമായ ജീവിതദർശനത്തിന്റെ തുടർ ച്ചകളെ ആധുനികതക്കുള്ളിൽ അടയാളപ്പെടുത്താൻ താനറിയാതെ പണിപ്പെടുകയായിരുന്നു പ്രഭാകരൻ. ആധുനികതകൊണ്ട് വളയ പ്പെട്ട മൂല്യബോധത്തിനിടയിൽ നിന്ന് വീണ്ടും ജീവിതത്തിന്റെ

കടല്പരപ്പിലേക്ക് നീന്തിയിറങ്ങാൻ ശ്രമിക്കുന്ന ജീവിതാസക്തിയുടെ സ്വത്വം. ബഹിരാകാശമോ മനുഷ്യസ്പർശമില്ലാത്ത വിദൂര ഭൂമികളോ അമൂർത്ത ചരിത്രമോ അല്ല, സ്നേഹാർദ്രതയുടെ പെരുങ്കടൽ ആണ് ഇവിടെ പ്രതീകം.

അപരിമേയതയുടെ ഈ കടൽ അയാൾക്ക് ആശ്വാസമാണ്; ആർദ്രമായ ഈ അപാരതയും ഏകാന്തതയും. ആദർശവൽക്കരണങ്ങളില്ലാത്ത ഒരു പ്രതിരോധ സ്വത്വത്തിന്റെ ഗർഭജലമാകുന്നു അത്. കഥാന്ത്യത്തിൽ പ്രത്യക്ഷപ്പെടുന്ന വക്കീലും ഭാര്യയും ഈ നാഗരികതയുടെ പൊങ്ങച്ചത്തിന്റെ അതിക്രമങ്ങൾ തുടരുന്നവരാണ്. ഇവരുടെ കല്ലേറേറ്റ് തകരുന്ന മൽസ്യവും അതിനോട് ഐക്യപ്പെടുന്ന ബോധവും പ്രതിരോധത്തിന്റെ ആദ്യബീജബിന്ദുവാണ്. വീരത്വത്തിന്റെയും ആഹ്ലാദത്തിന്റെയും രൂപങ്ങളെ മുഴുവൻ സംശയിക്കുന്ന, അതിനുപിന്നിൽ ഒരധികാരമുണ്ടെന്ന്, അതിന്റെ മറുവശം രക്തസാക്ഷിത്വമാണെന്ന് അറിയുന്ന ഈ കഥാകൃത്ത് നവോത്ഥാന കഥനത്തിന്റെ വാചാലതയെ ഒരു സമീപനമായി സാന്ദ്രീകരിക്കുകയാണ്. സാമൂഹ്യമായ സ്ഥലകാലങ്ങളുടെ യുക്തിഭദ്രത ഇവിടെ തകരുകയും വ്യക്തിപരവും വൈകാരികവുമായ കാലം ബിംബപരമ്പരയായി ഉദ്വേഗരൂപം കൈക്കൊള്ളുകയും ചെയ്യുന്നു.

ആധുനികതയുടെ മൂല്യസ്ഥലങ്ങളിൽ നിന്നുള്ള ബോധപൂർവ്വമായ മാറിനില്പ്, കലാലയ സംസ്കൃതിയോടുള്ള അകൽച്ച ഈ സമാഹാരത്തിൽ ഇടം കിട്ടാതെപോയ 'പട്ടികൾ', 'ദ്വാരപാലകൻ' എന്നീ കഥകളിൽ കാണാം. ഈ അകലമാണ് പിന്നീട് 'പിശാൻ' പോലുള്ള ഒരു കഥയിലേക്ക് വളർച്ച നേടുന്നത്. ആധുനികതയുടെ എഴുത്തിന്റെ പരിസരത്ത് തന്റെ കഥ എവിടെ നിൽക്കുന്നു എന്ന് കഥാകൃത്ത് കഥകളുള്ളിൽത്തന്നെ രേഖപ്പെടുത്തുന്നുണ്ട്. "ഈ അസംബന്ധം ഈ നിശ്ചലത നിങ്ങളെ വെകിളിപിടിപ്പിക്കുന്നവല്ലേ? എനിക്കുമുണ്ട് അസ്വാസ്ഥ്യം. ഞാൻ ഈ ദൃശ്യത്തിന്റെ അതിരുകൾ തകർത്തു പുറത്തുവരാം. പാണൻ, എന്റെ പാണൻ കൂടെ വരാതിരിക്കില്ല. പക്ഷെ ഒന്നുണ്ട് സുഹൃത്തുക്കളെ-ഞങ്ങൾ പാടുന്നതും പറയുന്നതും നിങ്ങൾക്ക് മനസ്സിലായില്ലെങ്കിലോ? ഞങ്ങൾ കുടിച്ചകുടുക്കുകള് വളരെ പഴയതല്ലേ" ('പഴയ മധുശാല'). ഇത് എഴുത്തുകാരന്റെ സ്വത്വപ്രഖ്യാപനമാണ്. ആധുനികരുടെ 'കലാകാരൻ' (ജോയ്സിലും 'ദൽഹി'യിലും കാണുന്ന കലാകാരൻ) എന്ന സങ്കല്പവുമായി ഇതിനെ ചേർത്തുവായിക്കുക. യൂറോപ്യൻ

ആധുനികതയും നാഗരികതയുമായി ബന്ധപ്പെട്ട് വരുന്ന ഈ കലാകാരനുപകരം ഗോത്രസ്മൃതി വഹിക്കുന്ന പഴങ്കള്ള് കുടിക്കുന്ന പാണന്റെതാണ് ഈ സ്വത്വം. ആര്യവൽക്കരണത്തിനും മുമ്പുള്ള, ജീവിക്കുന്ന പാരമ്പര്യത്തിന്റെ ഈ പ്രകാശധാര പോസ്റ്റ്-കൊളോണിയൽ സ്വഭാവത്തിന്റെ അധികാരപരമായ അച്ചടക്കങ്ങളിൽ നിന്നും വാണിജ്യ സംസ്കൃതിയുടെ അലസമായ സാമൂഹിക ബോധത്തിൽനിന്നും മാറിനിൽക്കുന്ന കലാസ്വത്വമാണ്. കൊളോണിയൽ ചരിത്രബോധത്തിന്റെ ഏകരേഖീയതയുമായി പിണങ്ങിനിൽക്കുന്ന മൂന്നാം ലോകത്തിന്റെ വിചിത്ര യാഥാർത്ഥ്യമാണിത്.

സാംസ്കാരിക മണ്ഡലത്തിൽ അധീശേതരമായ സ്വത്വത്തെ ഇങ്ങനെ സ്ഥാപിക്കുന്ന കഥകളിൽനിന്ന് പ്രഭാകരന്റെ കഥ പ്രകടമായ വ്യതിയാനം കാണിക്കുന്നത് 1991-ലെ 'നിലാവിൽ ഒരു വഴി' യോടു കൂടിയാണ്. കഥാകാരന്റെ ബോധം ഇവിടെ കൂടുതൽ സങ്കീർണമായ യാഥാർഥ്യങ്ങളെ അഭിമുഖീകരിക്കുന്നു. ഇവിടെ സ്റ്റേറ്റ്സിലെ ഒരായുധ നിർമ്മാണക്കമ്പനിയുടെ ഏജന്റായ പിയാന്ദ്രെയുടെ ഒരുവഴി പ്രലോഭനമായി മുന്നിൽ വരുന്നു. 'പണത്തിന് പണം, സ്വസ്ഥതക്ക് സ്വസ്ഥത, പിന്നെ എല്ലാവരും പാടിപ്പുകഴ്ത്തുന്ന പ്രകൃതിയോടൊത്തുള്ള നിത്യസഹവാസവും. ജീവിതം പൂർണ്ണതയിലെത്തിച്ചേരാൻ ഒട്ടുവിലിതാ ഒരു വഴി'. ഈ വഴിയുടെ പ്രലോഭനത്തെ അതിജീവിക്കുകയും അറബിക്കഥയുടെ പുരാതനമായ വഴി തെരഞ്ഞെടുക്കുകയും ചെയ്യുന്നു. ആധുനികാനന്തര മുദ്രകളുള്ള മറ്റ് കഥാകാരന്മാരുമായി ചേർത്തുവെക്കുമ്പോൾ ഈ സൂചനക്ക് അർത്ഥം ലഭിക്കും. 'ഡിലാൻ തോമസിന്റെ പന്ത്'' എന്ന മേതിലിന്റെ പ്രതീകം ശ്രദ്ധിച്ചാൽ പ്രഭാകരൻ മാറി നിൽക്കുന്നത് ഏത് തട്ടകത്തിൽ നിന്നാണെന്ന് വ്യക്തമാകും. പ്രഭാകരന്റേത് നിലാവിന്റെ തുടർച്ച വഹിക്കുന്ന, വയലിൽ വിരിയുന്ന വത്തക്കയുടെ ഒരു മൂന്നാംലോക വഴിയാണ്.

'രേഖാ രഹസ്യം' എന്ന കഥയിലെത്തുമ്പോഴേക്കും പ്രഭാകരൻ എഴുത്തിനെക്കുറിച്ചുള്ള പുതിയ യാഥാർത്ഥ്യങ്ങളോട് പൊരുത്തപ്പെടുകയാണ്. നവോത്ഥാനകാലത്തെയും ആധുനികകാലത്തെയും കലാ ലക്ഷ്യ സങ്കല്പങ്ങൾ പിന്തള്ളപ്പെടുന്നതും ഇവിടെ പ്രകടമാവുന്നു. കഥ അതിന്റെ ആധികാരികതാനഷ്ടം കൈനോട്ടക്കാരന്റെ പ്രഖ്യാപനമായി രേഖപ്പെടുത്തുന്നു. "സാറിനെപ്പോലൊരു മനുഷ്യനെ നോക്കി മനോഹരമായ എന്തെങ്കിലുമൊക്കെ പറയാൻ

എനിക്കാഗ്രഹമുണ്ടായിരുന്നു. സാറ് ഒരു നഷ്ടപ്രണയത്തിന്റെ മധുരവിഷാദവുമായി നടക്കുകയാണെന്ന്, അലൗകിക വികാരങ്ങളാൽ അനുഗൃഹീതനാണെന്ന്. ...മുറിഞ്ഞു മുറിഞ്ഞു പോവുന്ന ആയുർരേഖയും ചങ്ങലപോലെ കിടക്കുന്ന ഹൃദയരേഖയും ഇടവിട്ടിടവിട്ട് കാണുന്ന ഭാഗ്യരേഖയും കരിംപുള്ളികളും നാനാതരം ചിഹ്നങ്ങളും തലങ്ങും വിലങ്ങും തിങ്ങിനിറഞ്ഞ് പഴകി ജീർണച്ചൊരു കപ്പല്പായ പോലെ വികൃതമായ വലുതും ലക്ഷണം കെട്ടതുമായൊരു കൈയാണ് കാലം, നമ്മുടെ കാലം." ചരിത്രത്തിന്റെ കൊളോണിയൽ ഏകരേഖീയതാബോധത്തിനും എഴുത്തിലെ ആധികാരികതക്കും സമഗ്രതാബോധത്തിനും സംഭവിച്ച ഈ തകർച്ച ആധുനികോത്തരതയുടെ മുഖമുദ്രയാണ്. ആനന്ദിന്റെ 'മരണ സർട്ടിഫിക്കറ്റി'ലും 'അഭയാർത്ഥികളി'ലും വിശദീകരിക്കപ്പെട്ട ഈ കാല പ്രതിസന്ധിയിലേക്ക് പ്രഭാകരന് ഒരു മൂർത്തലാളിത്യത്തിന്റെ നാട്ടുവഴിയിൽവെച്ച് തട്ടിവീഴാൻ കഴിയുന്നു.

തുടർന്നുള്ള കഥകളിലെ മുഖ്യപ്രവണത ആഗോളവത്കരിക്കപ്പെട്ട ഒരു സമ്പദ്ഘടനയും ടൂറിസവും മറ്റും എതിരായി വരുന്ന പുത്തനവസ്ഥയാണ്. 'നാട്ടുവിദ്യ', 'ആവേദകൻ' തുടങ്ങിയ കഥകളിൽ നാട്ടുകാരന്റെ ആഗ്രഹലോകം, കീഴടങ്ങാൻ സമ്മതിക്കുന്നതിനുപകരം പ്രതിരോധിക്കുകയാണ്. ഈ സമാഹാരത്തിൽ 'നാട്ടുവിദ്യ' ഇതിനെ പ്രതിനിധീകരിക്കുന്നു. എന്നാൽ ഇതിന്റെ മറുപക്ഷവും പ്രഭാകരന്റെ പിൽക്കാലകഥകളിലുണ്ട്.

കഥയും കലയും മാത്രമല്ല മനുഷ്യന്റെ സർവപ്രകാശനങ്ങളും കമ്പോളത്തിന് സഞ്ചരിക്കാനുള്ള വാഹനങ്ങളായി മാറിക്കൊണ്ടിരിക്കുന്ന ഈ കാലത്തെ മലയാളകഥ തിരിച്ചറിഞ്ഞത് ആധികാരികതയുടെ പ്രമാണങ്ങളില്ലാത്ത പ്രഭാകരനെപ്പോലുള്ളവരുടെ നിർമിതികളിലൂടെയാണ്. അതിസാങ്കേതിക മായികതയിലേക്ക് വലിച്ചിറക്കപ്പെടുമ്പോഴും കടുങ്കള്ള് കുടിച്ച ഒരു പാണൻ നിലനിൽക്കുന്നുവെന്നത് വെളുപ്പിൽ ഒരപവാദവും കറുപ്പിൽ ഒരു യാഥാർത്ഥ്യവുമാണ്. നിലാവിലെ ഈ വഴിയുടെ സാമാന്യതലം വ്യക്തമാവുക 'പവർകട്ടു'ള്ള നേരങ്ങളിലാണ്. പ്രബുദ്ധതാപരമായ ആധുനികതയുടെ യന്ത്രവെളിച്ചങ്ങൾ ഓഫ് ചെയ്യുമ്പോഴാണ് നാട്ടുജീവിതത്തിന്റെ നിലാവിന്റെ വ്യാപനം വ്യക്തമാവൂ. അതിന്റെ സൗന്ദര്യമെന്നതുപോലെ തന്നെ അതിൽ നിന്ന് സംഭരിക്കേണ്ട ശക്തിയും വെളിപ്പെടുകയുള്ളൂ.

മാധ്യമം ആഴ്ചപ്പതിപ്പ്, 1998 ജൂലൈ

ആത്മഹത്യയുടെ രണ്ടു പാഠങ്ങൾ

'കേളു' രണ്ടു നാടകങ്ങൾ ചേർന്ന സമാഹാരമാണ്. അതേ പേരിലുള്ള നാടകത്തിനു പുറമെ 'ഉടമ്പടിക്കോല'വും കൂടി ഇതിലുൾപ്പെടുന്നു.

18. 4. 1929-ന് ഉത്തരകേരളത്തിലെ സ്വാതന്ത്ര്യസമരപ്രസ്ഥാന നേതാവും കലാകാരനുമായ വിദ്വാൻ പി. കേളുനായർ സ്വന്തം ആത്മഹത്യയിലൂടെ ഉന്നയിച്ച ചോദ്യമെന്ത് എന്നാണ് എഴുപതു വർഷങ്ങൾക്കിപ്പുറത്തു നിന്ന് എൻ. ശശിധരനും, ഇ. പി. രാജഗോപാലനും ചേർന്ന് 'കേളു'വിൽ അന്വേഷിക്കുന്നത്.

ഇന്ത്യൻ സ്വാതന്ത്ര്യത്തിന്റെ അമ്പതാം വാർഷികം പ്രമാണിച്ചുള്ള കേളു നായർ സ്മാരകട്രസ്റ്റിന്റെ യോഗത്തിലാരംഭിച്ച് അദ്ദേഹത്തിന്റെ മരണവാർത്ത വന്ന മാതൃഭൂമിദിനപത്രത്തിന്റെ മുഖപ്രസംഗത്തിൽ അവസാനിക്കുന്ന നാടകം, കാലങ്ങൾ തമ്മിലുള്ള സംവാദം

ക്കുടിയാണ്. കേളുനായരുടെ ജീവചരിത്രകാരനായ ബാലകൃഷ്ണൻ നമ്പ്യാരെ നാടകമെഴുതുവാൻ യോഗം ചുമതലപ്പെടുത്തുകയാണ്. ബാലകൃഷ്ണനും കേളുനായരും തമ്മിലുള്ള സംഭാഷണത്തിൽ നിന്ന് കേളുനായർ തന്നെ രചിച്ച 'പാക്കനാർചരിത'ത്തിലെയും 'പാദുക പട്ടാഭിഷേക'ത്തിലെയും രംഗങ്ങൾ ചേർന്ന് മുന്നോട്ട് നീങ്ങുന്ന നാടകത്തിൽ അദ്ദേഹം സ്ഥാപിച്ച വിദ്യാലയത്തിലെ അധ്യാപക നായിരുന്ന കവി പി. കുഞ്ഞിരാമൻ നായരുൾപ്പെടെ അക്കാലത്തെ സഹപ്രവർത്തകരും കഥാപാത്രങ്ങളാണ്.

നാടകത്തിനുള്ളിൽ നാടകം, അതിനുള്ളിൽ നാടകം എന്നിങ്ങനെ മൂന്നുതട്ടുകളിലേക്ക് ഈ നാടകം കയറിയിറങ്ങുന്നുണ്ട്. 'പാക്കനാർ ചരിത'വും 'പാദുകപട്ടാഭിഷേക'വും എഴുതുന്ന കേളുനായർ, അദ്ദേഹ ത്തെ നാടകവിഷയമാക്കുന്ന ബാലകൃഷ്ണൻനമ്പ്യാർ, ഇതൊക്കെ നാട കവിഷയമാക്കുന്ന യഥാർഥനാടകകൃത്ത് എന്നിങ്ങനെ ആധുനികോ ത്തരതയുടെ കർത്തൃസംബന്ധമായ സ്വയം പ്രതിഫലനാത്മകതയും അനുകരണലീലയും നാടകത്തിനു വന്നുചേരുന്നു. തെന്നിമാറുന്ന ഈ കർത്തൃത്വങ്ങളുടെ പരമ്പര ചരിത്രത്തിന്റെ സ്ഥാനപ്പെടുത്തലിന്റെ വിവിധഘട്ടങ്ങളാണ്. അന്ത്യരംഗത്തിൽ സഹപ്രവർത്തകരെയും ഫോട്ടോഗ്രാഫറെയും അതിജീവിച്ച് നിൽക്കുന്ന കേളുനായർ വീണ്ടും ഒരു ദൃശ്യമായി 'സ്മരിപ്പിൻ ഭാരതീയരെ' എന്ന ഗാനമായി രംഗത്ത് അവശേഷിക്കുന്നു; വിശകലനം കഴിഞ്ഞ് വീണ്ടും ഉയിർക്കുന്ന പൂർണ പാഠമായും വിശകലനത്തിലൂടെ സ്വയം നിരസിക്കുന്ന പാഠാ ന്തരമായും മാറുന്നു. എന്നാൽ ആ നിരാസത്തെയും അതിജീവിച്ച് നിലനിൽക്കുകയും ചെയ്യുന്നു ഈ എഴുത്തുകാരൻ. ശകലീകൃതമായും അതേ സമയം സമഗ്രമായും നിലനിൽക്കുന്ന ഈ ആത്മബോധം സമകാലികതയുടെ സ്വത്വത്തിന്റെ ഇരട്ട സ്വഭാവമാണ്.

എഴുത്തുകാരന്റെ പഴയ അവകാശാധികാരങ്ങൾ ഇവിടെ കേളു നായർ എന്ന നാടകകൃത്തിനില്ല. എന്നാൽ അതുകൊണ്ട് അയാളുടെ സംഘർഷങ്ങൾ മിഥ്യയാകുന്നില്ല. കാരണം അയാൾ സ്വയം ചരിത്ര ത്തിന്റെ ഭാഗമായാണ് തന്നെ കാണുന്നത്. ആധുനികഘട്ടത്തിലെ പരീക്ഷണനാടകസങ്കേതങ്ങളിലൂടെ പോയിരുന്നെങ്കിൽ കേവലം ഒരു ധ്യാനാത്മകതയിൽ കലാശിക്കുമായിരുന്ന ഈ അന്വേഷണത്തെ ചരിത്രത്തിന്റെ മജ്ജയിലും മാംസത്തിലും നിലനിർത്തി എന്നതാണ് ഈ നാടകത്തിന്റെ വിജയം. എഴുത്തിനെക്കുറിച്ചുമാത്രമല്ല ആത്മ ഹത്യയെക്കുറിച്ചുമുള്ള ആധുനികതയുടെ അതിഭൗതികധാരണകളെ

ഈ നാടകം അപനിർമിക്കുന്നു. കേളുവിന്റെ ഭാര്യയോടും കുട്ടിയോടും ദേർമൻ നായരോടുമൊപ്പം ആധുനികതയുടെ കാലത്തെ എഴുത്തിലെ മറച്ചു പിടിക്കപ്പെട്ട ചരിത്ര-സാമൂഹ്യ സത്യങ്ങളാണ് രംഗത്തേക്കു വരുന്നത്. കേളു അലറുന്ന രംഗത്ത് അരങ്ങ് അണിയറയിലേക്ക് നീങ്ങുകയും കേളുവിനെ കാണാൻ വരുന്ന ഭാര്യയും കുട്ടിയും ഉൾപ്പെടുന്ന അണിയറ അരങ്ങായി തിരിയുകയും ചെയ്യുന്നു.

"ആരാണീ കേളുനായർ? ലങ്കാദഹനത്തിലെ ഹനുമാനോ? പാക്കനാർചരിതത്തിലെ പാക്കനാരോ? പട്ടകപട്ടാഭിഷേകത്തിലെ രാമനോ ദശരഥനോ? ഏതു കഥാപാത്രത്തിന്റെ ആത്മാവുമായാണ് ഇദ്ദേഹം സാത്മ്യം പ്രാപിച്ചിരിക്കുന്നത്?" എന്ന സ്വത്വസന്ദേഹത്തിൽ നിന്ന് 'ചരിത്രത്തിൽ നിന്നും വ്യക്തിയിലേക്ക് കടക്കുമ്പോൾ ഞാൻ തോറ്റു പോകുന്നു' എന്ന ബാലകൃഷ്ണന്റെ അഭിപ്രായംവരെ ആശയപരമായി ജഡമായിക്കഴിഞ്ഞ ചരിത്രത്തെ വീണ്ടും വ്യക്തിഭാവംകൊണ്ട് ജീവൻ വെപ്പിക്കുന്നതാണ്. ചരിത്രം ബഹുകാലികതയിൽ ജഡമാവുമ്പോൾ അതിനു കുറുകെ ഏകകാലികത നിർമിച്ചെടുക്കലാണിത്. എഴുത്തുകാരൻ എന്ന നിലക്കുള്ള തന്റെ സംഘർഷത്തെപ്പറ്റി ബാലകൃഷ്ണൻ പറയുമ്പോൾ കേളുവിന് എഴുത്തുമായി ബന്ധപ്പെട്ട ഒരു പദമല്ല അത്. കാലത്തിന്റെ നൈരന്തര്യവും ആവർത്തനവും നിലനിൽക്കെ അതിൽ വിച്ഛേദവും വൈവിധ്യവും ഉണ്ട്.

വിദ്വാൻ പി. കേളുനായർ അദ്ദേഹത്തിന്റെ ജന്മസ്ഥലത്ത് സ്മാരകട്രസ്റ്റിന്റെ പ്രവർത്തകരിലൂടെ സ്മരിക്കപ്പെടുമ്പോൾ ഈ തുടർച്ചയും ആവർത്തനവുമാണുള്ളത്. അദ്ദേഹത്തിന്റെ നാടകസംഘം എഴുപതുവർഷങ്ങൾക്കിപ്പുറത്ത് രൂപം മാറി തന്റെ പേരിലുള്ള സ്മാരകട്രസ്റ്റാവുന്നു. ഒരു ബാലകൃഷ്ണന്റെ ശ്രമം പാഴായ പരാജയങ്ങളിൽ നിന്ന് ഉയിർക്കുന്ന പ്രതിരോധവും കൂടിയാണ്. ചരിത്രത്തെ വെറുതെ ഓർമിക്കാൻ പറയുന്നു ('സ്മരിപ്പിൻ ഭാരതീയരെ' എന്നാവർത്തിക്കുന്ന ഗാനം) എന്നതിലല്ല ആ ഓർമയുടെ പ്രാദേശിക നിർമാണരീതിയാണ് ഈ നാടകത്തെ പ്രധാനമാക്കുന്നത്. ഊരും പേരുമില്ലാത്ത ആധുനികതയുടെ അതിഭൗതികതയിൽ (കാലം, ഭൂതം, ഞാൻ) നിന്ന് ഇവിടെ എഴുത്തുകാരന്റെ ഊരിലേക്കും പേരിലേക്കും ഇറങ്ങി വരുന്നു. എവിടെ നിന്ന് ആർക്കൊപ്പം നിന്നുകാണുന്നു എന്നതിന്റെ ഈ രാഷ്ട്രീയം അപകോളനീകരണത്തിന്റെ സൗന്ദര്യശാസ്ത്രത്തിൽ പ്രധാനമാണ്. കാലം, ചരിത്രം എന്നിവയുടെ അക്കാദമികദൂരങ്ങൾ ഇല്ലാതാക്കുന്ന ഒരു ഉൾച്ചേരൽ ഇതിലുണ്ട്.

പാക്കനാർ കീഴാളസ്വത്വത്തെ സ്വാംശീകരിക്കുന്ന കേളുനായരുടെ കലാമനസ്സാണ്. പാക്കനാരിൽ നിന്നും ഒരു ബാലകൃഷ്ണൻ നമ്പ്യാരിലേക്കു നീങ്ങുമ്പോൾ കഥാപാത്രത്തിന്റെ പേരുകൊണ്ട് നാടകം പിന്നിലേക്കാണ് പോവുന്നത്. ആഢ്യജാതിചിഹ്നത്തിന്റെ ('നമ്പ്യാർ') സാന്നിധ്യം കാരണം പ്രതിസന്ധിയുടെ ഒരു മധ്യവർഗ ഔന്നത്യത്തിൽ തന്നെ എഴുത്തുകാരൻ നിലനിർത്തപ്പെടുന്നു. പ്രാദേശികതയിൽ നിലനിർത്തുന്ന ഈ പേരിലെ നിഷേധാത്മക സ്വഭാവം എഴുത്തുകാരന്റെ തന്നെ രൂപപ്പെടലിന്റെ നിഷേധാത്മകത (ഉപരിവർഗസ്വഭാവം)യെ സൂചിപ്പിക്കുന്നു എന്ന നിലയിലേ ഇത്തരമൊരു നാടകത്തിൽ ന്യായീകരിക്കാൻ കഴിയൂ; എഴുത്തിൽ സംഘർഷത്തിന്റെ സമസ്തലോകവും കാണുന്ന മധ്യവർഗമനസ്സിനെ-യഥാർഥത്തിൽ വിദ്വാൻ പി. കേളുനായരുടെ ജീവചരിത്രകാരനാണ് ബാലകൃഷ്ണൻ നമ്പ്യാരെങ്കിലും അതു പ്രതിനിധീകരിക്കുന്നു.

ഈ നാടകത്തിന്റെ അവതരണം അന്നൂർ പീപ്പ്ൾസ് ആർട്സ് ക്ലബ് പയ്യന്നൂർ ആണ്. കൃതിപാഠത്തിൽ നിന്ന് രംഗപാഠത്തെ മോചിപ്പിക്കാൻ ശ്രമിക്കുന്ന ആധുനികോത്തര പ്രവണതകൾ ഉള്ള ഈ കാലത്ത് പുസ്തകം നാടകത്തെ ഉൾക്കൊള്ളുന്നില്ല (ഒരു കാലത്തും ഉൾക്കൊണ്ടിരുന്നില്ല എന്നത് മറ്റൊരു കാര്യം). ചടുലമായ ചലനങ്ങൾ കൊണ്ടും ശബ്ദദൃശ്യസംസ്ക്കാരത്തിലെ ജൈവികമായ കേരളീയലയം കൊണ്ടും രംഗത്ത് ഈ നാടകത്തെ കൃതിയിൽനിന്ന് സ്വതന്ത്രമായ ഒരു ദൃശ്യസംഘാതമാക്കി മാറ്റാൻ അവതാരകർക്കു കഴിഞ്ഞിട്ടുണ്ട്.

ഈ സമാഹാരത്തിലെ 'ഉടമ്പടിക്കോലം' എന്ന രണ്ടാമത്തെ നാടകം കമ്പോളം മനുഷ്യന്റെമേൽ നടത്തുന്ന അക്രമങ്ങളെക്കുറിച്ചുള്ളതാണ്. സമകാലികരായ പല നാടകകൃത്തുക്കളുടെയും (ബാദൽ സർക്കാർ മുതൽ താജ്‌വരെ നാടകങ്ങളിൽ ആരംഭിച്ച പ്രവണത) കഥാകാരന്മാരുടെയും പ്രമേയമാണിത്. സെനഗാൾ സംവിധായകൻ ജബ്രിൽ മമ്പിതിയുടെ 'ഹൈന' ഇതേ പ്രമേയത്തിന്റെ സാർത്ഥകമായ ചലച്ചിത്രപാഠമാണ്. ഈ പൊതുതലം നിലനിൽക്കുമ്പോഴും ഭ്രമാത്മകമായ പരിചരണത്തിന്റെ പേരിൽ 'ഉടമ്പടിക്കോലം' സവിശേഷത പുലർത്തുന്നു. വാൻഗോഗിന്റെ 'ഉരുളക്കിഴങ്ങു തീറ്റക്കാർ' (Potato Eaters) എന്ന ചിത്രത്തിൽ ആരംഭിക്കുന്നു ഈ നാടകം. 'ഒരു ജോടി ബൂട്ട്' എന്ന വാൻഗോഗിന്റെ ചിത്രത്തിൽ നിന്നും അന്റീവാർഹോളിന്റെ 'ഡയമണ്ട് ഡസ്റ്റ്

ഷൂസി'ലേക്കുള്ള മാറ്റത്തെയാണ് ആധുനികതയിൽ നിന്ന് ആധുനികോത്തരതയിലേക്കുള്ള മാറ്റമായി ഫ്രെഡറിക് ജെയിംസൺ പറയുന്നത് (Postmodernism The Cultural Logic of Late Capitalism) എന്ന കാര്യം ശ്രദ്ധേയമാണ്. പരപ്പിന്റെയും ആഴമില്ലായ്മയുടെയും ഉപരിപ്ലവതയുടെയും ഘട്ടത്തിലേക്ക് രണ്ടാമത്തെ ചിത്രത്തിലെത്തുമ്പോഴേക്കും കല പ്രവേശിച്ചു കഴിഞ്ഞിരിക്കുന്നു എന്ന് അദ്ദേഹം പറയുന്നു.

അരങ്ങിന്റെ ഇടതുവശത്തായി ക്രമീകരിക്കപ്പെട്ട വാൻഗോഗ് ചിത്രത്തിലേക്ക് ഒളിഞ്ഞുനോക്കുന്ന ദേവപ്രിയൻ എന്ന പുരുഷൻ സഹസ്രരൂപൻ എന്ന വിചിത്ര സത്വത്തിന് ആത്മാവിനെ പണയം നൽകി പുസ്തകലോകത്തിൽനിന്നും കാമനകളുടെ ലോകത്തിലേക്കു പ്രവേശിക്കുന്നു. ആത്മാവിനു പകരം ഇരുപത്തിനാലുവർഷത്തെ സുഖജീവിതം നൽകുന്ന സഹസ്രരൂപൻ ഒടുവിൽ അയാളെ സുഖിപ്പിച്ച മാദക സ്ത്രീരൂപം തങ്ങൾ ഡിസൈൻ ചെയ്ത ഒരു രതിയന്ത്രം മാത്രമാണ് എന്നറിയിക്കുന്നു. നാടകാന്ത്യത്തിൽ ദേവപ്രിയൻ ബലി നൽകപ്പെടുന്നു.

ദരിദ്രനുമായി പങ്കിടുന്ന ഒരു വിമോചനസംസ്കാരത്തിന്റെ ബിംബലോക (വാൻഗോഗ് ചിത്രം)ത്തിൽ നിന്നും അക്ഷരലോകത്തിൽ നിന്നും കമ്പോളലോകത്തിലേക്ക് താമസം മാറ്റിയ യുവത്വമാണ് ദേവപ്രിയൻ. "ജ്ഞാനത്തിന്റെ ശൃംഗങ്ങൾ കീഴടക്കിയ മഹാപുരുഷൻ, സാഞ്ചിയിലെയും ശൃംഗേരിയിലെയും ജെ. എൻ. യുവിലേയും കാവേരിപ്പൂം പട്ടണത്തിലെയും പ്രിൻസ്റ്റണിലെയും വിദ്വൽസദസ്സുകളിൽ ആചാര്യനായും ഡീനായും ആദരിക്കപ്പെട്ട മഹാപ്രതിഭ" എന്ന് വാഴ്ത്തപ്പെടുന്നത് ഈ അക്ഷരസംസ്കാരമാണ്. ഈ പുറം കാഴ്ചക്കകത്ത് ദേവപ്രിയനുള്ളിൽ ശൂന്യതയാണുള്ളത്. "മുപ്പത്തിരണ്ടുവർഷത്തെ കുതിച്ചുചാട്ടം കൊണ്ട് ഞാൻ ആർജ്ജിച്ച ജ്ഞാനം എന്റെ ജീവിതത്തിന്റെ ഉപാധിയോ ഉപരോധമോ ആകുന്നില്ല... ദുസ്സഹമായ നിശ്ശബ്ദത, പെരുകിപ്പെരുകി വരുന്ന ശൂന്യത." ഈ ശൂന്യത അക്ഷരപരമായ ആഡംബരത്വവും സാമൂഹികവികസനപരമായ പരാശ്രിതത്വവും ഒന്നിച്ചുനേരിടുന്ന കൊളോണിയൽ സമൂഹങ്ങളിലെ ബുദ്ധിജീവിയുടെയാണ്. അയാളുടെ മുമ്പിലെ മൂർത്തജീവിതത്തിന്റെ ശൂന്യതയിലേക്കാണ് അതിവേഗം കമ്പോളത്തിലെ ആകർഷണങ്ങൾ വന്നു നിറയുന്നത്. ദേവപ്രിയൻ എന്ന പേര് ബുദ്ധമതത്തിലൂടെ ഭോഗത്തിൽ നിന്ന് ത്യാഗത്തിലേക്ക് നീങ്ങിയ

അശോകന്റെ ഓർമ്മ വഹിക്കുന്നതാണ്. ഈ സങ്കല്പത്തിന്റെ വിപരീത യാനമാണ് നാടകം.

സാങ്കല്പികമായ ആദർശവും ആഗ്രഹവും തമ്മിലുള്ള വിടവിലൂടെയാണ് സഹസ്രരൂപൻ പ്രത്യക്ഷപ്പെടുന്നത്. "ജ്ഞാനത്തെ മാത്രം പൂജിച്ച് ഉണങ്ങിപ്പോയ ഒരു ശരീരത്തിന്റെ ഹതാശമായ തേങ്ങലുകൾ! ഞാൻ മനസ്സിലാക്കുന്നു. ദാരിദ്ര്യം നന്മയാണെന്ന മിഥ്യാസങ്കല്പം സമ്മാനിച്ച കുടൽ വ്രണങ്ങൾ. സമത്വബോധം എന്ന പുറംവാദം കൊണ്ടു മൂടാനാകാത്ത അധികാരവാഞ്ഛയുടെ കനലുകൾ, ഞാൻ എല്ലാം മനസ്സിലാക്കുന്നു" എന്ന് ദേവപ്രിയന്റെ വൈരുധ്യങ്ങളെ അയാൾക്കു തന്നെ സഹസ്രരൂപൻ വെളിപ്പെടുത്തിക്കൊടുക്കുന്നു. ജ്ഞാനിയെന്ന നിലയിൽ അടക്കിവെച്ച കാമനകളിലേക്കുള്ള ഉണർവിന്റെ മായികതയിലേക്കാണ് സഹസ്രരൂപൻ സ്റ്റേജിനു മുകളിലെ വലയിൽ വെളിച്ചപ്പെടുന്നത്.

രംഗവേദിക്ക് ഇവിടെ ദ്വിമാനം നൽകപ്പെടുന്നുണ്ട്. മുകളിലത്തെ വലയിൽ നിന്ന് ഭീമാകാരനായ ഒരു ഉരഗത്തെപ്പോലെ വലക്കു മധ്യത്തിലെ വിടവിലൂടെ സാവധാനം തലപുറത്തേക്കിട്ട് ഇഴഞ്ഞിഴഞ്ഞാണ് ഈ രൂപം വേദിയിലേക്കിറങ്ങുന്നത്. അലൗകികവും വിപത്സൂചകവുമായ സംഗീതത്തിന്റെ അകമ്പടിയോടെ വലയിൽ നിന്ന് സ്വതന്ത്രമായി വേദിയുടെ ഉയർന്നതലത്തിലൂടെ ചീങ്കണ്ണിയെപ്പോലെ ഇഴയുന്ന ഈ രൂപത്തിന് പൗരാണികതയും നാഗരികതയും ഒത്തുചേർന്നവേഷഭൂഷകളാണ് നൽകപ്പെടുന്നത്. പൗരാണികതയും നാഗരികതയും ഒത്തുചേരുന്നത് സമകാലിക കമ്പോളത്തിന്റെ ബ്രഹ്മരൂപത്തിലാണ്. ദേവപ്രിയനെ ഉടമ്പടിക്കു തയ്യാറാക്കുന്നിടത്തും ഈ സമവാക്യം സൂക്ഷിക്കപ്പെടുന്നുണ്ട്. തന്ത്രിമാർ "ബോംബേറിൽ ചത്ത കുഞ്ഞിന്റെ ഇളംചോര തളിക്യ. . . ടി. വി. കണ്ട് മഞ്ഞക്കാമിലവന്ന ചെക്കന്റെ കണ്ണിലെ കരടെടുത്ത് രണ്ടുകണ്ണിലും വീഴ്ത്ത്വാ", എന്നിങ്ങനെ ഉച്ചരിച്ചാണ് കാമനാ ലോകത്തിലേക്ക് ദേവപ്രിയനെ മാർഗം കൂട്ടുന്നത്.

വസന്തസേനയും ദേവപ്രിയനും തമ്മിലുള്ള സംഭാഷണങ്ങൾ കമ്പോളത്തിന്റെയും ടൂറിസത്തിന്റെയും ദൃശ്യമാധ്യമലോകത്തെയും ആഗ്രഹങ്ങൾ പങ്കിടുന്നതാണ്. പിന്നരങ്ങിലെ ഒരു കോണിൽ നിന്ന് ചത്ത എലിയെപ്പോലെ അറപ്പുളവാക്കുന്ന ഒരു പുസ്തകം വസന്തസേന അയാളുടെ മുന്നിലേക്ക് നിർത്തി. "വാട്ടീസ് ദിസ്" എന്നു ചോദിക്കുമ്പോൾ "എനിക്കറിയില്ല" എന്നു പറയുന്നിടത്ത്

ദേവപ്രിയന്റെ മാറ്റം പൂർണ്ണമാകുകയാണ്. പത്രപ്രതിനിധികൾക്ക് തന്റെ എതിരാളിയായ പത്രപ്രവർത്തകന്റെ മാംസം കൊടുത്തു സൽക്കരിക്കുന്നു. ഈ രംഗം നമ്മുടെ രംഗവേദിക്കുവന്ന പാകതയുടെ ഉദാഹരണമാണ്. ആധുനികതയുടെ കാലത്ത് നോവലുകളിൽ ചിത്രീകരിക്കപ്പെട്ട പൊതുമണ്ഡലത്തിന്റെ ബീഭത്സതയെ സമൂർത്ത തലത്തിൽ നാടകവേദിക്ക് അതിജീവിക്കാനും ഉൾക്കൊള്ളാനും ഇന്ന് കഴിയുന്നു.

സമകാലിക മുതലാളിത്തത്തെ ഒരു ആഗ്രഹനിർമാണ യന്ത്രമായി പറഞ്ഞത് ഗിൽദെല്യൂസും ഫെലിക്സ് ഗെറ്റാരിയുമാണ്. ആഗ്രഹത്തെ സ്വാതന്ത്ര്യമായും അബോധത്തിന്റെ തുറന്നുവിടലായും കരുതിയ ആധുനികസറിയലിസ്റ്റിക് കാഴ്ചപ്പാടുകളിൽ നിന്നുള്ള വിടുതിയായിരുന്നു അത്. ഓരോ മനുഷ്യനും ആഗ്രഹനിർമ്മാണ യൂണിറ്റുകളായിക്കഴിഞ്ഞിരിക്കുന്ന ഈ കാലത്തിന്റെ സ്വഭാവം സ്കിസഫ്രീനിയയാണ്. മുതലാളിത്തം ഈ ആഗ്രഹയന്ത്രത്തിലേക്ക് നമ്മെ പ്രവേശിപ്പിക്കുന്നു. ആർത്തിയോടെ താൻ മദിച്ചുകൊണ്ടിരുന്ന സ്ത്രീരൂപം സഹസ്രരൂപൻ സംവിധാനം ചെയ്ത ഒരു രതിയന്ത്രമായിരുന്നു എന്ന തിരിച്ചറിവ് ഈ കാലഘട്ടത്തിന്റേതാണ്. ആഗ്രഹത്തിന്റെ സമകാലം വിമോചനപരമല്ല വഞ്ചനാപരമാണ് എന്ന തിരിച്ചറിവിനും ആഗ്രഹലോകത്തിലെ എടുത്തെറിയപ്പെടലിനും ഇടയിലാണ് 'ഉടമ്പടിക്കോലം' നിൽക്കുന്നത്, തിരിച്ചറിയപ്പെടുമ്പോഴേക്കും വ്യക്തി ബലിമൃഗമായിത്തീരുന്ന പുതിയ കാലത്തിൽ.

'കേളു'വിൽ പൊതുമണ്ഡലവും സ്വകാര്യമണ്ഡലവും തമ്മിലുള്ള വൈരുധ്യമാണുള്ളത്. പൊതുമണ്ഡലം ആഗ്രഹനിരാസത്തിന്റെയും സ്വകാര്യമണ്ഡലം ആഗ്രഹത്തിന്റേതുമാണ്. വ്യക്തിയെന്ന നിലയിൽ അതിനെ നേരിട്ടപ്പോൾ അനുഭവിച്ച ശൂന്യതയെപ്പറ്റി കേളു പറയുന്നുണ്ട്. നവോത്ഥാനകാലഘട്ടത്തിൽ അവഗണിക്കപ്പെട്ട ആഗ്രഹമണ്ഡലമാണിത്. സ്ത്രീയെയും കുട്ടിയെയും കൂട്ടി പൊതുമണ്ഡലത്തിലേക്കു പ്രവേശിക്കാനാവാത്ത, രാഷ്ട്രീയം സന്യാസത്തോടടുത്തുനിന്ന ഒരു ഘട്ടത്തിലാണ് കേളു ജീവിച്ചത്. പുരുഷനൊപ്പം സ്ത്രീ കൂടി അണിയറയിലേക്കു കടക്കുമ്പോൾ കേളു ആത്മഹത്യ ചെയ്യുകയാണ്. ഏകാന്തമായ പുരുഷപ്രകാശനത്തിനും ആത്മഹത്യക്കുമിടയിലുള്ള സമനിലകൾ കണ്ടെത്താൻ കഴിയാതെ കുഴങ്ങുന്ന കേളുവിന്റെ പ്രതിസന്ധി പുരുഷകേന്ദ്രിത എഴുത്തിന്റെയും സമൂഹമണ്ഡലത്തിന്റേതുമാണ്, ആഗ്രഹത്തെ നിരസിക്കുന്ന എഴുത്തിന്റെ

സന്ന്യാസപാരമ്പര്യത്തിന്റേതുമാണ്. ചരിത്രത്തെ ഉഭയലിംഗജീവിതത്തിനു സജ്ജമാക്കുന്നതാണ് ഈ പ്രതിസന്ധി.

ഇതിന്റെ തന്നെ മറുവശമാണ് ദേവപ്രിയന്റേത്. അക്ഷരലോകത്തിൽ അനുഭവിച്ച ശൂന്യതയെപ്പറ്റിയാണ് ദേവപ്രിയൻ പറയുന്നത്. ജ്ഞാനത്തിന്റെ കൊളോണിയൽ അന്യവൽക്കരണത്തിൽ നിന്നും നേരെ കമ്പോളത്തിലേക്കു നീങ്ങുന്നതോടെ അത് ആത്മനാശത്തിലെത്തുന്നു. ആത്മാവ് ജ്ഞാനസ്വരൂപിയും ശരീരം തൃഷ്ണാനിർഭരവുമാണ് എന്ന ഇരട്ടകളിലാണ് ദേവപ്രിയന്റെ പരിണാമം നിർമിക്കപ്പെട്ടിരിക്കുന്നത്. ആഗ്രഹമണ്ഡലത്തെയും ജ്ഞാനസങ്കല്പത്തെയും സമന്വയിപ്പിക്കാനാവാത്തതിന്റെ ഈ പ്രതിസന്ധി ഈ വേർതിരിവിന്റെ യുക്തിയുടേതുമാണ്.

'കഥ മരിച്ചു, കവിത മരിച്ചു, നാടകം മരിച്ചു' എന്നാണ് എൺപതുകളുടെ ഒടുവിൽ കേട്ട രോദനങ്ങൾ. അനേകം കലാകാരന്മാരെ (ശില്പി കൃഷ്ണകുമാർ മുതൽ കവി ഗുഹൻവരെയുള്ളവരുടെ ആത്മഹത്യ, താജിന്റെ മരണം) ബലികൊടുത്താണ് നാം അതിജീവനത്തിന്റെ ഈ പരിണാമത്തിലെത്തിച്ചേർന്നത്. മലയാളഭാവുകത്വത്തിന്റെ പരിണാമത്തിന് കൊടുക്കേണ്ടിവന്ന വിലയാണ് ഈ ആത്മഹത്യകളും അവയെ തൊട്ടുനിൽക്കുന്ന മരണങ്ങളും. രണ്ടുതലങ്ങളിലാണെങ്കിലും ഈ നാടകങ്ങൾ ആത്മഹത്യയെ കടന്നുപോന്നിരിക്കുന്നു.

അതുവരെയുള്ള സ്വത്വസമവാക്യങ്ങളെ ചോദ്യം ചെയ്തുകൊണ്ടാണ് ചരിത്രം ആത്മഹത്യകളെ അതിജീവിക്കുന്നത്. എഴുത്തിനെ സംബന്ധിച്ച ഇടക്കാലത്തെ സ്വത്വസമവാക്യത്തിന്റെ പൊളിച്ചെഴുത്ത് എഴുപതു കൊല്ലങ്ങൾക്കു മുമ്പിലെ ചില ലിപികളിൽ നിന്നായേക്കാം. നാട്ടിൻപുറത്തെ ഒരു കേളുനായർ സ്മാരകട്രസ്റ്റ് ഏല്പിച്ച ജീവചരിത്രത്തിന്റെ തുടർച്ച മാത്രമാണ് തന്റെ എഴുത്ത് എന്ന് തിരിച്ചറിയുന്നത് പുതിയ ആത്മബോധമാണ്, പഴയതുമാണ്. എന്നാൽ ഇത് എഴുത്തുകാരന്റെ പ്രശ്നങ്ങളുടെയും ഉത്തരവാദിത്തങ്ങളുടെയും അവസാനമല്ല ആരംഭമാണ്; സഹസ്രരൂപങ്ങളിൽ വരുന്ന മുതലാളിത്തത്തിന്റെ ആഗ്രഹയന്ത്രത്തിലേക്ക് ഒരു സ്കൂൾകെട്ടിടത്തിൽ എഴുപതുകൊല്ലം മുമ്പ് സ്വയം അവസാനിപ്പിച്ച കേളുവിന്റെ ജയാപജയപാഠങ്ങളിൽ നിന്ന് ഊർജ്ജമുൾക്കൊണ്ട് ഉൾച്ചേരാനും അതിജീവിക്കാനുമുള്ള ഉത്തരവാദിത്തത്തിന്റെ ആരംഭം.

'കേളു' നാഷണലിസത്തിന്റെ ആരംഭത്തിന് ബലികൊടുക്കപ്പെട്ട

ഒരു പ്രാദേശിക ജീവിതത്തെ കാണിച്ചെങ്കിൽ, 'ഉടമ്പടിക്കോലം' അതേ നാഷണലിസം പുതുകാലത്ത് മതാത്മകമായ ആഭിചാരവും വാണിഭവുമായി പരിണമിച്ചതിനെയാണ് തുറന്നു കാണിക്കുന്നത്.

ഇന്ത്യാടുഡെ, 1998 സെപ്തംബർ

കൊമ്പൻ മീശയില്ലാത്ത പ്രപഞ്ചബോധം

വ്യാമുഖവും അട്ടുക്കളയും പോലെ ആകാശം പകലും രാവുമായി വേർതിരിക്കപ്പെട്ടിരിക്കുന്നു. പകൽ പുരുഷന്റേതാണ്. ഏകാധിപതിയായി ആകാശക്കോലായിൽ ചാരുകസേരയിൽ പൊട്ടിച്ചിരിച്ചുകൊണ്ട് സൂര്യനിരിക്കുന്നു. അവന്റെ മുന്നിൽ ഇറങ്ങാൻ ഭയപ്പെട്ട് ഇരുട്ടിൽ ഒതുക്കിപ്പിടിച്ചുകൊണ്ട് അശ്വതി മുതൽ രേവതിവരെ നക്ഷത്രങ്ങൾ. പെൺമയുടെ ഈ രാത്രി എപ്പോഴും മറ്റേ അർധഗോളത്തിൽ മറഞ്ഞിരിക്കുന്നു. തിളക്കമുള്ളതിനെല്ലാം പുരുഷന്റെ പേരാണ്. മുനിഞ്ഞുകത്തുന്നതിനെല്ലാം പെൺപേര്. പേരുകൊണ്ട് മാത്രം ഈ ഭൂമിയിൽ പിറന്നുവീഴുന്ന പുരുഷൻ പ്രപഞ്ചത്തിന്റെ അധികാരികളുടെ ഗോത്രത്തിൽ ചേർക്കപ്പെടുന്നു. ധ്യാനത്തിൽ പ്രകാശധാരിയായി കേവലമായി ദ്വൈതങ്ങളെ മറികടക്കുമ്പോഴും പുരുഷനായ സന്ന്യാസി തന്റെ പ്രപഞ്ചപരിചയത്തിന്റെ ആനുകൂല്യത്തിലാണുള്ളത്.

തെരുവുകളുടെ നിർമ്മിതിസംസ്കൃതിയും പുരുഷന്റേത് തന്നെ. തിരുവനന്തപുരം നഗരത്തിലൂടെ ഒരു സ്ത്രീ നടന്നുപോകുമ്പോൾ ഈ നഗരം തന്റേതല്ല എന്നുതോന്നും. കവലകൾ തോറും നാട്ടിനിർത്തിയ പുരുഷപ്രതിമകൾക്കിടയിലൂടെ നടക്കുമ്പോൾ അകലത്ത് എവിടെയോ ആണ് തങ്ങളുടെ താവളമെന്ന് തോന്നും. പ്രപഞ്ചത്തിന്റെ പീടികക്കോലായകളിലെല്ലാം പുരുഷനിരുന്നു ചിരിക്കുന്നു.

അതിനാൽ അവൾ ആകാശത്തേക്ക് നോക്കിയില്ല, ചരിത്രത്തിലേക്ക് നോക്കിയില്ല. താൻ ഒഴിച്ചുനിർത്തപ്പെട്ട ചതിക്കഥയാണ്

അവൾക്ക് ചരിത്രം. എത്ര തുടച്ചാലും തന്റെ മുഖം തെളിഞ്ഞുകിട്ടാത്ത തറനിലമാണത്. തന്റെ ശരീരത്തെക്കൊണ്ട് പ്രപഞ്ചത്തിന് അതിരുകളിട്ടു. 'പ്രപഞ്ചവും ചരിത്രവും ഞാൻ തന്നെ, എന്റെ സാരിയുടെ ആകാശഗംഗകൾ നോക്കുക, കാതിലെയും കഴുത്തിലെയും നക്ഷത്രങ്ങൾ നോക്കുക' എന്നു പറഞ്ഞു.

ചരിത്രത്തോടുള്ള പെണ്ണിന്റെ ഉദാസീനത അവളുടെ അഗാധമായ ചരിത്രബോധമാണ്. പതിനായിരം കൊല്ലത്തെ ചരിത്രത്തോടുള്ള വെറും കൈപ്രയോഗം. പ്രപഞ്ചത്തിലെ വഞ്ചനാ ചിത്രങ്ങൾക്ക് നേരെയുള്ള ഒരു എതിർവര.

ഇങ്ങനെ പ്രപഞ്ചത്തെ തനിക്കനുകൂലമായി കൊത്തിവെച്ച തച്ചൻ, വിജയലക്ഷ്മിയുടെ 'തച്ചന്റെ മകളി'ൽ ഈ പുരുഷസംസ്കൃതി പാരമ്പര്യത്തിന്റെ വ്യക്തിനാമമാണ്; ബ്രഹ്മദേവനാണ്, വിശ്വകർമ പ്രജാപതിയാണ്.

ആയിരം ക്ഷേത്രഗോപുരങ്ങൾ താങ്ങു-
മാ ഗംഭീരമാം ചിത്തം വണങ്ങി

അവൾ നിൽക്കുന്നു. ഭാസ്കരമൂർത്തികൾ കൊത്തിവെക്കപ്പെട്ടിരിക്കുന്നു.

ദേശദേശാന്തരങ്ങൾ തൻ മച്ചുകൾ,
ആശതൻ മുഖം താങ്ങുന്ന തൂണുകൾ,
തൂണുകൾക്കകം കാതോർത്തു ഭാസ്കര
കോടിശോഭം നരസിംഹമൂർത്തികൾ!

വിശ്വകർമപ്രജാപതിയാണ് സംജ്ഞയായ പുത്രിയെ സൂര്യന് നൽകിയത്. ചുട്ടുത്ത മുഖമുള്ള സൂര്യന് ആൺപേര് നൽകിയത് ഈ പ്രജാപതിയാണ്.

ചാണയിൽ വെറും കല്ലുപോലെച്ചിത്ര-
ഭാനുവെക്കടഞ്ഞാക്കര വൈഭവം

ചരിത്രത്തിലെ സംജ്ഞകൾ നൽകിയ ഈ അധികാരി ചരിത്രത്തിലെ പുരുഷകർമങ്ങളുടെ പ്രതിനിധാനമാണ്. പേരിടാൻ ഈ പുരുഷ പ്രജാപതിയുണ്ട്. അപ്പോൾ പെണ്ണിന് ചരിത്രത്തിൽ കേൾവിക്കാരിയുടെ പങ്കേയുള്ളൂ.

ഓർമവെച്ച നാളച്ഛന്റെ ദീക്ഷയിൽ
ഊമയായ മനസ്സു കൊരുത്തു ഞാൻ.

അവൾ ഊമയാക്കപ്പെട്ടിരിക്കുന്നു. നിശ്ശബ്ദമായി അവൾ ശ്രദ്ധിക്കുക മാത്രമല്ല. ചരിത്രത്തിൽ നാവ് പിഴുതെടുക്കപ്പെട്ടവൾ കൂടിയായ അവൾക്ക് ഈ തച്ചൻ തന്റെ കർമത്തിനിടയിൽ രാകി മിനുക്കുമ്പോൾ ചീകിവീഴുന്ന മരച്ചീളുകൾകൊണ്ടുവേണം സ്വന്തം ലോകം സൃഷ്ടിക്കാൻ.

ചീകിവീണ മരച്ചീളുകൾ തീർത്തു
കാട്ടുതീർത്തു കളിച്ചുരസിച്ചു ഞാൻ.

എന്നാൽ പെട്ടെന്ന് ചരിത്രത്തിന്റെ ഒരിടിമിന്നൽ വന്നുവീഴുന്നു. ഊമയാക്കപ്പെട്ട ഇവൾക്ക് പെട്ടെന്ന് ജീവൻ വെക്കുന്നു. നക്ഷത്ര ങ്ങളിൽ അതുവരെ മുനിഞ്ഞുകത്തിയ ഇവളിൽ നിന്നും സൂര്യതേജ സ്സിനെ മറി കടക്കുന്ന വെളിച്ചവും ജീവനും പ്രസരിക്കുന്നു. പ്രപഞ്ച ത്തിന് ജീവൻ നൽകാനുള്ള അധികാരത്തിന് നക്ഷത്രങ്ങൾകൂടി അവകാശം പറയുന്നു.

നീലമേഘത്തിൽ നീർത്തുള്ളി. . . .
. . . .
കോടി കോടി നക്ഷത്രങ്ങളിൽ നിന്നു
ലോകമാകെ വെളിച്ചവും ജീവനും
അത്തരത്തിലാണെന്നിലും ശില്പിത-
ന്നഗ്നി വീണതും നീറിപ്പിടിച്ചതും.

അപ്പോൾ തച്ചന്റെ മകൾ കയ്യിലെ മച്ചിങ്ങയിൽ കരിങ്കണ്ണ് കൊത്തിക്കളിക്കുകയായിരുന്നു. പെണ്ണായ തനിക്ക് തന്റെ പുതിയ ഉദ്യമത്തിൽ കരിങ്കണ്ണിന് വഴിയുണ്ട് എന്ന ഇളം തോന്നൽ. വലംകണ്ണ് കളിയിൽ മുഴുകിയിരിക്കുമ്പോഴും ഇടംകണ്ണ് തച്ചന്റെ ശില്പിതന്ത്രങ്ങൾ ശ്രദ്ധിക്കുകയായിരുന്നു. സ്ത്രീക്ക് ചരിത്രം ഏല്പിച്ചു കൊടുത്തത് ഇടഭാഗമാണ്. ഇടഭാഗത്താണവളുടെ ശുഭസൂചനകൾ. കണ്ണേറിന്റെ പാരമ്പര്യവും വഹിക്കുന്ന ഈ ഇടംകണ്ണ് ഇവൾ ഇപ്പോൾ വിദ്യക്കായി മാറ്റിവെക്കുന്നു. പുരുഷനുനേരെയല്ല പ്രകൃ തിക്ക് നേരെ, പ്രപഞ്ചാധികാരത്തിലേക്ക് അവൾ കണ്ണുവെക്കുന്നു.

ചരിത്രത്തിന്റെ പോയ കാലങ്ങളെല്ലാം അവൾ നിലാവിന്റെ ഓർമകളിലാണ് ജീവിച്ചത്.

പോയകാലം നിലാവല മൂടിയ
പാടശേഖരം പോലെ

പകൽ വെളിച്ചങ്ങളിൽ നിന്ന് അകന്ന് നിന്നും ഈ നിലാവിന്റെ

പാലപ്പൂഗന്ധത്തിൽ അവൾ സാഹോദര്യം കണ്ടെത്തുന്നു. ഈ പാല യക്ഷിയുടേതാണ്. ഉറുക്കിലെ തകിടുകളിൽ തിരിച്ചുകയറ്റി നിശ്ശബ്ദ മാക്കപ്പെട്ട തന്റെ പൂർവികരുടെ പാരമ്പര്യമാണിത്. കവിതയിൽ ഇത് സഹോദരസ്ഥാനമുള്ള പുരുഷനാണ്. ഓർമയുടെ തീരത്ത് പാല പൂത്തുനിൽക്കുന്ന ഈ പുരുഷൻ തന്റെ തന്നെ ചരിത്രത്തിലെ പൂർവ രൂപമാണ്; പിതൃക്രമത്തിൽ യക്ഷിയാക്കപ്പെട്ട സ്ത്രീ, പിതാവിനോട് മത്സരിക്കുന്ന പ്രതിഭയായി വളർന്ന പൂർവികൻ. ഇവിടെ ഈ സഹോദരസ്മരണയിൽ വെച്ച് കവിത മറ്റൊരു വിതാനത്തിലേക്കു കൂടി കടക്കുന്നു, പിതാവിന്റെയടുത്തുനിന്നും ശില്പതന്ത്രങ്ങൾ പഠിക്കുന്നവൾ എന്നതിൽ കവിഞ്ഞ് പിതാവിനെ അധികരിക്കുന്ന പ്രതിഭ ഉള്ളിൽ വഹിക്കുന്നവൾ എന്നിടത്തേക്ക്.

പിതാവും പുത്രനും തമ്മിലുള്ള ഈഡിപ്പൽ സംഘർഷത്തിന്റെ മേഖലകൾ കാവ്യത്തിലേക്ക് കടന്നുവരുമ്പോൾ കാവ്യചരിത്രത്തിലെ ദ്വന്ദ്വങ്ങൾ കവിതയുടെ തലമാകുന്നു. പൂർവ തലമുറയിലെ കവികളോട് പിതാവിനെപ്പോലെ കരുതി സംഘർഷത്തിലേർപ്പെട്ടും അവരെ പിൻതള്ളിയും മാത്രമെ പുതിയ കവിക്ക് സ്വയം വെളിപ്പെടാൻ കഴിയൂ എന്ന് ഹാരോൾഡ് ബ്ലൂം പറയുന്നുണ്ട്. കവികളുടെ സ്വത്വബോധം ഒരു നിഷേധസ്വത്വബോധം കൂടിയാണ്. തന്നിൽത്തന്നെ കേന്ദ്രീകരിച്ച് ആകാശത്തിലേക്കുള്ള വളരലല്ല, പകരം തന്നിലെ തന്നെ ഭൂതകാലത്തിന്റെ നിഷേധമാണ്; തന്റെ തന്നെ ഭാഗമായ പിതൃസ്വത്വനിഷേധമാണ്.

സർഗാത്മകത ഭൂതകാല നിഷേധക്രിയയാണ്. എഴുതലിൽ മായ്ക്കൽ കൂടിയുണ്ട്. തനിക്ക് ലഭിച്ചിരിക്കുന്ന, താൻ പിറന്നുവീണ മാധ്യമത്തിൽ താനല്ലാത്തതിന്റെ ഗന്ധം കവി അനുഭവിക്കുന്നു. ഈ ഗന്ധങ്ങളെ നിഷേധിക്കുക. പൂർവകവിസംസ്കൃതിയെ നിഷേധിക്കുന്ന രണ്ട് കവിത്വങ്ങൾ 'തച്ചന്റെ മക'ളിലുണ്ട്. ഒന്ന്: പിതൃകവിത്വത്തോട് ഏറ്റുമുട്ടുന്ന സഹോദരന്റേത്. രണ്ട്: പിതാവിനെയും സഹോദരനെയും നിഷേധിക്കുന്ന സഹോദരിയുടേത്. സഹോദരനെ അവൾ സ്വന്തം ഭൂതകാലമായാണ് കാണുന്നത്. പാലപ്പൂവിന്റെ സുഗന്ധത്തിൽ കഴിഞ്ഞിരുന്ന പെണ്മയുടെ, യക്ഷിയുടെ ഭൂതകാലം. ഒരേ സമയം ഈ സഹോദരൻ പുതിയ പുരുഷനും പഴയ സ്ത്രീയുമാണ്.

"വൃക്ഷമൊക്കെയും തീരാത്ത വിഗ്രഹലക്ഷമായി" കാണുന്ന ഈ സഹോദരനെ സഹോദരി കളിയാക്കുന്നുണ്ട്.

"അച്ഛനുണ്ടാക്കുമെമ്മ, ട്ടതേ വിധം

കഷ്ട" മെന്നു ഞാൻ പൃച്ഛിച്ച ലീലയാ

അച്ഛനും സഹോദരനും പുരുഷനാണ്. അച്ഛന്റെ അനുകരണം തന്നെയാണ് പ്രതിഭയുണ്ടെങ്കിലും സഹോദരനും ചെയ്യുന്നത്. സംസ്കൃതിയുടെ വൻമരച്ചോട്ടിലാണ് ജ്യേഷ്ഠൻ നിൽക്കുന്നത്, ആൺകുട്ടിക്ക് ജന്മനാ ലഭിക്കുന്ന പുരുഷസംസ്കൃതിയുടെ മുഴുവൻ സഹായമാണ് സംസ്കാരത്തിന്റെ ഈ വൻമരം. സ്ത്രീയായ തനിക്ക് ഈ മരച്ചുവടില്ല.

". . . വൻമര-
ച്ചോട്ടിൽ നിന്നാൽ വളർച്ചയുണ്ടായിടാ
പുഷ്ടിയുണ്ടാകുവാൻ വെയിലേൽക്കണം
സ്വേച്ഛയാ", സമ്മതിച്ചില്ല സാത്വികൻ.

സംസ്കാരത്തിന്റെ പിതാവിന് പ്രിയങ്കരനാണ് ജ്യേഷ്ഠൻ. അവൻ അച്ഛന്റെ നിഴല്പാടുപോലെ നിൽക്കുന്നു.

അച്ഛനെങ്ങോ, നിഴല്പാടുപോൽ പിന്നി-
ലൊക്കെ ജ്യേഷ്ഠനും നിന്നു പിതൃപ്രിയൻ

എന്നാൽ ജ്യേഷ്ഠൻ കണ്ടുനാളം മുറിഞ്ഞു മരിക്കുന്നു. അച്ഛന്റെ ഉളി ക്ഷുത്തടങ്ങാത്ത ദുർമരണത്തിന്റെ സർപ്പമാണ്. വ്യക്തിപരമായ സർഗപരത സംസ്കാരത്തിന്റെ ഭാരത്തിൽ ഇല്ലാതായിപ്പോവുന്നു. കവിത്വം കൊല്ലപ്പെടാൻ പ്രേരിപ്പിക്കപ്പെടുന്നു. സംസ്കൃതിയുടെ ഓരോ കുതിപ്പിലും പേനയെടുത്തവരും അല്ലാത്തവരുമായ കവികളുടെ കഴുത്തുകളുരുളുന്നുണ്ട്. "ചോര തേഞ്ഞു കറുത്ത ഈ വീതുളി" ചരിത്രത്തിന്റെ, സംസ്കാരത്തിന്റെ നിഗ്രഹശക്തി തന്നെ. പുരുഷമുഖത്തുള്ള കൃതാവിനെയും വീതുളി എന്നു പറയാറുണ്ട്.

എന്തുകൊണ്ട് സംസ്കൃതി കവിയെ കൊല്ലുന്നു? കവിയുടെ സ്വത്വം പ്രതിസ്വത്വമായതിനാൽത്തന്നെ അയാൾ സംസ്കാരത്തിന്റെ ഛായാവൃക്ഷങ്ങളിൽനിന്ന് അകന്നുനിൽക്കണം. അതിനെ ഇല്ലായ്മ ചെയ്യാൻ തയ്യാറാകണം. അല്ലെങ്കിൽ സ്വന്തം മരണം നേരിടേണ്ടിവരും.

ഇവിടെ ജ്യേഷ്ഠന്റെ മരണം, അച്ഛന്റെ സംസ്കൃതി എന്ന പിതാവിന്റെ അനുകരണത്തിൽനിന്നുണ്ടായ കാവ്യപരമായ മരണമാണെന്നുകൂടി കാണാം. അച്ഛന്റെ കാവ്യസംസ്കൃതിയെ ത്തന്നെ അനുകരിച്ച് മരണത്തിനടിമപ്പെടുക. 'അച്ഛനുണ്ടാക്കുമെ മെട്ടതേ വിധം' പ്രവർത്തിച്ചതിന്റെ ഫലമാണിത്. പിതാവിന്റെ

അപ്രീതിയിലാണ് കവിത്വത്തിന്റെ നില്പ്. പിതൃപ്രിയനായതോടെ കവിത്വം നശിക്കുന്നു.

യഥാർഥ പെരുന്തച്ചന്റെ കഥയിൽ മകൻ പിതൃപ്രിയനായിരുന്നില്ല എന്നോർക്കണം. പിതൃപ്രിയനായ മകൻ എന്നത് വിജയലക്ഷ്മിയുടെ സ്വകീയവ്യാഖ്യാനമാണ്. പിതാവിനെയും സഹോദരനെയും നിഷേധിക്കുന്ന ഒരു മകൾകർത്തൃത്വം സൃഷ്ടിക്കാനാണ് ഈ മാറ്റം.

സംസ്കൃതിയുടെ പിതൃപ്രിയത്വം എപ്പോഴും പുരുഷകവിക്കുണ്ട്. അതിനാൽത്തന്നെ അവൻ അകാലമൃത്യുവിന് വഴിപ്പെടാം. എന്നാൽ മകൾക്ക് ഈ പ്രിയങ്കരത്വമില്ല. അവൾക്ക് ആകാശഭ്രമികൾ സ്വയം നിർവചിക്കേണ്ടതുണ്ട്. ഇന്നത്തെ സംസ്കൃതിയിൽ പുരുഷസർഗാത്മകത പരാജയപ്പെട്ടു പിൻമാറുമ്പോൾ സ്ത്രൈണസർഗാത്മകത നവോന്മേഷത്തോടെ മുന്നേറുന്നു.

അച്ഛന്റെ ഉളിയുമായി നേരിട്ട് ഏറ്റുമുട്ടി ആ പ്രതികാരത്തിൽ മരിച്ചുവീഴാൻ തനിക്ക് ആവുകയില്ല. പുരുഷത്വസംസ്കൃതിയുടെ വിദ്വേഷപക്ഷത്തുനിന്നുകൊണ്ട് സ്വന്തം പകയുടെ തീനാളങ്ങളിൽ ജീവിതം ഹോമിക്കാൻ താനില്ല. ഗുരുനിന്ദ പാതകമാണ് എന്ന വിശ്വാസം ഉണ്ട്. പൂർവസംസ്കൃതിയുടെ സമ്പൂർണ നിരാസത്തിന് താനില്ല. എന്നാൽ ഇത് മാത്രമല്ല,

വിശ്വാദ്ഭുതങ്ങൾ നിർമിക്കുമ-
ച്ചേതനയ്ക്കൊരു പാളിച്ച പറ്റിയാൽ
ആരുചോദിക്കുവാൻ? മദയാനതൻ
നേരെയാരുണ്ട് ചെല്ലാൻ തളയ്ക്കുവാൻ?

മദയാന എന്നതിൽ അല്പം വിരുദ്ധോക്തി കലരുന്നുണ്ട്. ഈ ഏകഛത്രാധികാരത്തോട് ഏറ്റുമുട്ടിയാൽ തന്റെ ഇളം ചോര വിലയായി നൽകേണ്ടി വരും. സ്ത്രീയായിത്തന്നെ നിന്നുകൊണ്ട് താൻ യത്നം തുടരും.

എന്റെ തട്ടകത്തൊറ്റക്കിരുന്നു ഞാൻ
നെഞ്ചിലേറ്റും കനത്തൊരു കല്ലുളി

ആത്മാവിൽ കൊണ്ടുനടക്കുന്ന ഈ കല്ലുളി താൻ പ്രതികാരത്തിനുവേണ്ടി ഉപയോഗിക്കുകയില്ല; സൃഷ്ടിയുടെതാണ് ഈ കല്ലുളി. താനല്ലാത്തതെല്ലാം വെട്ടിക്കളയുവാനുള്ളതാണ്. പൊൻവീണയോ തൂലികയോ അല്ലാതെ ഉളി തന്നെ ഇവിടെ പ്രതീകമായതിന്റെ അർത്ഥമിതാണ്. താനല്ലാത്ത ഒരു ലോകത്തിൽ സ്ത്രീക്ക്

വെട്ടിമാറ്റുവാനാണുള്ളത്. ഉള്ളതിനോട് കൂട്ടിച്ചേർക്കുവാനല്ല.

എന്നാൽ അവൾക്ക് മുമ്പിലുള്ളത് 'കൃഷ്ണവർണ്ണ' ശിലയാണ്. സ്ത്രീക്ക് മുമ്പിലുള്ള കൃഷ്ണകാമുകി പാരമ്പര്യം. ആ പാരമ്പര്യത്തെ ചെത്തിക്കുറച്ചുകൊണ്ടാണ് അവൾ സർഗജീവിതം തുടങ്ങുന്നത്.

പാലപ്പൂക്കളുടെ ഈ ഗന്ധത്ത പിൻതള്ളുന്നതോടെ തന്റെ സർഗാത്മകത തന്റേതുതന്നെയായി തോന്നുന്നു.

കൊട്ടിനോക്കിപ്പഠിച്ചു നല്ലാണ്ഡുര
കൃഷ്ണവർണശിലകളിൽ ജീവിതം
കൈയൊതുങ്ങിത്തിരിഞ്ഞു തിരിയുളി
നെയ് പുരണ്ടു വഴങ്ങിയ കൊച്ചുളി

മട്ടവും മുഴക്കോലും വളർത്തുപശുക്കളെപ്പോലെ തന്റെ ശബ്ദത്തിന് വഴങ്ങി. സർഗപരതയുടെ പശുപതിത്വം ലഭിച്ചു.

എന്നാൽ തന്റെ സർഗധ്യാനത്തെ തകർക്കുന്ന ഒരു നിഴൽ അനങ്ങുന്നതുപോലെ:

പാതിചാരിയ വാതിലിൽ വെയിലൊളി
മായുവാനെന്തിടക്കിടെ?ഗ്ഗംഭീര
രൂപമൊന്ന് പുറത്തുതടഞ്ഞുവോ?

ചോരതേഞ്ഞുപിടിച്ച പിതാവിന്റെ ആ വിളി വായുവിൽ പാളുന്നു. അവിടെ ധ്യാനം തകർക്കപ്പെടുന്നു. വ്യാളിയുടെ കോമ്പല്ല് കൊത്തുമ്പോഴും അത് തന്റെ സ്വാസ്ഥ്യം ചിതറിക്കുന്നു. നിഗ്രഹിക്കാനോ, അനുഗ്രഹിക്കാനോ? എന്തിനാണ് ആ രൂപം പുറത്ത് നിൽക്കുന്നത്?

പെൺകവിത്വത്തിന്റെ ഏകാന്തതയിലേക്ക് ചീറിയടുക്കുന്ന പുരുഷലോകത്തിന്റെ യാഥാർഥ്യങ്ങളാണ് ആലയിലെ നിഴലായി പ്രത്യക്ഷപ്പെടുന്നത്. കാവ്യത്തിന്റെ ഒടുവിൽ ഈ പെരുന്തച്ചൻ ബ്രഹ്മദേവനും വിശ്വകർമപ്രജാപതിയുമായിത്തന്നെ പ്രത്യക്ഷപ്പെടുന്നു. അച്ഛന്റെ അവസാനത്തെ അനുഗ്രഹത്തിന്റെ ഉദ്ദേശ്യവും അവളുടെ വിരൽത്തുമ്പിൽ തന്റെ പാരമ്പര്യത്തിന്റെ മഹത്വമുണ്ടെന്ന് ഓർമിപ്പിക്കലാണ്:

ഏതു ദിക്കിൽ നീ പോകിലും, പോകാത്ത
പേരുനിൻ വിരൽത്തുമ്പിലെന്നോർക്കണം

എന്നാൽ മകൾ അതിനെ സ്വീകരിക്കുന്നത് മറ്റൊരു

തരത്തിലാണ്. വിരൽത്തുമ്പിൽ നിന്ന് വിറച്ച് ഉളിതാഴെ വീഴുന്ന പാരമ്പര്യമാണ് അച്ഛന്റേതെന്ന് അവൾ മനസ്സിലാക്കുന്നു.

കാവ്യത്തിന്റെ ഒടുവിൽ ഈ പിതാവ് വിശ്വശില്പി തന്നെയാണെന്ന് തിരിച്ചറിയുന്നു.

ചാണയിൽ വെറും കല്ലുപോലച്ചിത്ര-
ഭാനുവെക്കടഞ്ഞാക്കര വൈഭവം

മകളെ (സംജ്ഞയെ) സൂര്യന് നൽകിയ വിശ്വശില്പിയുടെ, സൂര്യന് സ്വന്തം പേര് (സംജ്ഞ) നൽകിയ പുരുഷശില്പിയുടെ കൈകൾ വിറച്ച് ഉളി തന്റെ കഴുത്തിൽ വീഴുമോ? പ്രപഞ്ചത്തിന്റെ സംജ്ഞാപരമായ പുരുഷനിലേക്കുള്ള ചെരിവ് ഉളിയായി തന്റെ കഴുത്തിൽ വീഴുമോ? സ്ത്രൈണാസ്തിത്വത്തോട് പ്രപഞ്ചാകാശങ്ങൾക്ക് അസൂയ ജനിക്കുമോ?

ആകാശഭ്രമികളെ തിരിച്ചിടുക മാത്രമാണ് ഇതിനുള്ള വഴി. അശ്വത്ഥം പോലെ പടർന്നുപിടിച്ച ആകാശത്തെ കീഴ്മേൽ മറിക്കണം. ആകാശഭ്രമികൾ കീഴ്മേൽ മറിയുമ്പോൾ അവിടെ പുരുഷന് മാത്രമല്ല, ചരിത്രത്തിൽ പിന്തള്ളപ്പെട്ടവർക്കൊക്കെ ആശ്രയവും സാന്ത്വനവും ലഭിക്കുന്നു.

ഊർധ്വമൂലമധഃശാഖമശ്വത്ഥ-
മോർക്കിലേവാണക്കൾക്കുമാശ്രയം.

ഈ പുതിയ പ്രപഞ്ചത്തിൽ വായ കീറിയ ദൈവം ഇരയും തരുമെന്ന് ആശ്വസിച്ച് ആത്മവിശ്വാസത്തോടെ തനിക്ക് ഒരു ശില്പിയായി നടക്കാൻ കഴിഞ്ഞേക്കും. അവിടെ താൻ വീതുളിക്ക് ഇരയാവുകയില്ല.

പിന്തള്ളപ്പെട്ട എല്ലാവരുടെയും കയ്യിൽ ഉളിയുണ്ടാകുന്ന, ഓരോരുത്തർക്കും സ്വന്തം ആകാശഭ്രമികളെ സൃഷ്ടിക്കാൻ കഴിയുന്ന ഒരു ലോകം എന്നാണുണ്ടാവുക? ആകാശഭ്രമികൾ കീഴ്മേൽ മറിയുന്നത് എപ്പോഴാണാവോ? വീതുളികളില്ലാത്ത, അധികാരകേന്ദ്രങ്ങളില്ലാത്ത ഒരു ലോകം, എല്ലാവരുടെയും കയ്യിൽ സൃഷ്ടിയുടെ, നിർമിതിയുടെ, അധ്വാനത്തിന്റെ കൊച്ചുളികളുള്ള ഒരു ലോകം ഈ കവിതയുടെ അബോധമാണ്.

ബ്രഹ്മദേവൻ എന്ന സങ്കല്പത്തിൽ ക്ലാസിക്കൽ ദേശീയതാ പ്രതീകങ്ങൾ നൽകിയ പ്രപഞ്ചബോധവും സാമൂഹ്യബോധവും

ഉൾക്കൊള്ളുന്നുണ്ട്. ദേശീയതയുടെ പ്രപഞ്ചസൃഷ്ടിബോധമാണത്. ദേശീയതയുടെ പ്രതീകങ്ങളെയും അതിന്റെ പ്രതിപാദനരീതികളെയും നിഷേധിക്കുന്ന ആധുനികാനന്തരതയല്ല ഈ കവിതയിലുള്ളത്. ആധുനികതയുടെ ഭാഷാപരമായ സംസ്കാരം പോലും ഈ കവിതയിലില്ല. പെരുന്തച്ചനിൽ തുടങ്ങി ബ്രഹ്മദേവനിൽ അവസാനിക്കുമ്പോൾ കേരളീയതയുടെ പ്രാദേശികതയിലാരംഭിച്ച് ദേശീയതയിലേക്ക് വളരുന്ന ഒരു മിത്തിക്കൽ ബോധം പങ്കിടുകയാണ് കവിത. സൃഷ്ടിയുടെ ആധുനികതാബോധത്തെ മാത്രമല്ല, ആധുനികതക്കുമുമ്പുള്ള റൊമാന്റിക്, നിയോക്ലാസിക്, ക്ലാസിക് പാരമ്പര്യങ്ങളെത്തന്നെ സ്ത്രൈണബോധത്തിന് മാറ്റിയെഴുതേണ്ടിവരുന്നു. അതിനാൽ ആധുനികോത്തരതയിലെ സ്ത്രീശബ്ദം എല്ലാ കാലങ്ങളെയും ഒന്നിച്ച് സംബോധന ചെയ്യുന്നു. അതിന് എല്ലാ തച്ചുകളും അഴിച്ചുകൂട്ടേണ്ടിവരുന്നു.

ദേശാഭിമാനി വാരിക, 1995 ഒക്ടോബർ

കാടിന്റെ സാംസ്കാരിക മൂലധനം

യൂറോകേന്ദ്രിത ആധുനികതയുടെ മറുവശം കോളനീകരണമായിരുന്നു. കോളനീകരണം അതിന്റെ രഥങ്ങളുരുട്ടിയത് മൂന്നാം ലോകത്തിലെ ആദിവാസികളെന്നും നീഗ്രോകളെന്നും വിളിക്കപ്പെട്ടവരുടെ ശരീരത്തിലൂടെയാണ്, അല്ലെങ്കിൽ അവർ തന്നെയായിരുന്നു ആധുനികതയുടെ രഥചക്രങ്ങൾ. യൂറോപ്പിലെ വൻനഗരങ്ങളുടെയും അടിത്തറയൊരുക്കിയത് മൂന്നാംലോകത്തിലെ തോട്ടങ്ങളിലെ അടിമകളാണ്. ലാറ്റിനമേരിക്കയിലും ആഫ്രിക്കയിലും കേരളത്തിലെ മലമേട്ടുകളിലും ഒരേപോലെ കോളനീകരണം അതിന്റെ തോട്ടങ്ങൾ നിർമ്മിച്ചു. ഇങ്ങനെ നിർമ്മിക്കപ്പെട്ട തോട്ടങ്ങൾ ഉണ്ടാക്കിക്കൊടുത്ത മൂലധനം യൂറോപ്പിലെ ആധുനികീകരണത്തിനു മാത്രമല്ല സഹായിച്ചത്. എം. ടിയുടെ 'നാലുകെട്ടി'ലെ നായകനായ അപ്പുണ്ണി തിരിച്ചുവന്ന് അമ്മാവനോടുള്ള ശൗര്യം പ്രകടിപ്പിക്കുന്നത് വയനാട്ടിൽ വെള്ളക്കാരന്റെ തോട്ടത്തിൽ കണക്കെഴുത്തുകാരനായി നിന്നു കിട്ടിയ പണത്തിന്റെ ബലത്തിലാണ്. ചെറുകാടിന്റെ 'ഭൂപ്രഭു'വിലും കാണാം തോട്ടത്തിലെ പണം പുതു മുതലാളിത്തത്തിന്റെ അടിത്തറയാവുന്നത്. ആദ്യകാല നോവലായ *സരസ്വതീവിജയ*ത്തിൽ അഞ്ചരക്കണ്ടിയിലെ സായ്പിന്റെ തോട്ടം കീഴാളന് രക്ഷപ്പെട്ട് നിൽക്കാനുള്ള സ്ഥലമാണ്.

തകഴിയുടെ തലമുറക്കു ശേഷം വന്ന പുതുഭാവുകത്വത്തിന്റെ സാമ്പത്തികവും സാംസ്കാരികവുമായ മൂലധനം പുറത്തുനിന്നാണ് വന്നത്. ആധുനികതയുടെ ഭാവുകത്വത്തിന്റെ ഈ അടിത്തറ വെളിപ്പെടുന്നത് അതിനിരയാക്കപ്പെട്ട വർഗങ്ങൾ എഴുന്നേറ്റുനിൽക്കുമ്പോഴാണ്.

ആധുനികത ആദിവാസിയെ അവരുടെ ഭൂമിയിൽ നിന്നും ആട്ടിയോടിക്കുകയും അവരെ അടിമയാക്കുകയും മാത്രമല്ല ചെയ്തത്, അവരുടെ സാംസ്കാരികമായ തുടർച്ചകളെ ഇല്ലാതാക്കുകയും അവനെയും അവളെയും 'കഥ'യില്ലാത്തവരാക്കുകയും ചെയ്തു. ഈ കഥയില്ലായ്മയുടെ ഇടങ്ങളിലാണ് ആധുനികത അതിന്റെ പുതിയ കഥകളുടെ മഹാശില്പങ്ങൾ ഉയർത്തിയത്. അതുകൊണ്ടാണ് ആദിവാസിമൂപ്പനും മാനന്തവാടി ബ്ലോക്ക് പഞ്ചായത്ത് പ്രസിഡന്റുമായ പി. കെ. കാളൻ 24. 2. 99-ന് തിരുവനന്തപുരത്തെ വെള്ളയമ്പലം അനിമേഷൻ സെന്ററിൽ കേരളത്തിന്റെ വിവിധ ഭാഗത്തുനിന്നും വന്നുചേർന്ന പ്രൗഢഗംഭീരമായ പണ്ഡിതസദസ്സിനോട് ഇങ്ങനെ സംസാരിച്ചു തുടങ്ങിയത്. 'ഏകലവ്യൻ അസ്ത്രാഭ്യാസം കൊണ്ട് തോല്പിച്ചു. ഞാൻ നിങ്ങളെ എന്തുകൊണ്ട് തോല്പിക്കാൻ? എന്റെ കയ്യിൽ ഒന്നുമില്ല'.

സമ്പത്തിന്റെ പേരിലുള്ള ദാരിദ്ര്യത്തെക്കുറിച്ചല്ല കാളൻ സംസാരിച്ചത്. പകരം ആധുനികത സൃഷ്ടിച്ച സാംസ്കാരിക ലോകത്ത്, അതിന്റെ സാംസ്കാരിക മാനദണ്ഡങ്ങൾക്കുള്ളിൽ ഒരു ആദിവാസി അനുഭവിക്കുന്ന സാംസ്കാരിക ദാരിദ്ര്യത്തെക്കുറിച്ചാണ്. സാംസ്കാരികമൂലധനത്തിന്റെ അഭാവം എന്ന് ഇതിനെ പറയാം. കാളൻ പണ്ഡിതസദസ്സിനു മുമ്പിലെന്നപോലെ നിരായുധനാണ് എഴുത്തുകാരനായ ആദിവാസി. നിലവിലുള്ള വായനാസംസ്കാരത്തിന്റെ അധികാരം അവരെ ഭയപ്പെടുത്തുന്നുണ്ട്. അതിനോടു കൂറുപുലർത്തുവാൻ അവർക്കാകില്ല. അവർക്ക് നാലുകെട്ടുകളോ വടക്കിനികളോ സർപ്പം തുള്ളലോ ഇല്ല. ഞാൻ നിങ്ങളെ എന്തുകൊണ്ട് തോല്പിക്കാൻ?

ഈ പശ്ചാത്തലത്തിലാണ് നാം ആദിവാസി ജീവിതത്തെ സംബന്ധിച്ച രണ്ടുനോവലുകളിൽ പ്രവേശിക്കുന്നത്; കെ. ജെ. ബേബി എഴുതിയ 'മാവേലി മന്റം' (1991) നാരായന്റെ 'കൊച്ചരേത്തി' (1998) എന്നിവയിൽ.

ആധുനികതയുടെ ഭാവുകത്വമുൾക്കൊള്ളുന്ന വായനക്കാർ ആദിവാസി സാഹിത്യത്തെ ഒരു മ്യൂസിയം പീസു പോലെയോ കാരുണ്യത്തോടെയോ കാണാൻ ബാധ്യസ്ഥനാവുന്നുണ്ട്. ഈ ദൂരം കൊളോണിയൽ ആധുനികത തന്ന ചരിത്രബോധത്തിന്റേതാണ്. എന്നാൽ അപകോളനീകരിക്കപ്പെട്ട ഒരു മനസ്സാണ് അവർക്കുള്ളതെങ്കിൽ പ്രാചീനം/ആധുനികം എന്ന വിഭജനത്തിൽനിന്ന്

രക്ഷപ്പെട്ടുവെന്നിരിക്കും. ആധുനികതയിൽ അഭിരമിച്ച് ശീലിച്ച ഒരു ഭാവുകത്വം അതിന്റെ പാപം കഴുകിക്കളയുക അതിനിരയായ ആദിവാസികളുടെ സാംസ്കാരികതലവും അതിന്റെ ഭാവുകത്വവുമായി പരിചയപ്പെടുമ്പോഴും അതുമായി ഐക്യപ്പെടുമ്പോഴുമായിരിക്കും.

ആദിവാസിസാഹിത്യം പുതിയൊരു വായനാരീതി ആവശ്യപ്പെടുന്നു. വായനക്കാരുടെ മുമ്പിൽ മോഹാനുഭൂതിപരമായ വലിപ്പവും സാംസ്കാരികസ്ഥലരാശിയും പുലർത്താത്ത കഥാപാത്രങ്ങളായിരിക്കും അവിടെയുള്ളത്. അതിനാൽ വായനക്കാരുടെ സ്വത്വപരമായ അധികാരവാഞ്ഛ (Will to Power) യെ ഈ കൃതികൾ തൃപ്തിപ്പെടുത്തുകയില്ല. സാംസ്കാരികാധികാരത്തിന്റെ വായനാതലത്തെ റദ്ദാക്കിക്കൊണ്ടുവേണം ആധുനിക വായനക്കാർ ഈ കൃതികളിൽ പ്രവേശിക്കാൻ. പഴയ അധികാരത്തെയും വായനാശീലത്തെയും പുനരുല്പാദിപ്പിക്കാൻ ഇത്തരം കൃതികൾ സമ്മതിക്കുകയില്ല.

സ്വത്വബലമില്ലാത്ത ഇത്തരം കർതൃസ്ഥലരാശികളുമായി ഐക്യപ്പെടുന്ന ഒരു രാഷ്ട്രീയസാംസ്കാരികബോധത്തിനു മാത്രമേ ഇത്തരം കൃതികൾ 'രസ'നീയമാവൂ. അധീശത്വസാംസ്കാരിക പാഠങ്ങളുടെ പൊതുബോധത്തിൽ നിന്നു പിണങ്ങി നിൽക്കുന്ന ഒരു വിരുദ്ധവായനയാണ് ഈ കൃതികളുടേത്. അത് ആധികാരികതയില്ലാത്ത ഈ ചെറിയലോകവും മനുഷ്യരുമുൾപ്പെട്ട ഒരു സാംസ്കാരിക പ്രയാണമാവുന്നു. ഗിൽദെലൂസ് പറയുന്ന 'മൈനർ ലിറ്ററേച്ചർ', 'റിസോം' എന്നീ സങ്കല്പങ്ങൾ ഇവിടെ പ്രസക്തമാണ്. വായന ഇവിടെ ജനാധിപത്യവൽക്കരണ തന്ത്രങ്ങൾക്കാണ് വിധേയമാവുന്നത്.

കോളനീകരണത്തിന്റെ പ്രതീകമായ ഈസ്റ്റിൻഡ്യാകമ്പനി 'മാവേലിമന്റ'ത്തിൽ പ്രതിനായകസ്ഥാനത്താണ്. "കമ്പനിക്കാരുടെ തോട്ടോണ്ടാക്ക്ന്ന മലകളിലേക്ക് എത്ര അടിമകളെ കിട്ട്യാലും ബേണത്രെ, വല്ല്യതമ്പുരാനേട്ന്നാ കൊടുക്ക്വ? ഞാനിന്നലെ പോകുമ്പം പറഞ്ഞിട്ടല്ലെ പോയത്? പെട്ടെന്നെല്ലാരും നല്ല ഏല്ക്കൊന്ന് ചവിട്ടിൻ". ആദിവാസിയുടെ ലൈംഗികത വെള്ളക്കാരന്റെ തോട്ടം വലുതാക്കാനുള്ള അടിമകളെ ഉല്പാദിപ്പിക്കാനാണ്. അതേ സമയം അവർ വെള്ളക്കാരുടെ ലൈംഗിക അടിമകളുമാണ്. "പിന്നേം പിന്നേം കമ്പനിപ്പട കാടെറങ്ങിവന്നു. തമ്പുരാങ്കളത്തിലെ അടിമപ്പെണ്ണുങ്ങൾക്ക് വേറൊരു പണി കയറി. പണി കൂടി". കമ്പനിയോട് പൊരുതിയ പഴശ്ശിയും സഹായികളായ

കുറിച്യരും അടിമകളുടെ ആദരവ് നേടുന്ന വീരനായകന്മാരാണ് ഈ നോവലിൽ.

ഇംഗ്ലീഷുകാരന്റെ കീഴിലാണ് നാട്ടു ജന്മി. വെള്ളക്കുതിരമേൽ കൊടിയും പറപ്പിച്ച് കാടിറങ്ങി വരുന്ന സായിപ്പിന് ചവുട്ടിയിറങ്ങാൻ തലകാണിച്ചുകൊടുക്കുന്നത് കൈപ്പാടനെ പണയം വാങ്ങിയ സുബ്ബരായ പട്ടരാണ്. കമ്പളത്തുടി കൊട്ടിച്ച് അടിമകളുടെ വികാരം ഇളക്കി ചൂഷണത്തിന്റെ പുതിയ സാധ്യതകൾ അന്വേഷിക്കുന്ന പട്ടരെ സായ്പ്പ് അഭിനന്ദിക്കുന്നുണ്ട്. "അടിമപ്പണി ഏറെ കണ്ടിട്ടുള്ളതും ചെയ്യിച്ചിട്ടുമുള്ള മിസ്റ്റർ സായിപ്പ്, ഇനിയും നിങ്ങളിൽനിന്നെന്തെല്ലാം അറിയാനും അനുകരിക്കാനുമിരിക്കുമെന്നു പറഞ്ഞ് സുബ്ബരായ തമ്പുരാന്റെ സവർണബുദ്ധിയെ ഒന്നു കൂടി പൊത്തിപ്പിടിച്ചു. " ഈ ആശ്ലേഷത്തിനും ഉത്സവാന്തരീക്ഷത്തിനുമിടയിൽ ഓടിപ്പോയ വെള്ളക്കുതിരയെ പിടിച്ചുകെട്ടാനുള്ള പരക്കം പാച്ചിലിലാണ് കൈപ്പാടൻ തന്റെ അടിമ ലോകം വിട്ട് മാവേലിമന്റത്തിന്റെ സ്വപ്ന ലോകം തേടി ഉൾക്കാട്ടിലെത്തുന്നത്.

തമ്പുരാന്റെ മാവേലി വെള്ളക്കാരൻ സായ്പ്പാണ്. "ഓണത്തിന് മാവേലിയാരാ? സായ്പ്പ്, കടൽ കടന്ന് മലകേറി നാട്ടുഭരിക്കാൻ വന്ന സായ്പ്പ്". എന്നാൽ ആദിവാസികൾക്ക് സായ്പ്പ് വാമനനാണ്. പഴശ്ശി മാവേലിയും. "പഴശ്ശീടെ വലിയൊരു കച്ചിപ്രതിമയുണ്ടാക്കിയിട്ട് അതിന്നിട്ട് തീ അമ്പെയ്യിക്കുക. അത് കത്തുന്നത് കാണാൻ സായ്പ്പിന് വലിയ ഇഷ്ടമാണത്രേ". അടിമകളുടെ മാവേലിമന്റം വെള്ളക്കാരന്റെ വരവിനും ആര്യാധിനിവേശത്തിനും മുമ്പുള്ളതാണ്. "പണ്ടുപണ്ട് നമുക്ക് ഒരു കാലമുണ്ടായിരുന്നു. നമ്മളാരുടേം അടിമകളല്ലാതിരുന്ന കാലം. മാവേലി മന്റുവിന്റെ കാലമായിരുന്നു അത്. " കാട്ടുവെട്ടി വിത്തിറക്കാനും കാത്തിരുന്ന് വിളയെടുക്കാനും അറിയാവുന്ന ഒരു ചെറിയ മന്റമായിരുന്നു അത്. മൂന്നു കള്ളത്തമ്പുരാക്കന്മാർ വന്ന് മാവേലി മന്റുവിനെ ചതിച്ചു കൊല്ലുന്നു. പകരം വിരാട് പുരുഷന്റെ ലോകമുണ്ടാക്കുന്നു. അവർ നിറങ്ങളുടെ പേരിൽ നൂറ്റെട്ട് കുലോം നൂറ്റെട്ടു ജാതീം ഉണ്ടാക്കുന്നു.

എല്ലാരും കേൾക്കാൻ നാല് ഭാഗത്തേക്കായി അവര് വിളിച്ച് പറഞ്ഞു.

"കേട്ടോളീ നായിന്റെ മക്കളെ.
വിരാട് പുരുഷനെന്ന പുരുഷന്റെയാണീ ലോകം. . . . നിങ്ങള്

ഞങ്ങടെ അടിമകള്”.

ആര്യാധിനിവേശത്തോടെ ആരംഭിച്ച അടിമത്തത്തിന്റെ ഇരട്ടിപ്പാണ് കൊളോണിയൽ അടിമത്തത്തിൽ സംഭവിക്കുന്നത്. സംഘടിത മതാധിനിവേശത്തിനും കോളനീകരണത്തിനും മുമ്പുള്ള സ്വതന്ത്രഭൂമിയാണ് മാവേലിമന്റം.

കള്ളത്തമ്പുരാക്കന്മാരുടെ കോട്ടയിൽ നിന്നു രക്ഷപ്പെടാൻ ശ്രമിച്ച മന്റകാർണോരായിരുന്ന മേലോര്ച്ചനും കീയോര്ത്തിയും. മാവേലിമന്റത്തിന്റെ വിത്തുപാകിയ ഈ ഒളിച്ചോട്ടത്തിന്റെ സ്മരണയുടെ മിത്തിലാണ് ഈ നോവൽ കെട്ടിപ്പൊക്കിയിരിക്കുന്നത്. ഒളിച്ചോട്ടത്തിന്റെ പാട്ടിലൂടെ വംശീയമായ ഈ സ്വപ്നലോകത്തിന്റെ, ഭ്രാന്തു വഹിക്കുന്ന പരേതലോകത്തിന്റെ വിളികേൾക്കുന്ന കെമ്പിയുടെയും കമ്പനിക്കാർക്ക് വഴികാണിച്ച് സ്വയം ബലിയാടായി മാറിയ കരിന്തണ്ടന്റെ വംശമുദ്രയുള്ള പണിയൻ ചൊട്ടയുടെയും മകനാണ് കമ്പനിക്കാരുടെയും തമ്പുരാന്റെയും പിടിയിൽ നിന്ന് ഒളിച്ചോടുന്ന കൈപ്പാടൻ. അയാളുടെ ഒളിച്ചോട്ടം വംശീയമായ ഒരു സ്വപ്നത്തിന്റെ സാക്ഷാത്കാരമാണ് നോവലിൽ.

കൈപ്പാടൻ പഴയ തുടിച്ചൊല്ലുകളിൽ തൃപ്തനല്ലെന്നും വിമോചന സ്വപ്നങ്ങളുടെ പുതിയ ചൊല്ലുകൾ ആഗ്രഹിക്കുന്നുവെന്നുമറിഞ്ഞിട്ടാണ് യജമാനനായ അമ്പുത്തമ്പുരാൻ അവനെ സുബ്ബരായർക്ക് പണയം വെക്കുന്നത്. അവിടെ നിന്നാണ് കൈപ്പാടൻ ഒളിച്ചോടുന്നത്. കാട്ടിൽ ഈരയെന്ന തന്റെ പെണ്ണിനോടൊപ്പം മേലോര്ത്തന്റെയും കീയോര്ത്തിയുടെയും മിത്തിനെ യാഥാർത്ഥ്യത്തിൽ തൊട്ടുവിക്കുന്നത്. അവർ സ്വപ്നം കാണുന്ന പുതുലോകം ഭാവിയിലേക്കുള്ള മാവേലി നാടാണ്. ഇത് ആർത്തികളുടെ ആധുനികതയെ പിന്നിടുന്ന ഒരു ആധുനികാനന്തരലോകമാണ്.

“തമ്പുരാക്കന്മാരുടെ കണ്ണും കാതും എത്താത്ത സ്ഥലം
നല്ലൊരു പുഴത്തീരം
ജീവിക്കാനായി മാത്രം കൃഷി”

“തമ്പുരാക്കൾക്കായി കുഞ്ഞുങ്ങളെ നൊന്ത് പെറേണ്ടിവരുന്ന” കാലത്തിനറുതി, ഈ ജന്മം മുഴുവൻ എന്തുചെയ്യണമെന്ന് സ്വന്തമായിത്തീരുമാനിക്കാൻ പറ്റിയലോകം. കോളണീകരണത്തിന്റെ ലോകബോധത്തെ പിന്നിടുമ്പോൾ ആധുനികീകരണത്തിന്റെ കീഴടക്കൽ യുക്തിയെയും കൈവെടിയാൻ കഴിയുന്നു. പ്രാചീനമായ ഒരു

നദീതടസംസ്കാരത്തിന്റെ അനാക്രമണബോധ്യങ്ങളുള്ളതാണ് ഈ സംസ്കാരം.

വാമൊഴിയുടെ ചരിത്രത്തിന്റെ ശക്തിയിലാണ് ഈ നോവൽ നിലനിൽക്കുന്നത്. അസംഘടിതജനതയുടെ സ്മൃതിചരിത്രമാണിത്. ആധുനികദേശീയതയുടെയും ദേശരാഷ്ട്രങ്ങളുടെയും ഭാഗമായിക്കഴിഞ്ഞിരിക്കുന്ന സംഘടിത മതഗ്രന്ഥങ്ങൾ (രാമായണം, ഭാരതം, ബൈബിൾ) നമ്മുടെ പല നോവലുകളുടെയും പിന്നിലെ സാംസ്കാരികബലമായിരുന്നിട്ടുണ്ട്. 'ഇനി ഞാനുറങ്ങട്ടെ', 'രണ്ടാമൂഴം' തുടങ്ങിയവ. അതുപോലെ ഉത്തരേന്ത്യൻ വരമൊഴി ചരിത്രവും നോവൽ സാഹിത്യത്തിന് ബലം നൽകിയിട്ടുണ്ട്. ആനന്ദിന്റെ 'അഭയാർത്ഥിക'ളും മറ്റും. എന്നാൽ ദേശരാഷ്ട്രത്തിന്റെ ഈ സാങ്കല്പികവലിപ്പങ്ങൾ ഉൾക്കൊള്ളുന്നതും ആധുനിക സാക്ഷരമധ്യവർഗത്തിന്റെ സാംസ്കാരികമൂലധനവുമായ ഈ വരമൊഴി പാഠങ്ങളിൽ നിന്ന് ഭിന്നമായി ദേശരാഷ്ട്രസ്വഭാവമില്ലാത്ത ഒരു വാമൊഴി പശ്ചാത്തലത്തിലാണ് 'മാവേലിമന്റം' കെട്ടിപ്പൊക്കുന്നത്.

ആധുനികതയുടെ ചരിത്രബോധം ദേശരാഷ്ട്രപരമായിരുന്നു. ആധുനികദേശരാഷ്ട്രത്തിന്റെ വളർച്ചയായാണ് നദീതടസംസ്കാരം മുതലുള്ള ചരിത്രം അവിടെ രേഖപ്പെടുന്നത്. ഒരു ദേശപൗരന്റെ ആത്മബോധമായാണ് അത് കുറിക്കപ്പെടുന്നത്. ഭാരതീയപുരാണ (വേദങ്ങൾ, ഉപനിഷത്തുകൾ, രാമായണമഹാഭാരതങ്ങൾ, പുരാണങ്ങൾ) ങ്ങളിൽ നിന്ന് അശോകന്റെയും ഗസ്നിയുടെയും ഗോറിയുടെയും ബാബറിന്റെയും അക്ബറിന്റെയും ശിവജിയുടെയും ഔറംഗസേബിന്റെയും സ്വാതന്ത്ര്യസമരത്തിന്റെയും ചരിത്രത്തിലൂടെ നീങ്ങുന്ന ഏകരേഖീയരൂപമാണിതിനുള്ളത്. ഇന്ത്യ എന്ന ആധുനികദേശരാഷ്ട്രത്തിന്റെ സാങ്കല്പിക വളർച്ചാരൂപമാണ് ഈ ചരിത്രത്തിനുള്ളത്. ആധുനികനായ ഒരു ചരിത്ര വിദ്യാർത്ഥി, സാംസ്കാരികവായനക്കാരൻ ഇതിന്റെ പ്രജയാണ്. കീഴടക്കപ്പെട്ട ഹാരപ്പൻ ജനതക്ക് എന്തുസംഭവിച്ചുവെന്ന് ഈ ചരിത്രം പറയുന്നില്ല. പകരം അത് തുടർന്ന് നീങ്ങുന്നത് അവരെ കീഴടക്കിയവർ സൃഷ്ടിച്ച രാജധാനികളിലേക്കാണ്. കീഴടക്കപ്പെട്ട ജനതകളെ അദൃശ്യമാക്കുന്ന, കീഴടക്കപ്പെട്ടവരെ കീഴടക്കിയവരാൽ പകരം വെക്കുന്ന ഈ ചരിത്രബോധം അധീശ സ്വഭാവമുള്ളതാണ്. അധികാരരാശികളെ കേന്ദ്രമാക്കുന്നതാണ്.

എന്നാൽ 'മാവേലിമന്റം' ഈ വരമൊഴി ചരിത്രത്തിനു പകരം വാമൊഴി ചരിത്രത്തെയാണ് ഉപാധിയാക്കുന്നത്. ഓർമകളെ, പാട്ടുകളെ, കഥകളെ, ഐതിഹ്യങ്ങളെ ഉപാധിയാക്കുന്ന ആധുനികാനന്തര ചരിത്രരീതിയാണത്. ദേശരാഷ്ട്ര തലസ്ഥാനങ്ങളിലല്ല, പ്രാദേശികതയിലും വംശീയതയിലും നാട്ടുമ്പുറങ്ങളിലും കാടകങ്ങളിലുമാണ് അത് സ്വത്വത്തെ കാണുന്നത്. ഈ നോവലിലെ പല കഥകളും പാട്ടുകളും ഇന്ന് ആദിവാസി പഠിതാക്കാൾ വസ്തുതാപരമായിത്തന്നെ ശേഖരിച്ചു കഴിഞ്ഞവയുമാണ്. ആനന്ദിന്റെ 'അഭയാർത്ഥിക'ളിൽ ദീർഘമായ ചരിത്രവർണനകൾ കാണാം. ആ സ്ഥാനത്ത് ഇവിടെ വംശീയമായ ഓർമകളും പാട്ടുകളുമാണ്. 'അഭയാർത്ഥിക'ളിലെ ഗൗതമൻ എന്ന ആനന്ദിന്റെ ആധുനികസാക്ഷരബുദ്ധിജീവി ദേശീയ ചരിത്രത്തിന്റെ വഴികളിലൂടെയും രാശികളിലൂടെയുമാണ് ചിന്തിച്ചുനീങ്ങുന്നത്. എന്നാൽ 'മാവേലിമന്റം' പോലുള്ള നോവലുകൾ പഴയ ദേശീയ ചരിത്രത്തിന്റെ ഭൗതികാഖ്യാനങ്ങളല്ല, സംസ്കാരം അദൃശ്യമാക്കിയ അധിവാസസ്ഥാനങ്ങളുടെ കണ്ടെടുപ്പാണത്.

ഫ്യൂഡൽ പരിസരങ്ങളിലെ വാമൊഴി നേരത്തെ മലയാള നോവലുകളിലും കഥകളിലും വന്നിട്ടുണ്ട്. യു. എ. ഖാദറിന്റെയും കുഞ്ഞബ്ദുള്ളയുടെയും മറ്റും കൃതികളിൽ അതുകാണാം. എന്നാൽ കോളനിവൽക്കരിക്കപ്പെട്ട ലോകങ്ങളെ ആധുനികതയുടെ ദേശരാഷ്ട്രാതിർത്തികൾക്കപ്പുറത്തു സംബോധനചെയ്യാനുള്ള രാഷ്ട്രീയ ശേഷികൊണ്ട് 'മാവേലിമന്റം' ഈ പാരമ്പര്യത്തിൽ നിന്ന് വിച്ഛേദിച്ചുനിൽക്കുന്നു. അത് സംഘടിതമതങ്ങളാലും (ബ്രാഹ്മണ-ഇസ്ലാമിക-ക്രൈസ്തവ) യൂറോപ്യൻ കോളനീകരണത്താലും കീഴടക്കപ്പെട്ട മൂന്നാംലോകത്തിലെ സമൂഹങ്ങളുടെ പൊതുവിധിയുടെ ചരിത്രങ്ങളായിരിക്കുന്നു.

വടക്കൻപാട്ടുകളിലും കുറിച്യപ്പാട്ടുകളിലും കാണുന്നതും എന്നാൽ വരേണ്യസാഹിത്യം ഒഴിവാക്കിയതുമായ വെള്ളക്കാരുടെ പെൺവേട്ട ഈ നോവലിൽ ചിത്രീകരിക്കപ്പെടുന്നുണ്ട്. വർഗേതരമായ ഒരു പെൺകൂട്ടായ്മാബോധം ഈ നോവൽ പ്രകടിപ്പിക്കുന്നുണ്ട്. ചൂഷകനായ കരടിത്തമ്പുരാന്റെ ഭാര്യയോടും മക്കളോടും അടിയാളർക്ക് സഹതാപമാണുള്ളത്. ചിരുത എന്ന അനാഥയായ തമ്പുരാട്ടി കൈപ്പാടനും ഈരക്കുമൊപ്പം മാവേലിലോകത്തിലേക്ക് യാത്രചെയ്യുന്നുണ്ട്. അവളുടെ മക്കൾക്ക് പഴശ്ശിയുടെ കുറിച്യപ്പോരാളികളായ തലക്കൽ ചന്തുവിന്റെയും എടച്ചേന കുങ്കന്റെയും പേരാണിടുന്നത്.

ആനന്ദിന്റെ 'മരുഭൂമികൾ ഉണ്ടാകുന്നതി'ലും മറ്റും ചിത്രീകരിക്കുന്ന ഭ്രമാത്മകമായ ഭരണകൂടമർദ്ദനത്തെ മൂർത്തമായ കേരളീയ സന്ദർഭത്തിൽ ഈ കൃതി വെളിച്ചപ്പെടുത്തുന്നു. പനിപിടിച്ച് മരിച്ച അടിമയുടെ ശവത്തോട് കയർക്കുന്ന മേനോക്കി അതിന്മേൽ കാർക്കിച്ച് തുപ്പുന്നുണ്ട്. കൈപ്പാടനെക്കൊണ്ട് ആ ശവം ചവുട്ടിത്താഴ്ത്തിക്കുന്ന മേനോക്കി ആവേശം കയറി ആർത്തുവിളിയുടെ മൂർച്ചയിലെത്തുന്നുണ്ട്.

ഈ നോവൽ ഒരൊറ്റ ആഖ്യാനത്തിന്റെ അച്ചടക്കത്തിൽനിന്ന് കുതറിമാറാൻ ശ്രമിക്കുന്നു. ശ്ലീലാശ്ലീലഭേദങ്ങൾ ഇല്ലാതാകുന്നു. അശ്ലീലം, തെറി അധികാരത്തിന്റെ പര്യായമായി ഉപയോഗിക്കപ്പെടുന്നതിന് ഈ നോവലിലെപ്പോലെ ഇത്ര സാർത്ഥകമായ സന്ദർഭങ്ങൾ മലയാളത്തിൽ ഇല്ലെന്നുതന്നെ പറയാം. ബോധപൂർവ്വം ഞെട്ടിപ്പിക്കാനുള്ള ഒരു തന്ത്രമല്ല ഇത്. സാമാന്യജീവിതത്തിന്റെ അധികാരതന്ത്രങ്ങൾ അനാവരണം ചെയ്യുമ്പോൾ അതിനൊപ്പം ചുരുൾ നിവരുന്ന ഒരു പദകോശമാണത്. അത് ശ്ലീല സംസ്കാരത്തിൽ പൊതിഞ്ഞ അധികാരത്തിന്റെ കപടമുഖത്തെ ഭാഷാപ്രയോഗം കൊണ്ട് വെളിച്ചപ്പെടുത്തുന്നു.

'മാവേലിമന്റം' ആദിവാസിയുടെ സ്വപ്നലോകത്തിലേക്ക് മലയാളഭാവുകത്വത്തെ കൂട്ടിക്കൊണ്ടുപോവുന്നു. അതേ സമയം സ്വപ്നങ്ങൾ നഷ്ടപ്പെട്ടു ജീർണിച്ചു കഴിഞ്ഞ പൊതുഭാവുകത്വത്തെ അടിസ്ഥാന ജനതയുടെ സ്വപ്നഭാഷകൊണ്ട് വീണ്ടും തെളിവുറ്റതാക്കുന്നു. 'ഇതാ ഇവിടെ നിന്നാൽ വീണ്ടും സ്വപ്നങ്ങൾ കാണാനാവും' എന്ന് അത് വിളിച്ചുപറയുന്നു.

കെ. ജെ. ബേബി ആദിവാസിസംസ്കാരത്തിനു പുറത്തു നിന്ന് രൂപപ്പെട്ട് പ്രതിബദ്ധതകൊണ്ട് അതുമായി ഒന്നുചേർന്നുനിന്ന എഴുത്തുകാരനാണെങ്കിൽ 'കൊച്ചരേത്തി'യുടെ രചയിതാവ് നാരായൻ ആ സമൂഹത്തിനുള്ളിൽതന്നെ അംഗമാണ്. ഈ വ്യത്യാസം നോവലുകൾ തമ്മിലുണ്ട്. ഉദാരമായ ഒരു വാത്സല്യഭാവം 'മാവേലിമന്റ'ത്തിലുടനീളം എഴുത്തുകാരൻ സൂക്ഷിക്കുന്നുണ്ട്. ഈ വാത്സല്യം ഒരു കാല്പനികഭാഷയായി 'മാവേലിമന്റ'ത്തിൽ കാണാം. എന്നാൽ 'കൊച്ചരേത്തി'യിൽ എഴുത്തുകാരന് ഈ ദൂരമില്ല. താൻ അംഗമായ സമൂഹത്തെ ഉദാത്തവൽക്കരിക്കാനൊന്നും നാരായൻ മെനക്കെട്ടുന്നില്ല. 'മാവേലിമന്റം' കൊളോണിയൽ ചൂഷണത്തിന്റെ പൂർണമായ ഇരകളുടെ കഥയാണെങ്കിൽ 'കൊച്ചരേത്തി' മലയരയരുടെ

ഗോത്രജീവിതത്തിൽ നിന്നും ആധുനികതയിലേക്കുള്ള പരിവർത്തനത്തിന്റെ കഥയാണ് രേഖപ്പെടുത്തുന്നത്.

നോവൽ എന്ന സാമ്പ്രദായിക രൂപത്തിൽ നിന്നുള്ള മാറിനടപ്പ് ഏറെയുള്ളത് 'കൊച്ചരേത്തി'യിലാണ്. ഒരു കഥാപാത്രത്തിൽ ഉറച്ചുനിൽക്കുന്ന കാഴ്ചയല്ല 'കൊച്ചരേത്തിയി'ലേത്. ഗോത്രപരമായ ഒരു പങ്കിടലും ചലനാത്മകതയും കഥാപാത്രസ്ഥാനങ്ങളിലുണ്ട്. നിരന്തരമായി കഥാപാത്രങ്ങളുടെ ഫോക്കസിംഗ് മാറിവരുന്നതു കാണാം. ഇത് നോവലിന്റെ ആദ്യഭാഗത്ത് പ്രകടമാണ്. അനുഭവത്തെ ഏകകർത്തൃത്വത്തിലേക്ക് ചുരുക്കുന്നതിന്റെ ആധുനികമായ അധികഭാരം നോവലിനില്ല. യൂറോകേന്ദ്രിതമായ ചരിത്രബോധത്തെ 'കൊച്ചരേത്തി' റദ്ദാക്കുന്നത് വാമൊഴിയിലൂടെ മാത്രമല്ല. അടിമത്തം-ഫ്യൂഡലിസം- മുതലാളിത്തം എന്ന യൂറോകേന്ദ്രിത ചരിത്രവികാസ സങ്കല്പത്തെ മാത്രമല്ല, ഫ്യൂഡലിസത്തിൽ നിന്നു കോളനീകരണത്തിലേക്ക് നീങ്ങിയ മൂന്നാംലോക മധ്യവർഗപരിണാമത്തെ പൊതു നിയമമാക്കുന്നതിനെയും ഈ നോവൽ തടയുന്നു. ഗോത്ര ജീവിതത്തിൽ നിന്ന് ആധുനികീകരണത്തിലേക്ക് എന്ന വ്യത്യസ്തമായ ഒരു ചരിത്രാനുഭവമാണിവിടെ.

മതാത്മകഫ്യൂഡലിസത്തിന് വിധേയമാകാത്ത മൂന്നാംലോകത്തിലെ ഗോത്രജനതയുടെ ആധുനികീകരണപ്രക്രിയയാണ് ഇവിടെ പ്രമേയം. ബ്രാഹ്മണീകരിക്കപ്പെട്ടതോ ഇസ്ലാമീകരിക്കപ്പെട്ടതോ ക്രൈസ്തവവൽക്കരിക്കപ്പെട്ടതോ ആയ പൂർവ്വസംസ്കാരപരിസരത്തിൽ നിന്നല്ല ഇവിടെ പരിണാമം. ബ്രാഹ്മണീകരിക്കപ്പെട്ട ഉപരിവർഗത്തിന്റെ ആധുനികീകരണപ്രക്രിയയായിരുന്നു 'ഇന്ദുലേഖ'യിലേത്. ഫ്യൂഡൽ ചൂഷണത്തിന് നേരിട്ട് വിധേയമായ കീഴാളജീവിതത്തിന്റെ സംഘടിത സമരവും അതിന്റെ പരിണാമവും തകഴിയുടെ തലമുറ കണ്ടറിഞ്ഞിരുന്നു. എന്നാൽ ജന്മിത്വത്തിന്റെ നേർദൃഷ്ടിയിൽനിന്നകലെ സ്വയം കാട്ടിലെ ഭൂമിയുടെ ഉടമസ്ഥതയും ദാരിദ്ര്യവും കീഴാളത്വവും ഒന്നിച്ചനുഭവിക്കുന്ന ഈ ജനത.

ആദിവാസി സമൂഹത്തെ സംബന്ധിച്ച് 'ഇന്ദുലേഖ'യിലെ പോലെ സംസ്കാരസമ്പന്നമായ ഒരു ഫ്യൂഡൽ ഭൂതകാലം ഇല്ല. അതിനാൽ വില്ലനായി ഒരു പഞ്ചുമേനോൻ അവിടെ വരുന്നില്ല. സ്വാതന്ത്ര്യപൂർവ്വവും സ്വാതന്ത്ര്യാനന്തരവുമായ രണ്ടുതലമുറകളിലൂടെയാണ് 'കൊച്ചരേത്തിയി'ൽ ആധുനികീകരണം അവതരിപ്പിച്ചിരിക്കുന്നത്.

1. കുഞ്ഞിപ്പെണ്ണ് – കൊച്ചുരാമൻ ബന്ധത്തിന്റെ ആദ്യഘട്ടം, ഇവിടെ ആധുനികീകരണം വളരെ പരിമിതമാണ്. വിവാഹത്തിലെ മുറപ്പെണ്ണ്- മുറച്ചെറുക്കൻ പാരമ്പര്യം ലംഘിക്കുന്നതിനോളമേ അതുള്ളൂ.

2. അവരുടെ മകളായ പാർവതി വളരുന്നഘട്ടം. ഇവളുടേതാണ് സ്കൂളിൽ പഠിക്കുന്ന ആദ്യത്തെ തലമുറ. സർക്കാർ ഉദ്യോഗം കൈയാളുന്ന ആദ്യതലമുറയും ഇവളുടേത് തന്നെ. ആധുനികീകരണത്തിനും ഇംഗ്ലീഷ് വിദ്യാഭ്യാസത്തിനും ശേഷം 'ഇന്ദുലേഖ'യിലെ നായിക വീട്ടമ്മ മാത്രമായി മാറുമ്പോൾ ഇവിടെ നായിക സ്വയം അന്നം സമ്പാദിക്കുന്ന ഉദ്യോഗസ്ഥയാകുന്നുണ്ട്.

മുഖ്യകഥാപാത്രങ്ങൾ പശ്ചാത്തലങ്ങൾക്കപ്പുറത്ത് കൂറ്റൻ കെട്ടിടങ്ങൾ പോലെ ഉയർന്നു നിൽക്കുന്നില്ല. സ്വന്തം സമൂഹത്തിലെ അംഗങ്ങളിൽ നിന്ന് അവർക്ക് വലിയ വ്യത്യാസം ഇല്ല. ആഖ്യാനം അതനുവദിക്കുന്നുമില്ല. ഒരു കഥാപാത്രത്തിന്റെ മനോഗതത്തിൽ നിന്ന് മറ്റൊന്നിലേക്ക് അനായാസമായാണ് കഥ സഞ്ചരിക്കുന്നത്. ഫ്യൂഡലോ മുതലാളിത്തപരമോ ആയ വ്യക്തിവലിപ്പങ്ങളെ ഗോത്രാനുഭവം അംഗീകരിക്കുന്നില്ല. നോവൽ എന്ന ആധുനികരൂപം തന്നെ ബൂർഷ്വാ വ്യക്തിബോധത്തിന്റെ രൂപപ്പെടലിനു ശേഷമാണ് എന്നാണ് പ്രബലമായ വാദം. ഗോത്രാനുഭവം, അതിന്റെ വ്യക്തിബോധം നോവൽ എന്ന രൂപവുമായി പുലർത്തുന്ന ഭിന്നത ഇവിടെ ശ്രദ്ധേയമാണ്. പശ്ചാത്തലത്തിൽ നിന്ന് വ്യത്യസ്തമായി കഥാപാത്രങ്ങൾ എഴുന്നു നിൽക്കാൻ ശ്രമിക്കുന്നത് ആധുനികീകരണത്തിന്റെ സ്ഥാപനങ്ങളും യുക്തിയും കടന്നുവരുമ്പോഴാണ്. സ്കൂളിന്റെയും യാത്രയുടെയും മാറിപ്പാർപ്പിന്റെയും പുതുതൊഴിലിന്റെയും രൂപത്തിലാണ് ഇത് നോവലിൽ വരുന്നത്.

ഫ്യൂഡലിസത്തിന്റെ ഏതെങ്കിലും നിലക്കുള്ള സാന്നിധ്യം മലയാളത്തിലെ മിക്ക നോവലുകളിലുമുണ്ടായിരുന്നു; നായകനായോ പ്രതിനായകനായോ. ഇത് ലംഘിക്കുന്ന ഒരു നോവലിന് പഴയ ചരിത്രത്തിൽ നിന്നും ഭാവുകത്വത്തിൽ നിന്നും ന്യായീകരണം കിട്ടുകയില്ല. 'ഇന്ദുലേഖ'യിലോ എം. ടി നോവലുകളിലോ എന്ന പോലെ ഒരു വലിയ കെട്ടിടം മുഖ്യകഥാപാത്രങ്ങൾക്കു സ്വത്വ വലിപ്പം നൽകുന്ന ഗൃഹമായി ഈ നോവലിൽ ഇല്ല. മറ്റു കീഴാള

വീടുകളുമായി പുലർത്തുന്ന ദൂരത്തിന്റെ ദ്വന്ദ്വം വഴി കഥാപാത്രങ്ങൾക്ക് കിട്ടുന്ന വ്യതിരിക്തത ഇവിടെയില്ല. മിച്ചമൂല്യത്തിന്റെ കേന്ദ്രീകരണമില്ല. സാമ്പത്തികവും സാംസ്കാരികവുമായ മിച്ചമൂല്യം ഇല്ലാത്ത അതിന്റെ ഉണ്മയില്ലായ്മകൾ കൊണ്ട് അങ്കനപ്പെടുത്താൻ കഴിയാത്ത ഒരു വ്യക്തി-സമൂഹപരിതഃസ്ഥിതിയെ എങ്ങിനെ ചിത്രീകരിക്കാം എന്ന വെല്ലുവിളി ഇവിടെ നോവലിന് മുമ്പിലുണ്ട്.

പ്രണയം പോലും സാംസ്കാരികമൂലധന പശ്ചാത്തലത്തിൽ നിന്ന് സ്വതന്ത്രമല്ല. പ്രണയം എന്ന വികാരം തന്നെ എല്ലാ സമൂഹങ്ങളിലും ഒരു പോലെയാണോ? ചില ആഫ്രിക്കൻ സമൂഹങ്ങളിൽ 'ചുംബനം' തന്നെ ഒരു പ്രണയപ്രകാശനമായി നിലവിലില്ലെന്ന് നിരീക്ഷിക്കപ്പെട്ടിട്ടുണ്ട്. ആധുനികകാല്പനിക പ്രണയത്തിന്റെ ഭാഷയിലല്ല കുഞ്ഞിപ്പെണ്ണ്-കൊച്ചുരാമൻ ബന്ധവും പാർവതി-പത്മനാഭൻ സ്നേഹവും നീങ്ങുന്നത്. 'ഇന്ദുലേഖ'യെപോലെ ശാകുന്തളത്തിന്റെയോ സംസ്കൃത കൃതികളുടെയോ പ്രണയത്തിന്റെ സാംസ്കാരികമായ പൂർവ്വമാതൃകയും ഇവിടെയില്ല. 'ഇന്ദുലേഖ'യിൽ ശാകുന്തള ശ്ലോകങ്ങളിലൂടെയാണ് നായകരുടെ മനോനിലകൾ വ്യക്തമാവുന്നത്. വിടനായ സൂരിനമ്പൂതിരിക്കും ശ്ലോകങ്ങളുണ്ട്. ഇത്തരമൊരു സാക്ഷരപരിസരം ഇവിടെ പ്രണയ ഭൂമികയല്ല.

ആദ്യത്തെ പരസ്പരാഭിമുഖ്യത്തിൽത്തന്നെ കാല്പനികേതരമാണ് ഇവിടെ പ്രമയം; പരിചയപ്പെടലിന്റെ ആദ്യത്തെ ചോദ്യസന്ദർഭം. വീടിന്റെയും അച്ഛനമ്മമാരുടെയും പേരുകൾ ചോദിച്ചു കഴിഞ്ഞയുടനെത്തന്നെ പാർവതിയും പത്മനാഭനും ശരീരസൂചനകൾ അനുഭവിക്കുന്നു. "ചോദ്യങ്ങളൊന്നും ബാക്കിയില്ലാത്തതുപോലെ, മുഖത്തും ബ്ലൗസിലും പാവാടയിലുമൊക്കെ അവന്റെ കണ്ണുകൾ പാളിവീഴുന്നു. നാണമായിത്തുടങ്ങി", എന്ന് പാർവതി പത്മനാഭന്റെ ആദ്യത്തെ നോട്ടത്തെ അനുഭവിക്കുന്നുണ്ട്. വീടിന്റെയും അച്ഛനമ്മമാരുടെയും പേരിനപ്പുറത്തുള്ള കാര്യങ്ങൾ സംസ്കാരത്തിന്റെ പൊതുമണ്ഡലമാണ്. അത് അവർക്ക് പ്രകടിപ്പിക്കാൻ കഴിയുന്നില്ല. വിദ്യാലയമുറ്റത്തുവച്ച് സംസ്കൃതശ്ലോകങ്ങൾ ചൊല്ലാൻ അവർക്കറിയില്ല. വീട്ടിൽ പഠിച്ച നാടൻ പാട്ടുകളാകട്ടെ അവരെ ഇവിടെ സഹായിക്കുന്നില്ല. ആധുനികമായ ഈ സ്ഥാപനപരിസരം അവരെ വ്യക്തിപരമായ ചോദ്യങ്ങളില്ലാത്തവരാക്കുന്നു. പ്രണയ നോവൽ എന്ന സങ്കല്പം തന്നെയാണ് ഈ പരിസരത്ത് പ്രതിസന്ധിയിലാവുന്നത്. കാളൻ സൂചിപ്പിച്ച സംസ്കാരപ്രതിസന്ധിയാവാമിത്. 'മാവേലിമന്റ'ത്തിൽ

ഇത് പരിഹരിക്കപ്പെട്ടത് പ്രണയത്തിന് വംശീയ ഇതിഹാസത്തിന്റെ മാനം നൽകിക്കൊണ്ടാണ്, വിമോചന സ്വപ്നത്തിന്റെ പകരത്തെട്ടുപ്പായി പ്രണയത്തെ മാറ്റിക്കൊണ്ടാണ്. ഇത്തരമൊരു കാല്പനികാരോപണം ആദിവാസി സമൂഹത്തിനകത്തുനിന്നു രൂപപ്പെട്ട 'കൊച്ചരേത്തി'ക്ക് താൽക്കാലികമായെങ്കിലും അസാധ്യമായിരിക്കുന്നു.

ആദിവാസി ചൂഷണത്തിന്റെയും അവരെ ആധുനികീകരിക്കുന്നതിന്റെയും വിഭിന്നമുഖങ്ങൾ ഈ നോവലിൽ കാണാം. മലകയറി വരുന്ന കുരുമുളക് കച്ചവടക്കാർ, കുരുവിള, പരീത്, കുഞ്ഞമ്മദ് എന്നിവർ അവരെ അളവിലും തൂക്കത്തിലും പറ്റിക്കുന്നു. പണം കടം കൊടുക്കുന്ന കുഞ്ഞാമുതലാളിയും കടക്കാരനായ ഹസ്സനും വഞ്ചിക്കുന്നു. തുണിക്കച്ചവടക്കാരനായ കരിം റാവുത്തർ അധികവില വാങ്ങുന്നു. ചെട്ടി എന്ന പപ്പൻ പിള്ള പണം നേരിട്ട് പിടിച്ചു പറിക്കുകയാണ്. ക്ഷേത്രാധികാരിയായ പാട്ടത്തിൽ കുഞ്ചുണ്ണിപ്പിള്ള ഇല്ലാത്ത പാട്ടം പിരിപ്പിക്കുന്നു. മൂന്നിലൊന്നാണ് പാട്ടമെന്ന് ധരിപ്പിക്കുന്നു. അവരുടെ കുരുമുളക് കൈയേറുന്നു. പോലീസ്സ്റ്റേഷനിൽ ആദിവാസി മർദ്ദിക്കപ്പെടുന്നു. പോലീസ് സ്റ്റേഷൻ അവനെ ഭയപ്പെടുത്തുന്നു. അന്യായം കൊടുക്കാൻ പോയ സ്റ്റേഷനിൽ നിന്നും അവൻ ഒളിച്ചോടുന്നു.

ഈ ചൂഷണത്തിൽ നിന്നും അവരെ രക്ഷിക്കാൻ ശ്രമിക്കുന്ന കണ്ടത്തിൽ കൃഷ്ണപിള്ളയും വക്കീൽ മാത്തച്ചനും തഹസീൽദാരും അവരെ ആധുനികീകരിക്കാൻ മുൻകൈയെടുക്കുകയാണ്. കണക്കറിയാതെ ആദിവാസി വഞ്ചിക്കപ്പെടുന്നതിന് അറുതിവരുത്താൻ അക്ഷരം പഠിപ്പിക്കാൻ വരുന്ന കൊച്ചുപിള്ള ഒരേസമയം അവരെ ആധുനികീകരണത്തിനും സാക്ഷരവൽക്കരണത്തിനും ഹൈന്ദവവൽക്കരണത്തിനുമാണ് ശ്രമിക്കുന്നത്. സന്ധ്യാനാമം ജപിപ്പിക്കുകയും പുരാണകഥകൾ പറയിപ്പിക്കുകയും ചെയ്യുന്നു. അയാൾ അവർക്ക് ഭാഷാശുദ്ധി വളർത്തുന്നു.

'എടീ പൊട്ടി, നമ്മളും ഹിന്ദുക്കളാന്നാ കണ്ടത്തി അങ്ങൊരു പറഞ്ഞത്'' എന്നു കൊച്ചുരാമൻ കുഞ്ഞിപ്പെണ്ണിനോട് പറയുന്നുണ്ട്. ചാത്തനെയും മറുതയെയും പൂജിക്കരുതെന്ന് പറയണോ എന്ന പ്രതിസന്ധിയിലാവുന്നുണ്ട് അക്ഷരം പഠിപ്പിക്കുന്ന കൊച്ചുപിള്ള.

"അക്ഷരമെന്നതറിവീല ചാത്തനും

യക്ഷിയും പേയുമവർക്കുദൈവം" എന്ന 'ദുരവസ്ഥ'ലെ വരികളിലെ ആധുനികയുക്തി ഇവിടെയും പ്രത്യക്ഷപ്പെടുന്നു. ചാത്തനിൽ അക്ഷരപ്പൊൻ ദീപം കൊളുത്താൻ ശ്രമിക്കുന്ന സാവിത്രിയുടെ ചരിത്രസന്ദർഭമാണിത്. ഈ പ്രക്രിയയെ ഗുണപരമായ ഒരു പരിവർത്തനമായാണ് നോവലിസ്റ്റ് കാണുന്നത് എന്നു തോന്നും. തിരുവിതാംകൂർ രാജാവിന്റെ പിറന്നാളാഘോഷത്തിലും ആദിവാസി പങ്കുചേരുന്നത് ആധുനികീകരണത്തിനു ശേഷമാണ്.

പെന്തകോസ്തും സി. എം. എസും മറ്റും നടത്തുന്ന ക്രിസ്തീയവൽക്കരണത്തെ നോവലിൽ ചിത്രീകരിക്കുന്നുണ്ട്. കുഞ്ഞപ്പൻ മതം മാറി ദാനിയേലാകുന്നത് പറയുന്നുണ്ട്. ക്രിസ്ത്യാനികളായി മാറിയ മലയരയർ വീണ്ടും തൊഴിലിനുള്ള പട്ടികവർഗസംവരണം ആവശ്യപ്പെടുന്നത് ഒരു സംഭാഷണത്തിലൂടെ നോവലിൽ വിമർശിക്കപ്പെടുന്നു. "അവശത തീർക്കാനാണ് മതം മാറിയതെങ്കിൽ അതോടെ അവശത തീർന്നില്ലേ? പിന്നെയും അവശതയുള്ളവന്റെ പിച്ചപ്പാത്രത്തിൽ കൈയിടാൻ ആ പേരുപയോഗിക്കുന്നതെന്തിന്?"

സ്കൂൾ വരുന്നതോടെയാണ് ദേശീയവും അന്തർദ്ദേശീയവുമായ ഒരു വാർത്താശൃംഖലയും കടന്നു വരുന്നത്—കോൺഗ്രസിന്റെ ആവിർഭാവം, സ്വതന്ത്ര്യലബ്ധി, പാകിസ്ഥാന്റെ ജനനം എന്നിങ്ങനെയുള്ള ചരിത്ര സംഭവങ്ങൾ.

ആധുനികതയുടെ വരവിനെ ചിത്രീകരിച്ച നോവലായ 'ആരോഗ്യനികേതനം' പഴയ നാട്ടുവൈദ്യവും പുതുവൈദ്യവും തമ്മിലുള്ള വൈരുധ്യം നേരത്തെ രേഖപ്പെടുത്തിയിട്ടുണ്ട്. ആദിവാസി വൈദ്യനായ കൊച്ചുരാമൻ ആധുനിക വൈദ്യവിദ്യാഭ്യാസത്തിന്റെ കേന്ദ്രമായ മെഡിക്കൽ കോളേജിലാണ് അന്ത്യത്തിലെത്തിച്ചേരുന്നത്. അവിടുത്തെ ചികിത്സാരീതിയുടെ അക്രമാത്മകതയിൽ നിന്നും അയാളെയും എടുത്ത് അയാളുടെ പെണ്ണ് മന്ത്രവാദിയുടെ മകൾ, കുഞ്ഞിപ്പെണ്ണ് പുറത്തേക്ക് ഓടുന്നു. അഭയം നഷ്ടപ്പെട്ട ഈ ആദിവാസികൾ നഷ്ടഭ്രമിക്കും സ്വപ്നഭ്രമിക്കും ഇടയിലാവുന്നതിന്റെ ഒരു ദൃശ്യമാണിത്. ആധുനികതയുടെ വൈദ്യസംസ്കാരത്തിൽ നിന്ന്, അതിന്റെ ശുശ്രൂഷാവാഗ്ദാനങ്ങളിൽ വിശ്വസിച്ചു പോയവർ ഓടുന്ന രംഗമുണ്ട്. പോലീസ് സ്റ്റേഷനിൽ നിന്നും മർദ്ദനഭീതിയോടെ ഓടുന്ന മറ്റൊരു രംഗവും ഉണ്ട്. ആശുപത്രിയും പോലീസ് സ്റ്റേഷനും ഭീതി നൽകുന്ന സാന്നിധ്യങ്ങളാണ്. വിദ്യാലയം പാർവ്വതിക്കും

പത്മനാഭനും മോചനം നൽകി. കൊച്ചുപെണ്ണ് എന്ന കൊച്ചരേത്തി തന്റെ കണവനെ കൈയിലേന്തി ആദിവാസി സംസ്കാരത്തിന്റെ തന്നെ മാതൃഭാവമായി ഒടുവിൽ അഭയാന്വേഷിണിയാവുന്നു.

ആധുനികീകരണത്തിന് വിധേയമായ ആദിവാസി ജീവിതത്തിന്റെ ഇരട്ടമുഖമാണിത്. പഴയ ജീവിതത്തെ തള്ളിക്കളഞ്ഞുകൊണ്ട് ആധുനികതക്കൊപ്പം അതിന്റെ ഉപഭോഗസംസ്കാരത്തിൽ നഗരങ്ങളിൽ ജീവിക്കുന്ന ഒരു തലമുറയും അതേ സമയം അതിൽ നിന്നും ഭയന്നു മാറുന്ന തലമുറയും തമ്മിലുള്ളത് കാലപരമായ ദൂരം മാത്രമല്ല, ഒരേ കാലത്തിൽ ഒരേ ആദിവാസി അനുഭവിക്കുന്ന വിഭിന്നവ്യക്തിത്വവും ഇതിലുണ്ട്. പുറത്തുനിന്നുകൊണ്ട് നാം പറയുന്ന 'ആദിവാസിസമൂഹം' എന്ന ഏകശിലാരൂപത്തിനുള്ളിലെ വൈവിധ്യവും ചലനങ്ങളും വ്യക്തമാവുക അതിനകത്തുള്ള ആളുകൾക്കാണ്. നാരായന് അതിനാൽ ഈ വൈവിധ്യം കാണാൻ കഴിയുന്നു. രണ്ടിനെയും ന്യായീകരിക്കാനോ തള്ളിക്കളയാനോ കഴിയാത്ത അവസ്ഥയുണ്ടിവിടെ. സാക്ഷരരായവർ ആദിവാസികളെ ചൂഷണം ചെയ്യുമ്പോൾ അവരെ സാക്ഷരരാക്കേണ്ടത് ആവശ്യമാണ്. പക്ഷേ അതേ സാക്ഷരത ഒരു പുതിയ സംസ്കാരത്തിനുള്ളിലേക്കുള്ള ചേർക്കപ്പെടലും അതിനു കീഴ്പ്പെടലുമാകുന്നു. അത് അതുവരെയില്ലാത്ത ധ്രുവങ്ങൾ സമൂഹത്തിനകത്തു സൃഷ്ടിക്കുന്നു. ആധുനികീകരണത്തിനു മുമ്പിലെ ആദിവാസി സമൂഹത്തിന്റെ പൊതു പ്രതിസന്ധിയാണിതും. ആധുനികതയുടെയും ആധുനികോത്തരതയുടെയും പുതിയ മർദ്ദനരൂപങ്ങളോട് എങ്ങിനെ പ്രതികരിക്കണമെന്നറിയാത്ത, ഒന്നിൽ നിൽക്കുമ്പോൾത്തന്നെ മറ്റതിനാൽ സ്വാധീനിക്കപ്പെട്ടുകയും നിർണയിക്കപ്പെട്ടുകയും ചെയ്യുന്ന നമ്മുടെ പൊതു പ്രതിസന്ധിയാണിത്. കീഴടങ്ങലിന്റെയും ഒളിച്ചോട്ടത്തിന്റെയും ഇടയിൽ എവിടെയാണ് ശരിയായ താവളം?

കോളനീകരണവും കൊളോണിയൽ ആധുനികതയും ആദിവാസികളുടെ വളച്ചുപിടിച്ച മുതുകിലാണ് നിലനിന്നത് എന്ന് 'മാവേലിമന്റം' ഓർമ്മിപ്പിക്കുമ്പോൾ അതേ ആധുനീകരണത്തിന്റെ ഫലങ്ങൾ തന്നെ നൂറ്റാണ്ടുകൾ കഴിഞ്ഞ് അത്തരമൊരു സമൂഹത്തിൽ തിരിച്ചു കയറുമ്പോഴുള്ള വൈരുധ്യങ്ങൾ 'കൊച്ചരേത്തി' വരച്ചുകാട്ടുന്നു. ആധുനികീകരണം ഒരു രാഷ്ട്രീയ പ്രക്രിയയാണ് എന്നാണ് ഈ രണ്ടു നോവലുകളും ബോധ്യപ്പെട്ടുത്താൻ ശ്രമിക്കുന്നത്. ഇതിനിടയിൽ അത് ആദിവാസിക്ക് നിലനിൽക്കാനും കുടിവെക്കാനുമുള്ള

ഇടം മലയാളത്തിൽ പിടിച്ചുപറ്റുന്നുണ്ട്. ആര്യാധിനിവേശത്തിലും കോളനീകരണത്തിലും നഷ്ടപ്പെട്ട സ്വന്തം സംസ്കാരികസ്ഥാനവും ചരിത്രവും അധഃസ്ഥിത വർഗം തിരിച്ചുപിടിക്കുമ്പോൾ മലയാളസാഹിത്യത്തിൽ നിന്ന് ഫ്യൂഡലിസത്തിന്റെയും ആധുനികതയുടെയും പല ഭൂതങ്ങൾക്കും കുടിയൊഴിഞ്ഞുപോകേണ്ടിവരും.

ആദ്യത്തെ സൗന്ദര്യശാസ്ത്രജ്ഞൻ- കേസരി, സർറിയലിസം, പുരോഗമനസാഹിത്യം

'Surrealism provided me with what I had been confusedly searching for, I have accepted it joyfully because in it I have found me of a confirmation than a revelation' - അയ്മെ സിസയർ

സോവ്യറ്റ് മാർക്സിസത്തിന്റെ തകർച്ച മാർക്സിസത്തിന്റെ പൂർണമായ തകർച്ചയാണെന്ന കരുതി മാർക്സിസത്തെ ഉപേക്ഷിക്കുന്നവരിൽ നിന്നും സോവ്യറ്റ് തകർച്ച ലോകമാർക്സിസത്തിൽ യാതൊരു മാറ്റവുമുണ്ടാക്കുകയില്ല എന്ന കരുതുന്നവരിൽ നിന്നും വ്യത്യസ്തമായ നിലപാട് സ്വീകരിച്ചവരിൽ ഒരാളാണ് എറിക് ഹോബ്സ്ബോം. സോവ്യറ്റ് യൂനിയന്റെ തകർച്ച സോവ്യറ്റ് മാതൃകയിൽ നിന്നും ലെനിനിസത്തിൽ നിന്നും വ്യത്യസ്തമായി മാർക്സിസത്തെ കാണാൻ പ്രേരകമായിത്തീർന്നിട്ടുണ്ട് എന്ന് *ലോകത്തെ എങ്ങനെ മാറ്റാം?* (How to Change the World? 2011) എന്ന പുസ്തകത്തിൽ അദ്ദേഹം നിരീക്ഷിക്കുന്നുണ്ട്. മാർക്സിസ്റ്റ് രാഷ്ട്രീയ പ്രയോഗത്തിലെന്ന പോലെ ഇത്തരമൊരു പ്രശ്നം സൗന്ദര്യശാസ്ത്രത്തിലും ഉന്നയിക്കാവുന്നതാണ്. സോവ്യറ്റ് ഭരണകൂടത്തിന്റെ തകർച്ച സൗന്ദര്യശാസ്ത്രത്തിലും സോവ്യറ്റ് മാതൃകയിൽനിന്ന് വ്യത്യസ്തമായി മാർക്സിസത്തെ നോക്കിക്കാണാൻ പ്രേരകമാകുന്നുണ്ടോ?

സൗന്ദര്യശാസ്ത്രമണ്ഡലത്തിൽ മാർക്സിസവും അതിന്റെ സോവ്യറ്റ് പ്രയോഗവും തമ്മിലുള്ള സംഘർഷം കേരളത്തിൽ തുടക്കം മുതൽത്തന്നെ ഉണ്ടായിട്ടുണ്ട്. അതിന്റെ ഒരു സന്ദർഭം കേസരി ബാലകൃഷ്ണപിള്ളയായിരുന്നു. മാർക്സിസത്തെയും സോവ്യറ്റ് യൂനിയനിലെ ലെനിനിസ്റ്റ് പ്രയോഗത്തെയും പ്രായോഗിക രാഷ്ട്രീയ തലത്തിൽ അംഗീകരിച്ചുകൊണ്ടു തന്നെ അതിന്റെ സൗന്ദര്യശാസ്ത്രത്തെ യാന്ത്രികയുക്തിപരമായ വ്യതിചലനങ്ങളിൽ നിന്ന് വിമുക്തമാക്കാനുള്ള ശ്രമം കൂടിയായിരുന്നു കേസരി നടത്തിയത്.

ഭൗതികവാദം-രാഷ്ട്രീയത്തിലും സൗന്ദര്യശാസ്ത്രത്തിലും

ഭൗതികവാദപരമായ ഒരു സൗന്ദര്യശാസ്ത്രത്തെ കേരളത്തിൽ സ്ഥാപിക്കുന്ന ഘട്ടമായിരുന്നു കേസരിയുടേത്. കൊളോണിയൽ ആധുനികതയുടെയും ദേശീയവാദ ആധുനികതയുടെയും രണ്ടു സമീപനങ്ങളോടും ഏറ്റുമുട്ടിക്കൊണ്ടാണ് ഭൗതികവാദപരമായ ഈ സൗന്ദര്യശാസ്ത്രം കേരളത്തിൽ സ്ഥാപിക്കപ്പെട്ടത്. ആത്മീയതയുടെ ഉദാത്തമായ ഔന്നത്യത്തിൽ അഥവാ ഇരുട്ടിൽ ഇന്ത്യ കാലാകാലങ്ങളായി മുഴുകിക്കിടക്കുകയാണ് എന്നതായിരുന്നു പാശ്ചാത്യപണ്ഡിതർ വെച്ചുപുലർത്തിയ ഓറിയന്റലിസ്റ്റ് കാഴ്ചപ്പാട്. ആധുനിക രീതിയിൽ വിദ്യാഭ്യാസം ലഭിച്ച ഇന്ത്യക്കാരെ കൊളോണിയൽ ആധുനികതയുടെ ഘട്ടത്തിൽ ഈ സമീപനം സ്വാധീനിച്ചു. ഒരു വശത്ത് ഭാഗികമായി ഓറിയന്റലിസ്റ്റ് വീക്ഷണത്തെത്തന്നെ മുറുകെപ്പിടിച്ച് മുന്നോട്ടുപോകുന്ന ഗാന്ധിയൻ ആത്മീയ സമീപനത്തിനും മറുവശത്ത് അതിനോട് കലഹിക്കുന്ന ഭാതികവാദ സമീപനത്തിനും ഇന്ത്യൻ ആധുനികത പിന്നീട് ജന്മം കൊടുക്കുകയുണ്ടായി.

പ്രത്യക്ഷത്തിൽത്തന്നെ ഗാന്ധിയൻ, മാർക്സിയൻ സമീപനങ്ങൾ തമ്മിലുള്ള വ്യത്യാസമായിട്ടാണ് ആത്മീയവാദവും ഭൗതികവാദവും തമ്മിലുള്ള വൈരുധ്യം പ്രകടമായത്. കോൺഗ്രസിൽ മിതവാദികളും തീവ്രവാദികളും തമ്മിൽ ആദ്യഘട്ടത്തിലുണ്ടായിരുന്ന തർക്കം ഗാന്ധിജിയുടെ നേതൃത്വത്തിലേക്കുള്ള വരവോടെ ഭാഗികമായി പരിഹരിക്കപ്പെട്ടു. എന്നാൽ 1930-കളിൽ ഗാന്ധിയൻ സമീപനത്തെ പുതുതായി ഉയർന്നു വന്ന സോഷ്യലിസ്റ്റുകൾ ചോദ്യം ചെയ്യുകയും ചെയ്തു. ആശയവാദവും ഭൗതികവാദവും തമ്മിലുള്ള ഈ രാഷ്ട്രീയ സംഘർഷത്തിന്റെ അതേ തലത്തിൽ കലയിലും ആഴത്തിലുള്ള ഒരു സമരം നടക്കേണ്ടതുണ്ടെന്ന് തിരിച്ചറിഞ്ഞ ആളായിരുന്ന

കേസരി. കേവലം ഒരു പാർടി പരിപാടി എന്നതിൽ കവിഞ്ഞ് ഇന്ത്യൻ ജീവിതവീക്ഷണത്തിൽത്തന്നെ വരേണ്ട ആഴത്തിലുള്ള നവീകരണമായി കലയിലെ പുതുസമീപനത്തെ നോക്കിക്കണ്ടു എന്നതാണ് കേസരിയുടെ പ്രത്യേകത. മനുഷ്യവംശത്തിന്റെ പൊതുവായ ചരിത്രപ്രയാണത്തെ ആകെ കണ്ടുകൊണ്ട് നവലോകം നമ്മുടെ നാട്ടിലും എങ്ങിനെ നിർമിക്കാമെന്നാണ് കേസരി ചിന്തിച്ചത്.

ഇന്ത്യൻ ദേശീയ പ്രസ്ഥാനത്തിൽ ഭൗതികവാദവും സോഷ്യലിസവും പിടിമുറുക്കുന്ന ഘട്ടത്തിൽ കലയിലും അത്തരത്തിലുള്ള പ്രസ്ഥാനം ആവശ്യമാണെന്ന് കേസരി ആദ്യമായി ആവശ്യപ്പെടുന്നത് 1935-ലാണ്.

"രാഷ്ട്രീയ കാര്യങ്ങളിലൊഴിച്ച് ജീവിതത്തിന്റെ മറ്റെല്ലാ വശങ്ങളിലും ആധ്യാത്മികത്വം ഉൾക്കൊള്ളിച്ചിരുന്ന ഭാരതീയർ മഹാത്മാ ഗാന്ധി കോൺഗ്രസിന്റെ ചുക്കാൻ പിടിക്കുവാൻ തുടങ്ങിയതോടുകൂടി രാഷ്ട്രീയകാര്യങ്ങളിലും അതിനെ ഉൾക്കൊള്ളിക്കുകയുണ്ടായി. അഭൂതപൂർവമായ ഈ പരീക്ഷണം പ്രായേണ പരാജയത്തിൽ കലാശിക്കുകയാൽ ഗാന്ധിജി ഇപ്പോൾ കോൺഗ്രസിൽനിന്നും പിന്മാറിയിരിക്കുന്നു. ഇതോടുകൂടിത്തന്നെ ശുദ്ധഭൗതികവാദികളായ സോഷ്യലിസ്റ്റു കക്ഷിക്കാർ കോൺഗ്രസിൽ ഒരു പ്രബലകക്ഷിയായിത്തീരുകയും ചെയ്തിട്ടുണ്ട്. ഈ സന്ദർഭത്തിൽ ഭാരതീയരുടെ ജീവിതത്തിന്റെ ഇതരവിഭാഗങ്ങളിലും ആധ്യാത്മികത്വത്തിന്റെ മികവു വരുത്തിക്കൂട്ടിയിട്ടുള്ള ദൂഷ്യഫലങ്ങൾ മനസ്സിലാക്കി, അവയെ ഭൗതികത്വത്തിന്റെ കത്തിവയ്പുകൊണ്ട് പരിഹരിക്കാമോ എന്ന് പരിശോധിക്കുന്നത് അനുചിതമായിരിക്കുകയില്ലല്ലോ" (കേസരിയുടെ സാഹിത്യവിമർശനങ്ങൾ: 37)

കേസരി തുടരുന്നു: "ഭൗതികവാദികളും നവീനശാസ്ത്രതത്ത്വങ്ങൾക്ക് അതിയായ പ്രാധാന്യം നൽകുന്നവരുമായ സോഷ്യലിസ്റ്റ് കക്ഷിക്കാരുടെ ആവിർഭാവം ഭാരതീയരുടെ രാഷ്ട്രീയജീവിതത്തിലും സാമ്പത്തികജീവിതത്തിലും ഒരു നവജീവൻ ഉണ്ടാക്കാനിടയുണ്ടെന്ന് മുമ്പു പറഞ്ഞുവല്ലോ. ഇതുപോലെ ഭാരതീയരുടെ കലാപരമായ ജീവിതത്തിലും സോഷ്യലിസ്റ്റ് കക്ഷിക്കാരോടും കമ്മ്യൂണിസ്റ്റ് കക്ഷിക്കാരോടും അരാജകകക്ഷിക്കാരോടും ചില കാര്യങ്ങളിൽ സാദൃശ്യമുള്ള ഒരു കക്ഷിക്കാർ പുതിയ ഒരു പ്രസ്ഥാനം തുടങ്ങിയാൽ

മാത്രമേ, ഭാരതീയ സുന്ദരകലകൾ സജീവമായിത്തീർന്ന് ഭാരതീയർക്കു ഗുണകരമായിത്തീരുകയുള്ളൂ" (38)

ഗാന്ധിയൻ മൂല്യങ്ങൾ വ്യാപകമായ ആ കാലത്ത് കേരളത്തിൽ സ്വാധീനം ചെലുത്തിയ വിക്റ്റർ യൂഗോവിന്റെ *പാവങ്ങളെ* കേസരി ജീവൽസാഹിത്യത്തിന്റെ ഭാഗത്തു നിന്നുകൊണ്ട് വിമർശിക്കുന്നത് ഭൗതികവാദപരമായ ഈ കലാസമീപനത്തിന്റെ ഭാഗമായാണ്. വിളക്കു കൊളുത്തിവെച്ച് വായിക്കണമെന്ന് വള്ളത്തോൾ നിർദ്ദേശിച്ച *പാവങ്ങളെ*യാണ് കേസരി വിമർശിക്കുന്നത്. "ജീവൽസാഹിത്യത്തെപ്പറ്റിയുള്ള വാദപ്രതിവാദങ്ങളിൽ നിന്ന് വിക്റ്റർ യൂഗോയുടെ പാവങ്ങൾ ഒരു ജീവൽസാഹിത്യകൃതിയാണെന്നു ചിലർ വിചാരിക്കുന്നതായി കാണുന്നു. വാസ്തവത്തിൽ അത് ജീവൽ സാഹിത്യകൃതിയോ സാധാരണ സാഹിത്യത്തിലെ ഒരു ഉത്തമകൃതിയോ അല്ല. ഒരു മഹാകവിയെന്നല്ലാതെ ഒരു നോവലെഴുത്തുകാരനായി യൂഗോയ്ക്ക് വിശ്വസാഹിത്യത്തിൽ ഒരു സ്ഥാനവുമില്ല. " ഭംഗിയേറിയ വസ്ത്രങ്ങൾ ധരിച്ച പാവകളാണ് അദ്ദേഹത്തിന്റെ കഥാപാത്രങ്ങളെന്ന് എമിലി സോള പറഞ്ഞ കാര്യം കേസരി ഉദ്ധരിക്കുന്നു.

കുറ്റിപ്പുഴയുടെ *വിമർശരശ്മി*ക്ക് 1948-ൽ എഴുതിയ അവതാരികാലേഖനത്തിലും ഗാന്ധിസത്തെ അതിനിശിതമായി കേസരി വിമർശിക്കുന്നുണ്ട്. വ്യക്തി മാഹാത്മ്യം മൂലം സകലരും ബഹുമാനിക്കുന്നവനും പഴഞ്ചൻ പിന്തിരിപ്പൻ ആശയങ്ങളുടെ പൊലിമ നിമിത്തം പുരോഗമനപക്ഷക്കാരുടെ നിശിതമായ ആക്ഷേപത്തിന് പാത്രീഭവിക്കേണ്ടവനുമായ ഒരു വിശിഷ്ട വ്യക്തിയാണ് ഗാന്ധിജി (702) എന്നാണ് ഗാന്ധിവധത്തിന് തൊട്ടുമുമ്പ് കേസരി ഗാന്ധിജിയെ വിമർശിക്കുന്നത്.

സൗന്ദര്യബോധം യുക്തിബോധത്തിൽ നിന്ന് വ്യത്യസ്തം

'മതവും കലയും' (1936) എന്ന ലേഖനത്തിൽ കലാകാരൻ പ്രവാചകനാണെന്നുള്ള വാദത്തെ പിന്തള്ളിക്കൊണ്ട് കേസരി പറയുന്നു. "കലാകാരൻ പ്രവാചകനാണെന്നുള്ള വാദത്തിന് ഒരു ഗൗരവതരമായ കുറവുണ്ടെന്ന് എതിർപക്ഷക്കാർ പറയുന്നു. അതിനു തെളിവില്ല എന്നതത്രെ ഇത്. എങ്ങിനെ തെളിവുണ്ടാകും? സുന്ദരസാധനസൃഷ്ടിക്കു വേണ്ട ശക്തിക്കും സത്യം കണ്ടുപിടിക്കുന്നതിനുള്ള ശക്തിക്കും തമ്മിൽ എന്തു ബന്ധമാണുള്ളത്? ലിയനാർഡോ ഡാവിഞ്ചിയെയോ

ഗോയ്ഥെയോ പോലെ പ്രതിഭാശാലിയായ ഒരു കലാകാരൻ അജ്ഞാതപൂർവമായ ചിന്താശക്തി കാണിക്കുന്നത് അപൂർവമായി മാത്രമുണ്ടാകുന്ന സ്വഭാവമാണ്. ചിന്തയിൽ അന്തർഭവിച്ചിട്ടുള്ള അപഗ്രഥനവും സാമാന്യീകരണവും ഒരു കലാകാരന്റെ മാനസിക പ്രവർത്തനത്തിൽ നിന്നു ഭിന്നമാണ്. പദാർത്ഥ വിജ്ഞാനശാസ്ത്രജ്ഞൻ(physicist) സാധനങ്ങളെപ്പറ്റി ചിന്തിക്കുമ്പോൾ ഇവയുടെ ഉപലക്ഷണങ്ങളെ -അവയുടെ വികാരപരമായ പ്രാധാന്യത്തെ മാത്രമല്ല അവയുടെ നിറം, വിന്യാസം, പരിമളം, അവയുടെ ബാഹ്യരൂപം എന്നിവയെക്കൂടി അയാൾ വിഗണിക്കയാണ് ചെയ്യുന്നത്. ഇങ്ങനെ ചിത്രീകരണത്തിനു വേണ്ട അംശങ്ങളെല്ലാം ഉപേക്ഷിച്ച് അയാൾ ചെയ്യുന്ന ചിന്തയിൽ നിന്ന് ജനിക്കുന്നത് ദൃശ്യമാക്കാൻ കഴിയാത്ത ആശയങ്ങൾ(concepts) മാത്രമാണ്". (277)

കേരളത്തിലെ സൗന്ദര്യശാസ്ത്ര ചർച്ചയുടെ തുടക്ക സന്ദർഭമായി ഇതിനെ കാണാം. യുക്തിപ്രമാണവാദ(rationalism)ത്തിൽ നിന്നും ആധുനികശാസ്ത്രയുക്തിയിൽ നിന്നും വ്യത്യസ്തമായി ചിന്താചരിത്രത്തിൽ സൗന്ദര്യശാസ്ത്രത്തിന്റെ അടിസ്ഥാനം രൂപപ്പെടുത്തുന്ന സന്ദർഭമാണത്. സ്വാഭാവികമായും പാശ്ചാത്യസമൂഹത്തിൽ ആദ്യമായി സൗന്ദര്യശാസ്ത്ര ചർച്ചകൾ കടന്നു വരുന്ന സന്ദർഭവുമായി ഇതിനെ താരതമ്യം ചെയ്യാം. അലക്സാണ്ടർ ബോംഗാർട്ടനും ഇമ്മാനുവേൽ കാന്റും പതിനെട്ടാം നൂറ്റാണ്ടിൽ ഉന്നയിച്ച സൗന്ദര്യശാസ്ത്രത്തെ സംബന്ധിച്ച സമീപനം തന്നെയാണ് ഇവിടെ കേസരിയും സ്വീകരിക്കുന്നത്. എന്നാൽ ചരിത്രസന്ദർഭംകൊണ്ടും ഇതിനിടയിൽ കടന്നുപോയ കാലം കൊണ്ടും കേസരി വ്യത്യസ്തമായും ഇരിക്കുന്നു.

മുതലാളിത്തത്തിലേക്കുള്ള പരിവർത്തനത്തിന്റെ ഘട്ടത്തിലാണ് ബോംഗാർട്ടനും കാന്റും ആധുനിക സൗന്ദര്യശാസ്ത്ര ചർച്ചകൾക്ക് തുടക്കമിട്ടത്. പാശ്ചാത്യബൂർഷ്വാസിയുടെ ഉദയഘട്ടത്തിലെ ചിന്തകരിൽ നിന്ന് വ്യത്യസ്തമായി നമ്മുടെ നാട്ടിലെ ദേശീയവാദത്തിന്റെയും തൊഴിലാളി പ്രസ്ഥാനങ്ങളുടെയും സന്ദർഭത്തിലാണ് കേസരി സൗന്ദര്യശാസ്ത്ര ചർച്ചകളിലേക്ക് കടക്കുന്നത്. അതുകൊണ്ടു തന്നെ അത് ഭൗതികവാദത്തോട് അടുക്കുകയും ചെയ്തു.

സാമ്പത്തികവും രാഷ്ട്രീയവും കലാപരവുമായ ജീവിതമുള്ള മനുഷ്യനെ, ആധുനിക മനുഷ്യനെ നിർവചിക്കുകയായിരുന്നു കേസരി. ആധുനിക രാഷ്ട്രീയകർതൃത്വത്തിന്റെ ജനനസന്ദർഭമാണത്, ഇച്ഛാശക്തിയുടെ മണ്ഡലവുമായി രാഷ്ട്രീയസാമ്പത്തികകലാജീവിതങ്ങളെ

ബന്ധിപ്പിക്കുന്ന ഘട്ടം. കേസരി ചെയ്തത് സൗന്ദര്യജീവിതത്തെ മനുഷ്യാവസ്ഥയുടെ അനിവാര്യഭാഗമായി തിരിച്ചറിയുകയായിരുന്നു. ആധുനിക സൗന്ദര്യശാസ്ത്രത്തെ, അതിന്റെ വ്യാപകമായ അർത്ഥ ത്തിൽ തിരിച്ചറിഞ്ഞ ആദ്യത്തെ കേരളീയ സൗന്ദര്യശാസ്ത്രജ്ഞനാ യിരുന്നു കേസരി.

വൈരൂപ്യത്തിന്റെ സൗന്ദര്യശാസ്ത്രം-
കാന്റിൽ നിന്ന് ബോദ്‌ലെയറിലേക്ക്

യുക്തിക്കപ്പുറത്ത് സൗന്ദര്യബോധത്തിന്റെ നിലനില്പിനെ കാന്റിയൻ രീതിയിൽ തിരിച്ചറിഞ്ഞ കേസരി സൗന്ദര്യശാസ്ത്രചരി ത്രത്തിലെ അടുത്ത ഘട്ടത്തിലേക്കും പ്രവേശിച്ചു.

കാവ്യശാസ്ത്രത്തിൽ നിന്ന് ആധുനിക സൗന്ദര്യശാസ്ത്രത്തിലേ ക്കുള്ള മാറ്റം കലയുടെയും സാഹിത്യത്തിന്റെയും ഉള്ളടക്കത്തിലോ അതിന്റെ രൂപങ്ങളിലോ അല്ല, പകരം കലയെയും സാഹിത്യത്തെ യും സങ്കല്പിക്കുന്നതിൽത്തന്നെയാണ്. കടമകൾ നിർഹവിച്ചു തീർ ക്കലാണ് ജീവിതം എന്നു കരുതിയ നാട്ടുവാഴിത്തകാലത്തില്ലാത്ത പുതിയ തരം വിപ്ലവമനഃസ്ഥിതി പ്രവർത്തിക്കുന്നതുകൊണ്ടാണ് കലയെ സംബന്ധിച്ച സങ്കല്പനം തന്നെ വ്യത്യസ്തമായിരിക്കുന്നത്. രാഷ്ട്രീയകർത്തൃത്വ(political subjectivity)വുമായി സൗന്ദര്യാത്മക കർത്തൃത്വ(aesthetic subjectivity)ത്തെ ബന്ധിപ്പിക്കുകയാണ് കേസരി ചെയ്തത്.

ഘടനാനിയമങ്ങൾക്ക് ഏകപക്ഷീയമായി വിധേയമാകുന്ന വിഷയി (പ്രജ subject) മാത്രമല്ല, പകരം അതിനെ മാറ്റാൻ ശേഷിയുള്ള കർത്താവ് (agency) കൂടിയാണ് മനുഷ്യൻ എന്നു നിർവചിക്കുമ്പോഴാണ് ഭൗതികവാദം ചലനാത്മകമാകുന്നത്. ഈ ചലനാത്മകത നേടിയെടുക്കുന്നതിൽ സൗന്ദര്യശേഷിയെക്കുറിച്ചു ള്ള തിരിച്ചറിവ് സർവപ്രധാനമാണ്. ആധുനികഘട്ടത്തിനു മുമ്പ് കലയിൽ ആധിപത്യം ചെലുത്തിയിരുന്ന അനുകരണവാദത്തിന് ഈ വശം തിരിച്ചറിയുന്നതിൽ പരിമിതിയുണ്ട്. പ്ലാറ്റോവിന്റെ കാലത്ത് കലയിൽ ആശയവാദത്തിലൂന്നിയ ഒരു അനുകരണവാ ദമുണ്ടായിരുന്നു. കാല്പനികഘട്ടം കഴിഞ്ഞ് റിയലിസത്തിലെത്തി യപ്പോൾ വീണ്ടും പുതിയ തരം അനുകരണവാദം പ്രത്യക്ഷപ്പെട്ടു. ഇപ്രാവശ്യം ആശയവാദമല്ല, യാന്ത്രിക ഭൗതികവാദമാണ് അതിന്

അടിത്തറയായത്. സാഹിത്യം ലോകത്തിന്റെ പ്രതിഫലനമാണ് എന്ന അനുകരണവാദം പഴയ ആശയവാദത്തിലെന്ന പോലെ പുതിയ ഭൗതിക വാദത്തിലും മനുഷ്യന്റെ കർത്തൃശേഷിയെ കാണുന്നതിൽ പരാജയപ്പെടുന്നു.

കലയെ കേവലം ബാഹ്യലോകത്തിന്റെ അനുകരണം മാത്രമായി കാണുന്ന യാന്ത്രികഭൗതികവാദത്തെ നിഷേധിച്ചുകൊണ്ടാണ് കേസരി തന്റെ കലാസങ്കല്പം മുന്നോട്ടുവെച്ചത്. 'കലയും വൈരൂപ്യവും' എന്ന നിർണായകമായ ലേഖനത്തിൽ കേസരി കലാസൃഷ്ടിയെ സംബന്ധിച്ച യാന്ത്രികവും പ്രതിഫലനവാദപരവുമായ നിലപാടുകളെ വിമർശിക്കുന്നുണ്ട്. "ഒരു കലാസൃഷ്ടി നമ്മിൽ ആനന്ദം ജനിപ്പിക്കുമ്പോൾ, അതിലെ കലാപാടവമാണ്, അത് ഏതിനെ പ്രതിബിംബിക്കുന്നുവോ അതല്ല, നമ്മിൽ ആനന്ദം ജനിപ്പിക്കുന്നത്" (297).

നിലനില്ക്കുന്ന ലോകവുമായി പൊരുത്തപ്പെട്ടുപോകുന്ന സൗന്ദര്യബോധത്തിന് ലോകത്തെ മാറ്റാൻ കഴിയില്ല, ആവർത്തിക്കാനേ കഴിയൂ. നിലനില്ക്കുന്ന ലോകവുമായി പൊരുത്തപ്പെട്ടുപോകാത്ത സൗന്ദര്യബോധം വൈരൂപ്യദർശനത്തിലാണുള്ളത്. ഇന്നത്തെ വൈരൂപ്യദർശനമാണ് നാളത്തെ ലോകത്തിന്റെ സൃഷ്ടിക്കുള്ള സൗന്ദര്യബോധം. ആധുനികതാവാദത്തെ പിന്തുണച്ചുകൊണ്ട് നിഷേധാത്മക വൈരുധ്യവാദമെന്ന് പിന്നീട് അഡോർണോ വിളിച്ച മട്ടിലുള്ള സമീപനത്തിലേക്ക് കേസരി ഇതിലൂടെ എത്തിച്ചേരുന്നു. ലോകസാഹിത്യത്തിൽ ഇത്തരം പുതിയ വൈരൂപ്യദർശനത്തിന്റെ തുടക്കം അദ്ദേഹം ബോദ്‌ലെയറിൽ കണ്ടെടുക്കുകയും ചെയ്യുന്നു. വേഡ്സ്‌വർത്തിനു ശേഷം യൂറോപ്യൻ കവിതയുടെ ഗതിയെ ഒരു പ്രത്യേക വഴിക്ക് തിരിച്ചുവിട്ടത് ബോദ്‌ലെയറാണെന്നും കേസരി പറയുന്നു.

കാന്റിന്റെ കാലം കാല്പനികതയുടെ തുടക്കത്തെയാണ് പ്രതിനിധീകരിച്ചത്. അതുകഴിഞ്ഞ് ഒരു നൂറ്റാണ്ടോളം പിന്നിട്ടാണ് വൈരൂപ്യത്തെ ബോദ്‌ലെയർ കലയുടെ കേന്ദ്രത്തിൽ പ്രതിഷ്ഠിക്കുന്നത്. ബോദ്‌ലെയറുടെ സൗന്ദര്യസങ്കല്പം പാശ്ചാത്യആധുനികത്വ(modernity)ത്തിന്റെ ഉപരിപ്ലവമായ ശുഭാപ്തി വിശ്വാസങ്ങളെ പിടിച്ചുകുലുക്കുന്നതായിരുന്നു. പ്രാന്തങ്ങളെയും അബോധത്തെയും കൊണ്ട് കലയിലെ സബോധമായ ഉദാത്തതയെ

മറികടക്കലായിരുന്നു അത്. അതിവർത്തിയായ കലാകാരന്റെ സ്ഥാപനമായിരുന്നു കാല്പനികതയെങ്കിൽ ആ പരിവേഷത്തെ നഷ്ടപ്പെടുത്തി ജീവിതത്തിന്റെ വൈരൂപ്യങ്ങളിലേക്ക് കവിയുടെ കണ്ണു തുറപ്പിക്കാനാണ് ബോദ്‌ലെയർ ശ്രമിച്ചത്. സൗന്ദര്യാത്മകമായ ജ്ഞാനം വിമർശനാത്മകമായ ജ്ഞാനമാണ് എന്ന തിരിച്ചറിവിലേക്ക് കേസരി എത്തുന്നത് ബോദ്‌ലെയറിനെ പിന്തുടർന്നുകൊണ്ടാണ്.

ജീവൽസാഹിത്യ സങ്കല്പം

ആധുനികവും ഭൗതികവാദപരവുമായ സൗന്ദര്യശാസ്ത്രം മുന്നോട്ടുവെക്കുന്ന 'കേരളീയ കലകളും ഫ്യൂച്ചറിസവും' എന്ന ലേഖനത്തിലാണ് തുടക്കത്തിൽ സൂചിപ്പിച്ച ഗാന്ധിയൻ സമീപനത്തോടുള്ള വിമർശനമുള്ളത്. ഈ ലേഖനമുൾപ്പെടുന്ന കേസരിയുടെ *നവലോകം* പ്രസിദ്ധീകരിക്കപ്പെടുന്ന 1935-ൽ കേരളത്തിൽ മാർക്സിയൻ സാഹിത്യസമീപനം ഉയർത്തിപ്പിടിക്കാൻ ശ്രമിച്ച ആദ്യത്തെ സാഹിത്യസംഘമായ ജീവൽസാഹിത്യസംഘടന രൂപപ്പെട്ടിട്ടില്ല. കേരളീയ കലാകാരന്മാർ പഴമ കൊല്ലി പ്രസ്ഥാനമായ ഫ്യൂച്ചറിസത്തെയാണ് മാതൃകയാക്കേണ്ടത് എന്നാണ് കേസരി അപ്പോൾ പറഞ്ഞത്. കേസരിയുടെ നവലോകം ഫ്യൂച്ചറിസ്റ്റ് ലോകം തന്നെയാണ്. 'കേസരിയുടെ നവലോകം ബൂർഷ്വാ ലോകം തന്നെയാണെന്നും പറഞ്ഞുകേട്ടിട്ടുണ്ട്. ഇതൊരു വാസ്തവംതന്നെ' എന്ന് എം. എൻ. വിജയൻ *കേസരിയുടെ* സാഹിത്യവിമർശനങ്ങളുടെ അവതാരികയിൽ സൂചിപ്പിക്കുന്നുമുണ്ട്. ഗാന്ധിയൻ സമീപനങ്ങളോടുള്ള ഫ്യൂച്ചറിസ്റ്റ് വിമർശനത്തിൽ നിന്ന് മാർക്സിയൻ സമീപനത്തോടെയുള്ള സാഹിത്യ വിമർശനത്തിലേക്ക് കടക്കുന്നത് രണ്ടു വർഷത്തിനുശേഷമെഴുതിയ ജീവൽ സാഹിത്യസംഘടനയെക്കുറിച്ചുള്ള ലേഖനങ്ങളിലാണ്. ബൂർഷ്വാ നവലോക നിർമിതിയിൽ നിന്ന് കമ്മ്യൂണിസ്റ്റ് ലോക നിർമിതിയിലേക്ക് അതിന്റെ ലക്ഷ്യം മാറിത്തീരുകയും ചെയ്യുന്നു.

ഇഎം. എസിന്റെ 'ജീവൽസാഹിത്യവും സൗന്ദര്യബോധവും' പുറത്തിറങ്ങുന്ന, ജീവൽസാഹിത്യസംഘടന രൂപപ്പെട്ട

1937-ൽത്തന്നെയാണ് കേസരിയുടെയും ജീവൽസാഹിത്യസംബന്ധിയായ ലേഖനങ്ങൾ വരുന്നത്. ആ വർഷം മാർച്ച് മുതൽ ഒക്റ്റോബർ വരെയുള്ള കാലത്ത് എഴുതിയ നേരത്തെ സൂചിപ്പിച്ച 'കലയും വൈരൂപ്യവും' എന്ന ലേഖനത്തിനുപുറമേ 'ജീവൽസാഹിത്യത്തിന്റെ വിഷയം', 'ജീവൽസാഹിത്യത്തിന്റെ സാങ്കേതികമാർഗം', 'ജീവൽസാഹിത്യവും സാധാരണ സാഹിത്യവും' എന്നീ ലേഖനങ്ങളും ജീവൽസാഹിത്യസങ്കല്പത്തെ വിശദീകരിക്കാൻ ശ്രമിക്കുന്നതാണ്.

ജീവൽസാഹിത്യത്തെ കേസരി ഇങ്ങനെയെല്ലാം നിർവചിച്ചു: സ്വപ്നത്തിന്റെയും നിയന്ത്രണത്തിന്റെയും പരമകോടികൾക്ക് ഇടയിലാണ് ജീവൽസാഹിത്യം നില്ക്കേണ്ടത് . സമുദായത്തെ മുന്നോട്ടുകൊണ്ടുപോകാൻ യത്നിക്കുന്ന ഉല്പതിഷ്ണുക്കൾ ജീവൽപ്രശ്നങ്ങളെ ആസ്പദിച്ചു രചിക്കുന്ന സാഹിത്യമാണ് ജീവൽസാഹിത്യം. ജീവൽ പ്രശ്നങ്ങളെ മുൻനിർത്തിയുള്ള സാഹിത്യമേ ജീവൽ സാഹിത്യമാകൂ. നിർജ്ജീവ വിഷയത്തെ മുൻനിർത്തിയായതിനാൽ *ഉമാകേരളവും മാർത്താണ്ഡവർമയും* ജീവൽ സാഹിത്യമല്ല. *ചണ്ഡാലഭിക്ഷുകി*യും *ദുരവസ്ഥ*യും ജീവൽ സാഹിത്യമാണ്. സാമുദായികമായ വശം ഇല്ലാത്തതും കേവലം വ്യക്തിപരം മാത്രമായിട്ടുള്ള പ്രശ്നത്തെയോ അനുഭവത്തെയോ പ്രതിപാദിക്കുന്ന സാഹിത്യം ജീവൽസാഹിത്യമാകുകയില്ല. അതുകൊണ്ടു തന്നെ *മഗ്ദലന മറിയ*വും *കരുണ*യും ജീവൽസാഹിത്യമല്ല. നിലവിലുള്ള വേശ്യാധ്വംസന പ്രസ്ഥാനവുമായി ബന്ധപ്പെടുത്തിയിരുന്നെങ്കിൽ ഇവ ജീവൽസാഹിത്യമാകുമായിരുന്നു. ശാശ്വത പ്രശ്നമല്ല സമകാലിക പ്രശ്നങ്ങളാണ് വിഷയമാകേണ്ടത്. പ്രത്യക്ഷത്തിൽ ശാശ്വതവും വ്യക്തിപരമെന്നു തോന്നിക്കുന്നതുമായ നാടകങ്ങളെത്തന്നെ മേയർഹോൾഡ് സാമാന്യവും സാമൂഹ്യവുമായ തലം നൽകി അവതരിപ്പിക്കുന്നതുവഴി ജീവൽസാഹിത്യമാക്കുന്നുണ്ട്. ഒരേ സമയം ചിന്തിപ്പിക്കുന്നതും രസിപ്പിക്കുന്നതുമായിരിക്കും ജീവൽസാഹിത്യം. തൊഴിലാളിവർഗത്തിന്റെ ജീവചരിത്രത്തിനാണ് അത് പ്രാധാന്യം നൽകുന്നത്. സമുദായത്തിൽ നിന്ന് അകന്നു നില്ക്കുന്നവനും ആരാധനായോഗ്യനും അർധദിവ്യനുമാണ് സാഹിത്യകാരൻ എന്നു ജീവൽസാഹിത്യം കരുതുകയില്ല. സമുദായത്തെ അഭിവൃദ്ധിപ്പെടുത്തുവാൻ ശ്രമിക്കുന്ന ഇതര വിദഗ്ധ തൊഴിലാളികൾക്കുള്ള സ്ഥാനമേ ജീവൽസാഹിത്യലോകത്തിൽ സാഹിത്യകാരനുണ്ടായിരിക്കുകയുള്ളൂ .

പുരോഗമനസാഹിത്യപ്രസ്ഥാനവും കേസരിയുടെ ബൃഹത് പുരോഗമന പ്രസ്ഥാനവും

1937-ലെ ജീവൽസാഹിത്യസംഘടനയിൽ നിന്ന് ഏഴുവർഷം കഴിഞ്ഞ് അതിന്റെ രണ്ടാമത്തെ രൂപമായ പുരോഗമനസാഹിത്യപ്രസ്ഥാനത്തിന്റെ രൂപീകരണം നടക്കുന്ന 1944-ലാണ് ഇടപ്പള്ളിയുടെ *മണിനാദ*ത്തിന് കേസരി അവതാരിക എഴുതുന്നത്. *മണിനാദ*ത്തിന്റെ അവതാരികയിൽ റിയലിസത്തിന്റെ പരിമിതി കേസരി ചൂണ്ടിക്കാണിച്ചു. ഫ്രോയ്ഡിയൻ പിന്തുണയിൽ സർറിയലിസത്തെയും എക്സ്പ്രഷനിസത്തെയും കൂടി ചേർത്ത് പുരോഗമന പ്രസ്ഥാനസങ്കേതങ്ങൾ വിപുലപ്പെടുത്തണമെന്നു പറഞ്ഞ കേസരി അടുത്ത വർഷം കെടാമംഗലം പപ്പുക്കുട്ടിയുടെ *കടത്തുവഞ്ചി*ക്കെഴുതിയ അവതാരികയിൽ 'ബൃഹദ്പുരോഗമന സാഹിത്യമഹാപ്രസ്ഥാനം' എന്ന ഒന്ന് മുന്നോട്ടുവെച്ചു. പുരോഗമനസാഹിത്യപ്രസ്ഥാനം പുരോഗമനമെന്നു വിലയിരുത്തി സഖ്യശക്തിയായി കണ്ട കാല്പനികതയെ നിരാകരിച്ചും അതിനു പകരം സർറിയലിസത്തെ മുന്നോട്ടുവെച്ചുമാണ് കേസരി തന്റെ ബൃഹദ്പുരോഗമനസാഹിത്യപ്രസ്ഥാനത്തെ സങ്കല്പിച്ചത്.

സാമൂഹ്യശാസ്ത്രത്തിൽ നിന്ന് ഭിന്നമായി സാഹിത്യത്തിന്റെ നിർമാണാത്മകമായ സവിശേഷതയാണ് കേസരി ഇവിടെ ഊന്നുന്നത്. ലെനിന്റെ പ്രതിഫലനപരമായ സാഹിത്യസങ്കല്പങ്ങൾക്ക് അപ്പുറത്തേക്ക് കേസരി കടക്കുന്നു. "സാഹിത്യം സമുദായ സ്ഥിതികളെ പ്രതിബിംബിപ്പിക്കുന്നു എന്നുള്ള വസ്തുതയെ ബലപ്പെടുത്തുന്നതിനുള്ള ഒരു പോക്ക് ഒരു പക്ഷെ ഇതിൽ നാം കാണുമായിരിക്കും. ഇപ്രകാരം ലെനിൻ പ്രസ്താവിച്ചിട്ടുണ്ടെന്നും കാണുന്നു... സാഹിത്യത്തിൽ അനുകരണഘടകത്തിനെതിരായി നിർമാണഘടകത്തിനുള്ള പ്രാധാന്യം നാം വിസ്മരിച്ചുകളയാറുണ്ട്. സാഹിത്യം കാര്യങ്ങളുടെ കിടപ്പിനെ മാത്രമല്ല, പിന്നെയോ അവയെക്കുറിച്ചുള്ള നമ്മുടെ അഭിപ്രായങ്ങളെയും കൂടി പ്രതിബിംബിപ്പിക്കുന്നു. അതു നാം കാണുന്നതിന്റെ ഒരു റെക്കാർഡാകുന്നതിനു പുറമെ അതുപോലെ പ്രധാനമായി നാം ആഗ്രഹിക്കുന്നവയെയും ഭയപ്പെടുന്നവയെയും സ്നേഹിക്കുന്നവയെയും വെറുക്കുന്നവയെയും കൂടി സൂചിപ്പിക്കുന്നുണ്ട്" എന്നാണ് *മണിനാദ*ത്തിന്റെ അവതാരിക കലയുടെ നിർമാണപരത എടുത്തുകാട്ടുന്നത്.

നിലവിലുള്ള ലോകത്തെ അപഗ്രഥിക്കുന്നതിലും തുറന്നു കാട്ടുന്നതിലും പ്രതിഫലന സിദ്ധാന്തം പ്രസക്തമാണ്. എന്നാൽ

ലോകത്തെ മാറ്റിപ്പണിയുന്ന സ്വപ്നത്തിലേക്ക് കടക്കുമ്പോൾ ആത്മ നിഷ്ഠവും ഭാവനാത്മകവുമായ ഘടകവും കടന്നു വരുന്നു. ലെനിനിസ്റ്റ് പ്രതിഫലനവാദത്തെ ഭാഗികമായി അംഗീകരിച്ചുകൊണ്ടു തന്നെ അതിനപ്പുറത്തേക്ക് കടക്കുമ്പോൾ കേസരിയിൽ പുതുതായി വരുന്ന പ്രധാന ഘടകം ഫ്രോയ്ഡിയൻ മനോവിശകലനമാണ്.

ഒന്നാംലോകമഹായുദ്ധത്തോടു കൂടി കലയിൽ വന്ന പുതിയ പ്രവ ണതയെ എക്സ്പ്രഷനിസത്തെക്കുറിച്ചുള്ള ലേഖനത്തിൽ വിശദീകരി ക്കുമ്പോൾ ഇതു കാണാം. “നേത്രഗോചരങ്ങളായ പ്രാപഞ്ചിക സംഭ വങ്ങളിൽ നിന്ന് യുക്തിയുടെ സഹായസഹിതം ശാസ്ത്രം സത്യത്തെ അനുമാനിക്കുന്നു. ഇതുകൊണ്ടു സത്യം മുഴുവനും ശാസ്ത്രജ്ഞർക്കു കണ്ടുപിടിക്കുവാൻ കഴിയുമോ എന്ന് അവർ സംശയിച്ചു തുടങ്ങി. ബൂട്റ്റു, ഹാമെലിൻ, ബെർഗ്സൻ എന്നീ ഫ്രഞ്ചു തത്വജ്ഞാനികളുടെ വാദങ്ങൾ അവരുടെ ഈ സംശയാത്മകത്വത്തെ ബലപ്പെടുത്തുകയും ചെയ്തു. ഈ പുതിയ മനസ്ഥിതിയുടെ ഫലമായി പാശ്ചാത്യകലാ കാരന്മാർ ഒട്ടുക്കം കലയിലെ സത്യത്തിന്റെ അടിസ്ഥാനം സ്ഥിതി ചെയ്യുന്നത് നേത്രത്തിലല്ല മനസ്സിലാണെന്ന് സിദ്ധാന്തിച്ചു തുടങ്ങി. റിയലിസ്റ്റ് കലാകാരന്മാർ ബാഹ്യങ്ങളായ സംഗതികളിൽ നിന്നു മാത്രം സത്യത്തെ അനുമാനിച്ചിരുന്നതിനാൽ ആ സത്യം ശരിയായ സത്യമല്ലെന്നും ശാസ്ത്രത്തിന്റെ സൂക്ഷ്മതയ്ക്കും സത്യത്തിനും തമ്മിൽ വ്യ ത്യാസമുണ്ടെന്നും സംഗതികളുടെ ഉള്ളിൽ കടന്നാൽ മാത്രമേ സത്യം കണ്ടു പിടിക്കാനാവൂ എന്നും അവർ വിചാരിച്ചു. ഫ്രോയ്ഡിന്റെയും യുങ്ങിന്റെയും മനശ്ശാസ്ത്രപരമായ പുതിയ കണ്ടുപിടിത്തങ്ങൾ പാശ്ചാ ത്യകഥാകാരന്മാരുടെ പ്രസ്തുത പുതിയ മനസ്ഥിതിയെ ഉറപ്പിക്കുകയും ചെയ്തു” (365). ഇതിന്റെ ഫലമായി റിയലിസം അധഃപതിക്കുകയും എക്സ്പ്രഷനിസത്തിന്റെയും അതിന്റെ വകഭേദങ്ങളായ പുതിയ പ്രസ്ഥാനങ്ങളുടെയും ഉദയമുണ്ടാവുകയും ചെയ്തു എന്നും കേസരി പറയുന്നു.

പ്രായോഗിക വിമർശനത്തിലും കേസരി ഫ്രോയ്ഡിന്റെ പ്രാധാന്യം ഉറപ്പിച്ചു പറയുന്നുണ്ട്. ഇടപ്പള്ളിയുടെ സിംബലുകൾക്ക് മൗലികത കുറയുമെന്നും ടാഗുറിന്റെ സിംബലുകളെ പ്രയോഗിക്കുന്നു വെന്നും ചൂണ്ടിക്കാട്ടിയശേഷം മൂന്നാമത്തെ പരിമിതിയായി പറയു ന്നത് ഫ്രോയ്ഡിയൻ മനഃശാസ്ത്രത്തെക്കുറിച്ചുള്ള അജ്ഞതയാണ്. “ഫ്രോയ്ഡിന്റെ കണ്ടുപിടിത്തങ്ങൾ പച്ചത്തെറിയാണെന്നുള്ള അതിമൂഢവിശ്വാസം സാഹിത്യകാരന്മാർ പരിത്യജിക്കേണ്ട കാലം

വൈകിയിരിക്കുന്നു. പരാജയ പ്രസ്ഥാനസ്ഥപകരിൽ ചങ്ങമ്പുഴയും തകഴിയും മാത്രമേ ഈ വിശ്വാസം കൈവെടിഞ്ഞിട്ടുള്ളൂ. മനുഷ്യന്റെ "ഇദ്ദ്" അതിന്റെ ഏകഭാഷയായ സിംബോളിസത്തെ എങ്ങനെ സൃഷ്ടിക്കുന്നു എന്ന് ഫ്രോയഡിന്റെയും ശിഷ്യന്മാരുടെയും മന:ശാസ്ത്ര കൃതികൾ സൂക്ഷിച്ചു പഠിച്ചു മനസ്സിലാക്കിയാൽ ഭാഷാസാഹിത്യകാരന്മാർക്ക് ഈ കുറവ് പരിഹരിക്കുവാൻ കുറെയൊക്കെ സാധിക്കും" (424).

മാർക്സിസത്തോട് അനുഭാവം പ്രകടിപ്പിക്കുകയും ജീവൽ സാഹിത്യത്തെയും പുരോഗമനസാഹിത്യത്തെയും പൊതുവെ പിന്തുണയ്ക്കുകയും ചെയ്ത കേസരി സർറിയലിസത്തെ ചേർത്ത് ബൃഹത്പുരോഗമനപ്രസ്ഥാനം സങ്കല്പിക്കുകയാണല്ലോ ചെയ്തത്. ഇത് കേസരിയുടെ വ്യക്തിപരമായ ഒരു വ്യതിചലനം മാത്രമായിരുന്നോ? അതോ ആഗോള മാർക്സിസത്തിന്റെ ഏതെങ്കിലും പ്രവണതയുമായി അതിന് ബന്ധമുണ്ടായിരുന്നുവോ?

ട്രോട്സ്കിയും സർറിയലിസവും

ഫ്രോയ്ഡിനെ കൂടാതെ പുരോഗമന പ്രസ്ഥാന നിരൂപകരുടെ രചനകളിൽ പ്രത്യക്ഷപ്പെടാത്തതും കേസരിയുടെ ലേഖനങ്ങളിൽ പ്രത്യക്ഷപ്പെടുന്നതുമായ മറ്റൊരു പേര് ലിയോൺ ട്രോട്സ്കിയുടേതാണ്. റഷ്യൻ വിപ്ലവത്തിന്റെ ഉജ്ജ്വലനേതാക്കളിൽ ലെനിനു ശേഷം രണ്ടാമനായി അറിയപ്പെട്ട ആളും ചെമ്പടയുടെ കമാൻഡറുമായിരുന്ന ട്രോട്സ്കി വിപ്ലവത്തിന്റെ ശത്രുക്കളെയും വിദേശാക്രമണത്തെയും ചെറുക്കുന്നതിൽ സർവപ്രധാനമായ പങ്കാണ് വഹിച്ചത്. 1922 ആകുമ്പോഴേക്കും ലെനിൻ രോഗാതുരനാകുകയും പാർടിയിൽ ട്രോട്സ്കിയെ മറികടന്ന് സ്റ്റാലിൻ മേൽക്കൈ നേടുകയും ചെയ്തിരുന്നു. 1927 ആകുമ്പോഴേക്കും ട്രോട്സ്കി പോളിറ്റ് ബ്യൂറോവിൽ നിന്നും കേന്ദ്രകമ്മിറ്റിയിൽ നിന്നും പുറത്താക്കപ്പെട്ടു. ആദ്യം രാജ്യത്തിനകത്ത് നാടുകടത്തപ്പെട്ട ട്രോട്സ്കി 1929-ലാണ് റഷ്യയിൽ നിന്നു തന്നെ പുറത്താക്കപ്പെടുന്നത്. 1940-ൽ സ്റ്റാലിന്റെ ഏജന്റുമാരാൽ കൊല്ലപ്പെടുകയും ചെയ്യുന്നു. സോവ്യറ്റ് കമ്മ്യൂണിസ്റ്റ് ധാരയ്ക്ക് അനഭിമതനായ ട്രോട്സ്കിയെ ഇതൊക്കെ അറിഞ്ഞുകൊണ്ടു തന്നെയാണ് 1930-കളിലും 1940-കളിലും തന്റെ ലേഖനങ്ങളിൽ കേസരി ജീവൽസാഹിത്യത്തെയും പുരോഗമനസാഹിത്യത്തെയും

ന്യായീകരിക്കുന്നതിനിടയിൽ ഉദ്ധരിച്ച് ചേർക്കുന്നത്. പുരോഗമന സാഹിത്യപ്രസ്ഥാനവുമായുള്ള കേസരിയുടെ അഭിപ്രായവ്യത്യാസത്തിന് മറ്റൊരു മാനം നൽകുന്നുണ്ട് ഈ വസ്തുത.

രാഷ്ട്രീയത്തിൽ ട്രോട്സ്കിയിസം അന്നത്തെ സാഹചര്യത്തിൽ സോവ്യറ്റ് പൊതുധാരാസമീപനത്തെക്കാൾ മെച്ചമാണെന്ന് കേസരി കരുതിയതിന് അധികം തെളിവില്ല. എന്നാൽ കലയിൽ ട്രോട്സ്കിയുടെ നിലപാടിനോട് അനുഭാവമുള്ള സമീപനം തന്നെയാണ് കേസരി സ്വീകരിച്ചത്. ട്രോട്സ്കിയെ പുരോഗമന സാഹിത്യപ്രസ്ഥാനത്തിനകത്തെ സംഘർഷങ്ങളിൽ ഔദ്യോഗിക പക്ഷത്തെ വിമർശിക്കാനുള്ള ഉപകരണമായി ലിബറൽ പക്ഷം ഉപയോഗിച്ചിരുന്നിരുന്നു. പുരോഗമനസാഹിത്യപ്രസ്ഥാനത്തിനകത്ത് ഭിന്നിപ്പുണ്ടാക്കിയ 1947-ലെ സമ്മേളനത്തിൽ എം. പി. പോൾ ട്രോട്ക്സിയെ പ്രശംസിച്ച് സംസാരിക്കുന്നുണ്ട്. എന്നാൽ കേരളത്തിൽ തന്നെ പ്രശംസിച്ചവരോടൊപ്പമല്ല, കമ്മ്യൂണിസ്റ്റ് പക്ഷത്തോടൊപ്പം തന്നെയാണ് ട്രോട്സ്കിയുടെ രാഷ്ട്രീയം അടിസ്ഥാനപരമായി നിലകൊണ്ടത്. എന്നാൽ കലയിൽ ഈ രണ്ടിൽ നിന്നും സ്വതന്ത്രവുമാണത്.

കലാകാരന്മാരെ പാർടിക്കും ഭരണകൂടത്തിനും കീഴ്പെടുത്തുന്ന സ്റ്റാലിന്റെ സമീപനങ്ങളിൽ നിന്ന് തികച്ചും വ്യത്യസ്തമായിരുന്നു കലയോടും കലാകാരന്മാരോടുമുള്ള ട്രോട്സ്കിയുടെ സമീപനം. കലയെയും സാഹിത്യത്തെയും മനുഷ്യബോധത്തിന്റെ സവിശേഷ മണ്ഡലമായി കാണണം, അവയെ അവയായിത്തന്നെ പരിഗണിക്കണം. ഇതായിരുന്നു ട്രോട്സ്കി പ്രഖ്യാപിച്ചത്.

കലയും രാഷ്ട്രീയവും തമ്മിലുള്ള വ്യത്യാസം വിശദീകരിക്കുമ്പോൾ ട്രോട്സ്കി ഫ്രോയ്ഡിയൻ സങ്കല്പത്തെ കൂട്ടുപിടിക്കുന്നുണ്ട്. ഉപബോധത്തിന്റെ അനേകം പ്രക്രിയകൾ കലയിൽ ഉൾച്ചേർന്നിട്ടുണ്ട് എന്ന് ഫ്രോയ്ഡിന്റെ മനോവിശകലനയുക്തി ഉപയോഗിച്ചുകൊണ്ട് ട്രോട്സ്കി പറയുന്നു. രാഷ്ട്രീയത്തെക്കാൾ മന്ദമായും താരതമ്യേന നിഷ്ക്രിയമായുമാണ് കല മനുഷ്യമനസ്സിൽ പ്രവർത്തിക്കുന്നത് എന്ന് 'വർഗവും കലയും" എന്ന 1924-ലെ പ്രബന്ധത്തിൽ ട്രോട്സ്കി വിശദീകരിക്കുന്നുണ്ട്. കല ആസൂത്രണത്തിനും നിയന്ത്രണത്തിനും എളുപ്പം വഴങ്ങാത്തതിനു കാരണം അത് ഉപബോധപരമായതിനാലാണ്.

"കലയുടെ മണ്ഡലം പാർടി കല്പന പുറപ്പെടുവിക്കേണ്ട മേഖല യല്ല. പാർടിക്ക് അതിനെ സംരക്ഷിക്കാൻ കഴിയും. സംരക്ഷിക്കു കയും ചെയ്യണം. പക്ഷെ അതിനെ നയിക്കേണ്ടത് പരോക്ഷമായി മാത്രമാണ്" എന്ന് ട്രോട്സ്കി *സാഹിത്യവും വിപ്ലവവും* എന്ന തന്റെ ഗ്രന്ഥത്തിൽ പ്രഖ്യാപിക്കുന്നു. വർത്തമാനകാല സാഹച ര്യങ്ങളെ ചൂഷണം ചെയ്ത് വ്യക്തിപരമായി വിജയിക്കുന്നതിലല്ല, ഭാവിക്കു വേണ്ടിയുള്ള സമരത്തിൽ പങ്കാളിയായി താത്കാലികമായ പരാജയം ഏറ്റുവാങ്ങുന്നതിലാണ് ജീവിതാനന്ദം എന്നു കരുതിയ ട്രോട്സ്കിയുടെ ജീവിത ദർശനം കേസരിയുടേതുമായി ഒത്തുപോ കുന്നതുമായിരുന്നു.

കേസരിയെപ്പോലെ തന്നെ സമകാലിക ഫ്രഞ്ച് നോവലുകളുടെ വലിയ വായനക്കാരനായിരുന്നു ട്രോട്സ്കിയും. ഒരു പ്രത്യേക അർത്ഥത്തിൽ പറഞ്ഞാൽ കല ജീവിതത്തെക്കാൾ സമ്പന്നമാണ്. അതിന് ജീവിതത്തെ അതിനേക്കാൾ കുറച്ചോ അധികരിച്ചോ ചിത്രീകരിക്കാൻ കഴിയും. വ്യത്യസ്ത നിറങ്ങളിൽ കാണാൻ കഴിയും. പല വശങ്ങളിൽ നിന്ന് നോക്കിക്കണ്ട് പല മുഖങ്ങൾ വ്യക്തമാക്കാൻ കഴിയും. ചരിത്രത്തിൽ ഒരു നെപ്പോളിയനേ ഉള്ളൂ. എന്നാൽ കലയിൽ നെപ്പോളിയന്മാരുടെ ഒരു വലിയ വ്യൂഹം തന്നെ യുണ്ട് എന്നിങ്ങനെ കലയെ ജീവിതത്തിനു മേലെ പ്രതിഷ്ഠിക്കാനും ട്രോട്സ്കി മടിച്ചില്ല.

ഏറ്റവും നിർണായകമായ കാര്യം കേസരിയെപ്പോലെ തന്നെ ട്രോട്സ്കി ഫ്രോയ്ഡിനോട് കാണിച്ച അനുഭാവമാണ്. അത് സ്റ്റാലിനിസത്തിന് മുമ്പുള്ള റഷ്യയിൽ അസംഭവ്യവുമായിരുന്നില്ല. 1920-കളിൽ ഫ്രോയ്ഡിയൻ മനോവിശകലനത്തോട് അനുഭാവപൂർ ണമായ സമീപനം പുലർത്തുന്ന അനേകം കമ്മ്യൂണിസ്റ്റ് നേതാക്കൾ സോവ്യറ്റ് യൂനിയനിലുണ്ടായിരുന്നു. ഫ്രോയ്ഡിയൻ മനോവിശ കലന സ്കൂൾ (മോസ്കോ സൈക്കോ അനലിറ്റിക്കൽ ഇൻസ്റ്റിറ്റ്യൂ ട്ട്) റഷ്യയിലും നിലനിന്നിരുന്നു. ഫ്രോയ്ഡിന്റെ കൃതികൾ സ്റ്റേറ്റ് പ്രസ്സിൽ അച്ചടിച്ച് പ്രസിദ്ധപ്പെടുത്തുകയും ചെയ്തിരുന്നു.

ഫ്രോയ്ഡിയൻ സമീപനത്തെ ഭൗതികവാദവുമായി പൊരു ത്തപ്പെടുത്താനാവുമെന്നാണ് ട്രോട്സ്കി കരുതിയിരുന്നത്. പാവ്ലോവ് പ്രതിനിധീകരിച്ച ബിഹേവിയറിസ്റ്റ് മനഃശാസ്ത്രവും ഫ്രോയ്ഡിന്റെ മനോവിശകലനവും രണ്ടറ്റത്തു നിന്നാരംഭിച്ചതാണെ ങ്കിലും അത് ഒരിടത്ത് സന്ധിക്കും എന്നാണ് അദ്ദേഹം വിചാരിച്ചത്.

വിയന്നയിലായിരുന്നപ്പോൾ ഫ്രോയ്ഡിയൻ ചർച്ചായോഗങ്ങളിലും ട്രോട്സ്കി പങ്കെടുത്തിരുന്നു.

വിപ്ലവസാഹിത്യം തൊഴിലാളികൾക്കു മാത്രമാണ് സൃഷ്ടിക്കാൻ കഴിയുക എന്ന നിലപാട് അംഗീകരിക്കാത്ത ആളായിരുന്നു ട്രോട്സ്കി. കലയ്ക്ക് അതിന്റേതായ വഴിയുണ്ടെന്നും അതിലൂടെ തന്നെയാണ് അത് സഞ്ചരിക്കേണ്ടതെന്നുമാണ് ട്രോട്സ്കി കരുതിയത്. സാഹിത്യത്തെ സംബന്ധിച്ചും വിപ്ലവത്തെ സംബന്ധിച്ചും ദേശീയവാദത്തിനപ്പുറത്തേക്ക് കടക്കുന്ന ട്രോട്സ്കിയുടെ അന്തർദ്ദേശീയ സമീപനം (ഒരു രാജ്യത്തിനകത്ത് സോഷ്യലിസം കെട്ടിപ്പടുക്കാൻ കഴിയും എന്ന സ്റ്റാലിന്റെ നിലപാടിൽ നിന്ന് ഭിന്നമായി) കേസരിയുടെ അന്തർദ്ദേശീയ സമീപനത്തോട് ഇണങ്ങി നില്ക്കുന്നതായിരുന്നു.

തൊഴിലാളിവർഗത്തിന് സൗന്ദര്യാത്മകമായ ശിക്ഷണം ആവശ്യമാണെന്നുള്ള നിലപാടാണ് ട്രോട്സ്കിക്കുണ്ടായിരുന്നത്. തൊഴിലാളിവർഗം വളരെ പ്രതികരണ ക്ഷമതയുള്ളവരാണെങ്കിലും സൗന്ദര്യാത്മകമായി അശിക്ഷിതരാണ്. തൊഴിലാളി വർഗത്തിന്റെ സംഘബോധം വ്യക്തിത്വമില്ലാത്ത പറ്റങ്ങളായി മനുഷ്യരെ മാറ്റുന്നതിലേക്കല്ല എത്തിച്ചേരുക എന്നും സോഷ്യലിസ്റ്റ് സമൂഹത്തിൽ വ്യക്തികൾ തമ്മിലുള്ള വ്യത്യാസം മുതലാളിത്തത്തിലേതിനേക്കാൾ കൂടുതൽ സർഗാത്മകമായി ഉറപ്പിക്കപ്പെടുകയാണ് ചെയ്യുക എന്നും ട്രോട്സ്കി വ്യക്തമാക്കുന്നുണ്ട്. മുതലാളിത്തത്തിൽ വ്യക്തികൾ തമ്മിലുള്ളത് ശത്രുതാപരമായ മത്സരമാണെങ്കിൽ സ്വകാര്യസ്വത്തില്ലാത്ത സമൂഹത്തിൽ നിക്ഷിപ്ത താത്പര്യങ്ങളില്ലാത്ത വ്യക്തിത്വങ്ങൾ തമ്മിലുള്ള ആശയപരവും കലാപരവുമായ നിലപാടുകൾ തമ്മിലുള്ള വ്യത്യാസമായി അത് വികസിക്കുകയാണ് ചെയ്യുക. ഇതു വിശദീകരിക്കാൻ ഫ്രോയ്ഡിന്റെ ഉദാത്തീകരണം എന്ന തത്വമാണ് ട്രോട്സ്കി ഉപയോഗിക്കുന്നത്. "മനോവിശകലനത്തിന്റെ രീതിയിൽ പറഞ്ഞാൽ ആ മത്സരപരമായ ഊർജ്ജം ഉദാത്തവത്കരിക്കപ്പെടുകയും സ്വന്തം അഭിരുചിയും അഭിപ്രായവും സംരക്ഷിക്കുന്നതിലേക്ക് തിരിയുകയും ചെയ്യും".

ട്രോട്സ്കി മാത്രമല്ല, മെയർഹോൾഡ് ഉൾപ്പെടെ കേസരി ഉദ്ധരിക്കുന്ന റഷ്യൻ കലാകാരന്മാരിൽ പലരും സ്റ്റാലിന്റെ കാലത്ത് വിചാരണ ചെയ്ത് കൊല്ലപ്പെടുന്നുണ്ട്. വിപ്ലവത്തിന്റെ

സഹയാത്രികനായി ഗണിക്കപ്പെട്ട, റഷ്യയിലെ ആധുനികതാവാദ നോവലിസ്റ്റായ ബോറിസ് പിൽന്യാക് അക്കാലത്ത് കൊല്ലപ്പെട്ട വരിൽ ഉൾപ്പെട്ടും.

ഫ്രോയ്ഡിയൻ സമീപനത്തെ മാത്രമല്ല, ഫ്രോയ്ഡിയൻ മനോവിശകലനത്തിന്റെ സൈദ്ധാന്തിക അടിത്തറയിൽ ഉയർത്തിയ കലാപ്രസ്ഥാനമായ സർറിയലിസത്തെ പിന്തുണച്ചയാളു മായിരുന്നു ട്രോട്സ്കി. 1924-ലാണ് ആന്ദ്രെ ബ്രെട്ടന്റെ 'സർറിയ ലിസ്റ്റ് മാനിഫെസ്റ്റോ' പുറത്തു വരുന്നത്. ആന്ദ്രെ ബ്രെട്ടനും ലൂയി ആരഗണും ഫിലിപ് സൂപോയും 1927-ൽ കമ്മ്യൂണിസ്റ്റ് പാർടിയിൽ ചേർന്നവരാണ്. 1933-ലാണ് ബ്രെട്ടനെ കമ്മ്യൂണിസ്റ്റ് പാർടിയിൽ നിന്ന് പുറത്താക്കുന്നത്. സർറിയലിസ്റ്റുകൾക്ക് പിന്നീട് പിന്തുണ ലഭിക്കുന്നത് ട്രോട്സ്കിയിൽ നിന്നാണ്. രാഷ്ട്രീയമായും പ്രായോ ഗികമായും കേന്ദ്രീകൃത രാഷ്ട്രീയത്തെ അംഗീകരിച്ചുകൊണ്ട് തന്നെ ബൗദ്ധികമേഖലയിൽ പൂർണമായ സ്വാതന്ത്ര്യം പ്രഖ്യാപിക്കുന്ന സ്വതന്ത്ര വിപ്ലവാത്മക കല(Independant Revolutionary Art)യെ ട്രോട്സ്കിയുമായി ചേർന്ന് 1938-ൽ അവർ മുന്നോട്ടുവെക്കുന്നുണ്ട്. അടുത്ത വർഷം അതിനായി ഒരു ജേണലും പുറത്തിറക്കി. ആന്ദ്രെ ബ്രെട്ടൻ, ഡീഗോ റിവേറ (തന്റെ മെക്സിക്കൻ പ്രവാസകാലത്ത് മെക്സിക്കൻ ചുമർചിത്രകാരനായ ഡീഗോ റിവേറയ്ക്കൊപ്പമാണ് കുറച്ചുകാലം ട്രോട്സ്കി ജീവിച്ചത്) എന്നിവരും ട്രോസ്കിയും ചേർന്നാണ് അതിന്റെ മാനിഫെസ്റ്റോ തയ്യാറാക്കുന്നത്. ഫാസി സത്തെപ്പോലെ തന്നെ കലയിൽ സ്റ്റാലിനിസത്തെയും അത് വിമർശിച്ചു. കലയുടെയും സാഹിത്യത്തിന്റെയും പ്രാധാന്യം ഉയർത്തിപ്പിടിച്ചു. കലയുടെ മണ്ഡലത്തിലെ പൂർണ സ്വാതന്ത്ര്യത്തിനു വേണ്ടിയാണ് അവർ നിലകൊണ്ടത്. 'വിപ്ലവത്തിനു വേണ്ടത് കലയുടെ സ്വാതന്ത്ര്യമാണ്. കലയുടെ സമ്പൂർണസ്വാതന്ത്ര്യത്തിന് വേണ്ടത് വിപ്ലവമാണ്'' എന്നാണ് 1938-ലെ മാനിഫെസ്റ്റോവിൽ ബ്രെട്ടനും ട്രോട്സ്കിയും പ്രഖ്യാപിക്കുന്നത്. ട്രോട്സ്കിയെ കൊണ്ടു നടന്ന കമ്മ്യൂണിസ്റ്റ് വിരുദ്ധർക്ക് വിപ്ലവമോ സർറിയലി സമോ ദഹിക്കുമായിരുന്നില്ല. എന്നിട്ടും കമ്മ്യൂണിസ്റ്റ് വിരോധം മാത്രമാണ് ട്രോട്സ്കിയെ കൊണ്ടു നടക്കാൻ അവരെ പ്രേരി പ്പിച്ചത്. ട്രോട്സ്കിയെ വാഴ്ത്തുന്ന ലിബറലായ എം. പി. പോൾ പോലും 'പുരോഗമനസാഹിത്യകാരന്മാരെന്നറയിപ്പെടുന്ന ചിലർ ലൈംഗിക കാര്യങ്ങളിൽ ചിലപ്പോൾ കാണിക്കുന്ന കൗതുക'ത്തെ

വിമർശിക്കുന്നുണ്ട് ('സാഹിത്യപുരോഗതി').

ലൈംഗികതയെയും സ്ത്രീസ്വാതന്ത്ര്യത്തെയും സംബന്ധിച്ച് കേസരിക്കുള്ള നിലപാടുകളും സോവ്യറ്റ് ഔദ്യോഗിക നിലപാടുകളെക്കാൾ ട്രോട്സ്കിയോടാണ് അടുത്തിരുന്നത്. സ്വവർഗ പ്രേമമുൾപ്പെടെയുള്ള കാര്യങ്ങളിൽ അനുകൂലനിലപാടാണ് ട്രോട്സ്കി പുലർത്തിയിരുന്നത്. സ്റ്റാലിന്റെ കാലഘട്ടത്തിലാണ് കുടുംബമൂല്യങ്ങൾ ഉയർത്തിപ്പിടിക്കപ്പെട്ടത്. അലക്സാണ്ട്ര കൊള്ളന്തായിയെപ്പോലുള്ള സ്ത്രീപക്ഷത്തുള്ള കമ്മ്യൂണിസ്റ്റുകൾ ട്രോട്സ്കിയുമായി അനുഭാവം പുലർത്തിയിരുന്നു (സോവ്യറ്റ് റഷ്യയിലെ ആദ്യത്തെ സാമൂഹ്യക്ഷേമ വകുപ്പ മന്ത്രിയും ലോകത്തിലെ ആദ്യത്തെ വനിതാ അംബാസഡറുമായ കൊള്ളന്തായിയാണ് ഇന്നു കാണുന്ന ഡേ കെയർസെന്ററുകൾക്കും ക്രഷെകൾക്കും തുടക്കം കുറിച്ചത്).

ഫാസിസ്റ്റ് സംസ്കാരവും ഭാരതീയ സംസ്കാരവും ഒന്നുപോലെ പുരുഷനെ വിത്തുകാളയും വീട്ടുതമ്പ്രാനും സ്ത്രീയെ പേറ്റു മൃഗവും അടുക്കളച്ചക്കിയുമാക്കുകയാണ് ചെയ്തിട്ടുള്ളത് എന്ന് കേസരി വിമർശിക്കുന്നുണ്ട് (699). സോവ്യറ്റ് റഷ്യയിൽ സ്ത്രീയുടെ അടിമത്തം ഒട്ടധികം ഇല്ലാതായിരിക്കുന്നു എന്നു പറയുമ്പോഴും അതിന്റെ കുറവുകൾ കേസരി ചൂണ്ടിക്കാട്ടി.

1929-ൽ റഷ്യ സന്ദർശിച്ച വില്യം റീഹിനെ അവിടത്തെ ബൂർഷ്വാ സദാചാര സങ്കല്പം നിരാശനാക്കുകയാണ് ചെയ്തത്. "സോവ്യറ്റ് റഷ്യയില്പ്പോലും സ്ത്രീപുരുഷന്മാരുടെ ലൈംഗിക ജീവിതത്തിലുള്ള കുറവുകൾ ഫ്രോയ്ഡിന്റെ മാനസികാപഗ്രഥനവും കമ്മ്യൂണിസവും കൂട്ടിക്കലർത്തി സെക്സ്വൽ എക്കണോമിക്സ് എന്ന ഒരു പുതിയ ശാസ്ത്രശാഖ സ്ഥാപിച്ച ദേഹമായ 'വിൽഹെൽമ് റെയിക്ക്' ചൂണ്ടിക്കാണിച്ച"തിലേക്ക് കേസരി ശ്രദ്ധ ക്ഷണിക്കുന്നു.

സ്ത്രീസ്വാതന്ത്ര്യത്തെ സംബന്ധിച്ച് കേസരിയുടെ നിലപാട് വ്യത്യസ്തമായിരുന്നു. സോവ്യറ്റ് റഷ്യയിൽ വിപ്ലവാനന്തരം ഉണ്ടായിരുന്ന ലൈംഗിക സ്വാതന്ത്ര്യസങ്കല്പം സ്റ്റാലിന്റെ കാലത്ത് ഇല്ലാതായെന്ന് സ്റ്റാലിന്റെ പേരെടുത്തു പറയാതെ കേസരി വിമർശിക്കുന്നു. "പാരമ്പര്യപരിഷ്കരണത്തിനു പ്രാരംഭമായി വേണ്ട സമ്പൂർണമായ ലൈംഗിക ജീവിത സ്വാതന്ത്ര്യത്തിന്റെ- അഥവാ വിവാഹജീവിതത്തിൽ കാണുന്ന മനുഷ്യരുടെ മേലുള്ള സ്വകാര്യ ഉടമയുടെ നശീകരണത്തിന്റെ-സ്ഥാപനത്തിനായി പ്രചാരണ വേല

നടത്തിവന്നരുന്നവരുമായ സാനിൻ സംഘങ്ങൾ ബോൾഷേവിക് വിപ്ലവകാലത്തും റഷ്യയിൽ അവശേഷിച്ചിരുന്നുവെങ്കിലും ഇതിനെ സംബന്ധിച്ച് യാഥാസ്ഥിതികമായിരുന്ന ബോൾഷെവിസ്റ്റ് നായ കന്മാർ സ്ത്രീപുരുഷസമത്വം മാത്രം അനുവദിച്ചുകൊടുത്തുകൊണ്ട് പ്രസ്തുത പാരമ്പര്യപരിഷ്കരണപദ്ധതിയിൽ നിന്ന് മുഖം തിരിച്ചു കളയുകയാണ് ചെയ്തത്" (513-4) സാമ്പത്തിക ജീവിതത്തോടൊപ്പം ലൈംഗിക ജീവിതത്തിലും വരേണ്ട പരിവർത്തനത്തെക്കുറിച്ച് ചൂണ്ടിക്കാണിക്കേണ്ട കർത്തവ്യം സ്വതന്ത്രചിന്തകർക്കുണ്ടെന്നും കേസരി പറയുന്നു.

1930-കളിലാണ് വ്യക്തമായും ഫ്രോയ്ഡിനെ പിന്തുണയ്ക്കുന്നവരെ വിമർശിക്കുന്ന നിലപാട് പാർടി സ്വീകരിക്കുന്നത്. 1930-കളിൽ ക്രിസ്ത്യാനിറ്റിയും ഇസ്ലാമും പോലെ വിമർശനം അനുവദിക്കാത്ത ഒരു മതമായി സോവ്യറ്റ് മാർക്സിസം മാറിയിരിക്കുന്നു എന്ന് ഫ്രോയ്ഡും വിമർശിച്ചു. കാൾ റാഡെക്കുൾപ്പെടെ ഫ്രോയ്ഡിനോട് അനുകൂല നിലപാടെടുത്ത കമ്മ്യൂണിസ്റ്റുകാരെല്ലാം സ്റ്റാലിന്റെ ശുദ്ധീ കരണത്തിൽ മറ്റു കാരണങ്ങളാൽ വധിക്കപ്പെടുകയാണ് ചെയ്തത്.

ട്രോട്സ്കിയെപ്പോലെ തന്നെ ഒരു സവിശേഷ ദേശീയതയ്ക്ക കത്ത് പൂർണമാകുന്നതല്ല വിപ്ലവം എന്നു കരുതിയയാളായിരുന്നു കേസരിയും. ഈ സാർവലൗകികബോധം പക്ഷെ യാന്ത്രിക മായിരുന്നില്ല. സ്വഭാഷ വിട്ടുകൊണ്ടുള്ള സാർവലൗകികതയല്ല, മലയാളത്തിൽ നിന്നുകൊണ്ടു തന്നെ സർവവിജ്ഞാനവും കൊണ്ടുവ രണമെന്ന് വാദിച്ചയാളായിരുന്നു കേസരി. സർവകലാശാലാ വിദ്യാ ഭ്യാസം മലയാളം മുഖേന നടത്തണമെന്നും കേരള സർവകലാശാല സ്ഥാപിക്കണമെന്നും 1935-ൽ സാഹിത്യപരിഷത്തിൽ സുഭദ്രാമ്മ ഉന്നയിച്ച വാദത്തെ കേസരി പിന്തുണയ്ക്കുന്നുണ്ട്.

സർറിയലിസത്തിന്റെ കൊളോണിയൽ വിരുദ്ധമുഖം

സർറിയലിസത്തെ പുരോഗമനസാഹിത്യത്തിന്റെ ചേരുവയിൽ പ്രധാന സ്ഥാനം നൽകി കേരളത്തിലെ പുരോഗമന പ്രസ്ഥാനത്തെ തിരുത്താൻ ശ്രമിച്ചപ്പോഴും കേസരിക്ക് സർറിയലിസത്തിന്റെ ഈറ്റില്ലമായ ഫ്രാൻസിലുണ്ടായിരുന്ന കൊളോണിയൽ വിരുദ്ധമായ മുഖം കേരളത്തിൽ പരിചയപ്പെടുത്താൻ കഴിഞ്ഞില്ല. കോളനി വിരുദ്ധസമരവുമായും കറുപ്പിന്റെ രാഷ്ട്രീയവുമായും സർറിയലിസം

എങ്ങിനെ ബന്ധപ്പെട്ടിരുന്നു എന്ന് വ്യക്തമാക്കുന്നതിൽ കേസരിക്കു വന്ന പരാജയം യാദൃച്ഛികമാണെന്നു കരുതാൻ വയ്യ.

എന്തുകൊണ്ടാണ് കേസരിയുടെ സർറിയലിസ്റ്റ് അജണ്ട കേരളത്തിൽ പുരോഗമനസാഹിത്യപ്രസ്ഥാനത്തിലെന്നല്ല, പൊതുവായ സാഹിത്യവിമർശനത്തിലും തള്ളപ്പെട്ടുപോയത് എന്ന ചോദ്യം കൂടി ഇവിടെ ചോദിക്കേണ്ടിയിരിക്കുന്നു. അതിന്റെ കാരണം സർറിയലിസത്തിന്റെ സാമ്രാജ്യത്വവിരുദ്ധമുഖം തിരിച്ചറിയുന്നതിലോ അതിനെ ആ നിലയിൽ ഇവിടെ പരിചയപ്പെടുത്തുന്നതിലോ കേസരി ശ്രമിച്ചില്ലെന്നതാണ്. ഗാന്ധിയൻ ദേശീയ വാദത്തിന്റെ വിമർശനവും അന്തർദ്ദേശീയതയെ സംബന്ധിച്ച ഏകപക്ഷീയമായ ഊന്നലും ഫലത്തിൽ സർറിയലിസത്തിന്റെ കൊളോണിയൽ വിരുദ്ധ രാഷ്ട്രീയത്തെ തിരിച്ചറിയുന്നതിന് കേസരിക്ക് തടസ്സമായി.

യൂജനിക്സ് പോലെയുള്ള കാര്യങ്ങളെ വിമർശനം കൂടാതെ സ്വീകരിക്കുന്ന കേസരിയിൽ നിലനിന്നിരുന്ന യൂറോകേന്ദ്രിതമായ ആധുനികശാസ്ത്രയുക്തി ഒരു പരിധിക്കപ്പുറം കോളനീകരണത്തെ പ്രശ്നവൽക്കരിക്കുന്നതിൽ നിന്ന് കേസരിയെ തടയുന്നുമുണ്ട്. ഫ്രോയ്ഡിയൻ മനോവിശകലനത്തെ ശരീരരാഷ്ട്രീയത്തിൽ നിന്ന് വികസിപ്പിച്ച് കൂടുതൽ മുന്നോട്ടുകൊണ്ടു പോയത് പിൽക്കാലത്തുമാണല്ലോ.

1932-ൽ തന്നെ മനുഷ്യനെ കൊല്ലുന്ന മാനവികതാവാദം (murderous humanitarianism) എന്ന പേരിൽ കോളനീകരണത്തെ ന്യായീകരിക്കുന്ന യൂറോപ്യൻ ഈഗോയെ സർറിയലിസ്റ്റുകൾ ആക്രമിച്ചു കഴിഞ്ഞിരുന്നു. യൂറോപ്യൻ മാനവികതാവാദം കോളനികളിലെ രക്തം കുടിച്ചുകൊണ്ടാണ് നിലനില്ക്കുന്നതെന്നു പറയാൻ സാമാന്യബോധത്തെ തലതിരിച്ചിടുന്ന സർറിയലിസം തന്നെ വേണ്ടി വന്നു. 1940-ലാണ് ആന്ദ്രെ ബ്രെട്ടനും കോളനിയനന്തരവാദത്തിന്റെയും നീഗ്രോ പ്രസ്ഥാനത്തിന്റെയും നേതാവും ചിന്തകനുമായ അയ്മെ സിസയറും തമ്മിൽ കാണുന്നത്. കോളനി രാജ്യത്തിലെ ഒരു പ്രജയെന്ന നിലയിൽ മറ്റു കോളനിരാജ്യങ്ങളിലെ ചിന്തകരുമായി ചേർന്നു നിന്നുകൊണ്ട് ഒരു സമീപനം എടുക്കാൻ കഴിഞ്ഞിരുന്നെങ്കിൽ കേസരിക്ക് വിശാലമായ സാധ്യതകൾ തുറക്കാൻ കഴിയുമായിരുന്നു. ഡുബോയ്സും സിസയറും സി എൽ ആർ ജെയിംസും ഫ്രാൻസ് ഫാനനും മറ്റും പങ്കിടുന്ന ഒരു ലോകത്തിലാണ് കേസരിയും

യഥാർത്ഥത്തിൽ നില്ക്കുന്നത്. അമേരിക്കയിലെ കറുത്ത വർഗക്കാരുടെ നേതാവും കമ്മ്യൂണിസ്റ്റുമായിരുന്ന സി. എൽ. ആർ. ജെയിംസിനെപ്പോലുള്ളവരെ ട്രോട്സ്കി തന്റെ അമേരിക്കൻ ജീവിതകാലത്ത് കണ്ടുമുട്ടുകയും ചർച്ചകളിൽ ഏർപ്പെടുകയും ചെയ്യുന്നുണ്ടെന്നുള്ളകാര്യം കൂടി ഇതോടൊപ്പം ചേർത്തുവായിക്കാം.

സർറിയലിസത്തിന്റെ കൊളോണിയൽ വിരുദ്ധമുഖം കേസരിക്ക് പരിചയപ്പെടുത്താൻ കഴിയാതെ വന്നതിൽ മറ്റു ചില സൈദ്ധാന്തിക കാരണങ്ങൾ കൂടിയുണ്ടെന്നു വിചാരിക്കാം. ആഫ്രിക്കയിൽ വേരുകളുള്ള കോളനിയനന്തര ചിന്തകരും കേസരിയും തമ്മിലുള്ള വ്യത്യാസം നീഗ്രോ ഭൂതകാലം അവർക്ക് വിമോചനപരമായിരുന്നെങ്കിൽ ഇന്ത്യയിൽ ആ ഭൂതകാലം തന്നെ സവർണവും മർദ്ദനപരവുമാണെന്നതാണ്. കേസരിക്ക് അമിൽകർ കബ്രാളിനെപ്പോലെ ഏകപക്ഷീയമായി സ്രോതസ്സുകളിലേക്ക് മടങ്ങാൻ ആഹ്വാനം ചെയ്യാൻ കഴിയുമായിരുന്നില്ല.

കലയിലെ സൗന്ദര്യത്തെക്കുറിച്ചുള്ള സാമാന്യബോധത്തിൽ കേസരി ലംഘിച്ച പരിധികൾ അക്കാലത്ത് ഒരു കേരളീയ നിരൂപകനും ലംഘിച്ചിട്ടില്ല. അതിന് സഹായകമായത് ബോദ്‌ലെയറിന്റെ വൈരൂപ്യസൗന്ദര്യദർശനമാണെന്നും നാം കണ്ടു. ബോദ്‌ലെയറുടെ *തിന്മയുടെ പൂക്കളുടെ* ഉത്തേജനം മൗറീഷ്യസിൽ കണ്ടുമുട്ടിയ ഒരു മലബാർ പെൺകുട്ടിയിലാണ് (ദ മലബാർ ഗേളിലെ നായികയായ ഡൊറോത്തിയുടെ അമ്മ കൊളോണിയലിസം അടിമയായി പിടിച്ചവളായിരുന്നു). കൊളോണിയൽ പുരുഷ ഈഗോവിനെ പ്രശ്നവൽക്കരിച്ചത് കറുത്തവളായ നമ്മുടെ നാട്ടിലെ പെൺകുട്ടിയാണെന്നർത്ഥം. യൂറോപ്യൻ സാമാന്യബോധത്തിലെ സൗന്ദര്യസങ്കല്പത്തെ അട്ടിമറിക്കുമ്പോഴാണ് യഥാർത്ഥത്തിൽ മൂന്നാം ലോകത്തിന്റെ കറുത്ത യാഥാർത്ഥ്യം വെളിപ്പെടുക. ഈ വലിയ തിരിച്ചറിവിന്റെ തൊട്ടടുത്തോളം കേസരി എത്തിച്ചേർന്നു.

യൂറോപ്യൻ വർത്തമാനത്തെ ആഫ്രിക്കൻ ഭൂതകാലം കൊണ്ട് അട്ടിമറിക്കാനാണ് സർറിയലിസ്റ്റുകളിലെ കോളനിവിരുദ്ധധാര ശ്രമിച്ചത്. എന്നാൽ അത്തരം അട്ടിമറി ഇന്ത്യയിൽ വിപരീത ഫലമാണുണ്ടാക്കുക. ആഫ്രിക്കൻ സംസ്കാരം മുന്നോട്ടുവെക്കുമ്പോൾ ലഭിക്കുന്ന വിമോചനപരമായ ഫലമല്ല, ദേശീയ ആധുനികതയായി അന്ന് മനസ്സിലാക്കപ്പെട്ട ഉപരിവർഗത്തിലും ഉപരിജാതിയിലും ഊന്നിയ

ഇന്ത്യൻ സംസ്കാരത്തെ മുന്നോട്ടുവെക്കുമ്പോൾ ഉണ്ടാകുക എന്ന് നിരന്തരമായി ഇന്ത്യൻ സവർണ ഭൂതകാലത്തെ ആക്രമിച്ച കേസരി തിരിച്ചറിഞ്ഞിരിക്കണം. ബോധതലത്തിൽ വരേണ്ട അത്തരമൊരു അട്ടിമറിയെ സംബന്ധിച്ച് പുരോഗമനസാഹിത്യപ്രസ്ഥാനത്തിന് വ്യക്തമായ ബോധ്യമുണ്ടായിരുന്നു. എന്നാൽ അബോധതലത്തിൽ വരേണ്ട അട്ടിമറിയെ സംബന്ധിച്ച് വ്യക്തതയുണ്ടായിരുന്നില്ല. ഇന്ത്യയിലെ ജനകീയ കീഴാള രാഷ്ട്രീയത്തിനാണ് അത്തരമൊരു ആഴത്തിലുള്ള അട്ടിമറി സാധ്യമാകുക. ഇന്ത്യൻ കാല്പനികതയ്ക്ക് ഉള്ള പരിമിതി അത് അബോധമായി സൂക്ഷിക്കുന്ന സവർണബോധവും ഏകസംസ്കാരബോധവുമാണെന്ന് മുൽക്ക് രാജ് ആനന്ദിനെ വിമർശിച്ചുകൊണ്ട് കേസരി പറയുന്നുണ്ട്. കാല്പനികതയ്ക്ക് പകരം സർറിയലിസവും ആധുനികതാവാദവും ചേരുമ്പോഴേ സൗന്ദര്യശാസ്ത്രത്തിന്റെ മേഖലയിൽ, അബോധതലത്തിലേക്ക് ആ സമരം നീളുകയുള്ളൂ. കേസരി അതിന്റെ തുടക്കമിട്ടിരുന്നു. കുമാരനാശാനെക്കുറിച്ച് പറയുമ്പോൾ അദ്ദേഹം അനുഭവിച്ച ജാതി മർദ്ദനത്തെക്കുറിച്ച് കേസരി വ്യക്തമാക്കുന്നുണ്ട്. ലോകസാഹിത്യത്തിലേക്ക് ഏറ്റിവെക്കാൻ കോപ്പുള്ള ഒരേയൊരു മലയാളകവിയായി കുമാരനാശാനെ വാഴ്ത്തിയപ്പോഴും *ദുരവസ്ഥ*യിൽ സങ്കുചിതമായ ഹിന്ദുവീക്ഷണകോടിയാണ് എന്നു വിമർശിക്കാൻ അദ്ദേഹം മടിച്ചില്ല. പാക്കിസ്ഥാനെ ജനിപ്പിച്ചത് ഹിന്ദുമതത്തിന്റെ സുപ്പീരിയോരിറ്റി കോംപ്ലക്സാണെന്നത് കേസരി ശരിവെക്കുന്നു.

മനോവിശകലനത്തിന്റെ പ്രാധാന്യം കണ്ടറിഞ്ഞ കേസരിക്ക് ഇന്ന് ഫാസിസ്റ്റ് ഭീഷണിയായി വളർന്ന സവർണതത്വത്തെ അന്നു തന്നെ പ്രശ്നവൽക്കരിക്കാൻ കഴിഞ്ഞു. ഫാസിസത്തെ ചെറുക്കേണ്ടതിന്റെ പ്രാധാന്യം കണ്ടറിഞ്ഞ മാർക്സിസ്റ്റായിരുന്നു ഫ്രോയ്ഡിനോട് അനുഭാവ സമീപനം പുലർത്തിയ ട്രോട്സ്കിയും. ഫാസിസത്തെ ആഴത്തിൽ പ്രശ്നവൽക്കരിച്ച അന്റോണിയോ ഗ്രാംചി ട്രോട്സ്കിയോട് തന്റെ അറസ്റ്റിനു മുമ്പുള്ള കാലത്ത് അടുത്ത ബന്ധം പുലർത്തിയിരുന്നു. നിരന്തര വിപ്ളവം പോലുള്ള ട്രോട്സ്കിയുടെ നിലപാടിന്റെ വിമർശകനായിരിക്കെ തന്നെ ഗ്രാംചി 1920-കളിൽ ട്രോട്സ്കിയെ ഒറ്റപ്പെടുത്തുന്ന സ്റ്റാലിന്റെ സമീപനം നിരുത്തരവാദപരവും അപകടകരവുമാണെന്നാണ് അഭിപ്രായപ്പെട്ടത്.

മാർക്സിസത്തിനകത്ത് കലയെ അതിന്റെ അബോധ സങ്കീർണതകളിലേക്ക് കടക്കാതെ വളരെ ആർജ്ജവത്തോടെ സമീപിച്ച

പുരോഗമനസാഹിത്യപ്രസ്ഥാനക്കാരും അതിന്റെ സങ്കീർണതകൾ കണ്ടറിഞ്ഞ കേസരിയുടെ ധാരയും തമ്മിലുള്ള സൈദ്ധാന്തികസമരമായിരുന്ന മാർക്സിസത്തിന്റെയും വിമോചനരാഷ്ട്രീയത്തിന്റെയും ഭാഗമായി കേരളത്തിൽ നടക്കേണ്ടിയിരുന്നത്. എന്നാൽ സംഭവിച്ചത് മറ്റൊന്നാണ്. രൂപഭദ്രതയിലൂന്നി മുണ്ടശ്ശേരി നടത്തിയ വിമർശനവുമായി ബന്ധപ്പെട്ടാണ് ആ ചർച്ച വികസിച്ചു വന്നത്. പ്രസ്ഥാനപരമായി ശബ്ദായമാനമായ ആ ചർച്ചയ്ക്കപ്പുറത്ത് സൈദ്ധാന്തികമായി ആഴമുള്ള വിമർശനമാണ് കേസരി മുന്നോട്ടുവെച്ചത്. മുണ്ടശ്ശേരി പറഞ്ഞതിലും കാര്യമുണ്ടായിരുന്നു എന്ന മട്ടിലാണ് പുരോഗമനസാഹിത്യപ്രസ്ഥാനത്തിനകത്തെ പിൽക്കാല സ്വയം വിമർശനങ്ങളും നീങ്ങിയത്. രൂപം, ഭാവം എന്ന ലളിത പ്രശ്നങ്ങൾക്കപ്പുറത്തേക്ക് കടന്നു ചെല്ലുന്നതും മാർക്സിസ്റ്റ് സൗന്ദര്യശാസ്ത്രത്തെ സംവാദാത്മകമായി മുന്നോട്ടുകൊണ്ടുപോകാൻ ശേഷിയുള്ളതുമായിരുന്നു കേസരി ഉന്നയിച്ച വിമർശനം. യഥാർഥത്തിൽ അബോധമായി വരാനിരിക്കുന്ന ആധുനികതാവാദത്തെ മുൻകൂട്ടിക്കാണുന്നതായിരുന്നു ആ സംവാദമണ്ഡലം.

കേരളത്തിൽ പുരോഗമനസാഹിത്യപ്രസ്ഥാനവും അറുപതുകളിലും എഴുപതുകളിലും ശക്തിപ്പെട്ട ആധുനികതാവാദവും രണ്ടു ധ്രുവങ്ങളിലാണ് നിന്നത്. കേസരിയുടെ സാഹിത്യസമീപനം യഥാർഥത്തിൽ ഈ രണ്ടിനെയും പൊരുത്തപ്പെടുത്തുന്നതും ഒരു ബൃഹദ്പുരോഗമനപ്രസ്ഥാനത്തിൽ രണ്ടിനെയും കൂട്ടിയിണക്കാൻ ശേഷിയുള്ളതുമായിരുന്നു. സർറിയലിസത്തെയും എക്സ്പ്രഷനിസത്തെയും ഉൾക്കൊള്ളാൻ ശേഷിയുള്ള കേസരിയുടെ ബൃഹദ്പുരോഗമന പ്രസ്ഥാന സങ്കല്പത്തിന് പുറത്തല്ല, പല ആധുനികതാവാദകൃതികളും എന്ന് ഇന്ന് വ്യക്തമാണ്. രാഷ്ട്രീയത്തിൽ ജനകീയ ആധുനികതയെ മുന്നോട്ടുവെച്ചുകൊണ്ടുതന്നെ കലയിലെ ആധുനികതയെ ഉൾക്കൊള്ളാൻ കേസരിക്ക് കഴിഞ്ഞു. കേസരിയെപ്പോലുള്ള ഒരു സൗന്ദര്യശാസ്ത്രജ്ഞന്റെ വിശാലമനസ്സ് നഷ്ടപ്പെട്ടപ്പോഴാണ് കേരളത്തിൽ മാർക്സിയൻനിരൂപണവും ആധുനികതാവാദവും വിരുദ്ധധ്രുവങ്ങളിലായതും കലയിലെ ആധുനികതയും രാഷ്ട്രീയത്തിലെ ജനകീയ ആധുനികതയും രണ്ടു തട്ടുകളിലായതും. രാഷ്ട്രീയത്തിൽ വലതുപക്ഷത്തെ ന്യായീകരിക്കുന്ന സമീപനം പുലർത്തിക്കൊണ്ട് എം. ഗോവിന്ദനെപ്പോലൊരാൾക്കും തുടർന്ന് വ്യക്തിവാദത്തിനപ്പുറത്തേക്ക് കടക്കാത്ത കെ. പി. അപ്പനെ പോലൊരാൾക്കും കലയിലെ

ആധുനികതാവാദത്തിന്റെ രക്ഷാകർത്തൃത്വം ഏറ്റെടുക്കാൻ കഴിഞ്ഞതും അതുകൊണ്ടുതന്നെ. ആ വഴികളിൽ തന്നെയാണ് ആധുനികതാവാദത്തിലെ രാഷ്ട്രീയത്തെ ഇടതുപക്ഷത്തിന് തിരിച്ചറിയാൻ കഴിയാതെ പോയതും.

ഗ്രന്ഥസൂചി: കേസരി എ. ബാലകൃഷ്ണപിള്ള 2011 കേസരിയുടെ സാഹിത്യവിമർശനങ്ങൾ, എസ്.പി.സി.എസ്, കോട്ടയം (മാതൃഭൂമി ആഴ്ചപ്പതിപ്പ്, 2012)

കുറ്റിപ്പുഴ –നൈതികതയുടെയും സൗന്ദര്യത്തിന്റെയും ഭൗതികവാദ ആസ്പദങ്ങൾ

നവോത്ഥാന മൂല്യങ്ങൾ പുനരവലോകനം ചെയ്യുമ്പോൾ ഓർമിക്കേണ്ട ഒരു പേരാണ് കുറ്റിപ്പുഴ കൃഷ്ണപിള്ളയുടേത്. മതവും വർഗീയതയും അന്ധവിശ്വാസവും ചരിത്രത്തെയും സംസ്കാരത്തെയും രോഗാതുരമാക്കുന്ന കാലത്ത് കുറ്റിപ്പുഴയ്ക്ക് അധികമായ പ്രസക്തിയുണ്ട്.

ഭാരതീയമെന്നു പേരിട്ടുവിളിക്കാറുള്ള പാരമ്പര്യവും ചിന്തയുമായി ആദ്യഘട്ടത്തിൽ അടുത്ത ബന്ധമാണ് കുറ്റിപ്പുഴ പുലർത്തിയത്. ആദ്യകാലത്ത് താനൊരു ആശയവാദിയായിരുന്നുവെന്ന് കുറ്റിപ്പുഴ സമ്മതിക്കുന്നുണ്ട്. ഈശ്വരഭക്തിയിലും വേദാന്തത്തിലും മുഴുകുകയും ഭഗവദ്ഗീത കാണാപ്പാഠമാക്കുകയും ചെയ്ത കാലമായിരുന്നു അത്.

അനുഭവങ്ങളും ചിന്തയുമാണ് അതിനെ നിരാകരിക്കാൻ പിന്നീട് അദ്ദേഹത്തെ പ്രേരിപ്പിച്ചത്. പുതുതായി വായിച്ച പുസ്തകങ്ങളും അതിനെ മുൻനിർത്തിയുള്ള ചിന്തയും ശ്രീനാരായണഗുരുവുമായുള്ള ബന്ധവും ആലുവ ആശ്രമത്തിലെ അധ്യാപനവും നന്മയുടെ ആൾരൂപമായ ഗുരു അന്ത്യകാലത്ത് അനുഭവിച്ച യാതനയും കുറ്റിപ്പുഴയെ യുക്തിവാദത്തിലേക്ക് നയിക്കാൻ ധാരാളം മതിയായി. ഗുരുവിന്റെയും ബ്രഹ്മാനന്ദ ശിവയോഗിയുടെയും മറ്റും സ്വാധീനം ആദ്യകാലത്ത് എഴുതിയ ലേഖനങ്ങളിൽ കാണാം.

ഡാർവിന്റെ പരിണാമ സിദ്ധാന്തം പഠിച്ചത് ജീവിത

വീക്ഷണത്തിൽ സമൂലമായ മാറ്റമാണ് വരുത്തിയത്. വേദാന്തധൂമപടലത്തിലൂടെ താൻ കണ്ണുകാണാതെ സഞ്ചരിക്കുകയായിരുന്നു എന്ന് തനിക്ക് ബോധ്യമായി എന്നാണ് പിന്നീട് അദ്ദേഹം ഇതിനെപ്പറ്റി പറഞ്ഞത്. എച്ച് ജി വെത്സിന്റെ മേൽനോട്ടത്തിൽ അനേകം ശാസ്ത്രജ്ഞർ ചേർന്നെഴുതിയ *സയൻസ് ഓഫ് ലൈഫി*ലെ ഒമ്പത് വാല്യങ്ങൾ അദ്ദേഹം നിഷ്കർഷയോടെ പഠിച്ചു. അത് അദ്ദേഹത്തിന്റെ ശാസ്ത്രീയ മനോഭാവത്തെ രൂപപ്പെടുത്തി. ബർട്രാന്റ് റസ്സലിന്റെ കൃതികളും അദ്ദേഹത്തിന്റെ യുക്തിവാദ മനോഭാവവും സ്വാധീനിച്ചു. വെത്സിന്റെ ചരിത്ര ഗ്രന്ഥങ്ങളും വായിച്ചു.

ദേശീയ പ്രസ്ഥാനം ശക്തിപ്പെട്ട അക്കാലത്ത് തൊട്ടടുത്ത രാഷ്ട്രീയ യാഥാർത്ഥ്യങ്ങളെക്കാൾ ചിന്താപരമായ ലോകമാണ്, ജീവിതത്തോട് പുലർത്തേണ്ട ദാർശനിക സമീപനത്തെക്കുറിച്ചുള്ള കാഴ്ചയാണ് അദ്ദേഹത്തെ നയിച്ചത്.

വള്ളത്തോളിന്റെ *സാഹിത്യമഞ്ജരി*യിലെ ചില വാല്യങ്ങൾ എഡിറ്റു ചെയ്യുകയും *ആത്മപോഷിണി*യുടെ പത്രാധിപരായിരിക്കുകയും ചെയ്ത അദ്ദേഹം ഗാന്ധിയനായിരുന്നില്ലെന്നു മാത്രമല്ല, ഗാന്ധിയൻ സമീപനത്തിന്റെ നിശിതവിമർശകനുമായിരുന്നു. അഹിംസാത്മകത അപ്രായോഗികമാണെന്നും അതൊരു മൂടുപടമാണെന്നുമാണ് അദ്ദേഹം കരുതിയത്. വ്യക്തിമഹത്വങ്ങളെ ഒരു പരിധിക്കപ്പുറം അംഗീകരിക്കാതിരുന്ന അദ്ദേഹം നെഹ്റുവിനെ വലിയ പരിധിയോളം സ്വീകരിച്ചു. അദ്ദേഹത്തിന്റെ ശാസ്ത്രീയ വീക്ഷണങ്ങൾ ഉയർത്തിപ്പിടിച്ചു.

സഹോദരൻ അയ്യപ്പനുമായുള്ള ബന്ധം ഇന്ത്യയിലെ അംബേദ്കറിസ്റ്റ് ധാരയുമായി കുറ്റിപ്പുഴയെ ചേർത്തുനിർത്തിയെന്നു പറയാം. ഗുരുവിന്റെ 'ദൈവദശക'ത്തിന് സമാന്തരമായി 'സയൻസ് ദശകം' എഴുതിയ പ്രക്ഷോഭകാരിയായിരുന്നല്ലോ അയ്യപ്പൻ.

മാർക്സിസ്റ്റ് സമീപനമാണ് സാമൂഹ്യവിപ്ലവത്തിന് വേണ്ടതെന്നു കരുതിയ കുറ്റിപ്പുഴ സാഹിത്യവിമർശനത്തിൽ മാരാരുടെ എതിർപക്ഷത്തു നിലകൊണ്ടു. മാരാർക്ക് വള്ളത്തോളുമായുള്ള ബന്ധം ആലോചിച്ചാൽ ഇവിടെയും ഒരു വൈരുദ്ധ്യം അനുഭവപ്പെടാം.

യുക്തിവാദത്തിന്റെ ആദ്യഘട്ടം കഴിഞ്ഞാണ് അദ്ദേഹം മാർക്സിസം പഠിക്കുന്നത്. മാർക്സ്, ഏംഗൽസ്, ലെനിൻ എന്നിവരോട് താരതമ്യം ചെയ്യുമ്പോൾ തനിക്ക് അതുവരെ പരിചിതരമായ

മിക്ക ഗ്രന്ഥകാരന്മാരും ഒരു പടി താഴെയേ നില്ക്കുന്നുള്ളൂ എന്നാണ് അദ്ദേഹം തിരിച്ചറിഞ്ഞത്. മഹാത്മാഗാന്ധിയുടെ ഗ്രന്ഥങ്ങളെ പണ്ടത്തെപോലെ വിലമതിക്കാനാവുന്നില്ല എന്നും അദ്ദേഹം പിന്നീട് സൂചിപ്പിച്ചിട്ടുണ്ട്.

കാർട്ടിഷ്യൻ യുക്തിയെയും തുടർന്നു വികസിച്ച ശാസ്ത്രയുക്തിയെയും ഇന്ത്യയിലെയും കേരളത്തിലെയും ചരിത്ര സന്ദർഭങ്ങളോട് ചേർത്തുവെക്കുകയാണ് അദ്ദേഹം ചെയ്തത്. പുനരുത്ഥാനവാദപരമായ ഒന്നിനോടും ഒരു മയവും അദ്ദേഹം കാണിച്ചില്ല.

തർക്കശാസ്ത്രത്തിന്റെ കൃത്യതയും കാർക്കശ്യവും

തർക്കശാസ്ത്രയുക്തികളെ കുറിച്ചുള്ള ധാരണ കുറ്റിപ്പുഴയ്ക്ക് വ്യക്തമായി ഉണ്ടായിരുന്നു. 'വാദവൈകല്യങ്ങൾ' എന്ന പേരിലുള്ള ലേഖനത്തിൽ അദ്ദേഹം തർക്കശാസ്ത്രയുക്തി മുൻനിർത്തി പൊതുമണ്ഡലത്തിൽ നടക്കുന്ന ചർച്ചകളെ പരിശോധിക്കുന്നുണ്ട്. വാദങ്ങളെ അവികലമാക്കുക എന്നതാണ് ഇതിന്റെ ഉദ്ദേശ്യമെന്നും അദ്ദേഹം പറയുന്നുണ്ട്. പരകോടിവാദം, കൃത്രിമമായ ന്യായീകരണം, ഏകപക്ഷീയത എന്നിവ എടുത്തു കാട്ടുന്നുണ്ട്.

പരകോടിവാദം അദ്ദേഹം രാഷ്ട്രീയത്തിൽ തന്നെ പ്രയോഗിക്കുന്നതു നോക്കുക. . എല്ലാറ്റിലും അഹിംസാപരമായ കാഴ്ചപ്പാട് വേണം എന്ന് അംഗീകരിക്കുമ്പോഴും അത് പരകോടിയിലെത്തിക്കുന്നത് ശരിയല്ല എന്നു വാദിക്കുകയും പല നിരൂപണങ്ങളിലും പരകോടിവാദം കാണാമെന്ന് നിരീക്ഷിക്കുകയും ചെയ്യുന്നുണ്ട്. എല്ലാ വാദങ്ങൾക്കും ആസ്പദമായ യുക്തിപ്രദർശനം ഒരു കലയാണ്. പ്രത്യക്ഷം, അനുമാനം, ഉപമാനം, ശബ്ദം എന്ന പ്രമാണ ചതുഷ്ടയത്തെ വേണ്ട വിധം ഉപനയിച്ച് ശരിയായ നിഗമനത്തിലെത്തിച്ചേരുന്ന ധൈഷണികമായ വ്യാപാരം സത്യദർശനത്തിനുള്ള മനോദർപ്പണമാണെന്നും പറയുന്നു. ചിന്തകരുടെ ചുമതല അതിൽ അഴുക്കു പറ്റാതിരിക്കലാണ്. ലോജിക്കൽ പോസിറ്റിവിസ്റ്റുകളെപ്പോലെ വാദവൈകല്യങ്ങൾ പരിഹരിച്ചാൽ തന്നെ സത്യത്തിലേക്കുള്ള ശരിയായ ചുവടായി എന്ന് കുറ്റിപ്പുഴ കരുതുന്നതായി തോന്നും. ഗവേഷണ രീതിശാസ്ത്രം പഠിപ്പിക്കുന്നതിന് ഉപയോഗിക്കാവുന്ന ലേഖനമാണിതെന്നും സൂചിപ്പിക്കട്ടെ.

യുക്തിയുടെയും ശാസ്ത്രീയതയുടെയും അടിസ്ഥാനം വിടാതെയാണ്

അദ്ദേഹം നൈതികതയെയും സൗന്ദര്യത്തെയും സമീപിച്ചതും. ഭൗതികവാദവും ധാർമികതയും തമ്മിലുള്ള ബന്ധത്തെ സമകാലിക പരിസരത്ത് അദ്ദേഹം ജയപ്രകാശ് നാരായണന്റെ ഒരു ലേഖനത്തെ മുൻനിർത്തി ചർച്ച ചെയ്യുന്നുണ്ട്.

ഭൗതികവാദവും ധാർമികതയും

ഭൗതികവാദത്തിന്റെ പരിമിതികളായി ജയപ്രകാശ് നാരായണൻ ഉന്നയിച്ച ചില കാര്യങ്ങളെ കുറ്റിപ്പുഴ 'ഭൗതികവാദവും നൈതിക മൂല്യങ്ങളും' എന്ന പേരിലുള്ള ഒരു ലേഖനത്തിൽ പരിശോധിക്കുന്നുണ്ട്. ഒരു ദാർശനിക വീക്ഷണമെന്ന നിലയിൽ സദാചാരത്തിന് എന്തെങ്കിലും അടിസ്ഥാനമോ നന്മ ചെയ്യാൻ എന്തെങ്കിലും പ്രേരണയോ നൽകുവാൻ ഭൗതികവാദത്തിന് കഴിയുന്നതല്ല എന്നതായിരുന്നു ജെ. പിയുടെ വിമർശനം. 'സർവോദയാദർശം' എന്ന പേരിൽ പത്രങ്ങളിൽ വന്ന ജെ. പിയുടെ ലേഖനത്തിനാണ് കുറ്റിപ്പുഴ മറുപടി പറയുന്നത്. ഇന്ത്യൻ ദേശീയസമരത്തിന്റെ നേതാവായ ജെ പിയെ ബഹുമാനിച്ചുകൊണ്ടു തന്നെയാണ് കുറ്റിപ്പുഴയുടെ മറുപടി. "ചിന്താലോകത്തിൽ ഒരറ്റത്തുനിന്നും മറ്റെ അറ്റംവരെ യാത്ര ചെയ്ത ജയപ്രകാശിന്റെ സുപ്രധാനമായ ആ കത്ത്" എന്നാണ് അദ്ദേഹം അതിനെ വിശേഷിപ്പിക്കുന്നത്.

മതമില്ലെങ്കിൽ സന്മാർഗം നശിക്കുമെന്നുള്ള പഴയ പരാതിയുടെ പുതിയ രൂപമായാണ് കുറ്റിപ്പുഴ ജെ പിയുടെ വാദത്തെ കാണുന്നത്. പാരമ്പര്യവും പരിസ്ഥിതിയും മനുഷ്യനെ സ്വാധീനിക്കുന്നു എന്നു സൂചിപ്പിച്ചുകൊണ്ട് നല്ലതും ചീത്തയുമായ രണ്ടു തരം ഗുണങ്ങളും മനുഷ്യനുണ്ടെന്നും പരിസ്ഥിതിക്കനുസരിച്ചാണ് അവ വളരുകയോ തളരുകയോ ചെയ്യുന്നതെന്നും അദ്ദേഹം പറയുന്നു. സാമൂഹ്യവാസനയും മനുഷ്യനുണ്ട്. ഉത്തമ സാമൂഹ്യഘടന ഇനിയും രൂപപ്പെട്ടിട്ടില്ല. എന്നാൽ മനുഷ്യൻ പുരോഗമിക്കുന്നത് ആ ദിശയിലേക്കാണ് എന്നാണ് കുറ്റിപ്പുഴയുടെ വാദം.

ജർമൻകാരനായ ലുഡ് വിഗ് ബുക്നർ(Ludwig Buchner 1824-1899) ഭൗതികവാദത്തെ മാത്രം അടിസ്ഥാനപ്പെടുത്തി സന്മാർഗ വ്യവസ്ഥകൾ ക്രോഡീകരിക്കാൻ ശ്രമിച്ചത് അദ്ദേഹം എടുത്തു കാട്ടുന്നു. ശാസ്ത്രീയ ഭൗതികവാദത്തിന്റെ വക്താവായ ബുക്നർ നീതിബോധത്തിന്റെ അടിസ്ഥാനം സാമൂഹ്യതയാണ് എന്ന

വാദമാണ് ഉയർത്തിയത്. ഓരോ വ്യക്തിയിലുമുള്ള ഈഗോയെയും സർവലോക സുഖാദർശനത്തെയും കൂട്ടിയിണക്കുകയാണ് എല്ലാതരം സന്മാർഗ വ്യവസ്ഥകളുടെയും പരമലക്ഷ്യം എന്നു കാണുന്ന ബുക്നർ ഈ ലക്ഷ്യത്തിലെത്താൻ ഭൗതികവാദത്തിന്റെ സഹായമാണ് തേടുന്നത്. "എന്തെന്നാൽ മനുഷ്യൻ നന്നാകുന്നതിന് ഒന്നാമതായി വേണ്ടത് സാമൂഹ്യപരിവർത്തനമാണ്. ഭൗതികവാദം വിശേഷിച്ചും മാർക്സിസത്തിന്റേത് ഈ പരിവർത്തനത്തിനു വഴി തെളിയിക്കുകയും പ്രേരണ നൽകുകയും ചെയ്യുന്നു" (ചിന്താതരംഗം 53). ഇവിടെ കുറ്റിപ്പുഴ നൈതികത കേവലം ചരിത്രബദ്ധമാണെന്ന കാഴ്ചപ്പാടല്ല മുന്നോട്ടുവെക്കുന്നത്. ധാർമികത എന്ന ഒന്നുണ്ട് എന്നു തന്നെയാണ് വാദിക്കാൻ ശ്രമിക്കുന്നത്. അത് മനുഷ്യവാസനയിലുള്ളതായാണ് കാണുന്നത്. മനുഷ്യസത്തയെക്കുറിച്ച് ഒരു വീക്ഷണം അദ്ദേഹം പുലർത്തുന്നുണ്ട്.

എന്തിന് സത്യം പറയണം, എന്തിന് അന്യനെ സ്നേഹിക്കണം എന്ന ചോദ്യം ജെ. പി ഉന്നയിക്കുന്നുണ്ട്. മനുഷ്യനിൽ വാസനാരൂപത്തിൽ കിടക്കുന്ന നൈതിക വിചാരശീലം വളർത്തിക്കൊണ്ടു വരണം എന്നുള്ളതാണ് ഇതിനുള്ള കുറ്റിപ്പുഴയുടെ മറുപടി. ഇല്ലെങ്കിൽ മനുഷ്യൻ കാട്ടുമൃഗത്തെപ്പോലെയാകും. മതമോ തത്വശാസ്ത്രമോ ഉണ്ടാകുന്നതിനു മുമ്പെ മനുഷ്യനിൽ നീതിബോധം അങ്കുരിച്ചിട്ടുണ്ടെന്നും അദ്ദേഹം നിരീക്ഷിക്കുന്നു. മനുഷ്യനും അവന്റെ ചേതനയും ജഡവസ്തുമാത്രമാണോ എന്ന ജെ പിയുടെ സംശയത്തിന് 'ശക്തിതരംഗങ്ങൾ ജഡവസ്തുവിന്റെ സൂക്ഷ്മരൂപങ്ങൾ മാത്രമാണെ'ന്ന് കുറ്റിപ്പുഴ മറുപടി പറയുന്നു.

ജഡവസ്തു മരണത്തിന് ശേഷം ജഡവസ്തുവിലലിയുന്നു. അപ്പോൾ പിന്നെ നന്മയ്ക്കുള്ള പ്രേരണയെന്ത് എന്നാണ് ജെ പി ചോദിക്കുന്നത്. ഭൗതികവാദികളിലും ത്യാഗികളുണ്ടെന്ന് ജയപ്രകാശ് സമ്മതിക്കുന്നുണ്ട്. മാർക്സിയൻ ഭൗതികവാദം മനുഷ്യത്വത്തെ കൂടുതൽ ബഹുമാനിക്കുന്നുണ്ട് എന്ന് കുറ്റിപ്പുഴ എടുത്തു കാട്ടുന്നു. നന്മ ചെയ്യുന്നതെന്തിന് എന്ന ചോദ്യവും ജെ. പി ഉന്നയിക്കുന്നുണ്ട്. ഇതിന് മറുപടിയില്ലെന്നും എല്ലാറ്റിനോടും ഈ ചോദ്യം ചോദിക്കാവുന്നതാണ് എന്നും കുറ്റിപ്പുഴ ഓർമിപ്പിക്കുന്നുണ്ട്. റസ്സലിനെ ഉദ്ധരിച്ചുകൊണ്ടാണ് ലേഖനം അവസാനിപ്പിക്കുന്നത്. "മനസ്സിന് ആരോഗ്യകരമായ ഒരു നല്ല തത്വശാസ്ത്രം സൃഷ്ടിക്കുന്നതിന് നിങ്ങൾ അധ്യാത്മവാദം ഉപേക്ഷിക്കണം. എന്നിട്ട് നല്ല ഗണിതജ്ഞനാകണം" (ചിന്തതരംഗം:

58).

'ധാർമികമൂല്യങ്ങൾ അധ:പതിച്ചോ?' എന്ന ലേഖന (ചിന്താതരംഗം)ത്തിലും ഈ വിഷയം കുറ്റിപ്പുഴ ചർച്ചയ്ക്കെടുക്കുന്നുണ്ട്. ധാർമിക മൂല്യങ്ങൾ അധ:പതിച്ചു എന്ന വാദത്തിനുള്ള മറുപടിയാണത്. ചില ധാർമികമൂല്യങ്ങളെ അവലംബിക്കാതെ ഇങ്ങനെയൊരു ഉയർന്ന ജീവിത നിലയിലെത്തുക സാധ്യമല്ല. മനുഷ്യജീവിതം ധർമാവലംബം കൊണ്ട് അധികമധികം ശുദ്ധീകൃതവും വികസിതവുമായി വളരുകയാണെന്നതിന് വിശ്വവ്യാപകമായ എത്രയോ ദൃഷ്ടാന്തങ്ങൾ ചരിത്രത്തിലുണ്ട് എന്നു പറഞ്ഞ ശേഷം അടിമത്ത വ്യവസ്ഥിതി മാറിയത് എടുത്തുകാട്ടുന്നു. നാടുവാഴിത്തത്തെ തകർത്ത് മാനവധർമം സ്ഥാപിച്ചുകഴിഞ്ഞ ഘട്ടത്തിൽ എന്താണ് ധാർമികാധ:പതനം എന്ന് അദ്ദേഹം ചോദിക്കുന്നുണ്ട്.

നൂറ്റാണ്ടുകളായി ആറേഴ കോടി ജനങ്ങളെ ജാതിവ്യത്യാസം കല്പിച്ച് അന്ധകാര ഗർത്തത്തിൽ താഴ്ത്തിയിട്ട ആർഷ ഭാരത സംസ്കാരത്തിന്റെ ക്രൂരതയും മാലിന്യവും ഇപ്പോഴല്ലേ കുറെയൊക്കെ കുറഞ്ഞുതുടങ്ങിയത് എന്നും കുറ്റിപ്പുഴ ചൂണ്ടിക്കാണിക്കുന്നുണ്ട്. യുദ്ധം എന്ന ആശയം തന്നെ വെറുക്കപ്പെട്ടിരിക്കുന്നു. ലോകത്തിന് ശാന്തിയും സ്നേഹവും വിജ്ഞാനവും വർഷിക്കുന്നവർക്കു മാത്രമേ നാം മഹത്വം കല്പിക്കുന്നുള്ളൂ. ധാർമിക പുരോഗതിയല്ലേ ഇതു കാണിക്കുന്നത്? മനുഷ്യവർഗം ഒന്നാകെ കണ്ട് ഏകലോകമെന്ന വിശാലാദർശത്തിലേക്കാണ് ഇപ്പോൾ പോകുന്നത്. യുദ്ധം അധർമമാണെന്ന ആശയം ഇത്രത്തോളം ആഴത്തിൽ വേരോടിയ കാലം ചരിത്രത്തിലുണ്ടായിട്ടില്ല. ഇത്രയെല്ലാം വിശദീകരിച്ച ശേഷം അദ്ദേഹം ചോദിക്കുന്നു: 'ഇങ്ങനെ ചരിത്രപരമായി നോക്കുമ്പോൾ ധാർമിക മൂല്യങ്ങൾക്ക് ഇന്ന് വൃദ്ധിയോ ക്ഷയമോ?'. പരമ്പരാഗതമായ മുത്തശ്ശി മനസ്സിന്റെ ഇരുട്ടിൽനിന്ന് വെളിച്ചത്തിലേക്ക് വന്നിട്ടുവേണം ഇതിന് ഉത്തരം പറയാൻ എന്നാണ് അദ്ദേഹം ആവശ്യപ്പെടുന്നത് (ചിന്താതരംഗം: 63).

സാഹിത്യവും സൗന്ദര്യബോധവും-യുക്തിയുടെയും ഈഗോവിന്റെയും അതിർത്തികൾ

സാഹിത്യത്തെയും സൗന്ദര്യബോധത്തെയും കേവലമായി നിരാകരിക്കുന്നതായിരുന്നില്ല കുറ്റിപ്പുഴയുടെ യുക്തിവാദം.

'സൗന്ദര്യബോധം' എന്ന പേരിൽത്തന്നെ അദ്ദേഹമൊരു ലേഖന മെഴുതിയിട്ടുണ്ട്. 'വിദ്യാഭ്യാസത്തിൽ സാഹിത്യത്തിനുള്ള സ്ഥാനം' എന്ന പേരിൽ മറ്റൊരു ലേഖന(1959)വുമെഴുതി (ചിന്താതരംഗം). സാങ്കേതിക വിദ്യാഭ്യാസത്തിന്റെ നാശോന്മുഖ മുന്നേറ്റത്തിൽ സാഹിത്യപരിശീലനം അഗണ്യകോടിയിലേക്ക് നീങ്ങിത്തുട ങ്ങിയിരിക്കുന്നു എന്ന് അക്കാലത്തു തന്നെ അദ്ദേഹം നിരീക്ഷി ക്കുന്നുണ്ട്. ആദർശദൃഷ്ടിയിലൂടെ കണ്ടാൽ വിദ്യാഭ്യാസത്തിന്റെ മുഖ്യലക്ഷ്യം ജീവിതത്തിന്റെ സംസ്കരണവും വികസനവുമാണ് എന്നു പറഞ്ഞശേഷം സാർവത്രികമായി കാണുന്ന ശാസ്ത്രജ്ഞാന തൃഷ്ണ അത്യാവശ്യം തന്നെയെങ്കിലും അതോടൊപ്പം രൂഢമൂലമായി വരുന്ന സാഹിത്യവൈമുഖ്യം അനാശാസ്യമെന്നു മാത്രമല്ല ആപൽ ക്കരം കൂടിയാണ് എന്ന മുന്നറിയിപ്പും അദ്ദേഹം നൽകുന്നുണ്ട്. ശാസ്ത്രജ്ഞാനം ബുദ്ധിയെ മാത്രം വികസിപ്പിക്കുന്ന ഒന്നാണെന്നും അത് ഹൃദയത്തെ സ്പർശിക്കുകയോ അതിനെ സംസ്കരിക്കുകയോ ചെയ്യുന്നില്ല എന്നും പറയുമ്പോൾ സാഹിത്യത്തെ കൂടുതൽ ഉയർന്ന വിദ്യയായിത്തന്നെ അദ്ദേഹം കാണുന്നുവെന്നാണ് അർത്ഥം. ജീവി തത്തിന്റെ രണ്ടു ചക്രങ്ങളും സമനിലയിൽ പ്രവർത്തിക്കണമെങ്കിൽ ശാസ്ത്രത്തിനും സാഹിത്യത്തിനും തുല്യപ്രാധാന്യം ലഭിക്കണമെന്നും ആവശ്യപ്പെടുന്നു.

ആധുനിക തത്വചിന്തയുടെ ഘടകങ്ങളിലൊന്നാണല്ലോ സൗന്ദര്യ ശാസ്ത്രം. സാഹിത്യത്തെയും തത്വചിന്തയെയും ബന്ധിപ്പിക്കാനുള്ള ശ്രമവും കുറ്റിപ്പുഴ നടത്തുന്നുണ്ട്. 1936-ൽ എഴുതിയ 'ടോൾസ്റ്റോയി യുടെ എന്താണ് കല' എന്ന ലേഖനം കുറ്റിപ്പുഴയുടെ അവസാനം വരെയുള്ള കലാദർശനത്തെ സ്വാധീനിച്ചതായി കാണാം. ടോൾ സ്റ്റോയിയുടെ സമീപനത്തെ മുൻനിർത്തി അക്കാലത്തെ കവിതകളെ വിമർശിക്കുന്നതും കാണാം. വ്യക്തതയാണല്ലോ ടോൾസ്റ്റോയി ഉയർത്തിപ്പിടിച്ച ഒരു കാഴ്ചപ്പാട്. അസ്പഷ്ടതയെ ഒഴിവാക്കേണ്ട ഒരു ദോഷമായി കുറ്റിപ്പുഴയും കാണുന്നു.

'സൗന്ദര്യബോധം' എന്ന ലേഖനം ആധുനിക സൗന്ദര്യശാസ്ത്ര ത്തെക്കുറിച്ചുള്ള മലയാളത്തിലെ ആദ്യലേഖനങ്ങളിലൊന്നാണ്. അത് പക്ഷെ ഭാരതീയ ചിന്തയുടെ അടിത്തറയിലാണ് വിശദീക രിച്ചിട്ടുള്ളത്. "ജ്ഞാനേന്ദ്രിയങ്ങളുടെ സമ്മേളനഫലമാണല്ലോ ഹൃദയം അഥവാ മനസ്സ്. ഇന്ദ്രിയസംയോഗമുണ്ടായാലും മനസ്സ് ഉണർന്നിട്ടില്ലെങ്കിൽ പദർത്ഥബോധം ജനിക്കുന്നതല്ല. മനസ്സിനെ

പ്രവൃത്യുന്മുഖമായി ഉണർത്തുന്നത് അവിടെ പ്രവർത്തിക്കുന്ന സൗന്ദര്യശക്തിയാകുന്നു." പ്രകടമായും കാന്റീയൻ സമീപനം ഇവിടെയുണ്ട്. അതോടൊപ്പം തന്നെ ബ്രഹ്മാനന്ദ ശിവയോഗിയുടെ ആനന്ദമതത്തിന്റെ സ്വാധീനവും കാണാം. സൗന്ദര്യത്തെ അതിന്റെ അലൗകിക ഭാവത്തിൽ സർവവ്യാപിയായി ദർശിക്കുന്നത് ജീവിതശുദ്ധിക്ക് അത്യാവശ്യമാകുന്നു എന്നും സൗന്ദര്യബോധമുള്ളവന് ജീവിതം ആമൂലാഗ്രം ആനന്ദമയമാണെന്ന് തിരിച്ചറിയാൻ കഴിയും എന്നുമുള്ള പ്രസ്താവനകൾ കാണാം (11).

'കവിതയും തത്വചിന്തയും' എന്ന ലേഖന(1936) ത്തിൽ സാഹിത്യത്തിന്റെ മേന്മ അത് മനസ്സിന്റെ രോഗങ്ങളെ കഴുകിക്കളയുന്നതാണ് എന്നു പറയുന്നു. മനുഷ്യന് തന്റെ രൂപം നോക്കി കണ്ടുപഠിക്കാനും രസിക്കാനുമുള്ള കണ്ണാടിയാണ് ആശാൻകവിത എന്നും സൂചിപ്പിക്കുന്നു. 'സാഹിത്യവും ജീവിതവിമർശനവും' എന്ന പ്രസംഗ ലേഖനത്തിലാകട്ടെ എഴുത്തുകാരന് സ്വന്തമായ, ശാസ്ത്രീയമായ ഒരു വീക്ഷണം വേണം എന്നും താൻ കാണുന്ന പടിക്കേ ഒരാൾ എഴുതിക്കൂട്ടു എന്നും വ്യക്തമാക്കുന്നുണ്ട്. അയാൾ ഗ്രാമഫോൺ പ്ലെയിറ്റാകാൻ പാടില്ല.

അന്ന് പലരും ചെയ്തതുപോലെ വൈദേശിക സാഹിത്യത്തെ മലയാളികൾക്ക് പരിചയപ്പെടുത്താൻ കുറ്റിപ്പുഴ ശ്രമിക്കുന്നുണ്ട്. പശ്ചിമയൂറോപ്യൻ സാഹിത്യത്തെക്കാൾ അദ്ദേഹം റഷ്യൻ സാഹിത്യത്തിന്റെ മഹിമ വിശദീകരിക്കാനാണ് ശ്രമിക്കുന്നത്. 'റഷ്യൻ സാഹിത്യം' (1936) എന്നത് നീണ്ട ലേഖനമാണ്. പുതുക്കപ്പെടാത്ത പ്രസ്ഥാനങ്ങൾകൊണ്ട് അലസരായിത്തീർന്നിരിക്കുന്ന നമ്മുടെ ഭാഷാസാഹിത്യത്തിന് 'നവവൈചിത്ര്യവിലസരംഗമായ' റഷ്യൻ സാഹിത്യത്തിന്റെ സമ്പർക്കം അത്യാവശ്യമാകുന്നു എന്നു പ്രഖ്യാപിക്കുന്നുണ്ട്. റഷ്യൻസാഹിത്യം മലയാളത്തിലേക്ക് വിവർത്തനം ചെയ്യാൻ മാതൃഭാഷാ ഭക്തരോട് അദ്ദേഹം നടത്തിയ ആഹ്വാനം പിന്നീട് മലയാളികൾ ഏറ്റെടുത്തതായും കാണാം. മാക്സിം ഗോർക്കിയുടെ സാഹിത്യദർശനത്തെ മറ്റൊരു ലേഖനത്തിൽ പരിചയപ്പെടുത്തുന്നുണ്ട്. 'പാവങ്ങൾ' എന്ന ലേഖനത്തിൽ 'പാവങ്ങൾ' ഒരു ഗ്രന്ഥമല്ല, ഗ്രന്ഥശാല തന്നെയാണ് എന്നും വിശേഷിപ്പിക്കുന്നു. ഇന്ത്യൻ സാഹിത്യത്തിൽ ടാഗോറിനെയാണ് അദ്ദേഹം കൂടുതൽ ഉയർത്തിപ്പിടിക്കാൻ ശ്രമിച്ചത്.

പുരോഗമന സാഹിത്യത്തെയും അതിന്റെ സമീപനത്തെയും

ആദ്യഘട്ടത്തിൽ ഉയർത്തിപ്പിടിച്ച കുറ്റിപ്പുഴ പിൽക്കാലത്ത് അതിന്റെ പരിമിതികളും വ്യക്തമാക്കി. പുരോഗമന സാഹിത്യത്തെ ന്യായീകരിക്കുന്നതാണ് 'പുരോഗമനസാഹിത്യം'(1948) എന്ന ലേഖനം. റിയലിസത്തെയും അദ്ദേഹം പ്രകീർത്തിക്കുന്നു. ബഹുജനങ്ങളോട് സംവദിക്കുന്ന സാഹിത്യം വേണമെങ്കിൽ അത് റിയലിസ്റ്റാകണം. 1953-ൽ എഴുതിയ 'കല കലയ്ക്കു വേണ്ടി' എന്ന ലേഖനം തുടങ്ങുന്നതു തന്നെ 'ഞാനൊരു പിന്തിരിപ്പനാകാൻ പോകുകയാണ്' എന്നു പറഞ്ഞുകൊണ്ടാണ്. പ്രത്യക്ഷത്തിൽ വിപ്ലവം പറയുന്ന കൃതികൾ കാലത്തെ അതിവർത്തിക്കുന്നില്ലെന്നും പുതിയ കാലത്തെ കൃതികൾക്ക് മൂല്യം കുറയുന്നുവെന്നും വിമർശിക്കുന്നു. റഷ്യയിലും സ്ഥിതി അതു തന്നെയാണെന്ന് ചൂണ്ടിക്കാണിക്കുന്നു. കലയുടെ ജനകീയതയ്ക്കു വേണ്ടിയുള്ള വാദത്തോട് പ്രചരണത്തിനു വേണ്ടി കലാഭംഗി നശിപ്പിക്കുകയാണ് എന്ന വിമർശനമാണ് അദ്ദേഹം ഉന്നയിക്കുന്നത്. പുരോഗമന പ്രസ്ഥാനത്തിന്റെയകത്ത് മുണ്ടശ്ശേരി ഉയർത്തിയ വിമർശനത്തോട് ചേർന്നാണിത് നില്ക്കുന്നതെന്നു കാണാം. കുറ്റിപ്പുഴ മുണ്ടശ്ശേരിയെ കൂടുതൽ അംഗീകരിക്കുന്നതായും കാണാം (മാനസോല്ലാസം 1962).

യുക്തിബോധം, സൗന്ദര്യബോധം, ധാർമികത എന്നിവയെക്കുറിച്ച് ചർച്ച ചെയ്തു പ്രധാന വിമർശകനാണല്ലോ കുട്ടിക്കൃഷ്ണമാരാർ. പുരോഗമന പ്രസ്ഥാനത്തിന്റെ എതിരാളിയുമായിരുന്നു മാരാർ. യുക്തിയുക്തതയും കാർക്കശ്യവും മാരാരുടെയും രീതിയാണ്. എന്നാൽ അദ്ദേഹത്തിന്റെ നിലപാടുകളുടെ അടിസ്ഥാനം കുറ്റിപ്പുഴയെപ്പോലെ ഭൗതികവാദമല്ല. സ്വാഭാവികമായും കുറ്റിപ്പുഴയ്ക്ക് സംവാദാത്മകവും സംഘർഷാത്മകവുമായ ഒരു ബന്ധം മാരോരോട് സ്വീകരിക്കാതിരിക്കാൻ കഴിയുമായിരുന്നില്ല. പ്രത്യക്ഷതലത്തിൽത്തന്നെ അദ്ദേഹം മാരാരെ ഏറെ വിമർശിച്ചതായി കാണാം. നിരൂപണം പക്ഷപാതപരമാകണം എന്ന് മാരാർ വാദിച്ചപ്പോൾ നിഷ്പക്ഷനാകണം നിരൂപകൻ എന്നു കുറ്റിപ്പുഴ വാദിച്ചു. പണ്ഡിതൻ, സഹൃദയൻ എന്നതിനൊപ്പം നിരൂപകന് ശാസ്ത്രീയമായ മാനദണ്ഡം കൂടി വേണമെന്ന നിലപാട് സ്വീകരിച്ചു. ഇംഗ്ലീഷ് സാഹിത്യവുമായി ഉണ്ടാകേണ്ട ബന്ധത്തെയും ഉയർത്തിപ്പിടിച്ചു. ഇതിനെ പിന്നീട് മാരാർ തിരിച്ചും വിമർശിക്കുന്നതായി കാണാം. മാരാരുടെ *സാഹിത്യ സല്ലാപ*ത്തെ വിമർശിക്കുന്ന കൂട്ടത്തിൽ അദ്ദേഹത്തിൽ അഹങ്കാരവും ആരോപിക്കുന്നുണ്ട്. മാരാരെക്കുറിച്ചുള്ള ചർച്ചയിൽ നിന്ന് ഒഴിവാക്കാൻ

കഴിയാത്ത ഒരു പേരാണ് കുറ്റിപ്പുഴയുടേത്- സാഹിത്യവിദ്യാർത്ഥികൾ ആ നിലയിൽ മനസ്സിലാക്കുന്നില്ലെങ്കിലും. ആത്മീയവാദ അടിത്തറയിൽ അതുവരെ മലയാളത്തിൽ കൈകാര്യം ചെയ്തിരുന്ന താർക്കികവും സൗന്ദര്യാത്മകവും നൈതികവുമായ പ്രശ്നങ്ങളെ ഭൗതികവാദത്തിൽ അടിയുറച്ചുനിന്നുകൊണ്ട് നോക്കിക്കാണാൻ ശ്രമിച്ചു എന്നതാണ് കുറ്റിപ്പുഴയുടെ ചരിത്രപരമായ പ്രാധാന്യവും.

ആത്മീയവാദം സാഹിത്യത്തിലും രാഷ്ട്രീയത്തിലും പുരോഗതിക്ക് വിരുദ്ധമായതായി മനസ്സിലാക്കിയ കുറ്റിപ്പുഴ അതേ കാരണം കൊണ്ടുതന്നെ ഏറ്റവും കൂടുതൽ ആക്രമിച്ചത് കെ. ഭാസ്കരൻ നായരെയാണെന്ന് കാണാം. ഭാസ്കരൻ നായരുടെ *സംസ്കാരലോചനം* എന്ന പുസ്തകത്തെ നിശിതമായി വിമർശിക്കുന്നു. പാശ്ചാത്യമായത് തള്ളേണ്ടതും പൗരസ്ത്യമായത് കൊള്ളേണ്ടതുമാണെന്ന അദ്ദേഹത്തിന്റെ നിലപാടിനെ ഖണ്ഡിക്കുന്നു. ആർഷഭാരത സംസ്കാര വാഴ്ത്തുകളെ പൊളിച്ചുകാട്ടുന്നു. ഉപനിഷത്തിലെ തത്വങ്ങളെ ആസ്പദമാക്കുന്ന സമീപനത്തെയും തള്ളുന്നു. “ഈ കീറാമുട്ടികൾ കൊണ്ട് സാമാന്യജനങ്ങൾക്ക് എന്തു പ്രയോജനമുണ്ടായി? അവയിൽനിന്ന് പൊട്ടിപ്പുറപ്പെടുന്ന ജീവിത നിഷേധ സംസ്കാരം അഹംബ്രഹ്മാസ്മി പാടുന്ന കുറെ അലസ വർഗങ്ങളെ സൃഷ്ടിക്കയല്ലേ ഉണ്ടായത്? ഭാരതീയ സംസ്കാരത്തിന് ഔൽക്കർഷ്യമുണ്ടാകാൻ സഹായിച്ചത് ബൗദ്ധസംഹിതയാകുന്നു. ഇഹലോക ജീവിതത്തിന് കുറെ നല്ല കാര്യങ്ങൾ പറഞ്ഞ ബുദ്ധന്റെ തത്വസംഹിതയെ ഉപനിഷദ് സംസ്കാരകേദാരങ്ങളായ ബ്രഹ്മാണ്ഡ പണ്ഡിതന്മാർ തർക്കവേദാന്ത ഢക്കാ ധ്വനി മുഴക്കി നാട്ടിൽനിന്നോടിക്കയും ചെയ്തു” എന്ന് നിശിതമായ വിമർശനമാണ് അദ്ദേഹം ഉന്നയിക്കുന്നത് (133). ഒരു സനാതന ഹിന്ദുവായാണ് ഭാസ്കരൻ നായർ പ്രത്യക്ഷപ്പെട്ടുന്നത് എന്ന് കുറ്റപ്പെടുത്തുന്നു (136). പഞ്ചവത്സര പദ്ധതികളോടും സോഷ്യലിസ്റ്റ് വ്യവസ്ഥിതിയോടും മറ്റും ആദരവല്ല, അവഹേളനമാണ് ഭാസ്കരൻ നായർക്കുള്ളത്. അറുന്നൂറോളം നാട്ടുരാജ്യങ്ങളെ നാമാവശേഷമാക്കിയെന്നതിൽ അദ്ദേഹം ഖേദിക്കുന്നുവെന്നും പറയുമ്പോൾ കുറ്റിപ്പുഴ ഭാസ്കരൻ നായരിൽ നാട്ടുവാഴിത്തത്തിന്റെ മൂല്യങ്ങൾ തന്നെയാണ് കണ്ടെടുക്കുകയും വിമർശിക്കുകയും ചെയ്യുന്നത്. എല്ലാതരം പുനരുത്ഥാനവാദങ്ങളെയും നിശിതമായി നേരിടുന്ന കുറ്റിപ്പുഴയുടെ സമീപനം ഇന്നത്തെ ഇന്ത്യൻ സാഹചര്യത്തിൽ ഏറെ പ്രസക്തവുമാണ്.

ആശാന്റെ കവിതയെ ആദരിക്കുന്ന കുറ്റിപ്പുഴയെ സ്വാധീനിച്ചത് വള്ളത്തോളിന്റെ സൗന്ദര്യബോധമാണെന്ന് കരുതിയാൽ തെറ്റില്ല. വള്ളത്തോൾക്കവിത സ്വയം സുതാര്യവും ലിബറൽ ജനാധിപത്യത്തിന്റെ തുറവിയുള്ളതുമാണല്ലോ. കുറ്റിപ്പുഴയ്ക്ക് സമകാലിക സാഹിത്യത്തെ സ്വാധീനിക്കാൻ കഴിഞ്ഞിട്ടുണ്ടോ? ഉണ്ടെന്ന് അദ്ദേഹം തന്നെ വ്യക്തമാക്കുന്നു. രാമരാജ്യം എന്ന തന്റെ ലേഖനമാണ് 'ചുട്ടെരിക്കിൻ' എന്ന ചങ്ങമ്പുഴയുടെ കവിതയ്ക്ക് പശ്ചാത്തലമെന്ന് കുറ്റിപ്പുഴ സൂചിപ്പിച്ചിട്ടുണ്ട്. പാരമ്പര്യത്തെയാണ് ചങ്ങമ്പുഴ ചുട്ടെരിക്കാൻ പറഞ്ഞത്. കേസരിയുടെ ഭാഷയിൽ പറഞ്ഞാൽ പഴമകൊല്ലിയായ കൃതിയാണത്. കേസരിയും ഇത്തരം സമീപനങ്ങൾ വഴി അക്കാലത്തെ എഴുത്തുകാരെ ചലിപ്പിച്ചിട്ടുണ്ടല്ലോ.

കുറ്റിപ്പുഴയുടെ പരിമിതികൾ

ഭൗതികവാദത്തിൽ അടിയുറപ്പിച്ചുകൊണ്ട് നൈതികതയെയും സൗന്ദര്യബോധത്തെയും സംബോധന ചെയ്യാൻ കുറ്റിപ്പുഴയ്ക്ക് കഴിഞ്ഞു എന്നത് നിർണായകമായ കാര്യമാണ്. കുറ്റിപ്പുഴയുടെ യുക്തിബോധം മികച്ചതാണെന്നു സമ്മതിക്കുമ്പോൾ തന്നെ അദ്ദേഹത്തിന്റെ സൗന്ദര്യബോധത്തിനും സാഹിത്യ സമീപനത്തിനും വലിയ തോതിലുള്ള പരിമിതിയുള്ളതായി കാണാം. ആധുനികതാവാദപരമായതും വിധ്വംസക സ്വഭാവമുള്ളതുമായ കൃതികളെ മനസ്സിലാക്കാൻ അദ്ദേഹത്തിന് കഴിഞ്ഞിട്ടില്ല. ധനാത്മകമായ, ഈഗോവിനെ തൃപ്തിപ്പെടുത്തുന്ന ഒന്നായിരുന്നു കുറ്റിപ്പുഴയുടെ സൗന്ദര്യബോധം. വൈകാരികത കൊണ്ട് സ്വയം നിരാകരിക്കുന്നതും നിഷേധിക്കുന്നതുമായ സൗന്ദര്യശാസ്ത്രത്തിന്റെ പിൽക്കാല വളർച്ച അദ്ദേഹത്തിൽ സംഭവിക്കുന്നില്ല. കേസരിയുടെയും മറ്റും വഴികളിൽ നിന്ന് കുറ്റിപ്പുഴയെ വ്യത്യസ്തനാക്കുന്ന ഘടകമാണിത്. ബഷീറിന്റെ *ശബ്ദങ്ങളെ* കുറിച്ച് പറയുമ്പോൾ പ്രശ്നം അവതരിപ്പിച്ചു, പക്ഷെ പരിഹാരം പറഞ്ഞില്ല എന്നു നിരീക്ഷിക്കുന്നതിൽ ഈ പരിമിതി കാണാം. പ്രതിഭാസ വിജ്ഞാനീയത്തിന്റെയും അസ്തിത്വവാദത്തിന്റെയും മറ്റും സമീപനങ്ങളെ പരിചയപ്പെടുത്താൻ ശ്രമിച്ച വക്കം അബ്ദുൾഖാദർക്കെതിരെ നടത്തിയ വിമർശനത്തിൽ കുറ്റിപ്പുഴയുടെ സമീപനത്തിന്റെ ശക്തിയെക്കാൾ പരിമിതിയാണ് വ്യക്തമാകുന്നത്.

കേസരിയെപ്പോലുള്ള ഒരു ചിന്തകനിൽ നിന്ന് കുറ്റിപ്പുഴയ്ക്കുള്ള

വ്യത്യാസത്തിന്റെ അടിസ്ഥാനമെന്താണ്? മേൽ സൂചിപ്പിച്ചപോലെ ആധുനിക ഈഗോവിലൂന്നിയ യുക്തിവാദമാണ് കുറ്റിപ്പുഴയെ നയിച്ചതെന്നതുതന്നെ കാരണം.

യുക്തിയെ എല്ലാറ്റിനും മേലെ ഉയർത്തിപ്പിടിക്കുന്ന ഈ കാലം നവോത്ഥാനത്തിലെ സംക്രമണ ഘട്ടമാണ്. ഫ്രോയ്ഡ് തുടങ്ങിയുള്ള വിധ്വംസക ചിന്തകരെയോ ആധുനികതാവാദത്തിലെ നിഷേധാത്മകമായ സൗന്ദര്യബോധത്തെയോ കുറ്റിപ്പുഴയ്ക്ക് ഉൾക്കൊള്ളാൻ കഴിയുമായിരുന്നില്ല. ഇന്ന് വ്യാപകമായി ചർച്ച ചെയ്യപ്പെടുന്ന സ്പിനോസയുൾപ്പെടെയുള്ളവരെയും അദ്ദേഹം ആഴത്തിൽ ഉൾക്കൊണ്ടിട്ടില്ല.

ദൃശ്യാത്മകവും കാര്യകാരണ ബന്ധിതവുമായ ഒരു ചിന്താവ്യവസ്ഥയിലാണ് കുറ്റിപ്പുഴ ജീവിച്ചത്. മറ്റ് ഇന്ദ്രിയങ്ങളുടെ വിധ്വംസക ശേഷി സൈദ്ധാന്തികമായി ഉൾക്കൊള്ളാൻ അദ്ദേഹത്തിന് കഴിഞ്ഞിട്ടില്ല. കേവലയുക്തിയിൽ അബോധമായ ഒരു ഹിംസാത്മകതയുണ്ട്. അദ്ദേഹത്തിന്റെ ചില ലേഖനങ്ങളിൽ ഇത് പ്രകടമാണ്. വക്കം അബ്ദുൾ ഖാദറിനെയും ഐ സി ചാക്കോയെയുമൊക്കെ വിമർശിക്കുന്ന രീതി നോക്കിയാൽ ഇതു കാണാം. ഗാന്ധിജിയെ വേണ്ടത്ര ഉൾക്കൊള്ളാൻ കഴിയാഞ്ഞതിന്റെയും കാരണം ഇതാണെന്നു വേണം കരുതാൻ.

സാമൂഹ്യതയുടെയും ചരിത്രത്തിന്റെയും സംസ്കാരത്തിന്റെയും നിർമിതിയിൽ സംഘടനകൾക്കും സമരങ്ങൾക്കുമുള്ള പങ്ക് അദ്ദേഹം വേണ്ടത്ര വരവുവെച്ചതായി കാണുന്നില്ല. യുക്തിചിന്താപരമായ കൃത്യതയും വ്യക്തതയും കൊണ്ടു നയിക്കാവുന്നതാണ് സമൂഹം എന്ന കാഴ്ചപ്പാട് അദ്ദേഹം വെച്ചുപുലർത്തിയതുപോലെ തോന്നും. യുക്തിപരമായ ചിന്തിക്കുന്ന വ്യക്തികളുടെ സമാഹാരമാണ് സമൂഹമെന്നും ചിന്തകൊണ്ടു തന്നെ വലിയ മാറ്റങ്ങളുണ്ടാക്കാം എന്നും അദ്ദേഹം കരുതിയതുപോലെ തോന്നും. തീർച്ചയായും ഇത് അദ്ദേഹത്തിന്റെ ശക്തിയാണ്. പക്ഷെ അത് മനുഷ്യനെ സമഗ്രമായി മനസ്സിലാക്കുന്നതിൽ പരിമിതയായും വരുന്നു.

മനുഷ്യരെ അകർമണ്യതയിലേക്ക് നയിക്കുന്ന ഭാരതീയമായ ആധ്യാത്മിക ചിന്തയിൽ നിന്നും അമൂർത്തമായ അദ്വൈത യുക്തിയിൽ നിന്നും കേരളീയ മനസ്സിനെ മോചിപ്പിക്കുന്നതിനുള്ള നവോത്ഥാന ദൗത്യമാണ് അദ്ദേഹം ഏറ്റെടുത്തത്.

നവോത്ഥാനത്തിന്റെ ഒരു അജണ്ട വിജ്ഞാനഭാഷയെ വികസിപ്പിക്കൽ കൂടിയാണ്. പാശ്ചാത്യതത്വചിന്തയെയും മാർക്സിസത്തെയും പരിചയപ്പെടുത്തുന്നതിൽ അദ്ദേഹം നടത്തിയ ശ്രമങ്ങൾ ഈ നിലയിൽ ഇന്നും ഏറെ പ്രസക്തമാണ്. ഗ്രീക്ക് ചിന്തകരെ ഇത്രയും വിശദീകരിച്ച് അതുവരെ ആരും മലയാളത്തിൽ പരിചയപ്പെടുത്തിയിട്ടില്ല. വൈരുദ്ധ്യാത്മക ഭൗതികവാദത്തിന്റെ തത്വങ്ങളും വ്യക്തമായി വിശദീകരിച്ചു. കേസരിയെപ്പോലുള്ളവരിൽ നിന്ന് വ്യത്യസ്തമായി തികച്ചും അക്കാദമികമായ രീതിയിലാണ് അദ്ദേഹം ചിന്തകരെയും ചിന്താരീതികളെയും വിശദീകരിച്ചത്. മൂലധനത്തിന്റെ വിവർത്തനത്തിന് മേൽനോട്ടം വഹിച്ചതിലും കാണുന്നത് മലയാള വൈജ്ഞാനികതയെ പ്രോത്സാഹിപ്പിക്കാനുള്ള ശ്രമങ്ങളാണ്.

മലയാളത്തിൽ ചിന്തയുണ്ടോ എന്നു ചോദിക്കുന്നതിന് മുമ്പ് കുറ്റിപ്പുഴയുൾപ്പെടെയുള്ളവരുടെ ലേഖനങ്ങൾ വായിക്കേണ്ടതുണ്ട്. ഇപ്പോൾ മലയാളസർവകലാശാലയൊക്കെ നടത്താൻ ശ്രമിക്കുന്ന കാര്യങ്ങളുടെ മുന്നോടി കുറ്റിപ്പുഴയിൽ കാണാം.

എന്തുകൊണ്ട് പിൽക്കാലത്ത് കുറ്റിപ്പുഴ വേണ്ടത്ര ശ്രദ്ധിക്കപ്പെട്ടില്ല എന്നതിന്റെ ഉത്തരം മലയാളഭാഷയുടെ വൈജ്ഞാനിക വളർച്ചയ്ക്ക് സംഭവിച്ച ശോഷണമാണ്. തത്വചിന്തയുൾപ്പെടെ മലയാളത്തിൽ പഠിക്കുകയും പഠിപ്പിക്കപ്പെടുകയും ചെയ്യുന്ന സാഹചര്യം വന്നിരുന്നെങ്കിൽ അതിന്റെ പ്രധാനികളിലൊരാളായി അദ്ദേഹം ഗണിക്കപ്പെടുമായിരുന്നു. ആ നിലയിൽ ആരോഗ്യകരമായ വിമർശനത്തിന് വിധേയമാകുകയും ചെയ്യുമായിരുന്നു. ഇപ്പോൾ ഇത്തരം ചിന്തകരെ നമുക്ക് വിഗ്രഹവൽക്കരിക്കാനേ കഴിയൂ. തത്വചിന്താപഠനത്തിനുള്ള മാധ്യമമായി നമ്മുടെ ഭാഷയെ വളർത്താതിരിക്കുന്ന സാഹചര്യത്തിൽ ഭാഷയ്ക്ക് സംവാദാത്മകത നഷ്ടപ്പെടുന്നു. കുറ്റിപ്പുഴയെ വീണ്ടെടുക്കൽ ഈ സംവാദാത്മകതയെ വീണ്ടെടുക്കൽ തന്നെയാണ്.

ഗ്രന്ഥസൂചി

കുറ്റിപ്പുഴ കൃഷ്ണപിള്ള 1961 ചിന്താതരംഗം, എസ്.പി.സി.എസ്. കോട്ടയം

കുറ്റിപ്പുഴ കൃഷ്ണപിള്ള 1968 മാനസോല്ലാസം, കറന്റ് ബുക്സ്, തൃശ്ശൂർ

കുറ്റിപ്പുഴ കൃഷ്ണപിള്ള 1990 തെരഞ്ഞെടുത്ത പ്രബന്ധങ്ങൾ, വാല്യം-1,2. കേരള സാഹിത്യ അക്കാദമി, തൃശ്ശൂർ

(കുറ്റിപ്പുഴ കൃഷ്ണപിള്ള-ദർശനവും വിമർശനവും, സെമിനാർ, യു.സി. കോളേജ്, ആലുവ, 2020 ജനുവരി)

ക്ഷുകിപ്പായുന്ന രോഗവേഗങ്ങൾ

'മനുഷ്യന്റെ കൈകാലുകൾക്കുല്പാദിപ്പാൻ കഴിയുന്ന വേഗമാണ് പ്രകൃതിനിയമമനുസരിച്ച് അവനു ഹിതമായിട്ടുള്ള വേഗപരിധി. റെയിൽ വഴിയോ മറ്റുതരത്തിലോ ഉല്പാദിപ്പിക്കുന്ന അതിദ്രുതഗതിയാണ് ആധുനികവിഭ്രാന്തിയിൽ മിക്കതിനും ഉറവിടം. നമ്മുടെ വൈഷമ്യങ്ങൾ നമ്മുടെ തന്നെ സൃഷ്ടികളാകുന്നു... തൊട്ടയൽക്കാരനെ സേവിക്കാൻ പാകത്തിലാണവന്റെ സൃഷ്ടി. എന്നാൽ ലോകത്തിലേക്കെത്ര അകലെയുള്ളവനെയും ശാരീരികമായി സേവിക്കാനുള്ള വഴി കണ്ടെത്താനായെന്ന് അവൻ അഹങ്കരിക്കുന്നു. അങ്ങനെ അസാധ്യം സാധ്യമാക്കാനുള്ള നെട്ടോട്ടത്തിൽ മനുഷ്യൻ പ്രകൃതിമതാദി വൈചിത്ര്യങ്ങളുടെ മുന്നിലെത്തപ്പെട്ട് പരിഭ്രാന്തനാകുന്നു. ഇങ്ങനെ നോക്കിയാൽ റെയിൽവേ ഏറ്റവും അപകടമുണ്ടാക്കുന്ന ഒരു സ്ഥാപനമാണെന്ന് കാണാം. അത്തരം സ്ഥാപനങ്ങൾ മനുഷ്യനെ ദൈവത്തിൽ നിന്നകറ്റി ഒറ്റപ്പെടുത്തിയിരിക്കുന്നു. '
(മഹാത്മാഗാന്ധി-ഹിന്ദ്സ്വരാജ് 1908)

ഗാന്ധിജി ഇതെഴുതിയ നൂറ്റാണ്ടു കഴിയുമ്പോഴേക്കും അകലങ്ങളോടുള്ള നമ്മുടെ ബന്ധം വീണ്ടും മാറിയിരിക്കുന്നു. ഗാന്ധിജി ഇതെഴുതിയത് മൊബൈൽ ഫോൺ വരുന്നതിന് മുമ്പുള്ള കാലത്താണ്. പാശ്ചാത്യകലയിൽ ആധുനികം എന്നു നാം പറഞ്ഞിരുന്ന കാലം. അകലങ്ങൾ അമൂർത്ത വിശുദ്ധിയോടെ നിന്നിരുന്ന കാലം. വീട്ടുവിട്ടവനെ വീട്ടിലെയും നാട്ടിലെയും ഒരു ശബ്ദവും പിന്തുടരാതിരുന്ന കാലം. വിട്ടുപോന്ന വീട്, നാട് ഒക്കെ കേവലമായ ഓർമയുടെ ഒരു ധാരയായി സഞ്ചാരികളിൽ നിറഞ്ഞ കാലം. സ്മൃതികളിൽ ഭൂതം സ്വസ്ഥവും അസ്വസ്ഥവുമായി നിന്നു. അതീതമായ സ്ഥലങ്ങളുമായി

ചേർന്ന് കാലം കേവലത നല്കി. അറുപതുകളിൽ തന്റെ സാഹിത്യ ജീവിതമാരംഭിക്കുമ്പോൾ കേരളീയാധുനികതയുടെ ഭാഗമാകുകയാ യിരുന്നു വൈശാഖൻ എന്ന കഥാകൃത്ത്.

തീവണ്ടിയുടെ കഥാകാരനായി വൈശാഖനെ ചുരുക്കേണ്ടതില്ല. എങ്കിലും തീവണ്ടി എന്ന അനുഭവം വൈശാഖൻ മലയാളത്തിൽ കൊണ്ടു വന്നിട്ടുണ്ട്. ഉത്തരേന്ത്യൻ നഗരങ്ങൾ ലക്ഷ്യം വെച്ചാണ് ആധുനികകഥാകാരന്മാരുടെയും നോവലിസ്റ്റുകളുടെയും തീവണ്ടി നീങ്ങിയത്. അവർക്ക് ആ യാത്രക്കിടയിലെ ഇടവേളയായിരുന്നു തീവണ്ടി. എന്നാൽ തീവണ്ടി തന്നെ സ്വയം പൂർണമായ ലോകമായി മാറുകയാണ് വൈശാഖന്റെ ചില കഥകളിലെങ്കിലും. കഥ തന്നെ ആത്മപ്രതിഫലനപരമാകുന്ന അവസ്ഥ.

ആധുനികരാഷ്ട്രങ്ങളെ ഒറ്റക്കെട്ടാക്കി നിർത്തിയത് തീവണ്ടിയാ ണെന്ന് പറയാറുണ്ട്. തീവണ്ടി ഉണ്ടായിരുന്നില്ലെങ്കിൽ അമേരിക്കൻ ഐക്യനാടുകൾ പത്തൊമ്പതാം നൂറ്റാണ്ടിൽ തന്നെ ചിതറിപ്പോയി രുന്നേനെ എന്ന് നിരീക്ഷിക്കപ്പെട്ടിട്ടുണ്ട്. അത്തരത്തിൽ രാഷ്ട്രത്തി ന്റെ ഏകീകരണപ്രതീകമാണത്. എന്നാൽ രാഷ്ട്രത്തെ ഏകീകരിച്ച തീവണ്ടി അത് പ്രവർത്തിപ്പിക്കുന്നവനെ രണ്ടായി പിളർക്കുന്നു. നാടിൽ നിന്ന് നഗരങ്ങളിലേക്ക് എത്തിപ്പെടുന്നവന്റെ മനസ്സിൽ നാടിനെ ഒരു ഓർമയാക്കി നിർത്തുന്നു. ആധുനികന്റെ കാലസങ്കല്പ ത്തോടൊപ്പം തീവണ്ടിയും സഞ്ചരിച്ചു.

നാട്ടിൽനിന്ന് പറിച്ചെറിയുന്ന യാത്രയെ വൈശാഖൻ വർണി ക്കുന്നുണ്ട്. അച്ഛനെ മകനിൽ നിന്നകറ്റാനുള്ള വാഹനമായാണ് ബസ് കടന്നുവരുന്നത്. തലമുറകളുടെ സ്ഥായിയായ ബന്ധത്തിന് മുറിവേല്പിച്ചു കൊണ്ടാണ് വാഹനം നാട്ടിലേക്ക് കടന്നു വരുന്നത്. മകൻ അച്ഛനോട് സംസാരിക്കാനായുന്നു:

"അച്ഛാ-

അവൻ എന്താണ് പറയാൻ വന്നത് എന്നാലോചിക്കുമ്പോൾ ബസ്സ് എന്നെയും വഹിച്ച് കയറ്റംകയറുന്നു. പാടത്തെ നെൽച്ചെടി കുറ്റികൾ ഊഷരമായ ഒരു ചാരനിറത്തിൽ ലയിച്ചില്ലാതാകുന്നു. പിന്നീട് ട്രെയിനിൽ ഇരിക്കുമ്പോൾ ആകാശവും ഭൂമിയും ഇരുളുന്നു... . നേരത്തെ ഉറങ്ങിയ ഗ്രാമങ്ങൾക്കു മുകളിൽ നക്ഷത്രങ്ങൾ ഉണർന്ന നീലാകാശം. നക്ഷത്രങ്ങൾക്കിടയിൽ തെളിഞ്ഞുകാണുന്ന ഗ്രഹം ഏതാണ്?" ('പ്രയാണം')

തീവണ്ടിയിൽ താമസിക്കുന്ന മനുഷ്യൻ ഉപഗ്രഹസഞ്ചാരിയെപ്പോലെ അമൂർത്തമനുഷ്യനാണ്. അയാൾക്ക് ചുറ്റും സ്ഥിരമായ ഒരു സമൂഹമില്ല. ജന്മദേശം നഷ്ടമാണയാൾക്ക്. എല്ലാവർക്കും മുമ്പിൽ സ്ഥിതിയിൽ ഇരിക്കുന്ന വസ്തുക്കൾ അയാൾക്ക് ചലിക്കുന്ന വസ്തുക്കളാണ്. എല്ലാവർക്കും ശുഭകാരിയായ വെള്ളിനക്ഷത്രം അയാൾക്ക് അശുഭം മാത്രം നൽകുന്ന വാൽ നക്ഷത്രമാണ്. "തണുത്തുറഞ്ഞ രാത്രിയുടെ നീരാളിക്കൈകൾ ഭൂമിയുടെ മുഖകാന്തി മറച്ചുനിൽക്കുന്നു," യഥാർത്ഥത്തിൽ തീവണ്ടിയുടെ ചലനവേഗമാണ് നീരാളിക്കയ്യായി രാത്രിയെ മാറ്റുന്നത്. ഗ്രാമാനുഭവത്തിന്റെ മേൽ വന്നു നില്ക്കുന്ന ദൂരസ്ഥലങ്ങൾ. ഇളകുന്ന നരകമുറിയിൽ അയാൾ പ്രഭാതത്തെ കാത്തിരിക്കുന്നു. അയാളുടെ ശ്വാസകോശങ്ങൾ ഗതിവേഗമുള്ള ജീവശ്വാസമാണ് വലിച്ചുകയറ്റുന്നത്.

അപകേന്ദ്രവും അഭികേന്ദ്രവുമായ രണ്ടു ബലങ്ങൾക്കിടയിലാണ് അയാൾ നില്ക്കുന്നത്. ബന്ധങ്ങളെ നിരാകരിച്ച് കേവലതയിലെത്താനും ബന്ധങ്ങളിൽ ചെന്ന് സ്വസ്ഥനാകാനുമുള്ള വിരുദ്ധചിന്തകൾ അയാളിലുണ്ട്. "ഒരു കാമുകിയുടെ ദുഃഖമായി അന്യനായ ഒരുവന്റെ ഗർഭമായി ഒരു മുൻകരുതലുമില്ലാതെ വന്ന എനിക്ക് ബന്ധങ്ങളുണ്ടാക്കിത്തന്ന ക്രൂരനായ മാന്ത്രികനാരായാലും അവനെ ഒരിക്കൽ ഞാൻ കൊല്ലും" ('പകലുറങ്ങുന്നവന്റെ രാത്രി') എന്ന് ഉയർന്നുവരുന്ന ചിന്തയുണ്ട്.

'പകലുറങ്ങുന്നവന്റെ രാത്രി' ആധുനികത മലയാളത്തിന് നൽകിയ മികച്ച കഥകളിലൊന്നാണ്. ഈ കഥയിൽ തീവണ്ടിയുദ്യോഗസ്ഥന്റെ അമൂർത്തസ്വഭാവം വ്യക്തമാക്കുന്നുണ്ട്. സൂക്ഷ്മമായ എക്സ്പ്രഷനിസ്റ്റ് ചിത്രങ്ങൾ അടുക്കിവെച്ചതിന്റെ അനുഭവമാണ് ഈ കഥയുണ്ടാക്കുന്നത്. പേരുസൂചിപ്പിക്കും പോലെ തലതിരിഞ്ഞതാണ് അയാളുടെ ദിനചര്യകൾ. മഞ്ഞുകാലവും രാത്രിയെന്ന സമയവും പ്ലാറ്റ്ഫോമിലെ കാത്തിരിപ്പിന്റെ അസ്വസ്ഥതയും ചേരുന്ന തീവ്രാനുഭവമാണ് ഈ കഥയുടെ അന്തരീക്ഷം. ദൂരദേശത്ത് ഏകമകനെ കാത്തിരിക്കുന്ന വൃദ്ധദമ്പതികൾ, അച്ഛനെ കാത്തിരുന്ന് ഉറങ്ങിപ്പോയ അമ്മയും മകളും, ഏട്ടൻ, അമ്മയെ ഓർത്ത് നിലവിളിക്കുന്ന മലയാളിയായ ഭ്രാന്തൻ, അങ്ങനെ വണ്ടി കാത്തിരിക്കുന്ന അനേകർ.

കാത്തിരിക്കുന്നവരുടെ ഈ ബന്ധങ്ങളുടെ ഈ ചൂഴ്നിലത്തു നില്ക്കുമ്പോൾ അസിസ്റ്റന്റ് സ്റ്റേഷൻ മാസ്റ്ററുടെ ഉള്ളിലേക്ക് അകലെയുള്ള

നാട്ടിലെ സ്വന്തം ബന്ധങ്ങൾ കടന്നുവരുന്നു.

"അമ്മ ഇതറീന്ന്ണ്ടോ അമ്മേ അമ്മ ഇതറീന്ന്ണ്ടോ. . അമ്മേ" എന്ന പ്ലാറ്റ്ഫോമിലെ ഭ്രാന്തന്റെ കരച്ചിൽ നാഗരികതയുടെ വിദൂരതയുടെ അന്യതയുടെ എല്ലാ ഭാവങ്ങളും പ്രകടിപ്പിക്കുന്നുണ്ട്. അമ്മയിൽ നിന്ന്, നാട്ടിൽ നിന്ന് അകന്നാണ് അയാൾ നില്ക്കുന്നത്. തന്റെ വിദൂരസ്ഥലത്തെ അതിന്റെ സമകാലത്തെ അകലെ നാട്ടിലിരിക്കുന്ന അമ്മയുമായി യോജിപ്പിക്കാനുള്ള വ്യഥാശ്രമമാണ് അയാളുടെ ഭ്രാന്ത്. ആധുനികതയിൽ ചിതറിയ സ്ഥലകാലമാണ് അയാളുടെ ഭ്രാന്ത്.

എല്ലാവരെയും പരിഭവത്തോടെ നോക്കി ചിണുങ്ങുന്ന ഇവൻ ഒറ്റക്കാണോ എന്ന് സ്റ്റേഷൻ മാസ്റ്റർ ഭ്രാന്തനെ മുൻനിർത്തി ചിന്തിക്കുന്നുണ്ട്. യഥാർത്ഥത്തിൽ എല്ലാവരുടെയും കാത്തിരിപ്പിന്റെ അസംബന്ധമാണ് അയാളുടെ ഭ്രാന്തിൽ പ്രകടമാകുന്നത്. അവരിലെ അസ്വാസ്ഥ്യം മറ്റൊരാളുടെ ഭ്രാന്തായി പുറത്തുകാണുമ്പോളാണ് അവർ ഭാഗികമായെങ്കിലും സ്വസ്ഥരാകുന്നത്. മുമ്പിലെ ഭ്രാന്തനെക്കാൾ ഏറെ താൻ അസ്വസ്ഥനാണ് എന്നാണ് സ്റ്റേഷൻ മാസ്റ്റർ ചിന്തിക്കുന്നത്. ആ ചെറിയ റെയിൽവേ നഗരത്തിൽ അയാൾ ഉണ്ടാക്കാൻ ഉദ്ദേശിച്ച നാടൻ മലയാളി സമൂഹവും പല മതസ്വത്വങ്ങളായി ചിതറിപ്പോയിരുന്നു.

ആ ചിന്ത വീണ്ടും അയാളെ ഭ്രാന്തനുമായി ഐക്യപ്പെടുത്തുന്നുണ്ട്. 'അമ്മേ ഇതറീന്ന്ണ്ടോ' എന്ന ഭ്രാന്തന്റെ ശബ്ദം അയാളുടെ ഉള്ളിലേക്കും പരക്കുന്നു. നാട് പ്രിയപ്പെട്ടതായതുകൊണ്ട് അതിന്റെ വീണ്ടും വീണ്ടുമുള്ള വിരഹം സഹിക്കാനാകാത്തതുകൊണ്ട് അയാൾ നാട്ടിലേക്ക് പോകുകയില്ല.

ഗ്രാമത്തിലെ സ്ഥിരമായ, സ്വസ്ഥമായ ചിത്രങ്ങൾക്ക് പകരം തീവണ്ടിയിൽ നിന്ന് കാണുന്ന മായുന്ന ചിതറുന്ന ചിത്രങ്ങളാണ് അയാൾക്ക് മുമ്പിലുള്ളത്. 'ഞാൻ ഒരിക്കലും വന്നില്ല. . . . പോവുക മാത്രം ചെയ്തു. എന്നും കൺമുന്നിൽ നിന്ന് അകന്നുപോകുന്ന മുഖങ്ങൾ, മലകൾ, മരങ്ങൾ.'

യഥാർഥ മാനുഷികബന്ധങ്ങളെ ഇല്ലാതാക്കി ഔദ്യോഗികബന്ധങ്ങൾ സൃഷ്ടിക്കാൻ രാഷ്ട്രം ആവശ്യപ്പെടുന്നു. ഉദ്യോഗസ്ഥൻ ഒരമൂർത്തജീവിയാണ്. അയാൾ ഒരിക്കലും ബന്ധങ്ങളുള്ള മനുഷ്യനായിക്കൂടാ. അതിനാൽ ചിന്തയുടെ രണ്ടാംഘട്ടത്തിൽ ജോലിയുടെ ഉത്തരവാദിത്തത്തിന്റെ ഓർമയിൽ അയാൾ ബന്ധങ്ങളെ നിരാകരിക്കുന്നു.

“ശരീരത്തിൽ ധരിച്ചിരിക്കുന്ന യൂനിഫോമിൽ താൻ സുരക്ഷിതനാണ് എന്നറിയുന്നു.” അമ്മേ ഇതറീന്ന്ണ്ടോ അമ്മേ” എന്ന ഭ്രാന്തന്റെ വിളി സിമന്റ് ബെഞ്ചിനരികിൽ അടക്കം പറഞ്ഞുനിൽക്കുന്ന ഇണകളെ കാണുമ്പോൾ കൂടുതൽ അർത്ഥവത്താകുന്നുണ്ട്. റെയിൽവസ്റ്റേഷനിലെ മഞ്ഞുകാലം ഓർമയിൽ നാട്ടിലെ ധനുമാസമായി മാറുന്നു.

“കണ്ണീർത്തുള്ളികൾ ഇറ്റുനിൽക്കുന്ന പുൽത്തുമ്പുകൾ തൂങ്ങിയ ഇടവഴിയിൽ ധനുമാസത്തിലെ പുലർകാലം. ഇടവഴിയിലെ ശീതളമായ ഇരുട്ടിൽ നിന്റെ കണ്ണിലെ ഉറങ്ങാത്ത രാത്രിയെ നോക്കി ഞാൻ നിന്നു. ഞാൻ നിന്നെ കണ്ടു. നിന്റെ ചുറ്റും മാഞ്ഞുപോകുന്ന ആ പുലർകാലത്തെയും ഉണരുന്ന മനുഷ്യരെയും കണ്ടു...” എന്ന് ശരീരകാമനകളെ ഉണർത്തുന്നു ആ രാത്രി.

യാർഡ് കുറുകെ കടക്കാനൊരുങ്ങുമ്പോൾ രണ്ടു തുണ്ടായി കിടക്കുന്ന ശവം. അതിനെ വകഞ്ഞുമാറ്റി വരുന്ന ജീവിതത്തിന്റെ പ്രലോഭനം. മരണത്തിന്റെയും അന്യത്വത്തിന്റെയും ലോകത്തുനിന്നു ജീവിതത്തിലേക്ക് ഇറങ്ങിപ്പോരുന്നതിന്റെ സൂചനയിലാണ് കഥ തീരുന്നത്.

തീവണ്ടിയിൽ കാണുന്ന യാത്രികർ അവരുടെ അസ്തിത്വത്തിന്റെ പൂർണത വെളിപ്പെടുത്തുന്നില്ല. വണ്ടിയുടെ ഇളക്കത്തിൽ നിഴൽക്കുത്തിലെ കഥാപാത്രങ്ങളെപ്പോലെ അവർ ചലിച്ചുകൊണ്ടിരുന്നു (‘പ്രയാണം’) എന്ന് കഥയുടെയും ചിത്രത്തിന്റെയും ചലച്ചിത്രത്തിന്റെയുംഇടയിലാണ് അവരുടെ സാന്നിധ്യം. അവർ ചിലപ്പോൾ വസ്തുരൂപം കൈക്കൊള്ളുന്നു. “തിരക്കിനിടയിൽ വണ്ടികുലുങ്ങിയപ്പോൾ കൂടുതൽ സ്ഥലമുണ്ടായതുപോലെ തോന്നി” (‘പ്രയാണം’) എന്നു പറയുന്നുണ്ട്.

തീവണ്ടിയെ പലപ്പോഴും ജീവിതയാത്രയുടെ തന്നെ സൂചകമായി കാണാറുണ്ട്. അനേകം ആളുകൾ കയറിയിരിക്കുമ്പോഴും ഒരേ വിധി പങ്കിടുന്ന ഒരൊറ്റ ശരീരം പോലെ അത് പെരുമാറുന്നു. ‘പ്രയാണം’ എന്ന കഥ മരണത്തോടൊപ്പം, ശവത്തോടൊപ്പം ഉള്ള സഞ്ചാരമാണ്. സ്റ്റേഷനെത്തിയിട്ടും ഇറങ്ങാൻ മറന്നുപോയ യാത്രികൻ. രാത്രി ഒരുമണി. മൂന്നു വർഷത്തിനിടയിൽ പത്ത് അപകടങ്ങൾ ഉണ്ടാക്കിയ വണ്ടിയാണ് പിന്നെ കിട്ടിയത്. ഇവിടെ ഭ്രാന്തനുമായല്ല, ജീവനില്ലാതെ തന്റെയൊപ്പം സഞ്ചരിക്കുന്ന ശരീരവുമായാണ് താരതമ്യം. രോഗിയാണെന്ന് സഹയാത്രികരെ വിശ്വസിപ്പിച്ച്

അനുജൻ സീറ്റിൽ കിടത്തി കൊണ്ടുപോകുന്ന ഒരു ക്ലാർക്കിന്റെ ശരീരമാണത്.

തന്റെ ദാരിദ്ര്യത്തിന്റെ അനുഭവം പോലെയായിരിക്കണം മരിച്ചുകിടക്കുന്ന ആ ക്ലാർക്കിന്റെയും എന്ന് ആഖ്യാതാവ് ഓർക്കുന്നു. "മറ്റുള്ളവർ സമയത്തിന് ചെയ്യേണ്ട പണികൾ ചെയ്യാതെ ഉറങ്ങിക്കഴിച്ച് പിന്നീട് ഓവർടൈം എഴുതി വാങ്ങിയിരുന്നപ്പോൾ ഇയാൾ ആഫീസ് സമയത്തുതന്നെ കൂടുതൽ ജോലി ചെയ്ത് തീർത്തിരിക്കും... ഇയാളുടെ കഥയിൽ ചിരപുരാതനമായ ഈ പ്രമേയം മാത്രം..."

ഈ ലോകത്തിൽ പുതിയ ഒരു ശിശു പിറന്നുവീഴണമോ എന്നതാണ് പ്രശ്നം. "കരിയും പുകയും ഈർപ്പല്യം നിറഞ്ഞ് കാസശ്വാസം വലിക്കുന്ന അന്തരീക്ഷത്തിൽ വാതിലിന്റെ വലിയ വിടവിലൂടെ ആഷാഢവായു ചൂളം വിളിക്കുന്ന ഒരു റെയിൽവേ ക്വാർട്ടേഴ്സിൽ ഞെട്ടിയുണർന്നു കരയുന്ന ഒരു കുഞ്ഞായി ഞാൻ ഇനിയും പിറക്കണോ..." എന്ന് തീവണ്ടി ജീവിതനിഷേധചിഹ്നമായി വരുന്നു.

യാന്ത്രികതയുടെ ഈ വേഗത്തിലുള്ള ജീവിതം ശരീരഭാഷയായി രോഗമായി പ്രത്യക്ഷപ്പെടുന്നുണ്ട്. കരിയും പുകയും നിറയുന്നത് ശരീരത്തിനുകൂടിയാണ്. "മനസ്സാക്ഷിയുടെ അലർജിയും വഹിച്ചുകൊണ്ടുള്ള സാധാരണക്കാരന്റെ ജീവിതം" എന്ന് 'പ്രയാണ'ത്തിൽ ഇത് പറയുന്നുണ്ട്. 'നൂല്പാലം കടക്കുന്നവ'രിൽ ഇതു കൂടുതൽ വ്യക്തമായി കടന്നുവരുന്നുണ്ട്. കൊളോണിയൽ അവശിഷ്ടസംസ്കാരത്തിന്റെ സാന്നിധ്യം കൂടിയാണ് റെയിൽവേ. കൊളോണിയൽ യജമാനത്വത്തിന്റെ തുടർച്ച വഹിക്കുന്ന സ്ഥാപനമാണ് ഇന്ത്യൻ റെയിൽവേ. 'ജ്ഞാനവടിവേലു' എന്ന കഥയിൽ തുർക്കികോഴിയെ നേർച്ച വെച്ചാൽ പ്രസാദിക്കുന്ന ധ്വരയെ കാണാം. എഞ്ചിൻ ഡ്രൈവറായ മറ്റൊരു ധ്വര അടിയാളായ പെണ്ണിനെ ഗർഭിണിയാക്കുന്ന കഥ കാണാം. അത് മുതലാളിത്തപരമായ മേൽകീഴ് ബന്ധങ്ങളെ പഠിപ്പിക്കുന്നു. ഉന്നത ഉദ്യോഗസ്ഥന് സ്ഥലം മാറ്റത്തിന് അപേക്ഷിക്കാൻ 'ഐ ബെഗ് റ്റു സബ്മിറ്റ് ദ ഫോളോയിംഗ്..' എന്നാണ് എഴുതേണ്ടത്. ബെഗ്, ഫ്ളം, മനുഷ്യൻ എന്നിവക്ക് തന്റെ നിരാശയിൽ അയാൾ പുതിയ നിർവചനം കൊടുക്കുന്നുണ്ട്. ശ്വാസകോശരോഗിയായ അയാൾ ഫ്ളമിന് കൊടുക്കുന്ന നിർവചനം 'ഉപജീവനത്തിനായി നാടുവിട്ട് വിപരീത പരിതസ്ഥിതികളിൽ കഴിഞ്ഞുകൂടുന്ന സാധാരണക്കാർക്കും അവരുടെ ഭാര്യമാർക്കും കുട്ടികൾക്കും ബ്രോങ്കിയൻ

ട്യൂബുകളിൽ ഉണ്ടാകാനിടയുള്ള ഒരു തരം പശ' എന്നാണ്. 'നിഴൽ യുദ്ധ'ത്തിൽ "പുറത്തെ ഇരുട്ടിൽ തന്നെ കാത്ത് പതിയിരിക്കുന്ന തണുപ്പിനെക്കുറിച്ചും എഡിഫ്രിൻ ഗുളികകളെക്കുറിച്ചും ഓർക്കുവാൻ അയാൾ ആഗ്രഹിച്ചു. എവിടെ നിന്നോ വന്ന് പോകാതെ നിൽക്കുന്ന ഈ പെണ്ണിനെപ്പോലെ ഒരു ദിവസം ആ തണുപ്പ് തന്റെ ശ്വാസ നാളത്തിൽ വന്നെത്തും." ശ്വാസകോശരോഗത്തിന്റെ സാന്നിധ്യം ആവർത്തിക്കപ്പെടുന്നുണ്ട് അനേകം കഥകളിൽ.

ജീവിതമരണങ്ങളുടെ കേവലതയിലാണ് പലപ്പോഴും ആധുനി കസാഹിത്യത്തിലെ നായകകഥാപാത്രങ്ങൾ നിലനില്ക്കുന്നത്. ഗ്രാ മീണമായ തിരശ്ചീനബന്ധങ്ങളിൽ നിന്ന് അകന്നു പോകുമ്പോൾ ജനനമരണങ്ങൾക്കിടയിലുള്ള കേവലതയായി ജീവിതം മാറുന്നു. വൈശാഖന്റെ കഥാപാത്രങ്ങൾ അത്തരത്തിലുള്ള അഭിമുഖങ്ങളിലൂ ടെയാണ് മിക്ക കഥകളിലും കടന്നുപോകുന്നത്. അതുകൊണ്ടു തന്നെ അനേകം കഥകളിൽ മരണം കടന്നുവരുന്നുണ്ട്. തീവണ്ടി തീർച്ചയാ യും ജീവിതത്തിന്റെയെന്ന പോലെ മരണത്തിന്റെയും ചിഹ്നമാണ്.

തീവണ്ടി ഏകാകികളായ ആധുനികവ്യക്തികളെ മാത്രമല്ല സൃഷ്ടിച്ചത്. റെയിൽവേയെ പിൻപറ്റി ഏറ്റവും വലിയ തൊഴിലാളി വർഗം കൂടി ഉടലെടുത്തു. കർഷകഗ്രാമങ്ങളെ വിട്ട് രൂപപ്പെട്ട ആധു നികവ്യാവസായികതൊഴിലാളിവർഗമാണത്. പത്തൊമ്പതാം നൂറ്റാണ്ടുമുതലുള്ള ദീർഘമായ സമരത്തിന്റെ ചരിത്രം ഇന്ത്യയിലെ റെയിൽവെ തൊഴിലാളികൾക്കുണ്ട്. എഴുപതുകളിലെ രാഷ്ട്രീയഗതി തിരിച്ചുവിടുന്നതിൽ ശ്രദ്ധേയമായ പങ്കാണ് ഇന്ത്യൻ റെയിൽവേ തൊഴിലാളികളുടെ സമരത്തിനുണ്ടായിരുന്നത്.

റെയിൽവെ തൊഴിലാളികളുടെ സംഘടിതസമരത്തിന്റെ നേരിട്ടുള്ള ആഖ്യാനങ്ങൾ വൈശാഖന്റെ കഥകളിലില്ല. എന്നാൽ അത്തരം സമരത്തിന് കാരണമാകുന്ന വൈയക്തികാനുഭവത്തിന്റെ സൂക്ഷ്മഭാവങ്ങൾ കഥകളിൽ കടന്നുവരുന്നുണ്ട്.

ദരിദ്രനായ മധ്യവർഗഉദ്യോഗസ്ഥനായാണ് ആഖ്യാതാവ് പൊതുവെ പ്രത്യക്ഷപ്പെടുന്നത്. ഒരിക്കലും പ്രത്യക്ഷരാഷ്ട്രീയമോ വിപ്ലവചർച്ചകളോ കടന്നുവരുന്നില്ല. ഗാർഹികവും ഔദ്യോഗി കവുമായ ഭിന്ന വ്യക്തിത്വങ്ങൾക്കിടക്ക് ഭിന്നമായ സ്ഥലകാല ങ്ങൾക്കിടക്ക് സ്വയം പിളരുന്ന വ്യക്തിത്വത്തിന്റെ അവസ്ഥയുടെ ചിത്രീകരണം തന്നെയാണ് ഇവിടത്തെ രാഷ്ട്രീയ ജാഗ്രത. എത്ര

പ്രലോഭനമുണ്ടായിട്ടും കൈക്കൂലി വാങ്ങാതിരിക്കുന്ന ധാർമിക ബോധമായും അത് നിലനിൽക്കുന്നു. എങ്കിലും പിൽക്കാലത്തെഴുതിയ ഒരു കഥയിൽ 1974-ലെ പ്രസിദ്ധമായ റെയിൽവേ സമരത്തിന്റെ സൂചനയുണ്ട്.

'നൂല്പാലം കടക്കുന്നവ'രിലെ മനുഷ്യന്റെ നിർവചനം ഇതാണ്: 'അവികസിതമായ സ്വതന്ത്രരാഷ്ട്രങ്ങളിൽ അദ്ഭുതകരമാം വിധം അതിജീവിക്കുന്ന ഒരു സസ്തനജീവി'. തീർച്ചയായും ഇത് ഒരു രാഷ്ട്രീയ നിർവചനമാണ്. കേവലമനുഷ്യനല്ല ലോകത്തിലെ ഒരു പ്രത്യേകതരം സമൂഹത്തിൽ ജീവിക്കുന്ന മനുഷ്യനാണ് താൻ എന്നും കോളനീകരണത്തിന്റെ ബാക്കി പത്രമാണ് തന്റെ ദൈന്യം എന്നും അറിയുന്നവന്റെ നിർവചനമാണ്.

അടിയന്തിരാവസ്ഥയുടെ തൊട്ടുമുമ്പെഴുതിയ 'എലികൾ' എന്ന കഥയിൽ ഇന്ത്യൻ ഇക്കോണമിയെക്കുറിച്ച് തന്റെ ഭാര്യയെ പഠിപ്പിക്കാൻ ശ്രമിക്കുന്നതു കാണാം. നമ്മുടെ കുടുംബം സംതൃപ്ത കുടുംബം എന്ന് ഭരണകൂടം അന്നുയർത്തിയ മുദ്രാവാക്യം കടന്നുവരുന്നുണ്ട്. "ഡവലപിംഗ് ഇക്കോണമിയിൽ വിലക്കയറ്റം സ്വാഭാവികമാണെന്നും ഇതൊരു ആഗോളപ്രതിഭാസം മാത്രമാമെന്നും കൂടി നീ മനസ്സിലാക്കിയാൽ കണ്ണുകൾ ഈറനാവാതെ എല്ലാം നേടാം" എന്ന് ഭാര്യയോട് അയാൾ പറയുന്നുണ്ട്.

മധ്യവർഗത്തിന്റെ ജീവിതപ്രാരാബ്ധത്തിനും ഇന്ത്യൻ ബ്യൂറോക്രസിയെ ഗ്രസിച്ചിരിക്കുന്ന അഴിമതിക്കും ഇടയിലാണ് ഈ കഥയിലെ ആഖ്യാതാവ് നിൽക്കുന്നത്. നാട്ടിൽ സാധാരണമായ കുടുംബജീവിതം പുലർത്തുന്നയാളാണയാൾ. അറുപതുകളുടെയും എഴുപതുകളുടെയും ദാരിദ്ര്യത്തിന്റെ മുഖമാണ് ഇതിലുള്ളത്. എന്നാൽ കേരളീയനവോത്ഥാനകഥകളിൽ കണ്ട കർഷകത്തൊഴിലാളികളുടെ ദൈന്യത്തോട് താരതമ്യപ്പെടുത്താവുന്നതല്ല ഇത്. അതിനാൽ തന്നെ നിസ്സഹായനായ അല്പശമ്പളക്കാരന്റെ ദൈന്യം എന്ന വിശേഷണമാണ് കഥാകാരൻ തന്റെ അവസ്ഥക്ക് നൽകുന്നത്.

ദൈന്യതയുടെയും ദാരിദ്ര്യത്തിന്റെയും ഭ്രാന്തിന്റെയും മറ്റൊരു അപരസാന്നിധ്യമാണ് പോയ്ന്റ്സ് മാൻ ഹനുമന്തം. ദാരിദ്ര്യം അയാളെ കുതിരപ്പന്തയത്തിൽ എത്തിക്കുന്നു. 'ഹനുമന്തത്തിന്റെ കുതിര'കളിൽ തീവണ്ടിയുടെ ചരിത്രമുണ്ട്. ചില്ലിട്ടു വെച്ച ഗാന്ധിയുടെയും അണ്ണായുടെയും എംജിആറിന്റെയും ചിത്രത്തിന്റെ സാന്നിധ്യമുണ്ട്

ഇവിടെ. യഥാർത്ഥവും സാങ്കല്പികവുമായ മോചനത്തിന്റെ ബിംബ ങ്ങളാണിവർ. ഞാൻ ആണയിട്ടാൽ എന്ന പാട്ടുണ്ട്. ഭാഗ്യപരീക്ഷ ണത്തിനൊടുവിൽ ഭാര്യ ഒരു പയ്യനോടൊപ്പം പോകുന്നു.

ആധുനികന്റെ മൂല്യനിരാസത്തിൽ ഗാർഹികയുക്തിയോടുള്ള കലഹമുണ്ടായിരുന്നു. ബുദ്ധിജീവിയുടെ ആധുനികതയായിരുന്നു അത്. എന്നാൽ വൈശാഖന്റെ ആധുനികത ഗാർഹികതയ്ക്കക ത്താണ്, ന്യൂക്ലിയർ കുടുംബഘടനകളിലുമാണ്. ഉദ്യോഗസ്ഥ നായിക്കഴിഞ്ഞ തനിക്ക് പാരമ്പര്യമായ നാടൻ പൗരുഷത്തിന്റെ ചിഹ്നങ്ങൾ നഷ്ടപ്പെടുന്നുണ്ട് എന്ന അറിവ് 'എലികളി'ൽ കാണാം. വീട്ടിൽ കടന്നുവന്ന ഒരു എലിയെ കൊല്ലാൻ കൂടി അയാൾക്ക് സാമർ ത്ഥ്യമില്ല. എലിയെകൊല്ലാതെ നിരാശയിൽ നിൽക്കുകയാണയാൾ. "അവളുടെ ചിന്താഗതി എന്തായിരിക്കുമെന്ന് അയാൾ ആലോചിച്ചു. ഈ വൈറ്റ് കോളറുകാരനുണ്ടോ ഒരെലിയെ കൊല്ലാനുള്ള തന്റേടം." എലിയെ കൊല്ലാനുള്ള തന്റേടം കർഷകജനതയുടെ ഭാഗമാണ്. ചൂഷ ണപ്രതീകമാണ് എലി. ഗാർഹികവും രാഷ്ട്രീയവുമായ ഘടകങ്ങളെ സമന്വയിപ്പിക്കുന്നുണ്ട് 'എലികൾ.'

പ്രസിദ്ധമായ റെയിൽവെ സമരത്തിന്റെ പശ്ചാത്തലത്തിൽ 'എലികൾ' അർത്ഥപൂർണമാണ്. കൈവിറക്കുന്നതു കൊണ്ടാണ് അയാൾക്ക് എലിയെ കൊല്ലാൻ കഴിയാത്തത്. തന്റെ മധ്യവർഗപ രമായ പരിമിതിയാണത്. "ഒരു നല്ല കമ്പ് തയ്യാറാക്കി വെക്കണം. വിറക്കാതെ അടിക്കാനും കഴിയണം" എന്ന കഥാന്ത്യത്തിലെ വാക്യങ്ങൾ ഭരണകൂടത്തോട് ഏറ്റുമുട്ടാനുള്ള മധ്യവർഗപരിമിതികൾ കടനുള്ള കരുത്തുണ്ടാക്കിയെടുക്കുന്നതിന്റെ സൂചനയാണ്.

രാഷ്ട്രവും സമൂഹവുമാവശ്യപ്പെടുന്ന നിയമത്തിന്റെയും നീതിയുടെയും ഉള്ളിലാണ് മിക്കകഥകളിലും ആഖ്യാതാവ് നിൽ ക്കുന്നത്. അഴിമതിക്കുള്ള പ്രലോഭനങ്ങളെ ചെറുത്തുനില്ക്കുന്നതാണ് പല സന്ദർഭങ്ങളും. എന്നാൽ നിയമം ലംഘിച്ചും നീതി ചെയ്യുന്നതിന് മടിയില്ലാത്തയാളുമാണയാൾ. ഗർഭിണിക്ക് കടന്നു പോകാനായി അടച്ചിട്ട റെയിൽവേ ഗേറ്റുകൾ തുറന്നു കൊടുക്കുന്നുണ്ട് അയാൾ. മൂല്യനിരാസത്തിന്റെ ആധുനികനല്ല മൂല്യപരതയുടെ ആധുനിക നാണ് അയാൾ. വ്യവസ്ഥാപിതമാർഗത്തിൽ തന്നെ നീതിയന്വേഷി ക്കുന്ന ഈ മനോഭാവത്തിന്റെ വളർച്ചയാണ് ലക്ഷങ്ങൾ റെയിൽവേ സമരത്തിലണിചേരുന്നതിന് കാരണമായ വികാരവും.

ചില പ്രണയത്തിന്റെ കുരുക്കുകളിൽ ഇടയ്ക്ക് അയാൾ പെട്ടുപോകുന്നുണ്ട്. ആധുനികന്റെ പ്രണയത്തിന്റെ ദാർശനികപരിവേഷങ്ങളൊന്നും വൈശാഖന്റെ കഥാപാത്രങ്ങൾ പേറുന്നില്ല. ഭാര്യക്ക് നാട്ടിലെ വിശേഷാവസരത്തിലെ ചടങ്ങുകളിൽ നൽകേണ്ട സമ്മാനങ്ങൾ തന്റെ വർഗപരമായ നിലവാരത്തിലെത്താത്തതിൽ പോലും അയാൾ ഖേദിക്കുന്നുണ്ട്.

റെയിൽവേ സമരത്തിനുശേഷമുള്ള സ്ഥിതി സൂചിപ്പിക്കുന്ന കഥയാണ് 'പുതിയ രോഗങ്ങളും ചികിത്സാവിധികളും'. റെയിൽവേയിൽ പുതിയ ജനറൽ മാനേജർ കൊണ്ടുവരുന്ന പരിഷ്കാരങ്ങളിൽ മയങ്ങിനിൽക്കുന്ന തൊഴിലാളികൾക്കിടക്ക് അതിൽ നിന്നും മാറി നിൽക്കുന്ന, പ്രതികരിക്കുന്ന വിപ്ലവബോധമുള്ള തൊഴിലാളിയുടെ പ്രതീകമായ സുധാകരന് ഒരു ഗൂഢാലോചനയിലെന്നോണം പണിക്കിടയിൽ പരിക്കേറ്റ് വിരൽ നഷ്ടപ്പെടുന്നു. ഓപ്പറേഷൻ തിയറ്ററിലെത്തിക്കഴിഞ്ഞ അയാളെ കാണാൻ ആഖ്യാതാവിന് ആഴ്ചകൾ കഴിഞ്ഞിട്ടും നേരം കിട്ടുന്നില്ലെന്ന കുറ്റബോധമുണ്ട്. ഒടുവിൽ ഏകാന്തമായിരിക്കാൻ ഇഷ്ടപ്പെടുന്ന സുധാകരനിൽ അടിയന്തരാവസ്ഥക്ക് ശേഷമുള്ള ഇന്ത്യൻ തൊഴിലാളിവർഗപരിണാമം പ്രതീകവൽക്കരിക്കപ്പെടുന്നുണ്ട്.

ആധുനികർ ഉത്തരേന്ത്യൻ അനുഭവമാണ് കൊണ്ടുവന്നതെങ്കിൽ വിന്ധ്യന് തെക്കുള്ള ദ്രാവിഡ ഗ്രാമഭൂമികയെയാണ് വൈശാഖൻ ആഖ്യാനം ചെയ്തത്. ഒരിക്കലും താത്വികമായ ഗ്രന്ഥകേന്ദ്രിതമായ വൻചിന്തകളുടെ ഭാരം പേറുന്നവരല്ല, നേരിട്ട് താൻ എത്തിപ്പെട്ടിരിക്കുന്ന ഗ്രാമസമൂഹവുമായി ചെറിയ തോതിൽ ബന്ധം പുലർത്തുന്നവരാണ് ഈ കഥയിലെ ആഖ്യാനകർത്തൃത്വങ്ങൾ. സി.വി. ശ്രീരാമന്റെ കഥകളാണ് ഇതിനു സമാനമായ ഭൂമിക മലയാളത്തിൽ സൃഷ്ടിച്ചിട്ടുള്ളത്.

സമൂഹത്തെ വിഭജിക്കുന്നതിലൂടെയാണ് തീവണ്ടി രാഷ്ട്രത്തെ ഏകീകരിക്കുന്നത്. എല്ലാ തീവണ്ടിസ്റ്റേഷനുകളിലും കമ്പിവേലികളുണ്ട്. കമ്പിവേലികൾക്കപ്പുറത്തുനിന്ന് കൈനീട്ടുന്നത് കുഷ്ഠരോഗികളായ തെണ്ടികളാണ് ('പകലുറങ്ങുന്നവന്റെ രാത്രി'). കുഷ്ഠരോഗിസംഘത്തിന്റെ പാട്ട് കേട്ടുകൊണ്ടാണ് സ്റ്റേഷൻ മാസ്റ്റർ പുറത്തുകടക്കുന്നത്. "വിരലുകൾ ഇല്ലാത്ത കൈകൾ കൊണ്ട് കൂട്ടുകാരന്റെ നെറ്റിയിൽ" താളം പിടിച്ച് ഒരു പെണ്ണ് പാടുന്നു. പഴയ

തെലുങ്ക് സിനിമാപാട്ടിന്റെ, ഭ്രമുഖത്ത് എന്നും നന്ദനവനങ്ങൾ നിലനിൽക്കും എന്ന മോഹത്തിന്റെ ഈരടികൾ." സ്റ്റേഷനടുത്ത് തീവണ്ടി ഉദ്യോഗസ്ഥരുടെ ബ്യൂറോക്രസിയെ ആശ്രയിച്ചുനില്ക്കുന്ന ഒരു ദരിദ്രഗ്രാമസമൂഹമുണ്ട്.

'ജ്ഞാനവടിവേലു' എന്ന കഥയിൽ ഈ രണ്ടു സമൂഹങ്ങളും തമ്മിൽ ദ്രാവിഡസാംസ്കാരിക ഭൂമികയിൽ വെച്ച് യോജിക്കുന്നുണ്ട്. ഉദ്യോഗം വഹിക്കുന്നവന് അസ്തിത്വത്തെ പിളർക്കുന്ന അനുഭവമാണ് റെയിൽവേയെങ്കിൽ നാട്ടുകാരായവർക്ക് അത് മിത്തിന്റെ പരിവേഷമുള്ള അനുഭവമാണ്. നാട്ടും രാഷ്ട്രവും തമ്മിലുള്ള വൈരുധ്യത്തിന്റെ വിവിധ തലങ്ങൾ വെളിപ്പെടുത്തുന്നതാണ് ഈ കഥ. "ജ്ഞാനവടിവേലു, ഗേറ്റ് കീപ്പർ, തെൻ റെയിൽവേ, ദേവർഷികുപ്പം റെയിൽ ക്രോസിംഗിൽ പതിവുപോലെഎത്തി" എന്ന് ദ്രാവിഡശൈലിയിലാണ് കഥ തുടങ്ങുന്നത്. ഗേറ്റ്കീപ്പർ എന്ന ഉദ്യാഗസ്ഥനായിരിക്കെ തന്നെ അയാൾ കീഴാളമായ ആഭിചാരങ്ങളുടെ താന്ത്രികനുമാണ്. അയാളുടെ ആഗമനം മുൻകൂട്ടി കണ്ട് വടക്കൻ ആർക്കാട് ജില്ലയിലെങ്ങുമുള്ള മുനീശ്വരന്മാർ, കന്യകപ്പിശാചുക്കൾ എന്നിവരെല്ലാം തങ്ങളുടെ കരിമ്പനകളിലും വേപ്പുമരങ്ങളിലും അഭയം തേടിയിരുന്നു. ആദ്യത്തെ വണ്ടി കടന്നുപോകുന്നതിനുമുമ്പ് ചന്ദനത്തിരി, തേങ്ങ, തകരഢപ്പികൾ, കർപ്പൂരം, അപൂർവമൂലികകൾ, ഒരു എഴുത്താണി, ചെമ്പുതകിടുകൾ, പ്രപഞ്ച ഉല്പത്തി അകില ഉലക പഞ്ച പക്ഷി ശാസ്ത്രം, വിനായകർ തുതി, മാരിയമ്മൻ താലാട്ട് ഇവ ചെയ്തുതീർത്ത് കഞ്ചാവ് പുകക്കുന്നതാണ് അയാളുടെ ദിനചര്യ. റെയിൽവേ ലൈൻ പിശാചമൂർത്തികൾ സഞ്ചരിക്കുന്ന ഇടമാണ്. "ഇരുട്ടുവീണാൽ റെയിൽവേ ലൈനിന്റെ അടുത്തൊന്നും ആരും എത്തിനോക്കുക പോലുമില്ല. ചിത്തിരമാസനിലാവിൽ റെയിൽ റോഡിലൂടെ കന്യകപ്പിശാചുക്കൾ വെള്ളപ്പുടവ ചുറ്റി താഴമ്പൂ മണം പരത്തി പാട്ടു പാടി നടന്നു." മാടനെയും മറുതയെയും ഒക്കെ അടക്കിയത് വടിവേലു വന്നശേഷമാണ്. ജ്ഞാനവടിവേലുവിന്റെ പാരമ്പര്യമന്ത്രങ്ങളെ പിൻതള്ളി റേഡിയോ വഴി കടന്നുവന്ന തമിഴ് ചലച്ചിത്രസംസ്കാരത്തിന്റെ മാന്ത്രികത മേൽക്കൈ നേടുന്നതാണ് കഥാന്ത്യം.

'ഭൂതക്കാറ്റ്' കാവേരി എന്ന സ്വീപ്പറായ, വിധവയായ സുന്ദരി ഗ്രാമത്തിലെ ജന്മിത്തത്തിന്റെ രണ്ടുതലമുറയിലുള്ള ലൈംഗികാഭിനിവേശങ്ങൾക്ക് അടിപ്പെട്ട് കൊല്ലപ്പെടുന്നതിന്റെ കഥയാണ്. ഇവിടെ റെയിൽവേയല്ല പശ്ചാത്തലം-ആരോഗ്യവകുപ്പിലെ

ഉദ്യോഗസ്ഥനാണ് ആഖ്യാതാവ്.

'ഇന്നലത്തെ മേഘങ്ങ'ളും അത്തരമൊരു കഥയാണ്. തമിഴ്ഗ്രാമീണതയുടെ ശക്തിപ്രതീകമായി നിൽക്കുന്ന രുക്മമ്മയെപ്പറ്റിയുള്ള ഓർമകൾ. വെള്ളക്കാരനുമായി അവൾക്കുള്ള ശാരീരികബന്ധം. 'സമയം കടന്ന്', 'അക്കത്തിലെഴുതിയാൽ' എന്നീ കഥകളിലും തമിഴ് ഗ്രാമീണജീവിതമാണ് പ്രതിപാദ്യം. തീവണ്ടിയും കാളവണ്ടിയും തമ്മിലുള്ള മുഖാമുഖം കടന്നുവരുന്നുണ്ട് 'അക്കത്തിലെഴുതിയാൽ' എന്ന കഥയിൽ. തീവണ്ടി ഗ്രാമീണർക്ക് അവരുടെ സഞ്ചാരപാതയുടെ തടസ്സമാണ്. കൊല്ലപ്പെട്ട കാളവണ്ടിക്കാരന്റെ ഗ്രാമീണരായ ബന്ധുക്കൾ പ്രതിഫലം പറ്റി കേസൊതുക്കുന്നതിലെ ധാർമികതയിൽ അസ്വസ്ഥനാകുന്നവനാണ് ഈ കഥയിലെ ആഖ്യാതാവായ റെയിൽവേ ഉദ്യോഗസ്ഥൻ.

ഗ്രാമപശ്ചാത്തലത്തിൽ ധാർമികബോധമുള്ള കേന്ദ്രസർക്കാർ ഉദ്യോഗസ്ഥൻ അബോധമായ ഒരു പ്രതിസന്ധി അനുഭവിക്കുന്നുണ്ട്. ചുറ്റുമുള്ളവരെക്കാൾ വിദ്യാഭ്യാസമുള്ളവനാണയാൾ, ഭരണകൂടവുമായി കൂടുതൽ ബന്ധപ്പെട്ടിരിക്കുന്നയാൾ. ആ നിലക്ക് സാമൂഹ്യവ്യവസ്ഥയുടെ ഉത്തരവാദിത്തം അയാൾക്ക് ഏറെയുണ്ട്. തനിക്കുചുറ്റും സംഭവിക്കുന്ന ദുരന്തങ്ങൾക്ക് താനറിയാതെ പങ്കാളിയാണ് എന്ന കുറ്റബോധത്തിന്റെ നേരിയ നിഴൽ ഈ പശ്ചാത്തലത്തിലുള്ള ആഖ്യാനത്തിലുണ്ട്. ദുരന്ത സംഭവപരതയിൽ അഭിരമിക്കുന്നരീതിയിലല്ല അതിന്റെ മൂകസാക്ഷിത്വത്തിന്റെ നിസ്സഹായത വായനക്കാരിലെത്തിക്കുന്ന മട്ടിലാണ് ആഖ്യാനത്തിന്റെ അന്തർഭാവം.

തീവണ്ടി സാമാന്യാർത്ഥത്തിൽ ഒരു നോവലിനുള്ള കാലമല്ല. നോവലിനുള്ള സ്ഥിരവാസസമൂഹമല്ല അത്. ചെറുകഥ വളർന്നതിനോടൊപ്പമാണ് തീവണ്ടിയും വളർന്നത്. ഒരു ജിപ്സി സമുദായമാണ് റെയിൽവേ സമൂഹം. ഈ തീവണ്ടി ഓടി വൻനഗരങ്ങളിൽ എത്തിയിരുന്നെങ്കിൽ അത് നോവൽ സമൂഹമായി പരിവർത്തിക്കപ്പെട്ടേനെ.

വിശാലമായ അർത്ഥത്തിൽ സ്വാതന്ത്ര്യാനന്തര ഉദ്യോഗസ്ഥവർഗത്തിന്റെ ജീവിതത്തിന്റെ ഏടുകളാണ് വൈശാഖന്റെ കഥകൾ. ഗാന്ധിജി സൂചിപ്പിച്ച പോലെ ദൈവത്തിൽ നിന്നകന്നു പോകുന്നത് തന്നെയാണ് വൈശാഖന്റെ ഉത്കണ്ഠ. 'ചെകുത്താൻ ഉറങ്ങുന്നില്ല' എന്നാണ് വൈശാഖന്റെ ആദ്യകഥകളിൽ ഒന്നിന്റെ

പേര്. ദൈവവിശ്വാസിയുടെ ദൈവമല്ല അത്. ഇന്ത്യൻ ഗ്രാമങ്ങൾ പാരമ്പര്യമായി സൂക്ഷിച്ച മനുഷ്യപ്പറ്റിന്റെ ദൈവമാണത്. ദൈവം നഷ്ടപ്പെട്ടവരാണ് പൊതുവെ ആധുനികർ. ഗ്രാമാതിർത്തികൾ വിട്ടിട്ടും നമ്മയുടെ ഈ ദൈവത്തെ കൊണ്ടുനടന്നു എന്നതാണ് ആധുനികർക്കിടയിൽ വൈശാഖൻകഥകളുടെ പ്രത്യേകത. മനുഷ്യാതീതമായ വേഗസഞ്ചാരങ്ങൾക്കിടയിലും അകത്ത് കൊണ്ടുനടന്ന, റെയിലിന്റെ യാന്ത്രികവും അമൂർത്തവുമായ ദൂരങ്ങളോട് കലഹിച്ച ഈ ദൈവമാണ് രോഗമായി പ്രത്യക്ഷപ്പെട്ടത്.

(ഗ്രന്ഥലോകം, മെയ് 2006)